சந்தி

சந்தி

ஸ்ரீதர கணேசன் (பி. 1954)

கற்றலின் குறைபாடு என்கிற பாதிப்புக்குள்ளான ஸ்ரீதரகணேசன் மிகுந்த சிரமத்திற்கிடையில் 1970இல் ஏழாம் வகுப்பில் நுழைந்து அந்த ஆண்டே பள்ளிக்கூடத்தை விட்டு வெளியேறியவர். அவரது தந்தை பலவேசம் களிமண்ணில் சிற்பங்கள் செய்துவந்த சுதைமண் சிற்பக் (டெரகொட்டா) கலைஞர்; தாய் லட்சுமி நூற்பாலை தொழிலாளியாக இருந்தவர். இவருக்கு சுசீலா என்ற மனைவியும் இரண்டு மகன்களும் உள்ளனர்.

தூத்துக்குடி நூற்பாலைத் தொழிலாளியாக 20 வருடம் பணிபுரிந்தவர். மேலும் 20 வருடமாகத் தூத்துக்குடி அரசினர் தொழில்நுட்பக் கல்லூரியில் தினக் கூலியாகப் பணிபுரிந்தார். சந்தி, வாங்கல், அவுரி, சடையன்குளம் போன்ற நாவல்களும் மூன்று குறுநாவல்களையும் ஐம்பதுக்கும் மேற்பட்ட சிறுகதைகளையும் ‘தூத்துக்குடி மாவட்ட ஆதிதிராவிடர்கள்’ என்கிற ஆய்வு நூலையும் எழுதி முடித்திருக்கிறார்.

இவரைத் தஞ்சை தமிழ்ப் பல்கலைக்கழகம் சிறந்த இலக்கிய ஆளுமையாகத் தேர்வு செய்து வருகைதரு பேராசிரியராகப் பணியமர்த்தியது. 2022ஆம் ஆண்டுக்கான திருநெல்வெலி மனோன்மணியம் சுந்தரனார் பல்கலைக்கழகத்தின் மனோன்மணியம் சுந்தரனார் இலக்கிய விருதைப் பெற்றார். மேலும் இவரது ‘உப்புவயல்’ என்ற நாவல் தமிழ்நாடு அரசின் தமிழ் வளர்ச்சித் துறை வழங்கும் சிறந்த நாவலுக்கான விருதை 1996ஆம் ஆண்டு பெற்றது. தூத்துக்குடி ராஜபாண்டியன் சாராள் இலக்கிய சாதனையாளர் விருதையும் பலவேறு அமைப்புகளிலிருந்து சிறந்த நாவலுக்கான விருதுகளையும் பெற்றிருக்கிறார். இவரது சிறுகதைகள் ஆங்கிலத்திலும் மலையாளத்திலும் மொழிகளில் மொழியாக்கம் செய்யப்பட்டுள்ளது.

2007இல் திருப்பூரில் நடந்த சுதந்திரப் பொன்விழா நாவல் போட்டியில் ‘சந்தி’ நாவல் கையெழுத்துப் பிரதியிலேயே முதல் பரிசு பெற்றது.

ஸ்ரீதர கணேசன்

சந்தி

காலச்சுவடு பதிப்பகம்

● அன்பார்ந்த வாசகருக்கு,

வணக்கம்.

காலச்சுவடு நூலை வாங்கியமைக்கு நன்றி.

நூலின் உள்ளடக்கம், உருவாக்கம், அட்டைப்படம் இன்ன பிற அம்சங்கள் பற்றிய உங்கள் கருத்துகளையும் ஆலோசனைகளையும் காலச்சுவடு வரவேற்கிறது. தகவல், எழுத்து, வாக்கியப் பிழைகள் தென்பட்டால் கட்டாயம் தெரிவித்து உதவுங்கள். நூல் தயாரிப்பில் கடும் குறைபாடு இருப்பின் மாற்றுப் பிரதி உங்களுக்குக் கிடைக்கக் காலச்சுவடு ஏற்பாடு செய்யும்.

மின்னஞ்சல்: publisher@kalachuvadu.com

காலச்சுவடு நாகர்கோவில் தலைமையகத்துக்கும் கடிதம் அனுப்பலாம்.

தங்கள்
எஸ்.ஆர். சுந்தரம் (கண்ணன்)
பதிப்பாளர் – நிர்வாக இயக்குநர்

சந்தி ❖ நாவல் ❖ ஆசிரியர்: ஸ்ரீதர கணேசன் ❖ © ஸ்ரீதரகணேசன் ❖ முதல் பதிப்பு: அக்டோபர் 2001 ❖ காலச்சுவடு முதல் (குறும்) பதிப்பு: டிசம்பர் 2022 ❖ வெளியீடு: காலச்சுவடு பப்ளிகேஷன்ஸ் (பி) லிட்., 669, கே.பி. சாலை, நாகர்கோவில் 629001

காலச்சுவடு பதிப்பக வெளியீடு: 1133

canti ❖ Novel ❖ Author: Srithara Ganeshsan ❖ © Srithara Ganeshsan ❖ Language: Tamil ❖ First Edition: October 2001 ❖ Kalachuvadu First (Short) Edition: December 2022 ❖ Size: Demy ❖ Paper: 18.6 kg maplitho ❖ Pages: 280

Published by Kalachuvadu Publications Pvt.Ltd., 669, K.P. Road, Nagercoil 629001, India❖Phone: 91-4652-278525 ❖e-mail: publications@kalachuvadu.com ❖ Clicto Print, Jaleel Towers,42 KB Dasan Road, Teynampet Chennai 600 018

ISBN: 978-81-959048-6-0

12/2022/S.No. 1133, kcp 4265, 18.6 (1) rss

அணிந்துரை

இந்த நாவலுக்கு ஆ. சிவசுப்ரமணியன் எழுதியுள்ள அறிமுகவுரை சிறந்த முன்னுரையாக அமைந்துள்ளது. "ஆலைத் தொழிலாளி வர்க்கத்திடம் இருந்து ஆற்றல்மிகு படைப்பாளர் ஒருவர் உருவாகியுள்ளார் என்பது மகிழ்ச்சிக்கும் பாராட்டுக்கும் உரிய ஒன்றுதானே!" என்று முத்தாய்ப்பாக அவர் கூறியிருப்பது யதார்த்தவாத இலக்கியம் தமிழில் புதிய வீறுபெற்று வருகிறது என்பதற்கு ஆதாரபூர்வமான எடுத்துக்காட்டு.

இந்த நாவலில் சித்திரிக்கப்படும் மனிதர்கள் அனைவரும் நமது அபிமானத்துக்குரிய, நம்மோடு வாழ்ந்து வருகிற யதார்த்தச் சித்திரங்கள். அவர்கள் மொழியும் நடத்தையும் பண்புகளும் மிக நுணுக்கமாகவும் மேலாகவும் சித்திரிக்கப் பட்டுள்ளன.

இந்த நாவலுக்கு நான் ஓர் அணிந்துரை வழங்க வேண்டுமென்று 'பாலம்' அமைப்பாளர் கேட்டுக் கொண்டபோது இவ்வளவு பெரிய நாவலைப் படிக்க வேண்டுமே என்று முதலில் தயங்கினேன். ஆனால் படிக்க ஆரம்பித்ததும், அந்தத் தயக்கம் நீங்கிப் புதிய உற்சாகம் பிறந்தது. ஒரே மூச்சில் படித்து முடித்தேன். ஒரு நல்ல நாவலுக்கு இதுதான் எனது பாராட்டு. படிக்க முடிய வேண்டும். மற்றபடி நான் விமர்சகன் அல்லன்; வாசகன் கூட அல்லன். எனக்குப் பிடித்ததைப் பிடித்தது என்பேன். பிடிக்காததைக் குறித்துப் பேசுவதைக் கூடத் தவிர்த்துவிடுவேன்.

இந்த ‘சந்தி’ நாவல் எனக்குப் பிடித்திருக்கிறது. ரசித்துப் படித்தேன்.

‘ஒசந்த சாதியாயிட்டாங்களாம்பா . . . ஒசந்த சாதியா . . .’ என்று ஓர் அத்தியாயம் முடிந்தபோது தனிமையில் படித்தவாறே வாய்விட்டுச் சிரித்தேன்.

‘இவர்களின் உணர்வுகள் வித்தியாசமானது. இந்த உணர்வுகளை என்னால் தொட முடிந்தது. தொட்டு உணர முடிந்தது’ என்று தனது உரையில் ஆசிரியர் கூறியிருப்பது உண்மையானது. ஏனெனில் தாம் உணர்ந்த விதமே படிக்கிற வாசகருக்கு அவரால் உணர்த்த முடிந்திருக்கிறது. ஸ்ரீதர கணேசன் மிகச் சரியான அடித்தளத்தில் தமது இலக்கிய கட்டுமானத்தை நிர்மாணித்திருக்கிறார்.

முத்துச்சாமியின் சுயசரிதையின் ஒரு பகுதிதான் இந்த நாவல். அவன் வளர வளர கதையும் நகர்கிறது.

ஆனால் முத்துச்சாமியின் கதை முடிந்துவிடவில்லை. அவன் வாழ்ந்துகொண்டிருக்கிறான். அவன் வாழ்கிறவரை இந்தக் கதை வளர்வதற்கு நிறையவே இன்றும் வாய்ப்பிருக்கிறது. முத்துச்சாமியின் வாழ்வுக்கு ஆதாரமான அந்த அம்மா இன்னும் இருக்கிறாள் - நம்பிக்கையின் உருவமாக.

படிக்கிறவர்களுக்கு வாழ்க்கையின் சிக்கல்களைப் புரிந்து கொள்ள, போராட, நேசிக்க நம்பிக்கை தருகிற படைப்புகள்தான் முற்போக்கு இலக்கியமாகும். அந்த வரிசையில் வைக்கத்தக்க ஓர் அருமையான நாவல் சந்தி.

இதற்கோர் அணிந்துரை வழங்குவது எனக்கு மகிழ்ச்சியும் பெருமையும் தருகிறது.

அன்பு

சென்னை-78. **த. ஜெயகாந்தன்**

20.9.2001

(முதல் பதிப்புக்கான அணிந்துரை)

அறிமுகவுரை

இந்தியாவை அடிமைப்படுத்திய ஆங்கிலேயர்கள் "தாங்கள் செய்வது இன்னதென்று அறியாமலேயே" சில ஆக்கப் பணிகளையும் மேற்கொண்டனர். அவற்றுள் ஒன்று கல்வியை ஜனநாயகப் படுத்தியமையாகும். நவீன கல்வி கற்பிக்கும் பள்ளிகளையும் கல்லூரிகளையும் உருவாக்கியதன் வாயிலாக ஜாதிய மதத்தடைகள் ஆகியவற்றை மீறிப் பல்வேறு தரப்பினரும் கல்வி கற்கும் வாய்ப்பை உருவாக்கினர். வெள்ளை அரசு மட்டுமின்றி வெள்ளைக் காலனிய ஆட்சியுடன் நெருங்கிய தொடர்பு கொண்ட கிறித்துவச் சபைகளும் நவீன கல்வியை இந்தியர்களுக்கு வழங்கின. இதன் விளைவாக இந்தியச் சமூகத்தில் அரசுப் பணியாளர்கள், வங்கி, தனியார் வணிக நிறுவனங்களின் ஊழியர்கள், பேராசிரியர்கள், மருத்துவர்கள், வழக்கறிஞர்கள், பத்திரிகையாளர்கள் என மூளை உழைப்பாளிகள் பிரிவு தோன்றியது. பின்னர் இதுவே இந்தியாவின் மத்தியதர வர்க்கமாக உருப்பெற்றது.

தமிழ்நாட்டைப் பொறுத்த அளவில் பிராமணர்களும் வேளாளர்களுமே பெருமளவில் நவீன கல்வியைப் பெற்றுத் தமிழ்நாட்டின் மத்தியதரவர்க்கமாக விளங்கினர். இதனால்தான் தொடக்க காலத் தமிழ் எழுத்தாளர்களும் பத்திரிகை யாளர்களும் பெரும்பாலும் இவ்விரு சமூகத்தைச் சேர்ந்தவர்களாக இருந்தனர். தமிழின் தொடக்க நாவலாசிரியர்களான வேதநாயகம் பிள்ளையும் பொன்னுசாமி பிள்ளையும் வேளாளச் சமூகத்தைச்

சேர்ந்தவர்கள். மாதவய்யா - ராஜம் அய்யர் - குருசாமி சர்மா - பண்டித நடேச சாஸ்திரி ஆகியோர் பிராமண சமூகத்தைச் சேர்ந்தவர்கள். நாவலை வாசிக்கும் வாசகர்களும் கூட பெரும்பாலும் இவ்விரு சமூகத்தைச் சேர்ந்தவர்களாகவே இருந்தனர். எனவே இவர்கள் உருவாக்கிய நாவல்களின் முக்கியக் கதை மாந்தர்களும் களமும் இவ்விரு சமூகத்தினரின் வாழ்க்கையை வெளிப்படுத்துபவர்களாகவே அமைந்தனர்.

நாட்டு விடுதலைக்குப் பின் இடதுசாரி எழுத்தாளர்களும், ஓரளவுக்குத் திராவிட இயக்க எழுத்தாளர்களும், தொடக்க கால நாவல் மரபை மீறிச் சென்று அடித்தள மக்களின் அவலங்களையும் எழுச்சிகளையும் தங்களது நாவல்களின் கருவாகக் கொண்டார்கள். ரகுநாதன், டி.செல்வராஜ், சின்னப்ப பாரதி, பொன்னீலன் போன்ற இடதுசாரி எழுத்தாளர்களும் கி. ராஜநாராயணன், ராஜம் கிருஷ்ணன், சமுத்திரம் போன்ற எந்தவொரு அரசியல் இயக்கத்தையும் சாராத எழுத்தாளர்களும் அடித்தள மக்களின் வாழ்க்கையை மையமாகக் கொண்டு நாவல்களைப் படைத்தவர்களில் குறிப்பிடத்தக்கவர்களாவர்.

எண்பதுகளில் தலித்துகள் வாழ்க்கையை மட்டுமே மையமாகக் கொண்டு நாவல்கள் வெளிவந்தன. ஈழத்தில் கே. டானியலும், தமிழ்நாட்டில் துறவி மாற்கும் 'தலித் நாவல்' என்ற வகைப்பாட்டிற்கு வித்திட்டு வளர்த்தனர். இவர்களை அடுத்து பூமணி, சிவகாமி, பாமா, அறிவழகன் ஆகியோர் தலித் நாவல் இலக்கியத்தைப் பெரிதும் வளப்படுத்தினர். இத் தலித் நாவல் ஆசிரியர்கள் வரிசையில் புதிதாக இடம் பெற்றுள்ளவர் ஸ்ரீதர கணேசன். 'உப்பு வயல்' *(1995)* என்ற தமது முதல் நாவலின் வாயிலாகத் தமிழ் வாசகர்களுக்கு அறிமுகமான இவரது இரண்டாவது நாவல் 'சந்தி'.

சந்தி என்றால் மூன்று அல்லது நான்கு தெருக்கள் சந்திக்கும் இடம் என்பது அனைவரும் அறிந்த ஒன்றுதான். பல்வேறு தரப்பு மக்களையும் சந்தியில் சந்திக்க முடியும். எனவேதான் "சந்தி சிரிக்க வச்சிடுவேன்" என்ற தொடர் வழங்குகின்றது. இன்னொரு வகையில் சந்தியில் நின்று வேடிக்கை பார்ப்பது பலருக்கும் சுகமான பொழுதுபோக்கு. ஸ்ரீதர கணேசனின் 'சந்தி' தூத்துக்குடி கீழூர்ப் பகுதியில் உள்ள 'மட்டக்கடை'ப் பகுதியாகும். இப்பகுதியில் தலித் குடும்பத்தில் பிறந்து வளர்ந்த முத்துசாமி என்ற பாத்திரத்தை மையமாகக் கொண்டு இந்நாவல் சுழன்றாலும், முத்துசாமி சந்தித்த, பழகிய, நட்புகொண்ட, சண்டையிட்ட பல்வேறு மனிதர்களின் குணநலன்களையும் வாழ்க்கை அனுபவங்களையும் இந்நாவல் நம் கண் முன் கொண்டு வந்து நிறுத்துகிறது.

முத்துசாமியின் வாழ்க்கை அனுபவங்கள் ஒருவகையில் ஒரு தேடலாகவே அமைந்துள்ளன. ஆனால் இத்தேடல், 'நான் யார்? என் உளம் யார்' என்று 'ஆத்ம' விசாரணை செய்யும் அகவயமான ஆன்மீகத் தேடல் அல்ல. அவனது தேடல்கள் புறவயமான இம்மண்ணுலகில் காலூன்றி நிற்பதற்கான முயற்சியின் வெளிப்பாடுதான். பள்ளிப் படிப்பில் முத்துசாமி தேர்ச்சி பெறவில்லை என்பதைவிட, முத்துசாமியின் உள் ஆற்றலை, கலையுணர்வை 'மண்படு கல்வி' கற்பிக்கும் ஆசிரியர்கள் இனம் காண முடியவில்லை என்பதுதான் உண்மையாகும். அவனுடைய மென்மையான உணர்வுகளும் ஆற்றல்களும் அழிக்கப்பட, கல்விக்கூடம் சிறைக்கூடம் ஆகின்றது. ஆசிரியர்கள் சிறைக்காவலர்களாகக் காட்சியளிக்கின்றனர். இச்சிறையில் இருந்து தப்பி ஓடி, வாழ்க்கை என்ற பல்கலைக் கழகத்தில் அவன் பெற்ற பயிற்சிகள் தான் எத்தனை? கட்டடத் தொழிலாளி - கருவாடு சிப்பம் கட்டுபவன் - சிலைகள் உருவாக்கும் கலைஞரான தன் தந்தையின் உதவியாள் என்ற பணிகளைப் புரிந்து, இறுதியில் பஞ்சாலைத் தொழிலாளியாக மாறுகிறான்.

ஒடுக்கப்பட்ட சாதியைச் சேர்ந்த ஒரு தாயின் வாழ்க்கை அனுபவங்கள் முத்துசாமியின் அம்மாவின் வாயிலாக வெளிப் படுகின்றன. பொறுப்பும் கடின உழைப்பும் மன உறுதியும் கொண்ட அம்மா தன் நினைவுப் பெட்டகத்தில் இருந்து அவ்வப்போது கடந்த கால நிகழ்வுகள் பலவற்றை, கதைபோல கூறுகின்றாள். அம்மாவிடம் இத்தகைய கதைகளைக் கேட்பதில் முத்துசாமிக்கு மிகுந்த ஆர்வம் உண்டு. அவ்வாறு அவன் கேட்ட கதைகளில்தான் எத்தனைவகையான செய்திகள்?

* தூத்துக்குடியில் வெள்ளைக்காரன் ஹார்வி, பஞ்சாலை ஒன்றைத் தொடங்கியது.
* கரியை எரித்து மின்சாரம் உற்பத்தி செய்து அந்த ஆலையை இயக்கியது.
* நுரைக்கல் எனப்படும் கடல் பாறைத் துண்டுகளால் சாலை போட்டது.
* அச்சாலையில் இரும்புச் சட்டங்களால் ஆன வண்டியில் நூல் கட்டுகளை வைத்து இழுத்துச் சென்றது. அப்போது பாடிய நாட்டார் பாடல்.
* ஹார்வி ஆலையிலும், ஏனைய வெள்ளையர் நிறுவனங்களிலும் பறையர் சாதியினரை விருப்பத்துடன் வேலையில் சேர்த்துக்கொண்டது.

* வெள்ளையர்கள் தம் சமையல்காரர்களாகப் பறையர்களை வைத்துக்கொண்டமை.

* சாதிய இழிவைப் போக்கிக்கொள்ளும் வழிமுறையாகச் சில பறையர் குடும்பங்கள் கத்தோலிக்க சமயத்தைத் தழுவியமை.

* பிற சாதித் தெருக்களில் சுற்றும் அம்மன் கோவில் சப்பரங்கள், பறையர் வாழும் தெருக்களுக்கு மட்டும் வராத நிலை.

* தங்களது மதிப்பை நிலைநாட்டும் வகையில் தங்களுக்கென்று ஒரு சப்பரத்தைச் செய்துகொண்டமை.

எனப் பல்வேறு கடந்தகால நிகழ்வுகளை முத்துசாமி ஆர்வத்துடன் கேட்கும்போது, நாமும் அவனுடன் சேர்ந்து தூத்துக்குடி நகரின் கடந்தகாலச் சமூக வாழ்க்கையின் பல்வேறு அம்சங்களை அறிந்துகொள்கிறோம். உண்மையான சமூக நாவல் ஒரு சமூக ஆவணமாகவும் பயன்படும் என்பதற்கு மேற்கூறிய செய்திகள் சான்றாக அமைகின்றன.

சிலை செய்யும் கலைஞரான அப்பா, உறவினர்கள், தெருக்காரர்கள், இரவில் தங்க இடம் கொடுத்து ஓரினச் சேர்க்கைக்கு முயலும் கடைக்காரன், வண்டியோட்டிகள், லாரி டிரைவர், முத்துசாமியின் மீது அன்பு காட்டிய அடைக்கலம் டீச்சர், தலித்துகள் காரை வீடு வாங்குவதைத் தாங்க முடியாத சுப்பையா பிள்ளை, சேரிப் பிள்ளை தன் வீட்டுச் சுவரைத் தொட்டால் சண்டைப் போட்டு விட்டு தீட்டுப் போகத் தண்ணீர் விட்டுச் சுவரைக் கழுவும் சுப்பையா பிள்ளையின் மனைவி, பொறுப்பற்ற குடிகாரனை மணந்து இரண்டு பிள்ளைகளுக்குத் தாயாகி, தந்தையின் வீட்டிலேயே தங்கியிருக்கும் லூர்து அக்கா, அவளது நிலையினைப் பயன்படுத்தி அவளுடன் உறவுகொள்ள முயலும் எட்வின், பணம் வந்த காரணத்தால் சக பறையர்களை வெறுத்து ஒதுக்கும் அற்புதமணிப் பாட்டியின் மாணிக்கவில்லா குடும்பத்தினர், சுயேச்சையான தன்மையுடன் இயங்கும் முத்துசாமியின் பாட்டி சங்குவதி சாம்பாத்தி எனப் பல்வேறு வகையான மனிதர்களை இந்நாவலில் சந்திக்கிறோம்.

இவர்கள் ஒவ்வொருவரும் ஒவ்வொரு வகையான குணாம்சத்தையும் திறமைகளையும், வாழ்க்கை நோக்கையும் கொண்டவர்கள். மொத்தச் சமூகத்தில் இடம்பெறும் பல்வேறு வகையான மனிதர்களின் பிரதிநிதிகளாக இவர்கள் காட்சி யளிக்கின்றனர்.

சந்தியின் ஓரத்தில் நின்று இம்மனிதர்களை ஆசிரியர் வேடிக்கை பார்க்கவில்லை. சந்தியில் நிற்கும், இயங்கும் மனிதர்களுள் ஒரு மனிதராக அவரும் காட்சியளிக்கின்றார். அவர்களது இன்ப துன்பங்களை, விருப்பு வெறுப்புகளை, நிறைவேறிய நிறைவேறா ஆசைகளை, ஆசைக் கனவுகளை வெளிப்படுத்துகின்றார். புறவயமான யதார்த்த உலகின் பிரச்சினைகளைக் கதைமாந்தர்களின் வாயிலாக வெளிப்படுத்துவதுடன் நின்றுவிடாமல் அவர்களின் உள்ளார்ந்த மன உணர்வுகளையும் மன உலைச்சல்களையும் மிக நுணுக்கமாகச் சித்திரித்துள்ளார். பகட்டில்லாத எளிமையான பேச்சு வழக்கு வாயிலாகவே ஆழமான மனித உணர்வுகளை வெளிக்கொணர்ந்துவிடுகிறார். ஆங்காங்கே மென்மையான நையாண்டியும் இழையோடுகின்றது.

நாவலில் பல்வேறு சோகங்களை நாம் சந்திக்கிறோம். ஆனால் அவை அழுகைச் சத்தமாக ஒலித்து நம்மைப் புலம்ப வைக்கவில்லை. அவலங்களுக்கு இடையிலும் வாழ வேண்டும் என்ற உயிர்த்துடிப்பு, மனித நேயம், அழகியல் உணர்வு ஆகியன மனிதர்களிடம் இடம்பெற்றுள்ளதை நம் மனத்தில் பதியவைக்கின்றன. முத்துசாமியின் அம்மா, வாழ்க்கை எனும் உலைக்களத்தில் வார்த்து எடுக்கப்பட்ட மனத்திண்மை கொண்ட உன்னதப் பாத்திரம். பஞ்சாலை மேலாளரின் குளிர்ப்பதன அறையில் இருந்து முத்துசாமியின் அம்மா வெளி வருவதுடன் நாவல் முடிவடைகிறது. வாழ்க்கைப் போராட்டத்தில் எதிர்கொண்ட துன்பங்களும் துயரங்களும் அம்மாவின் உறுதியை அழித்துவிடவில்லை.

"அறையை விட்டு வெளியில் வரும்போது உஷ்ணக் காற்று முகத்தில் அடிப்பதை உணர முடிந்தது. இது புதுசா என்ன? இவ்வளவு காலமும் அனலும் பஞ்சு தூசியும் பறக்கிற இயந்திரங்களுடன்தானே முட்டி மோதி அம்மா வேலை பார்த்துக்கொண்டிருந்தாள். இனியும் தீக்கங்குகள் கூட மேல் விழுந்தாலும் சமாளித்துக்கொள்ளும் தைரியம் அம்மாவுக்கு இருந்தது" என்று நாவலை முடிக்கின்றார். இது அம்மாவுக்கு மட்டும்தானா? அம்மாவின் சாதியைச் சார்ந்த, அம்மாவின் வர்க்கத்தைச் சார்ந்த அனைவருக்கும் இது பொருந்தும்தான்.

யதார்த்த நோக்கில் சமூக நிகழ்வுகளைக் காணமுடிதல் இந்நூலின் சிறப்பம்சம். தூத்துக்குடி நகரிலும், அங்கு வாழும் தலித் மக்களின் வாழ்விலும் காலந்தோறும் நடைபெற்றுள்ள நிகழ்வுகளையும், மத்தியதரவர்க்கத்தின் முழுப்பரிமாணத் தோற்றத்தையும் வளர்ச்சியையும் அதன் அவலங்களையும்

போலி மதிப்புகளையும் வரலாறு போல் இந்நாவல் கூறிச் செல்கின்றது. வாழ்க்கைப் போராட்டத்தில் எதிர்நீச்சல் போடும் தலித் கதை மாந்தர்களின் கடந்தகால நினைவுகள், குறிப்பாக முத்துசாமியின் அம்மாவின் நினைவலைகள் நாவலின் களத்திற்கு முப்பரிமாணத்தை வழங்கியுள்ளன. யதார்த்த நாவல் வரிசையில் இந்நாவல் ஒரு பாராட்டத் தகுந்த படைப்பு. நண்பர் ஸ்ரீதர கணேசனின் முயற்சிக்குப் பாராட்டுக்கள். தலித் மக்களிடமிருந்து, ஆலைத்தொழிலாளி வர்க்கத்திடமிருந்து ஆற்றல்மிகு படைப்பாளர் ஒருவர் உருவாகியுள்ளார் என்பது மகிழ்ச்சிக்கும் பாராட்டுக்கும் உரிய ஒன்றுதானே!

"சிவசிதம்பரம்"   ஆ. சிவசுப்பிரமணியன்
55, முதல் தெரு
பிரைண்ட் நகர்,
தூத்துக்குடி - 628 008.

(முதல் பதிப்புக்கான அறிமுகவுரை)

நானும் மட்டக்கடை சந்தி முத்துசாமியும் . . .

நான் மட்டக்கடையில் (தூத்துக்குடியின் மையப் பகுதி) தான் பிறந்தேன். அதன் சுற்றுப்பகுதியில் வளர்ந்தேன். என்னுடைய தொடக்கப் பள்ளி வாழ்க்கை சரியாக அமையவில்லை. வாடித் தெரு, தச்சர் தெரு, புதுத் தெரு, போல்டன் புரம், கடற்கரைச் சாலை என்று மாறி மாறி எனது பள்ளிப் படிப்பு. எந்தப் பள்ளியிலும் முழுசாய் ஓராண்டுக் காலம் இருக்க முடியவில்லை. பேசாமல் அந்த வகுப்பறைகளில் கொஞ்சக் காலம் இருந்திருக்கலாம் என்று நினைத்தது உண்டு. ஆனாலும் எனக்குப் பள்ளி வகுப்பு அறைகள், படிப்புக்களைச் சொல்லித் தரவில்லை. வாழ்க்கையின் அதிசயங்களைக் கற்றுத் தரவில்லை. பின் நாட்களில் நான் படித்த பத்திரிகைகள், நூலகங்களில் தூசி படிந்திருந்த புத்தகங்கள்தான் தமிழைக் கற்றுத் தந்தன. அப்படித்தான் மனத்தில் பதியும்படியான சொற்களின் திரட்சியும், வார்த்தையின் அழகும், மொழியின் கூர்மையும் என்னை வந்து அடைந்தன.

  பள்ளியை விட்டு வெளியேறியதும் ஊர் சுற்றத் தொடங்கினேன். தெருவோரப் பையன்களில் நானும் ஒருவன். கிணற்றடியை அடையாளமாகக் கொண்டது எங்கள் தெரு. மக்கள் எப்போதும் சுறுசுறுப்பானவர்கள். சின்ன விஷயத்துக்கும் கோபம் வரும் அவர்களுக்கு. எல்லாமே கொஞ்ச நேரத்துக்குத்தான். பிறகு சேர்ந்துகொள்வார்கள். எதையும் மனத்தில் வைத்துக்கொள்ளமாட்டார்கள்.

பொறாமை, வஞ்சகம், சூது, வாது, பொய், ஏமாற்று, எத்தல், பிக்கல் பிடுங்கல், சீண்டுதல் எதுவும் தெரியாது. அவர்கள் எல்லாருமே அன்றாட வேலைக்குப் போகக்கூடியவர்கள். கொஞ்சம் பெரிய வேலையாக மில் வேலை இருந்தது. மாதச் சம்பளம், அயர்ன் பண்ணிய சட்டையைப் போட்டுக்கொள்வார்கள், சர்வகட்சிகளுக்கும் கொடிபிடிக்கப் போகிற தொண்டர்கள் (மூன்று வேளைச் சோறும், கையில் பணமும் பீடியும் கொடுத்து விட்டால் சொர்க்கம் என்று நினைப்பவர்கள்) இருந்தார்கள். ஆதி திராவிடச் சமூக ஊழியர் சங்கம், நண்பர்கள் மறுமலர்ச்சி மன்றம், டேவிட் கலா மன்றம், பரி. லூக்கா இசைக்குழு என்றெல்லாம் சங்கங்கள் இருந்தன. நன்றாகப் பாடுவார்கள், நடிப்பார்கள், ஒப்பனை செய்வார்கள், இசை அமைப்பார்கள், பேசுவார்கள், கதை எழுதுவார்கள். எங்கள் தெருவில் 'மகாகவி' கூட உண்டு. காணாத குறைக்கு, சிற்பிகளும் ஓவியர்களும் இருந்தார்கள். இவர்களின் உணர்வுகள் வித்தியாசமானவை. இந்த உணர்வுகளை என்னால் தொட முடிந்தது. தொட்டு உணர முடிந்தது, அறிந்து கொள்ள முடிந்தது. இந்த ஏக்கங்களும் எழுச்சிகளும்தான் எனது வாழ்க்கை, இலக்கியத்தின் அடித்தளம். இந்த உணர்வுகளை உள்வாங்கிக்கொண்டுதான், நான் கலைஞனானதும் படைப்பாளி ஆனதும்.

இந்தத் தேடலோடு, 'சந்தி' நாவலை எழுதினேன். இதை எழுதி முடிக்க மூன்றாண்டுக் காலமானது. இந்தக் கதையை நான் பார்த்த 'ஓட்ட காலணா' காலத்தில் இருந்து தொடங்கி இருக்கிறேன். இதில் அம்மாதான் உயிர். அவளைச் சுற்றிய குடும்பம். அவள் பார்த்ததையும் கண்டதையும் சொல்வதோடு கதை முடிந்துபோய்விடவில்லை. இதைமீறி முத்துசாமி என்றொரு பையன் இருக்கிறான். அவன் வளர வளர கதையும் நகர்கிறது.

இந்தக் கதையை எழுதத் தொடங்கும்போது, நான் எனது தாய் தந்தையரிடம் பேசாமல் ஒதுங்கியே இருந்தேன். அம்மாவுக்குக் கோபம் வந்தால் பேசத் தெரியாது; வார்த்தைகளும் தடுமாறும், தகாத வார்த்தைகளைச் சொல்லிவிடுவாள். அப்பா சிங்கம்; பார்த்தாலே பயம் உண்டாகும். கம்பையும் தடியையும் தூக்குவார். அடித்த பிறகுதான் தன்னை உணர்வார். ஆனாலும் இருவரும் நல்லவர்கள், அன்பானவர்கள். இவர்களிடம் கதைகளைக் கேட்டு வளர்ந்தவன் நான். இப்படிப்பட்டவர்களிடம் பேசாமல் இருப்பதைப் பாரமாக நினைத்தேன். அப்போதுதான் இந்த நாவலை எழுதவும் துணிந்தேன். இது ஒரு காலத்தின் வரலாற்றுப் பதிவு. இப்படி இந்தக் கதையை எழுதி முடித்ததும், முதலில், என் தந்தையின் மரணம்தான் என்னை எதிர்கொண்டது.

இப்படி இந்தக் கதையில் வரும் பழைய மனிதர்களெல்லாம் இப்போது இல்லை. அவர்களைச் சொல்ல வேண்டும் என்ற கட்டாயத்தில் நான் இந்தக் கதையை எழுதவில்லை. கதையில் மட்டக்கடைச் சந்தி மனிதர்களை மட்டும் சொல்லவில்லை. பல்வேறு மக்கள் பல கோணங்களில் இந்தக் கதையில் வருகிறார்கள். அவர்களின் உள்ளும் புறத்தையும் தோண்டித் தோண்டிப் பார்க்கிறேன். அவர்களுக்கு எது சரி என்று படுகிறதோ அதைச் செய்கிறார்கள். நான் அதில் தலையிடவுமில்லை, அதைப் பற்றி எனக்குப் பிரச்சினையும் இல்லை. எனது ஆசையும் ஏக்கமும் இப்போது இருக்கிற கல்வியின் நிலைப்பாட்டைப் பற்றித்தான். படிக்காமல் அல்லது படிப்பறிவு மிகவும் குறைவாக இருக்கிற குழந்தைகளைப் பற்றி நான் மிகவும் கவலைப்படுகிறேன். இதைத்தான் இந்த நாவலில் அலசவும் முற்பட்டுள்ளேன்.

கல்வி, நாலு சுவர்களுக்குள் அடைபட்ட வியாபாரச் சரக்கு அல்ல. இது வியாபாரச் சரக்காகிப் போனால் யாருக்குக் கிடைக்கும்? சும்மா வைத்துக்கொள் என்று கொடுத்தாலும் வேண்டாம் என்று சொல்லுகிற முத்துசாமியின் ஆசைகளும் கனவுகளும்தான் இந்த நாவல். இந்த நாவலை எழுதியதன் மூலம் என்னை ஒரு சோதனைக்குள்ளாக்கிக் கொண்டேன். அதில் வெற்றிபெற்ற மகிழ்ச்சி எனக்கிருக்கிறது.

எனது முதல் நாவலான ‘உப்பு வய’லைச் சிறப்பாக வெளியிட்டுத் தமிழ் இலக்கிய உலகிற்கு என்னை அறிமுகப் படுத்திய, தமிழக முற்போக்கு இலக்கியத்தின் முன்னோடிப் பிரசுர நிறுவனமான நியூ செஞ்சுரி புத்தக நிறுவனத்திற்கு என் நன்றி என்றும் உரியது.

நான் நாவலை எழுதி முடித்ததும் சிரமம் பாராது அனுபவம், மாற்றம், விமர்சனங்களைப் பகிர்ந்துகொண்ட தோழர்கள் ஆ. சிவசுப்பிரமணியன், சுப. புன்னைவனராசன், ஆ. விக்டர் ஜான்சன், ம. மதிவண்ணன், தங்கை திருமதி. அருண்மொழி சாரதி; பல வகைகளிலும் உதவியிருக்கும் என் அன்பு மனைவி சுசிலாவதி, தம்பி சுகுமார்ராஜ், பிழை திருத்தி உதவிய வ.உ.சி. கல்லூரிப் பேராசிரியர் திரு. நம்பிநாராயணன் ஆகியோருக்கும் என் நன்றியைச் சொல்வதில் மிகவும் மகிழ்ச்சி அடைகிறேன்.

2/208, ‘கலைவாணி இல்லம்’ **ப. ஸ்ரீதர கணேசன்**
தபால் தந்தி காலனி, 5.4.2001
13-ம் தெரு,
தூத்துக்குடி 628 008.

(முதல் பதிப்பிலிருந்து. . .)

ஒன்று

அம்மா விடியக்கருக்கலில் வேலைக்குப் போய்விடுவாள். பெறவு பொழுதடையத்தான் பார்க்க முடியும். காலையில், அப்பா இருக்கும்; ஆச்சியிருக்கும்; தாத்தா இருக்கும்; அக்காயிருப்பாள்; அண்ணன் இருப்பான்; ஆனால் அம்மா மட்டும் இருக்க மாட்டாள்; அம்மாவைக் காணாத நாட்கள் கசப்பானவை. அண்ணனும் அக்காவும் முழித்த கண்ணுக்குக் காப்பிப் பானையைத்தான் போய்த் திறப்பார்கள். அம்மா விடியக் காலம் போட்டு வைத்த கடுங்காப்பி அது. பெரியாட்களுக்கெல்லாம் போட்டவுடனே எழுப்பிக்கொடுத்துவிடுவாள். இருக்கிற காப்பியைத் தானும் குடித்து, மில்லுக்குக் கொண்டுபோகப் பித்தாளைத் திருக்குச் செம்பை விளக்கி ஊத்திக்கிட்டு, கிடக்கிற காப்பியைப் பிள்ளைகளுக்கு, அடுப்புத் தணலில் போட்டுட்டுப் போய்விடுவாள். அது ‘கத, கத’ என்றிருக்கும். முந்தியவர்களுக்குக் கொண்டாட்டம். மந்திரவாள். ஒரு டம்ளர்க்கு ரெண்டு டம்ளர் ஊத்திக் குடித்துவிடலாம். கடைசியில் வெறும் மண்டிதான் மிஞ்சம். அண்ணன் ரொம்ப மோசம். அவ்வளத்தியும் குடிச்சுட்டு, பச்சைத் தண்ணியை ஊத்திவைத்து விடுவான்.

திண்ணையில் உட்கார்ந்திருக்கிற சங்குவதி ஆச்சி பார்த்தால், “ஏலே தம்பிமார்களுக்குக் கெடக்கட்டும்” என்று சத்தங் கொடுப்பாள். அவளுக்குப் பயந்து காப்பி இருந்தால் உண்டு; இல்லையென்றால் இல்லை. அன்னா அன்னான்னு பின்னாலே முழிச்சு வருகிற தம்பிமார்கள் பாவம். ஒண்ணுமிருக்காது. அழ

ஆரம்பிப்பார்கள். தடியந்தாத்தா மட்டக்கடைக்குக் கூட்டிக்கிட்டுப் போவார். ஓரணா, ஓரண்ணாவுக்குக் கமாலியா ஓட்டலில் சாயா வாங்கிக் கொடுப்பார்.

கோமதி அக்காவை ஆச்சிதான் குளிப்பாட்டும். முத்துசாமி ஆச்சிக்கிட்ட குளிக்க மாட்டான். அப்பாக்கிட்ட குளிக்கத்தான் ஆசை. அப்பாக்கிட்ட நல்ல வாசனை சோப்பெல்லாம் உண்டு. தேச்சுத் தேச்சு சோப்புப் போடுவார். தண்ணீ ஊத்த வாசம் குப் குப்ன்னு வரும். தம்பி சின்ன பையன். பள்ளிக்கூடம் போக மாட்டான்; குளிக்க மாட்டான்.

அண்ணனைப் பார்க்கவே முடியாது. அக்கா பள்ளிக்கூடம் புறப்படுவாள். ஆச்சி பழையதை ஊத்திவைக்கும். எல்லோரும் வட்டமாக உட்கார்ந்து சாப்பிடுவார்கள். அப்பா காலையில் வீட்டில் சாப்பிடாது. அங்குள்ள ஏதாவது ஓர் ஹோட்டல்ல சாப்பிடும். அண்ணனைத் தேடி முத்துசாமி போவான். தெருவில் குன்னிமுத்து விளையாடிக்கொண்டிருப்பான், அண்ணன். அவன் டவுசர் பை ரெண்டிலும் குன்னிமுத்து நிறைந்திருக்கும். ஒன்று கேட்டாலும் தர மாட்டான். வீட்டுக்கு வந்ததும் அப்பாகிட்ட, நல்லா அடி வாங்குவான்; பெறவு குளிப்பான்; சாப்பிடுவான்; பைக்கட்டைத் தூக்கிட்டுப் பள்ளிக்கூடத்துக்கு ஓடுவான்.

அப்பா *பைய சவரம் பண்ணும். குளிச்சு, சாப்பிட்டு எல்லோரும் போன பெறவு ஒம்பதரை மணிக்கு மேல்தான் புறப்பட்டுப் போகும். அப்பா வேலை செய்கிற ஜோசப் ஸ்டுடியோ, பெரிய பஜாரில்தான் இருக்கிறது. அந்தக் கொழும்பு முதலாளி ஸ்டுடியோவில்தான் அப்பாவுக்கு வேலை. முன்னேயெல்லாம் அந்த முதலாளி, மதுரை கம்பெனிக்குத்தான் ஆர்டர்களைக் கொடுத்து வந்தார். **மேற்றிராசனத்தில் அவருக்கு நல்ல பழக்கம். அந்த ஆர்டர்களெல்லாம் அவருக்குத்தான் வரும். அவருக்கு ஆர்.சி. சர்ச்சுக்கு வேண்டிய பொருள்களை விற்கும் டிப்போ ஒண்ணும் இருக்கு.

அப்பா வெறும் கொத்தனார் மட்டும் அல்ல, கை தேர்ந்த நகாஸ் வேலைக்காரர். மதுரைக் கம்பெனிக்காரன், அவனாக வந்துதான் கூப்பிட்டான். அங்க மாதக்கணக்காகத் தங்கி சொரூப வேலைகளைச் செய்து வந்தார். அப்படிதான் கொழும்பு முதலாளி பழக்கம் ஏற்பட்டது, ஊரு, பெயரு, சம்பளம் எல்லாவற்றையும் கேட்டு, அதைவிட ஜாஸ்தி சம்பளம் கொடுப்பதாய் ஒப்புக் கொண்டு, தூத்துக்குடிக்குக் கூட்டிக்கொண்டு வந்தார். கொழும்பு முதலாளி, உள்ளூர் வேலை, மாசச்சம்பளம், எப்பமும்

* பைய – மெதுவாக
** மேற்றிராசனம் – கத்தோலிக்க திருசபை

பொண்டாட்டி பிள்ளைகளோட இருக்கலாம் என்றதும் அப்பாவுக்கு ரொம்ப சந்தோஷம், அந்த ஸ்டுடியோவில் போய் சேர்ந்துகொண்டார். காலையில் பத்துமணிக்கு ஸ்டுடியோவில் இருந்தால் போதும், மதியம் ஒரு மணிக்கெல்லாம் சாப்பிட வந்து விடலாம். அப்புறம் சாயந்திரம் போனால் போதும். ராத்திரி ஏழு மணிக்கெல்லாம் எல்லோரையும் மாதிரி வீட்டில் இருக்கலாம். வேலை அப்படியொன்றும் கஷ்டம் கிடையாது.

அப்பா எப்பமும், 'பளிச்' சென்ற நீலம் முக்கிய வெள்ளை முழுக்கைச் சட்டைதான் போடுவார். மடிப்புக் கலையாத எட்டு முழ மல் வேட்டிதான் கட்டுவார். எப்பமும் சட்டைக் காலரில் கைக்குட்டை இருக்கும். ரொம்பக் காலமாய் அப்பா, சின்ன ரெஸ்ட் வாட்சு கட்டியிருந்தார். அப்பாவுக்கும் கை நிறைந்த சம்பளம் என்றதும் வீடும் செழிப்பு. அப்பாவும், அம்மாவும் வேலைக்குப் போய்விடுவார்கள். வீட்டையும் பிள்ளைகளையும் கவனிக்கணும், சோத்தைக் கொடுக்கணும், பள்ளிக்கூடங்களுக்கு அனுப்பணும். இதற்குத்தான் ஆள் தேவையாய் இருந்தது.

கொஞ்ச நாளைகளுக்கு முன்னால்தான் சங்குவதி ஆச்சி தடியந்தாத்தாவைச் 'சேர்த்துக்' கொண்டாள். ஓலைக் காம்பவுண்டில் குடிசை ஒன்றைப் பிடித்திருந்தார்கள். ஆளில்லாத நேரங்களில் ஆச்சி மவ வீட்டுக்கு வந்து போவாள். பேரப்பிள்ளைகளுக்குக் காலணா, அரையணா கொடுப்பாள். 'சாப்பிட்டியா', 'பள்ளிக்கூடம் போனியா' என்றெல்லாம் விசாரிப்பாள். கொஞ்ச கொஞ்சமாய் வந்து வீட்டோடு ஒட்டிக்கொண்டாள். தாத்தாவும் வரப்போக இருந்தார். பழையக் கசப்பெல்லாம் மறந்து போனது.

தாத்தாவும் நல்ல வளர்த்திக்கு வளர்த்தி, பருமனுக்குப் பருமன். எந்தப் பொருளையும் 'அத்தப்பார்'னு தூக்கிப் போடக் கூடியவர், ஒரு வாடகைக் கை வண்டியை வைத்திருந்தார். பாலத்து வாசலில் நிறுத்துவார், லோடு வராமல் போகாது. எப்பமும் வேட்டி முந்தியில பீடிக்கட்டும் காசுபணமும் இருக்கும்.

எல்லோருமே அவரவர் ஜோலிகளைப் பார்த்துப் போன பெறவு சங்குவதி ஆச்சி பெரிய ஓலைக்கடுவாப் பெட்டி, அதுக்குள்ள சாக்கு, விளக்குமாறு என்று தூக்கித் தலையில் வைத்துக் கொள்வாள். பாலத்தடியில் தோணிகளுக்கு ஏற்றி, இறக்க நவதானிய மூட்டைகளை அட்டி அட்டியாய் அடுக்கிவைத்திருப்பார்கள். தரையில் சிந்துகிற பயிர் பச்சைகளை மண்ணோடும் கல்லோடும் ஆச்சி அள்ளுவாள். வண்டிமாடு சாணிப்போட்டால், அதையும் எடுத்துச் சாக்குல சுத்திப் பெட்டிக்கடியில் வைத்துக்கொள்வாள். மேலே குப்பைக்

கூளத்தோட தானியம் இருக்கும். அவ்வளத்தையும் சுமந்து மதியம் திரும்ப, வீட்டுக்கு வந்து சேர்வாள். லொக் லொக்ன்னு வீட்டுக்கு வரங்காட்டிலும், மேலெல்லாம் தண்ணீயாய் வேர்த்து ஓடும். பாரம் தலையை அழுத்தும். கனம் தாங்காமல் கத்துவாள். "ஏளா . . . ஏளா . . ." என்பாள். பதில் இராது. "இந்தத் தூமையக் குடிச்சான் புள்ளைகயெல்லாம் எங்கப் போயி தொலைஞ்சுச்சு . . ." என்று முணுமுணுத்துக்கொண்டு பெட்டியை இறக்கிவைக்க முயற்சிப்பாள்; முடியாது. அந்தப் பக்கம் யார் தலையாவது தென்பட்டால், இரங்கிய குரலில் கூப்பிடுவாள். யாராவது வந்து ஒரு கைபிடிப்பார்கள்; திண்ணையில் இறக்கிவைப்பாள்.

ஏற்கெனவே எஸ்.ஆர். கோட்டைக்குள்ள கூட்ஸ் வண்டிகளில் இருந்து கழித்துப்போட்ட உமியைப் பெட்டிப் பெட்டியாய்ச் சேர்த்து வைத்திருப்பாள். முத்தத்தில் பழைய சாணிச் சாக்கை விரிப்பாள். மண் சட்டியில் தண்ணீ இருக்கும். குண்டிப் பலகையைப் போட்டு குத்தவைத்துக்கொள்வாள். தண்ணீயைச் தெளிச்சு சாணியும், உமியும் போட்டு, சதசதன்னு பிசைவாள். செவ்வாய், வெள்ளிக்கு நயம் சாணியாய்ப் பார்த்து எடுத்துவைத்துக்கொள்வாள். ஆட்கள் வீடு மொழுகச் சாணி வாங்க வருவார்கள். *கூறு ஓரணா ரெண்டணா போகும். அது முந்திச் செலவுக்குக் காணும். எரு தட்ட உட்கார்ந்தால், அந்த வேலை ஒரு பாடுயிருக்கும். எருதட்ட சின்னக்கடைச் சந்துவரை தூக்கிட்டுப் போகணும். எஸ். ஆர். கோட்டைச் சுவரில், விரல்கள் பதியப்பதிய வரிசையாய்த் தட்டி முடிக்கங்காட்டிலும் போதும் போதுமென்றாகிவிடும். பெறவு அவளுக்கு ஓய்வு இருக்காது. பேரப்பிள்ளைகளுக்கு மத்தியானத்து ஆகாரம் பார்க்கப் போகணும். அந்த வேலைகளெல்லாம் முடிஞ்சப் பெறவு ஓலைக் காம்பவுண்ட்டுக்கு வருவாள்.

சொளவை எடுப்பாள், புடைக்க ஆரம்பிப்பாள். கச்சாத்துச் சாமான்களில் உள்ள கல்லு மண்ணைப் பார்ப்பாள்; சுத்தமாக்குவாள். மவ வீட்டுக்கு எடுத்ததுபோக மற்றதை விற்று, துட்டாக்கிவிடுவாள். எரு விற்கிற காசு, சாணி வித்தக் காசுன்னு எப்பமும் அவள்கிட்ட காசுயிருக்கும். சமயத்துல அஞ்சு பத்து வாங்கிக்கொள்ளலாம்.

முத்துசாமிக்குப் பள்ளிக்கூடம்ன்னா எப்பவும் சங்கடம்தான், கசக்கும். கண்ணு ரெண்டிலேயும் நீர் கட்டி வடியும், ஆச்சி இழுத்துக்கிட்டுப் போய்தான் விடுவாள். அப்படி ஒன்னும் பள்ளிக்கூடம் தூரம் கிடையாது. முத்தாச்சிப் பள்ளி அன்னாருக்கு. அக்கா புனித அலாசியஸில் படிக்கப் போனாள். அண்ணன் கால்டுவெல். அவுங்க கூட போகனும்மாம். அது முடியாது.

* கூறு – பங்கு

ரொம்ப தூரம். இங்கன்ன இருக்கிற பள்ளிக்கூடத்துக்கே முடியல்ல. ஆச்சி, “அப்பாக்கிட்டச் சொல்லிக் கொடுப்பேன்” என்பாள். அப்பான்னா பயந்தான். பழியாய் அடிப்பார். “சரி போறேன்” என்பான்.

முதல்நாள் பள்ளிக்கூடம் போகும்போது என்னமோ போல இருந்தது. கண்ண ரெண்டையும் கட்டி, காட்டுல்ல விட்ட மாதிரி திசை தெரியவில்லை. டீச்சர் என்னமோ சொன்னாள். ஒன்னும் கேட்கல. அந்த வாடித்தெரு பையன் ஒரு மாதிரி பார்த்தது, இன்னொரு பெரிய பையன் கிள்ளுனது, அந்தப் பொம்பளப் பிள்ளை சிரிச்சது, ‘இங்க வாடா’ன்னு டீச்சர் கூப்பிட்டது, எல்லாமே சேர்ந்து அழுகை அழுகையாய் வந்தது முத்துசாமிக்கு.

ஒருநாள் மட்டக்கடையிலிருந்து ஒரு மாட்டுவண்டி தெற்காமப் போய்க்கொண்டிருந்தது. ஜல் ஜல் என்று மணிச் சத்தம். டொக் டொக் என்று ஆடும் வண்டியோடு ஆடினான். வண்டியின் *பெறத்தாலே போனான். பள்ளிக்கூடத்தையெல்லாம் தாண்டி வண்டி போயிற்று. கடை, பஜார், வீடு, மனிதர்கள், கார் வண்டிகள், விரசலாய்ப் பறந்து போகிற காகங்களின் கூட்டம். ஹைய் ரெண்டு புறாக் கூடப் பறந்து போகுது. அந்தப் பையன் என்னா வேகமாய் சைக்கிள் ஓட்டிக்கொண்டு போகிறான். உரத்த வெயில் கூட சுகமாய்ப் போனது. மனசு துள்ளித் துள்ளியாடியது. முத்துசாமி குதித்துக் குதித்து ஓடினான். தோள்பட்டையில் தொங்கிய பைக்கட் கடக் கடக் கடக்கென்று அடித்துக்கொண்டது. வீட்டு நினைவு வந்தபோது பயந்தான். கலங்கிப் போனான். ‘அய்யய்யோ இப்படி வந்துட்டோமே’ என்று முணுமுணுத்துக் கொண்டான். கண்ணீர் வடிந்தோடியது. அப்பா அடிக்கும்; அம்மா அடிக்கும்; ஆச்சி ஏசும்; தாத்தா வையும்; அக்காவுக்குக் கோபம் வரும்.

என்ன செய்வதென்று தெரியவில்லை. முத்துசாமி வண்டியை விட்டுட்டு நின்றுகொண்டான். வண்டி போயிற்று. திரும்பி நடந்தான். அனாதையாய்ச் சுற்றித் திரிந்து, பொழுது சாய்கிற வேளையில் பள்ளியைத் தொட்டுப் பிடித்தான். அப்பாடி என்றிருந்தது. இப்பத்தான் நிமிர்ந்து பார்க்க முடிந்தது. களைப்பு குறைந்து போனது. இனி பயமில்லை. வீட்டுக்குப் போய் விடலாம். நிமிர்ந்து நடந்தான். விரசலாய் எட்டுப் போட்டான்.

நேராக நடந்தால் மட்டக்கடை பஜார், பிள்ளையார் கோவில் தெரு, பஸ்–ஸ்டாப். அந்தக் கடை வீதியைக் கடந்து கிணற்றடித் தெரு வீட்டுக்குக் குறுக்கு வழியாகவும் போகலாம். வண்ணாக்குடி சந்து வரும். அடுத்து முத்துமாரியம்மன் கோவில் தெரியும். கிணற்றடித் தெரு, வீடு வரும், கவலையில்லை .

---

* பெறத்தாலே – பின்னால்

பள்ளிக்கூடம் போகாமல் போனது, அலைந்து திரிந்து ஊர்க்காடு சுற்றினது, களைச்சுப் போய்ச் சாப்பிடாமே கொள்ளாமே பசியோடு வந்தது, எதுவும் யாருக்கும் தெரியாது. நல்லபிள்ளை மாதிரி வீட்டுக்கு வந்து சேர்ந்தான். தன் பிள்ளையும் பள்ளிக்கூடம் விட்டுதான் வாரான் என்று அம்மா நினைத்தாள். மில் விட்டு அப்பந்தான் வந்திருந்தாள். அவளும் பைப்படியில் தண்ணி எடுத்து, முத்தவாசலைத் தூத்து, தெளித்து, காப்பியும் போட்டு இறக்கிவைத்திருந்தாள். முத்துசாமி முகம், கை, கால்களைக் கழுவினான். கோமதி அக்கா போய் மட்டக்கடையில் மிக்சர் வாங்கிக்கொண்டு வந்தாள். அம்மா எல்லோருக்கும் சுடச்சுட பால் காப்பியை ஊற்றி, மிக்சரையும் ஆளுக்குக் கொஞ்சம் தின்னக் கொடுத்தாள்.

அடுத்த நாள் வண்ணாக்குடி பன்னீர் மரத்தடியில் பொழுது கழிந்தது. காலையில் நேராக இங்குதான் வருவான். தள்ளியிருந்த சுடலை மாடன்சாமி கோவிலில் பைக்கட்டை மறைத்து வைப்பான். பைக்கட்டை மாடசாமி பத்திரமாய் பார்த்துக் கொண்டார். பொல்லாத மாடன் அவர். அவரைச் சுற்றி *முறக்கல் கோட்டைச் சுவர் உண்டு. வண்ணாக்குடிக்குப் போக சின்ன வாசல் மட்டும். தலைவாசல் கேட் வழியாய் மட்டக்கடை பஜாருக்கு வந்துவிடலாம். கேட்டு எப்போதும் திறந்துதான் இருக்கும். ஆனாலும் ஜனங்கள் இந்தப் பாதைக்கு வருவது கிடையாது. பயப்படுவார்கள். மாடன் பாய்ச்சல் இருப்பதாய் ஓர் வதந்தி உண்டு. இதுவே முத்துசாமிக்குப் போதுமானதாக இருந்தது. மாடன் அவனை நன்றாகக் கவனித்துக்கொண்டார். யாருக்கும் காட்டிக் கொடுக்கவில்லை. ஓடித்திரிந்து விளையாடினான். பூக்களைப் பெறக்கிச் சேர்த்தான். கார் வரும்போது ஓடிப் போய் ரோட்டைப் பார்த்தான். கோவிலைச் சுற்றி ரொம்ப உரிமையோடு வந்தான். மரத்தடியில் மணலைத் தோண்டுவதும், கோவில் சுவரில் ஏறிக் குதிப்பதும், நாட்கள் இனிமையாய்க் கழிந்தன.

இந்த சந்தோஷமும் கூத்தும் ரொம்ப நாளைக்கு நீடிக்கவில்லை, யாரோ பார்த்துச் சொல்லிக்கொடுத்துவிட்டாங்க. ஆச்சி வந்து நின்றாள். முத்துசாமி வந்து பத்து நிமிடம் இருக்காது. அவனைக் கையும் களவுமாய்ப் பிடித்துக்கொண்டாள். ஓங்கி முதுகில் ரண்டு வைத்தாள். சுள்ளென்று பிடித்தது; அழுதான். “பைக்கட்ட எங்கலே வச்சுயிருக்க” என்று அவனைக் கரகரவென்று இழுத்துச் சென்றாள். இழுவிக்கிட்டே பையைக் காட்டினான். “போய் எடுத்துக்கிட்டு வா” என்று கட்டளையிட்டாள் ஆச்சி.

முத்துசாமி எடுத்துக்கொண்டு வந்தான். அழுகை அழுகையாய் வந்தது. பேசாமல் பள்ளிக்கூடம் போய் இருக்கலாம். இந்தப் பாடு

---

* முறக்கல் – கடலில் இருந்து வெட்டி எடுக்கப்படும் கல்.

வேண்டாம். வீட்டுக்குப் போய் அப்பாக்கிட்ட வேறு அடியிருக்கு. எப்படி சமாளிக்கவோ தெரியல. நினைத்தாலே நடுக்கம் கண்டது உடம்பு. என்னென்ன நடக்கப் போவுதோ, பயம்மா இருந்தது. எல்லாமே இடிந்து போயிற்று.

“எவ்வளவு நாளா இப்டி பள்ளிக்கூடம் போகாமே ஒழிஞ்சுத்திரிகிற . . .”

“இன்னக்கித்தான் போகலே.”

“நீ தெனமும் இங்க வந்துதான் இருக்கியாம்.”

“யாரு சொன்னா.”

“பாத்த ஆளு சொல்லிச்சு . . .”

“இல்ல . . . சும்மா சொல்லுறாங்க.”

“பாரு . . . பாரு . . . ஒங்க அப்பாக்கிட்ட சொல்லுறேன்.”

“யாச்சு . . . யாச்சு . . . அப்பாக்கிட்ட சொல்லாத ஆச்சி.”

முத்துசாமி அழுதுகொண்டே பின்னால் போனான். ஆச்சி பிடித்த கையை விடவில்லை. அப்பா முன்னால்தான் கொண்டு போய் நிறுத்தினாள். விஷயத்தைச் சொன்னாள். சாப்பிட்டுக் கொண்டிருந்த மனுஷன் எழுந்து வந்தார். ஏற்கெனவே சண்முகம் பள்ளிக்கூடம் போகாமல், ஒழிச்சுட்டுத் திரிவது, அவன் எந்த விசயத்தையும் உருப்படியாய்ச் செய்யாமல் அடம் பிடிப்பது, இதுலே வேற பேச்சுக்குப் பேச்சு எதிர்த்துப் பேசுகிறான். இந்த மூர்க்கமான பயலைக் கொன்னுடலாம்னு கோபம் வருகிறது. அவன ஒரு வழிக்குக் கொண்டுவர முடியல. அதுக்குள்ள இந்தப் பயல். பரணில் வைத்திருந்த பிரம்பைத் தூக்கிட்டு வந்தார். எல்லாக் கோபத்தையும் வைத்துக் கொண்டு வெளுத்து வாங்கி விட்டார். முத்துசாமி ஏங்கி ஏங்கி அழுதான். “அப்பா . . . அப்பா . . . அடிக்காதீங்கப்பா . . .” என்று அங்கும் இங்கும் ஓடினான். ஆச்சிக்கு மனசு இரங்கிப் போனது. இடையில் புகுந்து பேரனைத் தூக்கிக் கொண்டாள். “அடிச்சது போதும் . . . இனுமே ஒழுங்காப் போவான்” என்று அவனை அணைத்துக்கொண்டாள்.

அப்பாக்கிட்ட அடி வாங்கின பெறவு, ஆச்சிதான் பள்ளிக்கூடம் கொண்டுபோய்விட்டாள். பள்ளிக்கூடம் என்றாலே கசந்தது. வேற எந்த வழியுமில்லை. போகல்லன்னா அப்பா அடிக்கும். கஷ்டத்தோடு கஷ்டமாகப் பள்ளிக்குப் போனான். முத்தாச்சி பள்ளிக்கூடம் அப்படி ஒண்ணும் மோசமான பள்ளிக்கூடம் கிடையாது. அடக்க ஒடுக்கமான பள்ளிக்கூடம். கல் கட்டிடம், பெரிய வகுப்புப் பிள்ளைகளுக்கு மரப்பெஞ்சு.

சின்னப் பிள்ளைகளுக்கெல்லாம் தரை, சின்னத் தோட்டம்; சின்னதாய் மைதானம்; ஒரு கிணறு; வயதான ரெண்டு மூணு வேப்பமரங்கள்; ஒரு நாவல் மரம்; ஒரு புளியமரம். மற்றபடி ஐந்தாறு தென்னை மரங்கள். எப்பமும் காற்றிருக்கும். எப்பமும் நிழல் இருக்கும். எல்லாமே திறந்தவெளி வகுப்பறை. அடுத்த வகுப்புல ஒன்று நடந்தால், பார்க்கலாம், கேட்கலாம்.

முத்துசாமிக்கு ஒண்ணு - ஏ கிளாசில் ஆணும் பெண்ணுமாய் முப்பதே முப்பது பிள்ளைகள். தெரு மனோகரியும் இருந்தாள். நல்ல குடுகுடுத்தப் பிள்ளை. அந்தப் பிள்ளையோட பேசிப் பழகியது கிடையாது. தெரிந்த பிள்ளை என்கிற சந்தோஷம். பிரம்பும் கையுமாய் நிற்கிற ரஞ்சிதம் டீச்சர்தான் அவனை ரொம்பவும் பயமுறுத்தினாள். சிமெண்ட் தரையில் மொத்தமாக உட்கார்ந்திருக்கிற பிள்ளைகளுக்கு, 'அனா ஆவன்னா' சொல்லிக் கொடுத்தாள். கொஞ்சம் கவனம் உள்ள பிள்ளைகள், அவள் சொல்லச் சொல்ல மனப்பாடமாக்கிக் கொண்டனர். இன்னும் சிறிய பிள்ளைகள், மறுநாள் 'கடகடகட' வென்று ஒப்பித்தனர். அவனும் இன்னொரு ஆறுமுகம் என்கிற வாடித்தெரு செட்டிமார் வீட்டுப் பையனும்தான் இந்த விஷயத்தில் படுமட்டம்.

முத்துசாமியைக் கூப்பிட்டாள் ரஞ்சிதம் டீச்சர். "ம் . . . சொல்லு" என்றாள். அழுகை வந்தது. "அனா . . . ஆவன்னனா" என்றான். அடுத்தது வர மறுத்தது. கல்லுளிமங்கன் மாதிரி நின்றான். டீச்சருக்கு எரிச்சல் வந்தது. கணுக்காலில் ஒன்று கொடுத்தாள். ரொம்ப வலித்தது. "ஆ . . . ஊ" என்றான். ஆடுகிற மாதிரி குதித்தான். "போய்த்தொல" என்றாள். பயந்துகொண்டே போனான். முதல்முறையாக இப்படித்தான் படிப்பில் வெறுப்பு வந்தது. டீச்சரைக் கண்டாலே உடம்பு நடுங்கியது.

ஒரு வெள்ளிக்கிழமை சாயந்திரம் மாணவர் சங்கக் கூட்டம். முத்துசாமிக்குப் பிடித்த நிகழ்ச்சி அது. மதியத்துக்கு மேலே ஒரு வகுப்புத்தான் இருக்கும். அதுவும் டீச்சர் நடத்தினால்தான் உண்டு.

அந்த மணிச் சத்தம் கேட்டதும் ஒண்ணாங் கிளாஸ் பிள்ளைகள்தான் எழுந்துபோவார்கள். அவர்கள் போய் முன்வரிசையில் உட்கார்ந்ததும், பின்னால் ரெண்டாங் கிளாஸ், மூணாங்கிளாஸ் என்று பிள்ளைகள் வருவார்கள். மைதானம் அவ்வளவு பிள்ளைகளையும் அடைத்துக்கொள்ளும். பெரிய வகுப்பு பையமாரு மேசை, நாற்காலிகளைத் தூக்கிக்கொண்டு வந்து போடுவார்கள். எல்லோரையும் தங்கையா ஸார்தான் வேலை வாங்குவார். சார்வாளுக்குக் கொஞ்ச வயது. எப்பமும்

பிரம்பும் கையுமாகத்தான் அலைவார். அடிக்கத் தயங்க மாட்டார். அவுரும் அவரு பெண்டாட்டியும் முத்தாச்சியில்தான் டீச்சர்.

மாணவர் சங்க மாதாந்திரக் கூட்டத்துக்கு யாராவது ஒரு வாத்திச்சி தலைமை தாங்குவாள். மாணவத் தலைவன் அறிக்கை வாசிப்பான். தப்பில்லாமல் தமிழை உச்சரிப்பான். முத்துசாமிக்கு ஆச்சரியமாய் இருக்கும். நம்மளால இது முடியுமா. தமிழை வாசித்துவிடுவோமா. அனா, ஆவன்னா தெரியல, டீச்சர் அடிக்கா, என்றெல்லாம் மனசு ஏங்கும். பார்த்துக்கொண்டே இருப்பான். அறிக்கை முடிந்ததும், அந்த டீச்சர் தலைமையுரையாற்றுவாள். அவள் பேசிமுடிந்த பெறவு கலை நிகழ்ச்சிகள் தொடங்கும். பார்க்க பார்க்கச் சிரிப்பும் சந்தோஷமும் பொங்கிப் பொங்கி வரும். எல்லாமே மறந்து மனசு விழாவில் லயித்துப் போகும்.

ஒருநாள் ரஞ்சிதம் டீச்சர்க்கும் ஆசை வந்தது. கிளாஸ் பிள்ளைகளைப் பார்த்து, “நாமும் இந்த மாசக் கூட்டத்துல நாடகம் போடுவோமா?” என்றாள். முதலில் நாடகம் என்றால் என்ன என்று தெரியவில்லை . இருந்தாலும் மனது துள்ளியது “போடுவோம் டீச்சர் . . . போடுவோம் டீச்சர்” என்றார்கள். அந்த வாரம் முழுவதும் பாடத்தையும் நடத்திக்கொண்டு நாடகத்துக்கான ஏற்பாட்டிலும் இறங்கினாள் டீச்சர்.

எல்லோருக்கும் தெரிந்த குழந்தைக் கதை. ஆமையும் முயலும். இந்த நீதிக் கதையை ரஞ்சிதம் டீச்சர் நாடகமாக்கினாள். நடிக்க ஆட்களைத் தேர்வு செய்தாள். முத்துசாமி ஒல்லி, மெலிந்துபோய் இருந்தான். அவனை முயலாக இருக்கச் சொன்னாள். முயலாய் நடிக்கப் பழகிக் கொடுத்தாள். நடந்து காட்டினாள். நடந்தான். நெட்டையாய், தடியாயிருந்த பையனை யானையாய் நடிக்கச் சொன்னாள். கட்டையாய், தடியாயிருந்த பையனை ஆமையாக்கினாள். எப்படி நடிக்கணும், யார் யார் எங்க இருக்கணும், என்ன என்ன பேசணும் என்றெல்லாம் சொல்லிக் கொடுத்தாள். முத்துசாமியையும் சும்மா சொல்லக் கூடாது. நல்லா நடித்தான். பாடம் தான் மண்டைக்குள்ள ஏற மாட்டுக்குது. மற்றபடி அவனுடைய நடிப்பு டீச்சர்க்குப் பிடித்துப் போயிற்று. ஒழுங்காய் வசனங்களைப் பேசினான். நாடக ஒத்திகை வெற்றிகரமாக நடந்தேறியது.

வெள்ளிக்கிழமை வந்தது. முதல் நிகழ்ச்சியே அவர்களது நாடகம்தான். ரஞ்சிதம் டீச்சர் அந்த மூணுபேரையும் ஒழுங்காக இருக்கச் சொன்னாள். நாடகத்தை இயக்கினாள். பரிசுப் பொருள் என்னன்னு கடைசிவரைக்கும் தெரியாது. டீச்சர் அதை ரகசியமாகவே வைத்திருந்தாள். சிரமம் எதுவும் இல்லாமல்

நாடகம் நல்லபடியாக முடிந்தது. எல்லோரும் கைத்தட்டினார்கள். பாராட்டு குவிந்தது; யானையும் 'இந்தா உனக்குப் பரிசு' என்று கொடுத்தது. அந்தக் காகிதப் பொட்டலத்தை முயல் டீச்சரிடமே கொண்டுவந்து கொடுத்தது.

விழா முடிந்து எல்லோரும் அவரவர் வகுப்புகளுக்கு எழுந்துபோயினர். வகுப்பறைக்கு வந்ததும் அந்த மூவரையும் தட்டிக்கொடுத்தாள் டீச்சர். உட்கார்ந்தவுடன், பொட்டலத்தை அவுத்தாள். அவ்வளவு சாக்லைட், மிட்டாயைப் பார்த்ததும் நாக்கு சொட்டை விட்டது. பிஞ்சு மனசுகள் சந்தோஷப்பட்டன. டீச்சர்தான் மிட்டாயைக் காசு போட்டு வாங்கியிருந்தாள். ஆளுக்கு ரெண்டு. பெயரைச் சொல்லிக் கூப்பிட்டுக் கூப்பிட்டுக் கொடுத்தாள். அப்போதுதான் முதல் முறையாக ரஞ்சிதம் டீச்சர் மேல் ஓர் பாசமும் மதிப்பும் ஏற்பட்டது முத்துசாமிக்கு.

இரண்டு

பக்கத்து காளியம்மா டீச்சருக்கோ ரமா டீச்சருக்கோ வராத புத்திசாலித்தனங்கள் ரஞ்சிதம் டீச்சர்க்குத்தான் உண்டு. காளியம்மா டீச்சர் ரொம்பவும் குண்டு. எழுந்தால் அவ்வளவாக நடக்க முடியாது. நின்னுக்கிட்டும் இருக்க முடியாது. உட்கார்ந்த இடத்தில் இருந்துதான் பாடம் நடத்த முடியும். கரும்பலகையில் எழுதும் எழுத்துக்கள் குண்டுகுண்டாய் இருக்கும். ரஞ்சிதம் டீச்சர் எழுத்துக்கிட்ட அது நிற்காது. ஆனாலும் நல்ல மனுஷி. பொறுமைசாலி. அடித்துப் பாடம் நடத்தனும்னு நினைக்க மாட்டாள். அவளுக்கு இதுதான் பலம். ஒன்னாம் வகுப்பு 'சி' பிரிவு ரமா டீச்சர் ஒரு சிலுப்பட்டைக் குமரி. வாய் துடுக்கு ஜாஸ்தி. ஆளைக் கண்டு சிரிப்பா. நல்ல கலர். அழகு.

'கசடதபற' வகுப்பு நடந்தது. ரஞ்சிதம் டீச்சர் விளங்கும்படிச் சொல்லிக் கொடுத்தாள். முத்துசாமிக்கு ஏறவில்லை. ஆசைத் தம்பி, சுந்தரம், மனோகரி, அந்தோணி, செல்வி, சுப்பிரமணி, சங்கர், சுப்புலெட்சுமி, அன்னம்மாள்கூட ஒழுங்காக ஒப்பித்துவிட்டனர். டீச்சர் அவனைக் கூப்பிட்டு அதட்டினாள். குன்னிப் போனான். "போய் உக்காரு மண்டு" என்றாள். ஒருவகை வெறுப்பு உணர்வு மட்டும் மிஞ்சிப் போனது.

வருசம் முழுவதும் சொல்லிக் கொடுத்தும் பாடம் ஏறாத குழந்தைகளை நினைக்கிறபோது தான் ரஞ்சிதம் டீச்சர்க்கு வருத்தம். அப்படியும் மக்குப் பிள்ளைகளின் நிலவரங்களைத் தலைமை ஆசிரியரிடம் விளக்கிச் சொன்னாள். இது விஷயமாய்ப் பேச்சுவார்த்தை நடந்தது. கடைசி ஆளாய் ஆக்கப்பட்டான் முத்துசாமி. ஒண்ணுமே தெரியாத பையனை அடுத்த வகுப்பில் கொண்டுபோடுவதை விட, இன்னொரு வருசம் இருந்து படித்துவிட்டுப் போகட்டுமே என்பது ரஞ்சிதம் டீச்சரின் வாதம். ஹெட்மாஸ்டரும் ஒப்புக் கொண்டார். முழுவருடப் பரீட்சை முடிந்து பள்ளிக்கூடமும் திறந்தது. சொல்லிவைத்தமாதிரி முத்துசாமி பெயிலானான். மீண்டும் ஒன்னாம் வகுப்பு.

புதிய புதிய குழந்தைகள், சின்னஞ்சிறு பிஞ்சுக் கைகள், கிளாசில் முத்துசாமிதான் பெரிய பையன். எல்லாப் பிள்ளைகளும் இரண்டாம் வகுப்புக்குப் போயிற்று. ஆடிப்பாடி அலைந்து திரிந்தார்கள். சிரித்துக் கைகோத்துப் போனார்கள். முத்துசாமிக்கு அழுகை முட்டிக்கொண்டது. மனசு கலவரம் கொண்டது. கலகலப்பாய் இருக்க முயற்சித்தாலும் முடியவில்லை . துள்ளலும் தாவலும் அறவேயில்லாமல் போயிற்று. பேசுவதற்குக்கூட பயமாய் இருந்தது. எங்கையாவது ஓடிப்போய்விடவும் முடியாது. எல்லாவற்றையும் நெஞ்சில் புதைத்தாயிற்று.

சிறுகுழந்தைகள் முன்னேறினார்கள். அந்த உயரத்தை முத்துசாமியால் எட்டிப்பிடிக்க முடியவில்லை . இதுவும் ரஞ்சிதம் டீச்சர்க்குத் தெரியத்தான் செய்யும். அவள் அவனைக் கண்டிக்க, அதட்ட, அடிக்கவில்லை. அவன் போக்கிலே விட்டுப் பிடித்தாள். டீச்சரும் கடைக்குப் போக, காப்பி வாங்க, வீட்டுக்குப் போயிட்டு வர என்று அவனை அனுப்பிவைத்தாள். டீச்சர் கூடமாட இருந்து ஒத்தாசைகளைச் செய்தான். அவளும் பெரிய மனசுப் பண்ணி இந்த வருசம் அவனைப் பாஸ் செய்தாள்.

ரஞ்சிதம் டீச்சர் மாதிரியில்ல, ரெண்டாப்பு எசபெல்லா டீச்சர். பிள்ளைகளை அடிக்கிறதே கிடையாது. எப்பமாவது ஒரு சமயம் பிரம்பை எடுப்பாள். அதுவும் ரொம்பவும் குறும்பு செய்யும் பிள்ளைகளை ஒரு தட்டுத் தட்டி, வேறு சில தண்டனை முறைகளைக் கொடுத்தாள். பெஞ்சு மேலே நிற்க வைப்பது, வெளியில நிற்கச் சொல்வது, அதுவும் நல்ல பலன் தருவதாகத்தான் இருந்தது. வேண்டியவன், வேண்டாதவன் என்கிற பாகுபாடெல்லாம் அவளிடம் கிடையாது. எல்லாரும் ஒன்னு.

முத்துசாமியைக் கண்டுகொண்டாள். நடத்திய பாடத்தைக் கேட்கும்போது வழக்கம்போல அவன் முழிக்கத்தான் செய்தான்.

ஆனாலும் கோபம் வரவில்லை. அடிக்கத் தோன்றவில்லை. அவள் குழந்தைகளுக்கான உலகத்தைப் பற்றி நன்றாகவே அறிந்துவைத்திருந்தாள். ஒவ்வொரு குழந்தையும் ஒவ்வொரு மாதிரி. ஒண்ணு நல்லா படிக்கும், ஒண்ணு சுமாராய்ப் படிக்கும், ஒன்றுக்கு ஒண்ணும் ஏறாது. ஒன்னு படிக்கும்! ஆனா விளையாட ஆசை, என்ன செய்வது. அன்பாய், நேசமாய், பிரியமாய்த்தான் அவனைப் பார்த்தாள். தட்டிக் கொடுத்தாள். பயப்படக்கூடாது. நல்லாக் கவனித்துக் கேட்கணும். ஒரே எண்ணத்துலே இருக்கணும். அப்பந்தான் மனசுல பதியும் என்றெல்லாம் புத்திமதிகளைச் சொல்லி, அவன் வீட்டின் நிலவரங்களையும் கேட்டறிந்தாள். முத்துசாமியும் சொன்னான். "ஒங்க வீட்டுக்கு வரணும்" என்றாள். அன்னைக்கிச் சாயங்காலமே மெனக்கட்டுப் புறப்பட்டுப் போனாள். மனசு உற்சாகமாய் இருந்தது. முத்துசாமியும் டீச்சர் கூடவே நடந்துபோனான். டீச்சர் வருவது ரொம்பவும் ஆச்சரியமாய்க் கூட இருந்தது.

அப்பந்தான் அம்மா மில்விட்டு வந்திருந்தாள். குளித்து விட்டு, ஈரத்தலையைச் சினுக்குவாரியால் சிக்கு எடுத்துக் கொண்டிருந்தாள். முத்தவாசலில் நின்ற அம்மாவிடம் ஓடிப்போனான் முத்துசாமி. "எம்மா . . . எம்மா . . . எங்க டீச்சர் வராங்க!" என்றான். அறிமுகம்செய்துவைத்தான். அருகில் வந்த எசபெல்லா, குடையை மடக்கிக்கொண்டு சினேகமாய்ச் சிரித்தாள். வணக்கம் சொன்னாள், அம்மா, வீட்டுக்குள் வற்புறுத்திக் கூட்டிச் சென்றாள். காப்பி குடிக்கச் சொன்னாள். வேண்டாம் என்றாலும், அவள் விடாமல் வீட்டுக்குள் சென்று காப்பியைச் சூடாக்கிக் கொண்டு வந்தாள். குடித்ததும் பேச்சைத் தொடங்கினாள். முத்துசாமி விளையாடப் போய்விட்டான். டீச்சர் அம்மாக்கிட்ட என்ன பேசினாள் என்று அவனுக்குத் தெரியாது.

அப்பா பள்ளிக்கூடம் வந்தார். அவனிடம் சிரித்துச் சிரித்துப் பேசினார். இப்படிச் சிரித்துப் பேசி எவ்வளவோ நாட்களாகி விட்டன. அப்பா தட்டிக்கொடுக்கும்போது அவனுக்குக் கூசியது. சிரித்துச் சந்தோஷமாய் இருந்தான். சிலேட்டு, நோட்டு, புத்தகம், பென்சில் என்றெல்லாம் வாங்கிக் கொடுத்தார். அம்மா எல்லாத்தியும் வாங்கிப் பார்த்தாள். "எல்லாம் புதுசு புதுசா வாங்கிக் கொடுத்திருக்கு. நல்லாப் படிக்கணும்" என்றாள். தலையை ஆட்டிக்கொண்டான். நம்பிக்கையும் தெம்பும் ஏற்பட்டது. படிப்பில் சிறிது நாட்டம் உண்டாகிற்று.

அந்த வருஷம் தம்பி ஒன்னாம் வகுப்பில் சேர்ந்திருந்தான். அவனுக்கும் எல்லாம் வாங்கிக் கொடுத்திருந்தார்கள். ஆறுமுகம்

புத்தகத்தைத் திறந்ததும் கடகடகடவென்று படித்தான். ஒப்பித்தான். கோமதி அக்காளுக்கு ஆறுமுகத்தை ரொம்பவும் பிடிக்கும். அவனைத் தட்டிக் கொடுத்தாள். நேரம் இருக்கும்போது ரெண்டுபேருக்கும் பாடம் சொல்லிக்கொடுத்தாள்.

முத்துசாமிக்குத்தான் என்னமோ செய்தது. படிக்கணும் என்றதும் தலை சுற்றியது. பார்ப்பதும் கலங்குவதுமாய் இருந்தான். அக்கா பொறுமையோடு சொல்லிக்கொடுத்தாள். சொன்னதைத் திரும்பிக் கேட்டாள். திருதிருன்னு முழித்தான். அக்காளுக்கும் கோபம் ஜாஸ்தியானது. இதுமாதிரி சந்தர்ப்பங்களில் அவளால் அடிக்காமல் இருக்கவே முடியாது. தொடையைப் பிடித்து இறுக்கிக் கிள்ளினாள். அழுதான். நீரும் சளியும் ஒழுகியது. "படில்ல, இப்டி அழுதா ஒன்னும் நடக்காது" என்று எரிச்சல்பட்டாள். தலையைக் கொட்டிப் பாடம் சொல்லிக்கொடுத்தாள். அம்மாவும் குத்திக்குத்திச் சத்தம் போட்டாள். ஒவ்வொரு நாளும் வேதனையோடுதான் பொழுது கழிந்தது. காலையில் சூரியனைப் பார்த்ததும் பயம் உண்டாயிற்று. பறந்து திரியும் காக்கைகளையும் குருவிக் கூட்டத்தையும் பார்க்கப் பார்க்க ஏக்கம் உண்டானது. சாயங்காலம்தான் மனசுக்குப் பிடித்தமான பொழுது. அந்தச் சந்தோஷமும் ரொம்ப நேரத்துக்கு நீடிக்காது. தெரு லைட் எரிவதைப் பார்த்ததும் 'பக்' கென்று அடித்துக்கொள்ளும். நெஞ்சைத் துளைக்கிற பயம் வரும். யுத்தம், படிப்போடு யுத்தம். ஒவ்வொரு நாளுமே யுத்தம். இந்த யுத்தக் காண்டம் எத்தனை நாளுக்கென்றுதான் தெரியவில்லை முத்துசாமிக்கு.

இருந்தாலும் முத்துசாமியை மூணாம் வகுப்புக்கு பாஸாக்கி விட்டாள் எசபெல்லா டீச்சர். எசபெல்லாவைப் போலத்தான் அடைக்கலம் டீச்சரும் கிறிஸ்தவப்பெண். ஆனால் ரோமன் கத்தொலிக். வகுப்பு தொடங்கும்போதும், பாடத்தை நடத்தும் போதும் அடிக்கடி நெற்றியிலும் நெஞ்சிலும் சிலுவைக் குறியிட்டுக் கொள்வாள். ஆர்ப்பாட்டமின்றி அமைதியானவள். மெல்லிய குரல் அவளுக்கு. கையில் பிரம்பை எடுத்து அதட்டுவது. எப்போதாவது நடக்கும் ஒரு நிகழ்ச்சியாகத்தான் இருந்தது.

அடைக்கலம் டீச்சரைத் தெருவில் சந்தித்துக்கொண்டது சந்திராயப்பர் கோவில் திருவிழாவில்தான். முத்துசாமி திருவிழா என்று பார்த்ததும் அதுதான். மற்றபடி தசரா ரொம்பப் பிடிக்கும். தசரா தொடங்குவதற்கு முன்னால் கால் வருடப் பரீட்சை, அது முடியவும் பத்து நாள் லீவு. அதோட பம்பரக் குத்தும் தொடங்கும். எல்லாப் பையமார்களும் பம்பரமும் கயிறுமாய் அலைவார்கள். "மக்கா . . . நீ வாரீயா . . .?" "மக்கா . . . நீ . . . வாரீயா ?"

என்று குழுகுழுவாகச் சேர்ந்துகொள்வார்கள். சின்ன வட்டம், பம்பரக்குத்து வெகு ஜோராய் நடக்கும். குத்து விழுந்த பம்பரங்கள் சிதறி, வட்டத்தை விட்டு வெளியே ஓடும். ஒண்ணுபோல 'சிங்கனம் மங்களக் கோஸ் . . .' எடுப்பார்கள். கொழும்புக் குத்து ரொம்ப பரபரப்பானது. தூரத் தூர ரெண்டு வட்டங்கள் இருக்கும். ஒரு வட்டத்துலே இருந்து இன்னொரு வட்டத்துக்குப் பம்பரத்தைக் குத்துவிட்டுக் குத்துவிட்டு கடத்திக்கொண்டு போகணும். குத்துவிட்ட பம்பரம் ஆடணும். இல்லைன்னா அவுட். கடக்கும் பம்பரத்தை எடுத்துக் கொள்வான். ஆடாத பம்பரம் தரைக்கு வந்துவிடும். பம்பரம் நிமிர்ந்து கிடந்தால், 'சர்க்கார் ஆணி' போடுவார்கள். பம்பரம் ரெண்டு துண்டாய் உடைந்து போகும். ரொம்ப மகிழ்ச்சியான விளையாட்டு இது.

தசரா அன்னைக்கு, அம்மன் கோவில் முன்னே பெரிய பந்தல் போடுவார்கள். பகல் பூரா நிழல் இருக்கும். பொழுதடையும் தட்டியும் ஒரே விளையாட்டு. யாரும் தேட மாட்டார்கள். வடக்குத் தெரு சந்தன மாரியம்மன் கோவில் யானையும், மட்டக்கடை உச்சினிமாகாளியம்மன் கோவில் யானையும் அடிக்கடி மட்டக்கடை பாதைக்குத்தான் வரும். தீபாவளி முட்டும் இருக்கும். யானையின்னா ஆசைதான், அசைந்து அசைந்து வரும் நடையழகு, மணியோசை, பின்னால் ஒரு படையே போகும். முத்துசாமியும் பெறத்தாலே உச்சினிமாகாளியம்மன் கோவில்முட்டும் போவான்.

பொம்பளைப் பிள்ளைங்க எல்லாம் வட்டமாய் உட்கார்ந்து 'சுட்டியாங்கல்' விளையாடுவார்கள். கோமதி அக்கா விளையாடுவது ஆச்சரியமாய் இருக்கும். 'ஓரி உலகலெல்லாம் . . .' என்று பாடிக்கொண்டே சிறு கல்லைத் தூக்கிப் போட்டு அண்ணாந்து பார்ப்பாள். கல் கைக்கு வருவதற்குள், கீழே பரவிக் கிடக்கும் கற்களில் ஒன்றை அலங்காமல் குலுங்காமல் எடுத்துக்கொள்வாள். விளையாட்டு நீண்டுகொண்டே போகும். பாட்டும் இடம் மாறும். தரையில் சுற்றி உக்கார்ந்து சினிமா பெயர் போட்டு விளையாடுவார்கள். "ரைட்டா . . . ரைட்டா . . ." தொடங்கும். "ரெண்டுமில்ல . . . ரெண்டு செருப்புமில்ல . . . யார் மலரே" என்று கேட்பார்கள். இந்த விளையாட்டுகளை விளையாட ரொம்பப் பொறுமை வேண்டும். பொம்பளைக்குத்தான் லாயக்கு, பையமார்களுக்கு இருக்கவே இருக்கு பம்பரக்குத்து . . . கோலிக்காய் . . .

தசரா மாதிரி சந்திராயப்பர் கோவில் திருவிழாவும் பத்து நாள் நடக்கும். அதுக்கெல்லாம் லீவு கிடையாது. விட்டா தேவலைதான். சரி சந்திராயப்பர் கோவில் திருவிழாவுக்குத்தான் வேண்டாம்.

லூக்கா கோவிலுக்காவது லீவு விடலாம்தானே? லூக்கா கோவில் பிராட்டடஸ்டண்டு. அதுக்கு எங்க திருவிழா உண்டு? உண்டு, உண்டு. ஈஸ்டர் வரும். கிறிஸ்மஸ் வரும். ஜனவரி வரும். ஒவ்வொரு திருவிழாவுக்கும் பந்தல், டியூப் லைட், வாழைமரம் அலங்காரம் எல்லாம் உண்டு. ஈஸ்டர் அன்னைக்கிப் பரபரப்பு ஜாஸ்தி. ஆண்டவர் உயிர்த்தெழுவார். கஞ்சி ஊத்துவாங்க. தெருவே கிண்ணம், செம்பு, ஏனத்தைத் தூக்கிக்கிட்டு வரிசையில் நிற்கும். கிறிஸ்த்மஸ், ஜனவரிக்கெலாம் இது கிடையாது. ஒரே சந்தோஷம். பஜனை நடக்கும். ஆனாலும் சந்திராயப்பர் கோவில் திருவிழாவுக்கிட்ட நிற்க முடியாது. அது ஒரு விசேஷமான நிகழ்ச்சி. கொடிக் கம்பத்தில் நிறைய வாழை மரங்களைக் கட்டி வைத்திருப்பார்கள். பழுத்த வாழைத்தார்கள், முப்பது நாற்பதுன்னு தொங்கும். பூசை முடிந்ததும், அவ்வளவுக் கூட்டமும் நாலு முக்குச் சந்தியில் கூடும். பளிச்சென்று இருக்கிற பக்தர்களின் கூட்டம். சரசரக்கும் பட்டுப் புடவைகளும், மினுமினுக்கும் தங்க நகைகளும், சிரிப்பும் கும்மாளமுமாய் அலைகிற பையமார்களும், நடைபாதைக் கடைகள், ராட்டினங்கள், ஆடும் பலூன்கள், எல்லாமே குழந்தைகளை மகிழ்ச்சி வெள்ளத்தில் ஆழ்த்தும். பெரிய பங்குத் தந்தை, ஒரு தூசியைக் கூடக் காணமுடியாத வெள்ளை அங்கியில், கை வேலைப்பாடுகள் அமைந்த சால்வை போத்தியிருப்பார். வரும்போது சிவப்பு ரிப்பன் ஆடும், இருபுறமும் குயர் பாய்ஸ் கொமைஞ்சான் புகைத் தட்டுகளை ஏந்திக்கொண்டு வருவார்கள். சின்னப் பங்குச்சாமி சங்கீதம் வாசிப்பார். பெரிய தந்தை சின்ன ஜெபம் செய்வார். பெறவு கொடி ஏறும். வாண வேடிக்கைகள் தொடங்கும். பேன்ட் சத்தம் கேட்கும். தோணிக்குப் போகிற ஆட்கள் கொடிக் கம்பத்தில் ஏறுவார்கள். வாழைப் பழங்களைப் பிடுங்கிக்கொடுப்பார்கள். ஏகப்பட்ட கைகள் நீளும். யார்க்குக் கொடுக்கன்னு தெரியாது. தூரத்தில் நிற்பவர்களும் எனக்கு ரண்டுன்னு கேட்பார்கள். தூக்கி எறிவார்கள். அப்படித்தான் திசை மாறி முத்துசாமியை நோக்கி வரும்போது, அவனும் கபக்ன்னு ரெண்டு பழங்களைப் பிடித்தான். பழங்கள் கையில் கிடைத்துதான், சந்தோஷம்னா சந்தோஷம் அப்படியோர் சந்தோஷம் அவனுக்கு.

ஒன்பதுமணிக்குப் பள்ளிக்கூடம். எட்டரைக்கெல்லாம் குளித்து முடித்துச் சாப்பிட்டால்தான் போக முடியும். அலைந்து திரிந்து வந்ததே ஒன்பது மணி. அப்பாவுக்குக் கோபம். “எங்கலே போன” என்று ரன்டு சாத்து சாத்தினார். அடியை முதுகில் வாங்கிக்கொண்டான். அந்தச் சந்தோஷம் போனயிடம் தெரியல. அழுது கொண்டே பள்ளிக்கூடம் போனான்.

அன்னைக்குச் சாயந்திரம் சந்திராயப்பர் கோவில் திருவிழாவில் வைத்துதான் அடைக்கலம் டீச்சரைப் பார்த்தான் முத்துசாமி. டீச்சர் புடவைத் தலைப்பை முக்காடுவிட்டுக்கொண்டு வந்தாள். கையில் ஜெபமாலையும் வேதப்புத்தகமும் இருந்தன. டீச்சரைப் பார்த்ததும் சிரித்தான். வணக்கம் சொன்னான்.

"என்னடா முத்துசாமி, உங்க வீடு இங்குனையா இருக்கு?"

"இங்கனத்தான் இருக்கு."

"படிக்கிற நேரத்துல இப்டிச் சுத்தக் கூடாது."

"சரி டீச்சர்."

அடைக்கலம் டீச்சர் கோவிலுக்குள் போய்விட்டாள்.

மூன்று

அடைக்கலம் டீச்சரைக் கோவிலில் பார்த்த நினைவு கொஞ்சக்காலம் மனதில் நின்றது. படிப்பில் மிகவும் பின்தங்கியிருப்பதைப் பார்த்து, முத்துசாமியைக் கூப்பிட்டு விசாரித்தாள். வசதியான வீட்டுப்பிள்ளைகளெல்லாம் டீச்சர் வீட்டில் டியூஷன் படித்தனர். மாதம் ஒன்றுக்குப் பத்து ரூபாய். டீச்சர் அவனையும் கூப்பிட்டாள். வீட்டு விவரங்களைக் கேட்டாள். அவனும் சொன்னான். விசயம் புரிந்தது டீச்சருக்கு.

"நீ ஒண்ணும் பணம் எதுவும் தர வேண்டாம். ஊட்டுல்ல கேட்டுட்டு டியூசனுக்கு வா".

"ம்."

முத்துசாமி வீட்டுக்குப் போனான். அம்மாவிடம் கேட்டான். அம்மாவும் அனுப்பிவைத்தாள். மட்டக்கடைப் பக்கத்தில் ஒரு முடுக்கில்தான் டீச்சர் வீடு. வெளியில் இருந்து பார்த்தால் சின்ன முடுக்காய்த்தான் தெரியும். உள்ளே போனால் நிறைய வீடுகள். எல்லாமே பெருசு பெருசு. டீச்சர் வீடும் அதை மாதிரி பெருசுதான்.

டீச்சருக்கு நிறையக் குழந்தைகள், பெரிய அக்காமாரு ரெண்டு, ஒரு அக்காவுக்குக் கலியாணமாகி, ஒரு பெண் குழந்தை இருந்தது. அந்த அக்காவும் அக்கா புருஷனும் டீச்சர். டீச்சர் புருஷனும் டீச்சர். அடுத்த அக்கா மேரீஸ் காலேஜியில் படித்தாள். டீச்சர்க்கு வீட்டு ஜோலி நெறைய இருந்துச்சுன்னா, அந்த அக்காதான் டியூஷன் எடுப்பாள். ரெண்டு

அண்ணமாருகளுக்கும் காலேஜில் படிப்பு. இன்னும் ரெண்டு அண்ணமார்கள் எஸ்.எஸ்.எல்.சி.யோ என்னமோ படிக்காங்களாம்,

ஒரே சிந்தனை முத்துசாமிக்கு. நம்ம அம்மா, அப்பா வயதுதான் இருக்கும் இந்த டீச்சருக்கும் சார்வாளுக்கும். ஆனா, பிள்ளைங்க எல்லாம் பெரிய பெரிய பிள்ளைகளாகயிருக்கு. எப்பம் இந்தப் பெரிய அக்காளுக்குக் கலியாணம் முடிஞ்சது. எப்பம் பாப்பா பெத்தா? ஒன்னாங் கிளாஸ் ரஞ்சிதம் டீச்சருக்கும் ஒம்பது பிள்ளைகள். காளியம்மா டீச்சருக்கும் ஏழோ! எட்டோ! ஜாதி ஒண்ணுதான். மதம்தான் வேற வேற.

அடைக்கலம் டீச்சர் எப்போதும் கையில் அழகான பேனா வைத்திருப்பாள். அதை வாங்கி எழுதணும்போல இருக்கும் முத்துசாமிக்கு. ஒருவேளை படிப்பில் நல்ல பிள்ளைன்னு பேர் எடுத்தால், கொடுத்தாலும் கொடுப்பாள். இப்பம் போய்க் கேட்டால் உதைதான் கிடைக்கும். அப்பா சட்டைப் பாக்கட்டிலும் இதைப்போல பேனா ஒன்னு இருக்கும். தங்க கலர். நேவி பேனா. சின்ன கோட்டைக் கூடப் பார்க்க முடியாத பளபளப்பு. ஒருநாள் எழுதிப் பார்க்கணும். கேட்டால் தர மாட்டார். தெரியாமல்தான் எடுக்கணும், எழுதணும். அதுக்குத்தான் சமயத்தைப் பார்த்துக் கொண்டிருந்தான் முத்துசாமி,

எப்பமும் அப்பா பொருள்களைப் பந்துஸ்தாக வைத்திருப்பார். அதை ஒழுங்காய் அடுக்கி, சுற்றி, கட்டி கனத்த டிரங் பெட்டிக்கு அடியில் வைத்துப் பூட்டி வைத்திருப்பார். அந்தப் பெட்டிக்குள்தான் வீட்டின் முக்கிய பொருள்களும், எல்லோருடைய துணிமணிகளும் இருக்கும். யாரும் அவ்வளவு சாமானியமாய் அப்பா பெட்டியைத் திறந்துவிட முடியாது. அவுரு எடுத்து தந்தாத்தான் வெளுத்த சட்டையைப் போடலாம். மற்றபடி இருக்கிறதைத் துவைச்சுத்தான் கட்டணும். அப்பா உருப்படிகளைப் பூரா லாண்டரியில் போட்டு எடுக்கும். பொட்டணமாகக் கட்டிக்கிட்டுப் போகும்போது, அக்காளும் தன் உருப்படிகளை அதோட சேர்த்துக்கொள்வாள்.

அன்னைக்கிக் காலையில்தான் பேனாவைக் களவாண்டான், இது வெளியில் யாருக்கும் தெரியாது. ஒரு தாளை எடுத்து நல்லாச் சுற்றி, ஒரு பொந்தைப் பார்த்து, அதுக்குள்ள பத்திரமாக வைத்தான். எப்பமும் மாதிரி பள்ளிக்கூடம் போய்விட்டு வந்தான். மத்தியானம் ஆச்சி மட்டும்தான் இருந்தாள். அப்பா வேலை முடிந்து வரவில்லை. பேனா ஞாபகம் வந்தது. பைக்கட்டை வைத்துவிட்டுத் துள்ளிக் குதித்து ஓடினான். பொந்துக்குள் கை விட்டான். எடுத்தான். திறந்து பார்த்தான். ஹைய்... கப்பல் பேனா. சின்ன நிப்பு ரொம்ப ரொம்ப அழகாயிருக்கு. எழுதிப்பார்த்தான்.

எழுதல. உதறிப் பார்த்தான். இங்க்கு வரல. கீழ் மூடியைக் கழற்றினான். முடியல. பல்லால் கடிகடின்னு கடித்துப் பார்த்தான். அப்பாடி திறந்துற்று. உள்ளபடியே மை ஒரு சொட்டுக் கூடயில்ல. பெட்டி மேல் ஏறிப் பரண் மேல் உள்ள மைப்பாட்டிலை எடுத்தான். மெதுவாக நடந்தான். திரும்பித் திரும்பிப் பார்த்துக்கொண்டான். ஆச்சி கவனிக்கவில்லை. வெளியில் வந்தான். இனி பயப்பட வேண்டாம். நேரா பீங்காட்டு முடுக்குக்குத்தான் போனான்.

அந்தக் கருவாட்டுக் கிட்டங்கி பூட்டிக் கிடந்தது. பீங்காட்டுப் பாதைக்கு ஆள் நடமாட்டமில்லை. ஒரே அசிங்கமும் நரகலும் குப்பைக் கூளமுமாய்க் கிடந்தது. ஊர்காளியுடைய மலத்தொட்டி, வாளி, கரண்டி, சீ … சீ … என்னா நாத்தம். ரெண்டு பிள்ளைங்கள் ‘வெளிக்கு’ இருந்துக்கிட்டிருக்கு. ஒரு பொம்பளை குப்பையைத் தட்டிக்கிட்டுப் போனாள்.

கிட்டேங்கி திண்ணையில் ஏறினான், முத்துசாமி. அலிப்பாச்சக் கம்பிகளுக்குப் பின்னால், கிட்டேங்கி பூட்டிக் கிடந்தது. வலைந்த கம்பிகளுக்குள் தலையைச் செருகி, உள்ளே நுழைந்தான். மறைவாய் நின்று பேனாவைத் திறந்தான். பாட்டிலைத் திறந்தான். மை ஊற்றினான். அவசரமும் பதற்றமும் யாரும் பார்த்துவிடக்கூடாது என்ற பயமும் மனசில் இருந்தது. உடம்பு வேர்த்தது. கையில் குபுக்கென்று மை கொட்டியது. டவுசர் முழுவதும் ஒரே மைக்காடு, தரையில் சிந்திய மையைக் காலால் தேய்த்துக்கொண்டான். பேனாவைச் சட்டை பாக்கெட்டில் செருகிக்கொண்டு வெளியில் வந்தான் முத்துசாமி. நடந்தான். மத்தியான வெயில் உரக்க அடித்தது. உற்சாகமாய் நடக்கும்போது பயம் வந்து தாக்கியது. பாட்டலை இருந்த இடத்தில் வைக்கணும். யாரும் பார்த்துவிடக் கூடாது. பின்பக்க வாசல் வழியாய் வந்தான். வரும்போது அப்பா பார்த்துக்கொண்டார். அவுரும் மொதல ஒன்னும் நெனக்கல்ல. பையன் பதுங்கிப் பதுங்கி நடந்து, திருட்டு முழி முழிப்பதைப் பார்த்ததும் சுதாரித்துக்கொண்டார். வெளியில் வந்தவுடன் கையும் களவுமாய் மாட்டிக்கொண்டான் முத்துசாமி.

இந்த மாதிரி சந்தர்ப்பங்களில் அப்பாவுக்குக் கோபம் ரொம்ப வரும். பொன்னே பூவே என்று வைத்திருக்கும் தன் பொருள்களை யார் எடுத்தாலும், ஏதாச்சும் செய்தாலும், அவரால் பொறுத்துக்கொள்ள முடியாது. இப்பம் பேனாவைத் திருடியதும் காணாதுன்னு மையை இப்படிக் கொட்டிக்கொண்டு வந்து நிற்கும் முத்துசாமியைப் பார்த்ததும், அவருடைய கோபம் ஜாஸ்தியானது.

“பேனாவே எப்பம் எடுத்தெ?”

முத்துசாமிக்கு உடம்பு நடுங்கியது. பயத்தில் பதில் சொல்லாமல் நின்றான்.

“நா கேக்கேன்ல வாயிலக் கொழக்கட்டையா வச்சுருக்க? சொல்லு, பேனாவே எப்பம் எடுத்த?”

“காலையிலே.”

“கொண்டா பார்ப்போம்.”

வாங்கிப் பார்த்தார் அப்பா. அதிர்ச்சியாய் இருந்தது. பேனாவின் அழகு கெட்டுப் போனதைக் கண்டதும் கோபம் எல்லையை மீறிப் போனது. “இந்த மாதிரிப் பன்னிட்டியல. துட்டுக் கொடுத்தாலும் இந்த மாதிரி பேனாவை வாங்க முடியுமா?” என்று சொல்லியபடி, தரையில் கிடந்த கட்டையைத் தூக்கி ஓர் அறை வைத்தார். கட்டையின் கூர்மையான பகுதி வசமாகப்பட்டது. மண்டை உடைந்து ரெத்தம் வந்தது. போட்டிருந்தச் சட்டையெல்லாம் ஒரே ரெத்தம்.

ஆச்சி ஓடி வந்தாள். அப்பா நடந்ததையெல்லாம் சொன்னார். மட்டக்கடைக்குத் தூக்கிக்கொண்டு ஓடினார்கள். கேட்கிற ஆட்ககிட்ட “கீழே விழுந்துட்டான்” என்று சொல்லிவைத்தாள். முஸ்தாப்பா கட்டுப் போட்டு மாத்திரைகளையும் கொடுத்தார். முந்திப் பையைத் திறந்து ரெண்டரை ரூபாயைக் கொடுத்துவிட்டு, முத்துசாமியுடன் வீடு வந்து சேர்ந்தாள் ஆச்சி.

முத்துசாமி மூணு நாட்களாய்ப் பள்ளிக்கூடம் போகவில்லை. கட்டோடு அலைந்தான். “மண்டை ஒடைச்ச பையனை யாரும் ஒண்ணும் சொல்லாதீங்க” என்று அம்மா கொடுத்த செல்லமும், “காயம் ஆறுனவுடனே பள்ளிக்கூடம் போனாப் போதும்” என்று அப்பா காட்டிய பரிவும் மனசுக்குச் சந்தோஷமான விசயங்களாய் ஆகின. துள்ளலாய் நடந்து திரிந்தான் முத்துசாமி. கூட ரெண்டு நாள் இருந்து, காயம் நன்றாக ஆறிய பெறவுதான் பள்ளிக்கூடம் போனான்.

திருட்டுப் புத்தி ஏன் வந்தது? செஞ்சதெல்லாம் தப்பு, இனிமேயும் இப்படி தப்பு செய்யக்கூடாது. ஆனாலும் ஆசைன்னு ஒண்ணு இருக்கே. சின்ன ஆசை. பேனா மேல் உள்ள ஆசை. ஏதாவது ஒரு பேனா வேண்டும். பச்சைக்கலர், சிவப்புக்கலர், புளூக்கலர் எதுவாக இருந்தாலும் பரவாயில்லை. செத்தங்காணும் பேனாவாக இருந்தாலும் போதும். அது எழுதணும். அவ்வளவுதான். நிறைய கோடு கிழித்து, பொம்மைப் படம் போட்டு, குச்சு மனுஷன் வரைந்து, குதிரையில் ஏறி, எப்பமும் எழுத ஒரு பேனா வேண்டும். கிடைக்குமா?

கிடைத்தது. அது டியூஷனில் வைத்துக் கிடைத்தது. அன்னைக்குச் சீக்கிரமாகவே டியூசனுக்கு வந்து சேர்ந்தான் முத்துசாமி. மற்ற பையமார்கள் யாரும் வரவில்லை. டீச்சர்

மக்கமாரு கோவிலுக்குப் போய்விட்டனர். அடைக்கலம் டீச்சர் சமையல்கட்டில் இருந்தாள். எதையோ பொரிக்கிற வாசனை வந்தது. விராண்டாவில் ஒருத்தருமில்லை. ரெண்டே ரண்டு சிட்டுக் குருவிகள் மட்டும் பறந்து திரிந்தன. அதையே பார்த்துக் கொண்டிருந்தான் முத்துசாமி. பூக்கொடியில் பூக்கள் கொத்துக் கொத்தாய்ப் பூத்திருந்தன. உதிர்ந்துகிடந்த பூக்களை ஒவ்வொன்னா எடுத்தான். விருட்டென்று ஒரு சுண்டெலி, அந்த மேசையின் மேல் தாவிற்று. அதோடுதான் அந்த ரெண்டு போனாக்களும் கண்ணில் பட்டன. ரண்டும் நல்ல சிவப்பு. ஒண்ணு நல்ல பருமன். மற்றொன்று ஒல்லியானது. முத்துசாமிக்குத் திடீரென்று உற்சாகம் வந்தது. அப்பா சின்னப் பேனாவை எடுத்ததுக்குத்தானே இந்த அடி அடித்தார். இப்பம் பேனாவா அனாதையாகக் கிடக்கு. எடுத்தா யார் பார்க்கப் போறா, யாரு அடிக்கப் போறா? தைரியமாய் எடுக்கலாம். எழுதலாம். கிறுக்கலாம். குச்சி மனுஷன், வாத்து, கொக்கு, காக்கா, குருவி, கப்பல், கார் எல்லாமே வரைந்து வரைந்து தாளில் வைக்கலாம். எல்லாம் சரிதான். ஆனால் திருடுவது தப்பு இல்லையா, பாவமில்லை. திரும்பத் திரும்ப இப்படி களவு செய்யலாமா? என்ன பாவம், என்ன பயம், சும்மா எடு. ரண்டு பேனாக்களும் உனக்குத்தான் சொந்தம். அய்யையோ கடவுள் பார்த்துக் கொண்டேயிருப்பாரே. அப்பம் பயந்துக்கிட்டே இரு. பேனா வேண்டாமா. வேணும் . . . வேணும். பயப்படாதே போய் எடு. எடுக்கலாமா வேண்டாமா. என்ன செய்வது? ரொம்பவும் குழப்பமாய் இருந்தது. மிகவும் தர்ம சங்கடமாய் நின்றான் முத்துசாமி.

சந்தடி ஒன்றுமில்லை. யாரும் வரவுமில்லை. அந்தச் சுண்டெலிதான் திரும்பவும் வந்து ஒரு சுற்று சுற்றி விட்டு ஓடிப் போனது. பேனாக்களைப் பார்க்க பார்க்க ஆசை ஆசையாய் வந்தது முத்துசாமிக்கு. பைய்ய எட்டு வைத்தான். நெருங்க நெருங்கப் பயம் வந்தது. பூஞ்சான உடம்பு நடுங்கியது. சுற்றும் முற்றும் பார்த்துக்கொண்டான். ஆட்கள் அரவேமேயில்லை. அவனுக்குள் ஒழிந்திருந்த ஒன்று திரும்பவும் சொல்லிற்று. “எடு . . . எடு . . .” என்று, துணிச்சலாகப் போய் ரெண்டு பேனாக்களையும் எடுத்துக்கொண்டான்.

எடுத்தாச்சு, எங்க வைப்பது, அதுதான் குழப்பம். யாருக்கும் தெரியக்கூடாது. தெரிந்தால் அவ்வளவுதான். மானம் போகும். மரியாதை போகும். நாக்கைப் பிடுங்கிக்கொண்டு சாக வேண்டியதுதான். டவுசர் பாக்கெட்டில் வைக்கலாம். பேனாவைக் காணோம்னு யாரும் பாக்கட்டைச் சோதனை போட்டால் என்ன செய்வது? சரி அதுதான் போகட்டும். டவுசர்க்குள், உடம்போடு இறுகிக் கொண்டிருக்கும் அருணாக் கயிற்றில் தொங்க

விட்டால் என்ன? நல்லயிடம், நல்ல யோசனை, யாரும் பார்க்க முடியாது. டவுசரைப் பாருங்க எங்கிட்ட இல்ல மனசுக்குள் சிரித்துக்கொண்டான் முத்துசாமி. ஆனாலும் அந்தப் பயம் மட்டும் அடிக்கடி தலைகாட்டிக்கொண்டே இருந்தது.

ஒவ்வொரு பையமாராய் வந்துகொண்டிருந்தார்கள். அன்னா அன்னான்னு டீச்சரும் வந்து சேர மணியும் ஆறாயிற்று. விராண்டாவில் லைட் எரிந்தது. முதலில் டீச்சர் கணக்கைத்தான் சொல்லிக் கொடுத்தாள். சொல்லச் சொல்ல சிலைட்டில் எழுதிக் கொண்டிருந்தார்கள். வழக்கம்போல் டீச்சர் இடையில் எழுந்து போனாள். அந்தப் பேச்சும் சிரிப்பும் திரும்பவும் ஆரம்பமானது. இன்னைக்குப் பள்ளிக்கூடத்தில் நடந்த சம்பவங்களைச் சொன்னார்கள்.

“அப்டி பிடிக்கல்லன்னா இவன் விழுந்திருப்பான் தெரியும்மா?” என்று ஒரு பையன் வீர சாகசம் பேசினான். இன்னொரு பையன், ‘போடா மயிரு இவுரு புடிக்கலன்னாலும் அவன் ஒன்றும் வுழுந்திருக்கமாட்டான்’ என்றான். டீச்சர்க்கிட்ட அடிவாங்கின விஷயங்களைப் பற்றிப் பேசினார்கள். முத்துசாமிக்கு மனசு ஒரு நிலையில் இல்லை. ஊமையாய் உட்கார்ந்திருந்தான். கனம் அழுத்தியது. என்ன நடக்குமோன்னு பயமாய் இருந்தது.

நல்ல நிறமும் வளர்த்தியுமாய் இருந்த டீச்சர் மகன் வந்தான். “அவளுக்கென்ன அழகிய முகம்” என்று விசிலில் பாடிக்கொண்டே வீட்டுக்குள் போனான். திரும்பிவரும்போது உடை மாற்றியிருந்தான். மேசை அருகில் போனதும் முகம் மாறிப் போனது. நடுக்கமும் பதற்றமும் பரபரப்பும் மாறிமாறி வந்து தொல்லைக்கு உள்ளானான். ஆத்திரம் ஆத்திரமாய் வந்தது. புத்தகங்களை எடுத்துத் தலைகீழாய்த் தட்டிப் பார்த்தான். டிராயரை இழுத்து மூடினான். மனசு துடித்தது. என்ன செய்ய, யார்கிட்டப் போய் கேட்க? அப்பா, அம்மா கேட்டா என்ன பதில் சொல்ல?

“எம்மா . . . என்னுடைய ரண்டு பவுன்டனையும் பார்த்திங்களா?”

“மேசை மேலதானே இருந்துச்சு.”

“இல்லையே.”

“நல்லாத் தேடிப்பாரு.”

“பாத்தாச்சு.”

“பெறவு எங்கப்போகும்.”

“காங்கலையா.”

“அக்கா எடுத்தாளா?”

“அக்கா கோவிலுக்குப் போயிட்டு வரலையே!”

அவனைப் பார்க்கப் பார்க்க பதற்றமும் பயமும் ஏற்பட்டது. வருத்தமும் வந்தது. இந்த உபத்திரவத்தைத் தாங்க முடியவில்லை. இப்படியோர் வதை வேண்டாம். செய்தது பெரிய தப்பு. இந்தக் குற்றத்தை மன்னிக்க முடியாது. யார்கிட்டேயும் சொல்ல முடியாது. தலை குனிவு, விசயம் பள்ளிக்கூடம் பூரா பரவிவிடும். ‘களவாளிப் பயலே’ன்னு பட்டம் கிடைக்கும். “அடேய் திருட்டுப் படுவா”ன்னு மற்ற டீச்சர்களும் கூப்பிட ஆரம்பித்துவிடுவார்கள். நடந்தது நடந்த மேனிக்கு இருக்கட்டும். மூச்சு விடக்கூடாது. குனிந்த தலை நிமிராமல் எழுதிக்கொண்டிருந்தான் முத்துசாமி.

எட்டுமணி சுமார்க்கு டியூஷன் முடிந்தது. முத்துசாமி பைக்கட்டைத் தூக்கித் தோளில் மாட்டிக்கொண்டான். திக் திக் கென்று மனசு அடித்தது. நிலைமை எக்கச்சக்கமாய் இருக்கும்போது நிற்கக் கூடாது. விரசலாக வெளியில் வந்தான். அதுக்கு பெறவு தான் நிம்மதியாய் மூச்சே வந்தது. பையமார்கள் மட்டக்கடைக்கு நேராக பிரிந்துபோனார்கள். முத்துசாமி சந்திராயப்பர் கோவில் பாதைக்கு நடந்தான். நடக்க நடக்க அந்த ஞாபகம் வந்தது. இந்தக் களவைச் செய்திருக்கக் கூடாது. இது தேவையில்லாத ஒன்னு. பார்த்தால் ரண்டு பேனா. ஒரு பேனாவை எடுத்ததற்கு அப்பா எப்படி அடிச்சார்? மண்டை உடைந்துபோயிற்று. ரண்டு அழகான பேனாக்களைத் தொலைய வச்சுதுக்கு அவுங்க அப்பா எப்படி அடிப்பார்? பாவம், இப்பம் ஒண்ணும் கெட்டுப் போகல்ல. ஓடிப் போய்க் கொடுத்துவிட்டு வந்துவிடலாம். சின்ன மன்னிப்பு. நான்தான் எடுத்தேன். தெரியாமே எடுத்துட்டேன். மன்னிச்சுக்கங்க. இனிமே இப்படி தவறு நடக்காது. இவ்வளவு சொன்னால் போதும். தலையை ஒண்ணும் சீவிவிடமாட்டார்கள்.

அப்படி போனால் நிலைமை என்னாகும் என்ற பயமும் வந்தது. முத்துசாமி பிரச்சினைகளை நினைக்கிறபோது மனது அறுத்தது. தப்பு செய்தாச்சு. இனிமே என்ன செய்ய முடியும். அந்தப் பையன் அடி வாங்கினால் வாங்கிட்டுப் போகட்டும். வேறு ஒன்னும் செய்ய முடியாது; வேற வழியுமில்லை .

முத்துசாமி வீடு வந்து சேர்ந்தான். ரொம்பவும் பவ்யமாக வீட்டுக்குப் போனான். பைக்கட்டைத் தூக்கிவைத்தான். மறைவான ஓரிடத்துக்குப் போய் நின்று தெரு லைட் வெளிச்சத்தில் பேனாக்கள் ரெண்டையும் எடுத்துப் பார்த்தான். பூப்போல தொட்டுத் தடவித் திறந்தான். குப்பையில் கிடந்த ஒரு பேப்பரை எடுத்து எழுதிப் பார்த்தான். நல்லா எழுதுது. அதைப் பார்க்கப்

பார்க்க சந்தோஷமாய் இருந்தது. கூடவே பயமும் வந்தது. பேனாக்களை மூடி வைத்தான். வீட்டுக்கு வந்து பழைய பொந்தில் மறைத்துவைத்தான். ராத்திரி ரொம்ப நேரம் தூக்கம் வரவில்லை. மனசு குழம்பியது. இப்படித் திருட்டுத்தனத்தை இனிமேலாவது செய்யாமல் இருக்கணும். இதுதான் உத்தமம். அப்பந்தான் நல்லப் பிள்ளைன்னு பெயர் எடுக்க முடியும். காலையில் முழித்த கண்ணுக்கு, பொந்தைத்தான் போய்ப் பார்த்தான். அது அதுப்பாட்டுக்கு இருந்தது. இப்பம் எடுத்தால் அவ்வளவுதான், “ஒனக்கு எப்டில இந்தப் பேனாக் கெடச்சது . . .” என்று மொச்சி எடுத்துவிடுவார்கள். பதில் சொல்லி முத்தாது. இதுக்குப் பயந்தே ரெண்டு மூணு நாட்களுக்கு அந்தப் பக்கமே எட்டிப் பார்க்காமல் இருந்தான் முத்துசாமி.

அந்தக் குழப்பம்தான் நீண்டது. வைத்த இடத்தைப் போய்ப் போய்ப் பார்த்துக்கொண்டான். ஆசை ஆசையாய் வந்தது. உடனே எடுத்து எழுதணும். ராவும் பகலும் இந்த விஷயமாய்தான் யோசித்துக்கொண்டிருந்தான். படிக்க முடியவில்லை. விளையாட முடியவில்லை. குழப்பமும் பயமும் முட்டி முட்டி மோதியது. பழைய திருட்டு திரும்பவும் நினைவுக்கு வந்தது, பூதமாய்ப் பயங்காட்டியது. கடைசியில் ஒருமுடிவுக்கு வந்தான்.

பேனாக்களைக் களவாண்டு வாரம் ஒன்னைக் கடந்து போனது. டீச்சர் வீட்டிலையும் பேனாவை மறந்து போனார்கள். பையனுடைய அப்பா, வேற பேனாவும் வாங்கிக் கொடுத்து விட்டார். இது தெரிந்த பெறவுதான் முத்துசாமிக்குத் தைரியம் வந்தது. இனிமேல் பயப்பட, கலங்க, குழம்ப, யோசிக்க வேண்டாம் என்று நினைக்கிறபோது சிரிப்பாணி வந்தது அவனுக்கு. ஆனாலும் செய்த களவை நினைக்கிறபோது மனது வதைத்தது. அதையும் சமாளித்துக்கொண்டுதான் பேனாக்களை எடுத்தான்.

அக்காதான் முதலில் பார்த்தாள். புதுப் பேனாக்களைக் கண்டபோது சந்தோஷம் தாங்க முடியவில்லை அவளுக்கு. தம்பியிடம் வாங்கிப் பார்த்தாள். அதன் நிறம், பளபளப்பு, அடக்கம், ஒடுக்கம் எல்லாமே அவளுக்குப் பிடித்துப் போயின. வேறு வேலைகள் ஓடவில்லை. உடனே ஒரு வெள்ளை நோட்டுத் தாளை எடுத்து எழுதிப் பார்த்தாள். தன்னுடைய பெயர், அம்மா பெயர், அப்பா பெயர், தம்பிமார்கள் பெயர் என்று ஒரு பட்டியலையே எழுதி முடித்தாள். ஒரு புதிய கலகலப்பு உண்டானது. வீட்டில் முத்துசாமி துள்ளலும் குதிப்பதுமாய் அலைந்தான். அக்கா அப்பாக்கிட்ட ஓடிப்போனாள். விஷயத்தைச் சொன்னாள்.

அப்பா வந்தார். வாங்கிப் பார்த்தார். அவருக்கு முகம் லேசாகக் கறுத்தது. சின்ன சந்தேகம். அதை வெளியில் காட்டிக் கொள்ளவில்லை. குரலைச் சிரமப்பட்டு அடக்கிக்கொண்டு கேட்டார்.

“உனக்கு இந்த பவுண்டனுக எங்க கிடைச்சுச்சு?”

“கீழக் கெடந்துச்சு.”

“எங்குன்னக் கெடந்து எடுத்தெ?”

“மட்டக்கடையில.”

“மட்டக்கடையில்ல ரண்டு பேனாவாக் கெடந்துச்சு?”

“ம்.”

“யார்க்கிட்டையும் எடுக்கலையே”

“இல்ல”

அப்பாவையும் தம்பியையும் மாறிமாறிப் பார்த்துக் கொண்டாள் கோமதி. அப்பா ஏன் இப்படி கேட்கிறார் என்று புரியவில்லை . குழப்பமாக இருந்தாள். அந்தக் குழப்பத்துடன் கேட்டாள்.

“எதுக்கப்பா . . . இப்டிக் கேக்கிங்க?”

“இல்ல . . . அன்னைக்கி என் பேனாவை எடுத்து உடைச்சுட்டான்.”

“சரி இந்த பேனாக்கள நா வச்சுக்கிட்டா.”

“எலே இதெ அக்கா வச்சுக்கிட்டுமா?”

“ம்.”

பேனாக்கள் அக்கா கைக்குப் போயிற்று. அந்தக் களவைத்தான் மறக்க முடியவில்லை முத்துசாமிக்கு. அடைக்கலம் டீச்சரைக் கண்ட நேரமெல்லாம் அந்தச் சிவப்பு பேனாக்களின் நினைவுதான் வந்தது. இதெல்லாம் வேண்டாத பிரச்சினைகள். முட்டிக்கொண்ட தலைக்குனிவுகள். கொஞ்சம் நஞ்சம் இருக்கிற படிப்பையும் இது பாதித்தது. எதுவும் மண்டையில் ஏறவில்லை . டீச்சரும், ‘சரி போ’ என்று அவன் போக்கில் விட்டுவிட்டாள்.

முத்துசாமிக்குத் துணையாய்த் தளவாயும் சக்கரைச்சாமியும் வந்து சேர்ந்தார்கள். தளவாய்க்கு விளையாட்டுன்னாப் போதும். நேரம் போவது தெரியாமல் விளையாடுவான். வீட்டிலிருந்து எதையாவது ஒண்ண தூக்கிட்டு வருவான். அஞ்சாறு

பிள்ளைகளைச் சேர்த்துக்கொள்வான். படிக்கிறதே கிடையாது. முத்துசாமின்னா அவனுக்கு ரொம்பப் பிடிக்கும்.

சக்கரைச்சாமி அப்படி அல்ல. உயரமான பையன். அதை மாதிரிதான் குண்டுகுண்டாக எழுதுவான். நோட்டுத் தாள்களைக் கிழித்துப் புதுசு புதுசாய் விளையாட்டுச் சாமான்களைச் செய்வான். ராக்கட், ஏரோப்ளேன் விடுவான். கத்திக் கப்பல் செய்து காட்டுவான். எல்லாப் பிள்ளைகளையும் பயம் காட்டுவான். "ஒரு குச்சி போடு . . . இல்லன்னா ஒன்ன ராத்திரி பாம்புக் கொத்தும்" என்பான். பயந்துபோன பிள்ளைகள் குச்சியைக் கொடுப்பார்கள். பால் குச்சி, கலர் குச்சி என்றெல்லாம் நிறைய சேர்ப்பான். வருமானம் வருகிற விளையாட்டுக்கள் அவனுக்கு ரொம்பப்பிடிக்கும்.

சக்கரைச்சாமியும் தளவாயும் 'மாப்பிள்ளை'ப் பெஞ்சு. வள்ளுசாக வடிகட்டியவர்களுக்காக அடைக்கலம் டீச்சர், கடைசியாக அந்தப் பெஞ்சை ஒதுக்கியிருந்தாள். முத்துசாமியையும் கேள்விகேட்பதை நிறுத்திக்கொண்டபோதுதான் அவனையும் அந்தப் பெஞ்சியில் சேர்த்தாள்.

பதற்றமாய் இருந்தது முத்துசாமிக்கு. இந்த அதிர்ச்சியைத் தாங்கிக்கொள்ள முடியவில்லை; உட்கார முடியவில்லை; படிக்க முடியவில்லை. இனி கெட்டிக்காரப் பிள்ளைகள் கூட பார்க்காது. முன்னாலெல்லாம் ஒரு நாள் டியூஷனுக்கு வரவில்லை என்றாலும், 'ஏன் வரவில்லை' என்று கேட்பார்களே. இப்போதெல்லாம் ஏன் கேட்பதில்லை. ஒருவேளை அந்தக் களவு அவளுக்குத் தெரிந்திருக்குமோ, அதைப் பெருந்தன்மையாகக் காட்டிக்கொள்ளவில்லையா? இந்தச் சனியனை ஏன் முதலில் கூப்பிட்டோம் என்று நினைக்கிறாளா? நான் எவ்வளவு பெரிய மடப்பையன். மட்டிப் பையன். போச்சு. எல்லாமே போச்சு. படிப்பில் தரம் குறைந்துபோச்சு. போன இழப்பைப் பிடிக்க முடியாது. எல்லாமே சண்டித்தனம். காத வழித்தூரம். ஓடிப் போய்ப் பிடிக்கணும். அப்படி பிடிக்க முடியுமா என்ன?

முத்துசாமி போராடிக்கொண்டிருந்தான்.

நான்கு

அன்னைக்கு டீச்சர் வர கொஞ்சம் நேரமாயிற்று. பிள்ளைகளெல்லாம் விளையாடிக் கொண்டிருந்தார்கள். சலசலன்னு பேச்சொலி கேட்ட வண்ணம் இருந்தது. அவரவர் இஷ்டம் போல துள்ளிக் குதித்தனர். குதியாட்டம் போட்டனர். சர்ரென்று ஏரோபிளைன் மேலே போனது. ஒரு பையன் திருப்பி அதை எடுத்துவிட்டான். இன்னொரு மூலையில் போய் விழுந்தது. ஒரே கைத்தட்டல், "நா விடுகிறேன் பாரு" என்று சண்டைச் சச்சரவுகள்.

இவ்வளவு சந்தைக் கடைகளுக்கு இடையில், சூசையா சூசையா என்கிற பையன், ஒரு மத சம்பந்தமான புத்தகத்தை எல்லோரிடமும் விரித்துக் காட்டிக்கொண்டிருந்தான். பக்கத்துக்குப் பக்கம் சுவாமிமார்களின் போட்டோ படம். அங்கி அணிந்து, நின்று, உட்கார்ந்து அவர்கள் இருந்தார்கள். அந்த வண்ணப் படங்களைப் பிள்ளைகள் நா முந்தி, நீ முந்தி என்று பார்த்து அபிப்பிராயம் சொன்னார்கள். அந்த ஆர்வத்தோடு முத்துசாமியும் தலையை நீட்டிப் பார்த்துக்கொண்டிருந்தான். பார்க்கப் பார்க்க பக்கங்கள் புரண்டுகொண்டேயிருந்தன.

அந்த ஆள் படத்தைப் பார்த்ததும் முத்துசாமிக்கு ஒரே ஆச்சரியம். அவன் தெருவில் உள்ள ஆள்; சந்தேகமேயில்ல. எல்லோராலும் போற்றப்படுகிற மெத்தை வீட்டு பரமேஸ்வரன் பிள்ளைத் தரகனார் மகன். பார்த்து, சிரித்து மகிழ்ந்த அதே முகம்தான். முத்துசாமி உறுதிப்படுத்திக்கொண்டான்.

"இவுரத்தான் எனக்குத் தெரியுமெ!"

“அய்யய்யோ இவுரு சாமில.”

“போலே . . . இவுரு . . . சாமியில்ல . . . ஆளுதான்.”

“சாமியிருக்கிற புத்தகத்துல எப்படி ஆளு படம் வரும்?”

“நெஜமா இது ஆளு.”

“இல்ல, சாமி.”

“போலே மயிரு. நா தெனமும் இவரைப் பாத்திருக்கேன். எங்கத் தெருவுலே உள்ளவரு.”

“பாரு பாரு . . . சாமியைப் பாத்து மயிருன்னு சொல்லுற. டீச்சர் வரட்டும். டீச்சர் வரட்டும், சொல்லிக் கொடுக்கேன் பாரு.”

“ஏலே . . . ஏலே . . . சொல்லாதலே.”

“நீ சாமியை மயிருன்னியலே.”

“நா சாமியை எங்க மயிருன்னேன்?”

“நா சொல்லித்தான் கொடுப்பேன்.”

உள்ளபடியே விசயம் எங்கோ போய்விட்டது. டீச்சர் வந்ததும் சொன்னார்கள். அடைக்கலம் டீச்சர் புத்தகத்தை வாங்கிப் பார்த்தாள். முகம் மலர்ந்தாள். ஆனந்தப்பட்டாள். அவளுடைய பிரச்சினை, அவனுடைய மதம், பிடித்தமான விசயம், புத்தகத்தை விரித்தபடியே நாற்காலியில் உட்கார்ந்துகொண்டாள்.

“இந்தப் புத்தகம் ஒனக்கு எப்டிக் கெடைச்சுச்சு?”

“எங்க ஊட்டுலக் கெடந்தது.”

“எதுக்குக் கொண்டு வந்த?”

“படம் பாக்க.”

“பள்ளிக்கூடத்துலே வச்சுப் படம் பாக்கலாமா?”

“தெரியாம கொண்டு வந்துட்டேன் டீச்சர்.”

“வெளியில் எடுக்காமே பைக்குள்ள வையி.”

“டீச்சர் டீச்சர், இந்தச் சாமிப்படத்தத்தான் முத்துசாமி மயிருன்னு சொன்னான் டீச்சர் . . .”

“அய்யய்யோ சாமியைப் பாத்தா சொன்னான்?”

“ம்.”

டீச்சர் நிமிர்ந்து முத்துசாமியைப் பார்த்து, “இங்க வாடா படுவா” என்றாள். இதற்கு முன் இவ்வளவு கடுமையான குரலைக்

கேட்டதில்லை. ஆத்திரத்தைப் பார்த்ததுமில்லை. முத்துசாமி நடுங்கிப் போனான். டீச்சரின் சிவந்த முகத்தைப் பார்த்தபடி எழுந்து வந்தான். பிள்ளைகளெல்லாம் ஒரு மாதிரி பார்த்தனர். அதட்ட ஆரம்பித்தாள் டீச்சர்.

“கடவுள் படத்தப் பாத்தா மயிருன்ன !”

“அச்சச்சோ . . . நா அப்படி சொல்லல டீச்சர்.”

“பெறவு யாரைப் பாத்து சொன்னே ?”

“இந்தப் படத்தப் பாத்து.”

“சொன்னல்லே . . . மொதல்ல முட்டுப் போடு.”

நெருக்கடி சூழ்ந்துகொண்டது. டீச்சரின் கோபம் மேலும் மேலும் கூடிக்கொண்டே போனது. ஆத்திரம் வந்தது. இந்தப் பயலை இப்படி விடக்கூடாது என்று கைகள் பரபரத்தன. பிரம்பை எடுத்தாள், நாலு அடி சுளிர் சுளிர் என்று கொடுத்தாள். ‘அம்மா வலிக்கி அய்யா வலிக்கி’ என்று கூச்சல்விட்டான். “வலிக்கிறதா, நல்ல வலிக்கட்டும். அப்பந்தான் புத்தி வரும்” என்று கூட ரெண்டு சாத்து சாத்தினாள். முட்டுப்போட வைத்தாள். இன்னும் அவளுக்குத் திருப்தி ஏற்படவில்லை. என்ன தண்டனை கொடுக்கலாம் என்று யோசித்து, இந்த முடிவுக்கு வந்தாள், “குனிஞ்சு தரையில் நாக்கால சிலுவை போடுல” என்றாள்.

முத்துசாமிக்கு ரோசம் வந்தது. ஒரு வீம்போடு முறைத்துப் பார்த்தான். அதைத்தான் பார்ப்போம் என்கிற மாதிரி நிமிர்ந்தால் பிள்ளைகளெல்லாம் வேடிக்கை பார்த்தனர். எழுந்து ஓடி விடலாம். இப்பம் உள்ள நிலைமையில் அதுவும் முடியாது. குறுக்கே மூன்று கிளாஸ்சுகள் இடைமறித்துக்கிடக்கின்றன. எப்படியும் பிடித்துக்கொள்வார்கள். கடவுளே வந்து தடுத்தாலும் முடியாது. அந்தத் திருட்டுக்கு இப்பம் கடவுள் தண்டனை வழங்குகிறாரா ? சே சே, கடவுள் நல்லவர். இப்படியோர் தண்டனையை நிச்சயமாகக் கொடுக்க மாட்டார். கால்பட்டு மிதித்தயிடத்தில், அவர் சுமந்த சிலுவையை நாக்கால் கோடு கிழிக்கச் சொல்லமாட்டார்.

அடைக்கலம் டீச்சர் சாதாரண மனுஷி. மதம் அவளுடைய கண்களை மறைத்தது. கோபம் தணியவில்லை. அழுகிற முகத்தைத் தரைக்கு நேராக அமுக்கினாள். “நா சொல்லிக்கிட்டேயிருக்கிறேன், நீ என்னலே வாயைத் தெறக்க மாட்டக்க”ன்னு இன்னொரு அடியை வைத்தாள். “நாக்க நீட்டு” என்றாள்.

முத்துசாமிக்கு முதலில் திறக்கக் கூடாது என்றுதான் இருந்தது. “டீச்சர்கிட்ட வீம்பைக் காட்டி ஒண்ணும் நடக்காது.

திமிருப் பிடிச்சவா. திரும்பவும் அடிதான் விழும். எந்தாலையும் தொலைந்து போகட்டும்"ன்னு முணுமுணுப்புகளையெல்லாம் அடக்கிக்கொண்டான். தலையைக் குனிந்தான். உடம்பு வில் மாதிரி வளைந்தது. முகம் தரையில் போய் முட்டியது. நாக்கை நீட்டினான். வெறும் தரை. நரநரவென்று மணல் குத்தியது. அசுத்தம் ஒட்டிக்கொண்டது. குறுக்கு நெடுக்காய்க் கோடு போட்டான். கோலம் போட்டான். சிலுவை வந்தது.

ஒருபடியாகத் தண்டனை நிறைவேறியது. டீச்சரின் முகத்தில் திருப்தி. முத்துசாமி நிமிர்ந்தான். அவனைப் போய் உட்காரச் சொன்னாள். அவனுக்கு வாய் கசந்தது. தண்ணீரை வைத்துக் கொப்பளிக்க வேண்டும்போல இருந்தது. டீச்சர் விட மாட்டாள். திரும்பத் திரும்ப அழுகை மட்டும் வந்தது.

இன்னொரு நாள் காலை நேரம். அதுவும் எட்டரைமணி சுமார்தான் இருக்கும். இன்னும் டீச்சர் வரவில்லை. பிள்ளைகள் இஷ்டம்போல விளையாடிக்கொண்டும் குதித்துக்கொண்டும் இருந்தார்கள். வெளியில் போய் சவ் மிட்டாய் வாங்கிவிட்டு அப்பந்தான் வந்து உட்கார்ந்தான் முத்துசாமி. பக்கத்தில் சந்தடி கேட்டுத் திரும்பிப் பார்த்தான். திக்கென்றிருந்தது. அந்தப் பையன் அன்னைக்கிக் காட்டிக் கொடுத்தானே, சிலுவை போட வைப்பதற்குக் காரணமாக இருந்தானே – அந்தப் பையன் ஒரு ஏடாகூடமான வேலையைச் செய்துகொண்டிருந்தான். பெஞ்சியில் தனியாக உட்கார்ந்து, தனது குஞ்சை வெளியில் எடுத்து வைத்துக்கொண்டு பார்ப்பதும், கம்புக் குச்சால் தட்டுவதுமாய் இருந்தான். முத்துசாமிக்கு அருவருப்பு உண்டாயிற்று. "சைய்" என்றான். முகம் சுழித்தான். நிலைமை ரொம்பவும் மோசமானதை உணர்ந்த பையன் பயந்துபோனான். அவசர அவசரமாய் அதைத் தூக்கி டவுசர்க்குள் வைத்துக்கொண்டான். பயம் வந்தது. எங்க அன்னைக்கி நம்ம சொல்லிக் கொடுத்து அடி வாங்கிக் கொடுத்த மாதிரி இவனும் நம்ம சொல்லிக் கொடுப்பானோ என்று முகம் அஞ்சியது. முத்துசாமியும், "பாரு ... பாரு ... உன்ன டீச்சர்கிட்ட சொல்லிக் கொடுக்கேன்" என்றான்.

அடைக்கலம் டீச்சர் சும்மா விட மாட்டாள். இந்தச் செயலுக்குத் தண்டனை கொடுப்பாள். தன்னை நாக்கினால் தரையில் சிலுவைபோட வைத்ததைப்போல, இவனைச் சக்கரையைப் பிடித்துக்கொண்டு தரையில் கோடுபோட வைப்பாளோ என்னமோ? நினைத்துப்பார்க்கவே பயமாக இருந்தது முத்துசாமிக்கு. நாக்குன்னாலும் பரவாயில்லை. ஈரப்பசை இருக்கும். வலி தெரியாது. சக்கரை என்னா வலி வலிக்கும். இரத்தம் வந்தாலும் வரும்.

முத்துசாமிக்குப் பழி வாங்கணும் என்கிற உணர்வு மங்கிப் போனது. “இந்தப் பயலக் காட்டிக் கொடுத்து நமக்கு என்ன கிடைக்கப் போகுது. டீச்சர் நாலு சாத்து சாத்துவாள். அந்த கோடு போடுகிற துன்பத்தைப் பார்க்க முடியாது. இது ரொம்பப் பாவம். என்னமோ அவன் குஞ்சத் தூக்கிப் பாத்து, தட்டிட்டான்” என்றெல்லாம் நினைத்து, காட்டிக் கொடுக்கிற எண்ணத்தைக் கைவிட்டான் முத்துசாமி. பெறவு திரும்பி உட்கார்ந்து அவனைப் பார்த்தான்.

“எவ்வளவு நாள்ல இப்டிக் காரியம் செய்கிற?”

“சும்மா வெளியில தூக்கி வச்சுப் பார்த்தேன். இப்ப டீச்சர்கிட்ட போய் சொல்லிக் கொடுத்திடாதலே.”

“நீ மட்டும் அன்னைக்கி என்ன சொன்ன?”

“தெரியாமே சொல்லிட்டேன்.”

“அன்னைக்கி மட்டும் நா அடிபடும்போது சிரிச்சே.”

“தப்பு . . . தப்பு . . .”

“என்ன தப்பு?”

“அப்படிச் சிரிச்சது.”

“அடுத்தாளுக்கு ஒண்ணுன்னா சிரிக்கிறது. தனக்கு ஒண்ணுன்னா அழுகுறது.”

முத்துசாமி அதோடு முடித்துக்கொண்டான். அந்தப் பையனைக் காட்டிக் கொடுக்கவில்லை. இருந்தாலும் இவனைக் கண்ட நேரமெல்லாம் அந்தப் பையன் பயந்தான். அதைப் பார்க்கிற போது சிரிப்பு சிரிப்பாய் வந்தது முத்துசாமிக்கு.

போன வருஷம் ஒன்னில் சேர்ந்திருந்த தம்பி, இந்த வருஷம் ரெண்டாப்பு வந்திருந்தான். அடைக்கலம் டீச்சரும், 'போடு தேங்காய்' மாதிரி முத்துசாமியை நாலாப்புக்குத் தூக்கிப் போட்டிருந்தாள். தம்பிக்கு எல்லாமே புதுசு புதுசாக வாங்கிக் கொடுத்தார்கள். இது வேணும், இது வேணும் என்றெல்லாம் வாயைத் திறக்கவில்லை முத்துசாமி. வாங்கிக் தந்தா தாங்க. இல்லன்னாப் போங்க என்பதைப்போல இருந்தான்.

முத்துசாமிக்கு நல்லாவே தெரிந்து போயிற்று. படிப்பில் நம்ம மண்டு. படிக்காத பிள்ளைக்கு யார், என்னத்த வாங்கிக் கொடுப்பார்கள், எதைத் துணிந்து கேட்க முடியும்? ஆறுமுகம் அப்படியில்லை. அவனுக்கு ஒருமுறை சொன்னால் போதும், மனசில் பதியும். எல்லாமே தலைகீழ்ப் பாடம். கோமதி

அக்காவும் தம்பிக்குப் பாடம் சொல்லிக்கொடுக்கும்போது ரொம்ப சந்தோஷமாய் இருப்பாள், அப்பா தட்டிக் கொடுத்தார். அம்மாவுக்கு மகிழ்ச்சி. உச்சி முகர்ந்தாள். மூத்த பையன் உருப்படாத கழுதை, அடுத்தது பொம்பளைப் பிள்ளை. இவன் மண்டாக இருக்கிறதுதான் அம்மாவுக்கு ரொம்ப வருத்தம். அடுத்தவன் நல்லா படிக்கணும் கடவுளே என்று வேண்டிக் கொண்டாள். ஐந்தாவது வயித்தில் உண்டாகியிருந்தாள்.

நான்காம் வகுப்பு டீச்சர் ரொம்ப மோசம். இதற்கு முன்னே படிச்ச டீச்சர்களைப் போல இல்லை. எப்பமும் கடுகடுப்பு. இந்தச் சின்ன வயசுக் குமரிக்கு இவ்வளவு கடுகடுப்பு ஆகாதுதான். ஓடித்திரிந்து விளையாடுகிற குழந்தைகளுக்குண்டான உலகம். அந்த அன்பு, பாசம், நேசம், சந்தோஷம் எதுவும் அவளுக்குப் புரியவில்லை . உடம்பை மட்டும் கட்டுத் திட்டாய் வைத்திருந்தாள். அதற்கேற்ற வளர்த்தி. மெல்லிய புடவை, முகத்தில் கண்ணாடி. படித்து முடித்த கையோடு வேலைக்கு வந்திருந்தாள். டீச்சராக வருவதற்கு மரகதம்பாப்பாவுக்குக் கணிசமான தொகையைக் கொடுத்தாளாம். வேலைப் பளு ஜாஸ்தி. மற்ற வயசான டீச்சர்களின் செட் நோட்டுகளை அவள்தான் திருத்திக் கொடுத்தாள். எந்த வேலையையும் தட்டாமல் செய்தாள். எங்க நம்மல எதுவும் சொல்லிவிடுவாங்களோ என்ற பயம் அவளுக்கு இருந்தது.

வசதியான வீட்டுப் பிள்ளைகளின் அழகான உடைகளைப் பார்த்து முகம் மலர்ந்துகொண்டாள். நன்றாகப் படிக்கிற குழந்தைகள் அவளுக்கு வேண்டியவர்கள். கொஞ்சம் படிப்பு கம்மியான பிள்ளைகளை அவள் வெறுத்தாள். பொம்பளைப் பிள்ளைகள் இரட்டைச் சடைப் போட்டுக் கொண்டு வந்தால் அவளுக்குப் பிடிக்காது. பையமார்களைக் கண்டால் வள்ளுசா ஆகாது. எவனும் பம்பரம், கோலிக்காய் என்று வைத்திருந்தால் உடனே பிடுங்கிவைத்துக்கொள்வாள். திருப்பித் தர மாட்டாள். படிக்காத பிள்ளைகளை, “மாப்புள்ள வா மாப்புள்ள வா” என்று தான் கூப்பிடுவாள். கூப்பிட்டதும் காணாதென்று பிடித்து வைத்து அடிப்பாள் ராட்சஸி.

அப்படிக் கூப்பிடும்போது உடம்பெல்லாம் நடுங்கும். போகாட்டி எழுந்து வந்து அடிப்பாள். பயந்துகொண்டு போகும்போதே அழுகை வந்துவிடும். கேவிக் கேவி அழுகிற பிள்ளையைக் கிட்டக் கூப்பிட்டு கொட்டுவாள். “இந்தக் கணக்க செய்யிலே” என்று அடிவயிற்றைப் பிடித்துக்கிள்ளுவாள். அம்மா அப்பாடி என்றாலும் விடமாட்டாள். உயிர் போகும். சிரித்து மகிழ்ந்து ஆட்டமெல்லாம் அங்கே முடியாது. படிக்கிற பிள்ளைகள்

வழக்கம்போல தப்பித்துக்கொண்டனர். முத்துசாமியின் பாடு படு திண்டாட்டம். அந்த ஒரு வருஷம் பட்டபாடு போதும் போதுமென்றாகி விட்டது .

புதிய கல்வியாண்டில் தலைமை ஆசிரியர் பெயர்ப் பட்டியலைத் தூக்கிக்கொண்டு வந்தார். வகுப்பறை அமைதியாக இருந்தது. ஸார் முகத்தைத்தான் பிள்ளைகள் பயபக்தியோடு பார்த்தனர். மனசுக்கு மகிழ்ச்சியும் துள்ளலும் வரப்போகிறது. புதிதாக ஐந்தாம் வகுப்பு. புதிய டீச்சர். புதிய இடம். புதிய பவுண்டன். புதிய நோட், புதிய புத்தகம். இந்த சந்தோஷத்துடன் அடுத்த கணத்தை எதிர்பார்த்தனர். தலைமை ஆசிரியர் பக்கங்களைப் புரட்டினார். வரிசைப் பிரகாரம் பெயர் வாசித்தார். அவர் வாசிக்க வாசிக்க, "நா . . . பாஸ், நா . . . பாஸ்" என்று கிளாஸ் பிள்ளைகள் ஓட்டமும் நடையுமாகப் பைக்கட்டைத் தூக்கிக்கொண்டு ஓடினார்கள் அஞ்சாம் கிளாஸ்க்கு. தன்னுடைய பெயர் இன்னா வரும், அன்னா வரும் என்று ஏமாந்து போனான் முத்துசாமி. மாப்பிள்ளை பெஞ்சில் உட்கார்ந்திருந்தவர்களின் பெயர்கூட வாசிக்கப்பட்டது. போன வருஷம் பெயிலானவர்கள் கூட பாஸ். முத்துசாமி பெயர் வரவில்லை . அவன் இருந்த இடத்தில் இருந்தான்.

தனிமை வாட்டியது. துணைக்கு ஒருவருமில்லை. பெஞ்சுகளெல்லாம் காலியா கிடந்தன. பிள்ளைகளைக் காணோம், பைக்கட்டுகளைக் காணோம். தலைமை ஆசிரியர் அடுத்த வகுப்புக்குப் போய்விட்டார். டீச்சர் மட்டும் அடுத்த வகுப்பு சாரோட குனட்டிக் குனட்டிப் பேசிக்கொண்டிருந்தாள். அவள் சிரிக்கிற சத்தம்தான் அறையில் நிறைந்திருந்தது. பொலுபொலுவென்று கண்ணீர் வடிந்தது, முத்துசாமிக்கு. டீச்சர் இவ்வளவு மோசமாக இருக்கக் கூடாது. இப்படி பெயிலாக்கிவிட்டாளே பாதகத்தி, அவள் ஈவு இரக்கமில்லாத குணத்தை நினைத்து நினைத்து அழுதான். "ஊட்டுல கேட்டா என்ன சொல்ல" என்று நினைக்கிறபோது தொண்டை அடைத்தது. மேலும் மேலும் அழுகை கூடியது.

மூன்றாம் வகுப்பில் பாஸாகிய பிள்ளைகள் நான்காம் வகுப்புக்கு வந்தனர். எல்லாமே சின்ன சின்ன பிள்ளைகள். பிஞ்சு விரல்கள். புதிய முகங்கள். சிரித்து ஆட்டம் போடுகிற சந்தோஷம் அவர்களிடம் பொங்கி வடிந்தது. கலகலவென்ற பேச்சொலியை, "அமைதி அமைதி" என்று டீச்சர் அடக்கினாள். பிரம்பை மேசையில் தட்டிக்கொண்டே, நாற்காலியில் வந்து உட்கார்ந்தாள். ஒவ்வொரு பிள்ளையாகக் கூப்பிட்டு விசாரித்தாள். அந்தக் குழந்தையின் பெயர், அதன் அப்பா பெயர், அம்மா

பெயர், வீடு, தெரு என்று எல்லா விவரங்களையும் கேட்டு அறிந்தாள். முத்துசாமிக்கு உட்கார்ந்திருப்பது சிரமமாய் இருந்தது. அழுகையைக் கஷ்டப்பட்டு அடக்கிக்கொண்டான். முகம் வீங்கிப் பார்க்கப் பரிதாபமாய் இருந்தது. டீச்சர் எதிர்பார்க்காத நேரத்தில் திடீரென்று ஓட்டம் பிடித்தான். "ஏய் . . . ஏய்" என்று கத்தினாள். பதற்றத்தோடு எழுந்து வந்தாள். பிள்ளைகளெல்லாம் திகைத்துப் போனார்கள்.

முத்துசாமி திரும்பிக் கூடப் பார்க்கவில்லை. ஓடிவந்து மட்டக்கடையில்தான் வந்து நின்றான். திரும்பவும் அழுகை அழுகையாய் வந்தது. சட்டையைத் தூக்கித் துடைத்துக் கொண்டான். கடை வீதியை வேடிக்கை பார்த்தான். போய் வருகின்ற ஆட்கள், கார் வண்டிகள் எல்லாமே ஆறுதலைத் தந்தன. பிரச்சினைகளை உதறிவிட்டு நடப்பதற்கு இதமாய் இருந்தது. காலாற நடக்க நடக்க சுகமாய் இருந்தது. பூட்டிக் கிடந்த கடை வாசலில் உட்கார்ந்தான். பழைய துக்கம் எட்டிப் பார்த்தது. சங்கடத்துடன் நிமிர்ந்து பார்த்தான். ஒரு பஸ் வேகமாக வந்து நின்றது. ஆட்கள் இறங்கினார்கள்; ஏறினார்கள்; பஸ் போயிற்று. அதன் புகையெல்லாம் குறைந்து போன பெறவு, அந்த வழியாய் ஆரோக்கியம் வருவது தெரிந்தது. வந்தவன் முத்துசாமியைப் பார்த்தான்.

"முத்துசாமி எங்கே இங்குன உக்கார்ந்திருக்க . . .?"

"டீச்சர் என்ன பெயிலாக்கிட்டாலே."

"பெயிலா!"

"ம்."

"அதுக்கென்ன ஊட்டுக்குப் போ."

"ஊட்டுக்குப் போனா அடி வுழும்."

"அப்பம் என்ன செய்யப் போற?"

"நீ எங்க போற?"

"கடற்கரைக்கு."

"எதுக்கு?"

"வெறவு பெறக்க."

"நீ பள்ளிக் கூடத்துக்குப் போகலையா?"

"எங்கம்மா போக வாண்டாம்ன்னுட்டா."

"கடற்கரைக்குப் போனா நெறைய வெறகு கெடைக்குமா?"

“கெடைக்கும்.”

“வெறவு ஓங்க ஊட்டுக்கு எரிக்கையா?”

“இல்ல.”

“எதுக்கு ?”

“விக்க”

“எந்தக் கடையில விப்பே?”

“கடலைக் கடையில.”

ஆரோக்கியத்தின் பேச்சுத் துணை முத்துசாமிக்குப் பாரம் இறக்கிவைத்தாப் போல இருந்தது. களைப்பு தெரியவில்லை. பேய், பிசாசு, அவ விளங்குவளா, அவ புள்ள வெளங்குமா, நாசமாப் போக, செத்துப் போக, முண்ட, இன்னும் என்ன என்னலாமோ திட்டிச் சபித்த மனசு அமைதி அடைந்தது. சட்டென்று ஒரு பாசமும் நெருக்கமும் ஆரோக்கியத்தின் மேல் ஏற்பட்டது.

“நானும் கடற்கரைக்கு வரட்டா?”

“நீ அங்க எதுக்கு?”

“சும்மா.”

“வேண்டாம், ஊட்டுக்குப் போ.”

“இப்பம் ஊட்டுல ஒருத்தரும் இருக்க மாட்டாங்க.”

“அங்க வெயில் சுள்ளுன்னு அடிக்குமே.”

“பரவாயில்ல.”

“எனக்கென்ன, அப்பம் வா.”

நன்றியோடு எழுந்தான் முத்துசாமி. ஆரோக்கியம் பின்னால் நடந்தான். ஆரோக்கியம் கையில் பெரிய கடவாய்ப் பெட்டி வைத்திருந்தான். சுற்றிவர நாரை வைத்துப் பின்னப்பட்ட கனமான பெட்டி அது. அதைத் தூக்கிக் கையிலும் தலையிலும் மாறிமாறி வைத்துக்கொண்டு நடந்தான்.

ஆரோக்கியம் ஒரு வகையில் சொந்தம். அது எந்த வகை என்றுதான் தெரியவில்லை முத்துசாமிக்கு. அவனைப் பார்க்கிற நேரமெல்லாம், “வாரும் மச்சான், வாரும் மச்சான்” என்றுதான் கூப்பிடுவாள் ஆரோக்கியத்தின் அம்மா. அந்த மரியம்மக்காளைப் பார்க்கிறதுக்கு வெக்கமாய் இருக்கும் முத்துசாமிக்கு. சத்தங்காட்ட மாட்டான். தலைகுனிந்தபடியே போய்விடுவான். என்ன உறவு இது மச்சான், கிச்சான்?

மட்டக்கடையைக் கடக்கிற சமயம் ஆரோக்கியம், "இங்குன கொஞ்சம் நில்லு" என்றான். முத்துசாமிக்கு எதுக்கென்று புரியவில்லை. "எங்க போற" என்றான். அதற்குள் ஆரோக்கியம் பெட்டியைப் போட்டுவிட்டு பிள்ளையார் கோவிலைத் தாண்டிப் போய்விட்டான். முத்துசாமி அவன் திரும்பிவரும்வரை நின்றான். ஆரோக்கியம் திரும்பிவரும்போது கையில் ஒரு ஓலைக் கொட்டான் இருந்தது. சுற்றிலும் கருப்பட்டிக் கசிவுகள். தொட்டுத் தொட்டு நக்கிக்கொண்டான் ஆரோக்கியம்.

"வா போவோம்."

"இந்தக் கொட்டான் எதுக்கு?"

"வெறகு பெறக்கிப் போட."

"எங்கக் கெடச்சது?"

"ஞானமணி நாடார் கடையில், கேட்டு வாங்கினேன்."

"நால்லாம் கேட்டாத் தரமாட்டுக்காரு."

"எங்கம்மெ அவுரு கடையைத் தூத்துத் தொளிக்கும். அதுனாலேத்தான் தந்தாரு."

"ஒங்கம்மாவுக்குச் சம்பளமா?"

"ஏதாவது பாத்துக் கொடுப்பாங்க."

"ஒம்பாடுத் தேவலெ."

"என்ன?"

"நீ சாலியா பள்ளிக்கூடத்த வுட்டுட்ட."

"அய்யய்யோ . . . அப்டியெல்லாம் சொல்லாத."

"போலே . . . அவ டீச்சரா, ஒரு வருஷம் மாட்டிக்கிட்டுப் பட்டப்பாடு போதும்."

"அப்பம் பள்ளிக்கூடத்துக்குப் போக மாட்டியா?"

" . . ."

"என்ன பேச மாட்டக்க?"

"ஊட்டுல என்ன சொல்லப் போறாங்களோ . . . அத நெனச்சாத்தான் பயமாயிருக்கு."

"அந்த டீச்சர் என்ன கடிச்சா திங்கப் போறா?"

"அதெல்லாம் திங்கமாட்டா. தெனமும் அவ மொகரக் கட்டையில முழிக்கணுமே. அத நெனச்சாதான் கவலையா இருக்கு."

"கவலையெல்லாம் படாதெ. ஒழுங்காப்படி."

"படிப்பு வர மாட்டுக்குலே."

"வராட்டா என்ன, ஒன்னத்தான் ஒங்க வூட்டுல படிக்க வப்பாங்களே. சும்மா பள்ளிக்கூடம் போ . . ."

இருவரும் பேசிக்கொண்டே வாடித்தெரு முக்கைக் கடந்தார்கள். காளியப்ப பிள்ளை தெருவைக் கடந்து, சன் பீட்டர் கோவில் சந்துவழியாக நடக்கும்போதே கடற்கரைச் சாலை தெரிந்தது. ஒரு லாரி வேகமாய் கடந்து போனது. ஆட்கள் நடமாட்டம் இல்லை . பக்கத்தில் இருக்கிற ஹார்வி மில் ஓடுகிற சத்தம் அமுங்கிக் கேட்டது. சோம சுந்தரம் டீச்சர் டிரைவிங் ஸ்கூலைக் கடக்கும்போது நேரு பூங்காவில் நெருக்கமாக இருந்த வேப்பமரங்களின் காற்றோடு கடலில் இருந்து வரும் காற்றும் சேர்ந்துகொண்டது. ரோட்டில் வெக்கை தெரியவில்லை. அந்தப் பிரமாண்டமான நூற்பாலை அலுவலக வாசல் முன்னால் சில சைக்கிள்களும் கார்களும் நின்றன. பெரிய இரும்பு வாசலில் ஒன்று திறந்திருந்தது. காக்கிச் சட்டை அணிந்த வாட்சுமேன் விரைப்பாக நின்றான். தூரத்தில் கடல், குளம் மாதிரி கிடந்தது. சின்ன சின்ன அலைகள் கரையைத் தொட்டுத் தொட்டுப் போயின. பாலத்துக்கரையில் மிதக்கிற தோணிகளின் பாய்மரங்கள் உச்சமாய்த் தெரிந்தன. கடற்கரையோரம் டொக்டொக்கென்று அடிக்கிற சத்தமும், பலகைகளைத் தூக்கிக் கொண்டு போகிற மும்முரமும், ஆட்கள் அவசரமாய்ப் போவதும் வருவதுமாய் புதுசாய் மூணு தோணிகளைச் செய்கிற வேலைகள் நடந்துகொண்டே இருந்தன.

கடற்கரையை நெருங்க நெருங்க வேலை செய்கிற ஆட்களின் பேச்சொலியும், சம்மட்டியால் அடிக்கிற ஓசையும், மரங்களைத் தூக்கிப் போடுகிற சத்தமும் காதைத் துளைத்தன. அந்தப் பக்கமாகக் கடலில் கலக்கும் சாக்கடையிலிருந்து துர்நாற்றம் வீசியது. கண்ட மேனிக்கு மரங்கள் கிடந்தன. கோடாரியைக் கொண்டு தொழிலாளிகள் மரங்களைச் செதுக்கிக்கொண்டிருந்தனர். பெரிய பள்ளத்தில் பெரிய பெரிய உருட்டு மரங்களை அறுக்கும் வேலைகள் நடந்தன. கனமான மரப்பலகைகளைத் தோணியில் பொருத்தும் வேலைகளைக் கவனமாகச் செய்துகொண்டிருந்தனர். வெட்டப்பட்ட மரத்துண்டுகளும் செதுக்கிவிழுந்த சிராய்களும் கேட்பாரில்லாமல் கிடந்தன. பலகைக் குவியல், கம்பிக் குவியல், ஆணிக்குவியல், விறகுக் குவியல், வெட்டப்பட்ட மரங்களின்

சிராய்களையும் துண்டுகளையும் காவல்காரத் தம்பதிகள் நார்க் கூடையில் அள்ளிக்கொண்டிருந்தார்கள். புருஷன் அள்ளி விட, பொண்டாட்டி போய்த் தட்டிக்கொண்டிருந்தாள். சாயந்திரம்வாக்கில் விறகு வாங்க ஆட்கள் வரும். இந்தச் சம்பாத்தியம்தான் அவர்களின் காவல்கார உத்தியோகத்துக்குச் சம்பளம். முதலாளியும் அப்படியே பேசிக்கொண்டார். அவர்களின் பிழைப்பே இதுவானபோது, எப்படி மற்றவர்களைச் சும்மா எடுக்கச் சம்மதிப்பார்கள்?

ஆரோக்கியம் பதுங்கிப் பதுங்கி விறகைப் பொறுக்க ஆரம்பித்தான். அவனைப்போல ரெண்டு பையமார்களும் விறகை பிறக்கிக்கொண்டிருந்தார்கள். காணாத குறைக்கு ஒரு கிழவியும் வந்து சேர்ந்தாள். ஆட்களைப் பார்த்துப் பார்த்து விறகைத் திருட வேண்டியதாயிற்று. வேலையாட்களிடம் நாசுக்காகப் பேச்சுக் கொடுத்து குனிந்து, சிரித்து, அசடு வழிந்து, என்ன சொன்னாலும் கேட்டுக்கொண்டு, அடித்தால்கூட பட்டுக் கொள்ளும் சாமர்த்தியம் இதற்குத் தேவைப்பட்டது. ஆரோக்கியம் நெளிந்து குனிந்து விறகைப்பொறுக்கினான். பொறுக்கிப் பொறுக்கி ஒரு மறைவிடத்தில் கொண்டுவந்து சேர்த்தான்.

முத்துசாமியைக் காவலுக்குவைத்துவிட்டுத் திரும்பவும் போனான். காக்காய் விரட்டுவதைப்போல, பையமார்களைக் காவல்காரத் தம்பதிகள் விரட்டினார்கள். ஆரோக்கியம் தூரமாய் ஓடிப் போனான். பெறவு பதுங்கிப்பதுங்கி வந்தான். தலை தெரியாமல் விறகைச் சேர்த்தான். எல்லார் கண்ணிலும் மண்ணைத் தூவிட்டு. ஆரோக்கியம் விறகைச் சேர்ப்பது ஆச்சரியமான விசயம். அதற்கு அசாத்தியமான தைரியம் வேண்டும்; இல்லையென்றால் முடியாது. முத்துசாமிக்குப் பார்க்கப் பார்க்கப் பயமாய் இருந்தது.

மணி ஒண்ணுக்கெல்லாம் பெரிய பெட்டியும், சின்னக் கொட்டானும் நிறைந்து போயிற்று. பெரிய பெட்டி விறகை மிதிமிதி என்று மிதித்தான் ஆரோக்கியம். ஒன்னக் கஷ்டப்பட்டு தலையில் தூக்கிவைத்துக்கொண்டான். “கொட்டானை நா வைச்சுக்கிடட்டா” என்றான் முத்துசாமி. “வேண்டாம் எங்கையில கொடு” என்று வாங்கிக் கொண்டான் ஆரோக்கியம். அதை ஒரு கையில் தொங்கலாக வைத்துக்கொண்டான். “போவோமா” என்றான். எண்ணெய்யில்லாத தலைமயிர்கள் மஞ்சளாக மின்னியது. பித்தான்கள் இல்லாத சட்டைகள் இருபுறமும் காற்றில் படபடவென்று அடித்துக்கொண்டன. கறுத்த மார்புக் கூடு வேர்த்தது. ஆரோக்கியத்தைப் பார்க்கப் பாவமாக இருந்தது முத்துசாமிக்கு; பேசிக்கொண்டே நடந்தான்.

“ஊட்டுக்குத்தானே?”

"நேர மட்டக்கடைக்குப் போயி, இத கடலைக் கடையிலப் போட்டுட்டு ஊட்டுக்குப் போவோம்."

வந்த பாதைக்கே இருவரும் மட்டக்கடைச் சந்திப்புக்கு வந்தனர். நேராகக் கடலைக் கடைக்குத்தான் போனான் ஆரோக்கியம். ஒரு கரையில் நின்றுகொண்டான் முத்துசாமி. கல்லாவில் உட்கார்ந்திருந்த ரத்தினசாமி நாடார், உள்ளே திரும்பி யாரையோ கூப்பிட்டார். அதற்குள் கடையில் சாமான் வாங்க ஆள் வந்துற்று. காசை வாங்கிப் போட்டுட்டு, பொட்டணம் மடித்துக் கொடுத்தார். ஒரு வேலையாள் இறங்கி வந்தான். விறகைப் பார்த்துவிட்டு குத்துமதிப்பாய் ஏதோ சொன்னான். நாடார் அந்தக் காசைக் கொடுத்தார். பேசாமல் வாங்கி, ஆரோக்கியம் பத்திரமாக டவுசர் பாக்கட்டில் போட்டுக்கொண்டான். "அண்ணாச்சி கொஞ்சம் கடலை கொடுங்க" என்று கேட்டான். நாடாரின் முகம் சுருங்கியது. அஞ்சாறு கடலையை அள்ளிக் கொடுத்தார். ரெண்டு கையையும் ஏந்தி வாங்கிக்கொண்டான். முத்துசாமிக்குத் தயக்கமாய் இருந்தது. ஒன்னும் பேசாமல் நடந்தான். ஆரோக்கியம் கொஞ்சம் வறுகடலையைக் கொடுத்தான். வாங்கி வாயில் போட்டுக்கொண்டான். இருவரும் தெருவை நோக்கி நடந்தார்கள்.

ஐந்து

கருவாடு சுடுகிற வாடை வீட்டில் நிறைந்திருந்தது. வாடை நாசியைத் தொட்டதும் வயிறு கூடக்கொஞ்சம் பசித்தது. உடம்பை நடுங்கவைக்கிற பயத்தையும் பதற்றத்தையும் கட்டுப்படுத்திக்கொண்டு வீட்டுக்குள் வந்தான் முத்துசாமி. அப்பா கட்டிலில் படுத்திருப்பதைப் பார்த்ததும், அக்கா சமையல்கட்டில் வேலையாக இருப்பதைப் பார்த்ததும் அழுகை வந்தது. திகைக்க வைத்தது. பூனைபோல வந்தான். அடுப்பில் தீ எரிந்துகொண்டிருந்தது. அக்கா இடுக்கியை வைத்துக் கருவாட்டைப் புரட்டிப் போட்டாள். "அக்கா நா பாஸ்" என்று ஆறுமுகம் ஓடி வந்தான். முத்துசாமிக்கு அழுகை முந்திக்கொண்டது. அவனுடைய வேதனையான முகத்தைப் பார்த்ததும் அக்காளுக்குப் புரிந்துபோயிற்று. அதட்டத் தோன்றவில்லை. வெந்த கருவாட்டை ஒரு தாளில் தூக்கிவைத்தாள். கருகிய செவிலைச் சுரண்ட ஆரம்பித்தாள். அது கன்னங்கரேல்னு தாளில் விழுந்தது. அவனை விட்டு வேறு ஒரு தாளை எடுத்து வரச்சொன்னாள். முத்துசாமி வீடு முழுவதும் தேடி ஒரு பழைய துண்டு நியூஸ் பேப்பரை எடுத்துக்கொண்டு வந்தான். அதை வாங்கிச் செல் சுரண்டியால் கருவாட்டைத் தூக்கி வைத்தாள். கருவாட்டுக் குப்பை சேர்ந்த தாளை அப்படியே சுருட்டி, அவனிடம் கொடுத்து வெளியில் போட்டுவரச் சொன்னாள். அவனும் போட்டுவிட்டு வந்தான்.

அப்பா எழுந்துபோய்க் கைகால்களைக் கழுவிட்டு வந்தார். அக்கா எல்லா ஏனத்தையும் அலசி

வைத்தாள். பானையில் கிடந்த பழையதைப் பகிர்ந்து ஊத்தினாள். வட்டமாக உட்கார்ந்து சாப்பிட்டார்கள். சாப்பிடும்போது அக்கா, முத்துசாமி பெயிலாகிப் போன விஷயத்தைச் சொன்னாள்.

அப்பா சாப்பிடுவதை நிறுத்தினார். ஒரு பார்வை பார்த்தார். முத்துசாமிக்குப் பகீரென்றிருந்தது. நடுங்கினான். பொங்கின அழுகையை அடக்க முடியவில்லை. பார்ப்பதும் குனிவதுமாய் இருந்தான். சட்டையை இழுத்து முகத்தைத் துடைத்துக் கொண்டான். அவனைப் பார்க்க அவருக்குக் கூட கஷ்டமாய் இருந்தது. வருகிற கோபத்தை அடக்கிக்கொண்டார்.

"நீ நாலு எழுத்து படிச்சாத்தானலெ . . . நல்லது. ஒரு நல்லயிடத்துலே இருக்க முடியும்."

முத்துசாமி சத்தம் காட்டவில்லை. தொண்டைக் குழியில் சிக்கியிருந்த கஞ்சியோடு, அப்பாவை நிமிர்ந்து பார்த்தான். கண்களில் சோகமும் கலவரமும் படர்ந்துபோய் இருந்தது.

"நல்லாப் படிக்கணுமுல்ல . . . எதுக்கும் கவலப்படக்கூடாது. படிக்கிறதுக்குன்னு ஒரு தைரியம் வேணும். தெரிஞ்சுதா. . ?"

"ம்."

"நீ படிச்சா, உனக்கு நல்லது."

"படிப்பியா?"

"ம்."

"எல்லாத்துக்கும், ம் . . . ம் . . . ன்னு தலையாட்டு. பெறவு படிக்காத. சொல்லிக்கொடுத்ததையெல்லாம் மறந்து போ."

இடையில் அக்கா இப்படி சொன்னதும், சாப்பிட முடியவில்லை முத்துசாமிக்கு. எழுந்துபோய்விடலாம்போல இருந்தது. ஒரேயடியாய்த் தளர்ந்து போனான். அப்பாவும் சாப்பிட ஆரம்பித்தார். பசி கிள்ளியது. கஞ்சியைக் குடிக்க ஆரம்பித்தான். கருவாட்டுச் சுவைக்குப் பழையது வேகமாய் இறங்கியது.

மணி ஒன்னரைக்கெல்லாம் அக்கா, பள்ளிக்கூடம் புறப்பட்டுப் போனாள். தம்பியும் பைக்கட்டைத் தோளில் மாட்டிக் கொண்டு, அவன் பாட்டுக்குப் போனான். பள்ளிக்கூடம் போகணுமே என்றதும், சிரமமாய்த்தான் இருந்தது முத்துசாமிக்கு. எப்படி போக, போனால் டீச்சர் என்ன சொல்வாள்? அவளே மோசமான மனுஷி. கூப்பிட்டுவைத்து அடித்தாலும் அடிப்பாள். பழைய பிள்ளைகள் என்றாலும் பரவாயில்லை. எல்லாமே புதுப்புதுப் பிள்ளைகள். டீச்சரின் குணம் எப்படியென்று அறியாத பிள்ளைகள். குறும்புச் சேட்டைகளையும் ரகசியமாய்ப்

பேசுவதையும் துள்ளுவதையும் அடக்கிவைத்திருக்கிற பிள்ளைகள். இதெல்லாம் அந்த சிலுப்பட்டை டீச்சருக்குத் தெரியாது. அவள் கோபம்தான் அவளுக்கு. வகுப்புக்குள் போனால் அவளுடைய கட்டுப்பாடுகளிலிருந்து மீள முடியாது. அடுத்த யுத்தத்துக்குத் தயாராகணும். என்ன செய்வது என்று குழம்பிப் போனான். குழப்பத்தோடுதான் திண்ணையில் சாய்ந்து உட்கார்ந்திருந்தான். அப்பா அருகில் வந்ததைக் கூடக் கவனிக்கவில்லை. வந்தவர் ஒரு தட்டுத் தட்டினார்.

"என்னலே பள்ளிக்கொடத்துக்குப் போகலையா?"

"இல்லப்பா."

"என்னத்துக்கு?"

"ஒரு மாதிரியிருக்கு."

"இதுக்காகச்சுட்டி பள்ளிக்குப் போகாம இருக்க முடியுமா?"

"போகணும்."

"எப்பம்?"

"நாளைக்கி."

"இப்பம் போகலையா?"

"இல்ல."

"நாளைக்கி கண்டிசனாப் போவியா?"

"போவேம்பா."

அப்பா உள்ளே போய்க் கட்டிலில் படுத்தார். சின்னதூக்கம் தூங்கி எழுந்தார். மணி மூன்றரை சுமார்க்கு முகம், கை, கால்களைக் கழுவிட்டு, உடை மாற்றிப் புறப்பட்டார். இனிமேல் ராத்திரிதான் அப்பாவைப் பார்க்க முடியும். ஏழு, ஏழரை சுமார்க்குதான் வீட்டுக்கு வருவார். போகும்போது "ஊட்டப் பாத்துக்க. எங்கையும் போயிராதெ. அம்மா வரந்தட்டியும் இரி" என்று சொல்லிவிட்டுப் போனார்.

மணி நாலுக்குக் கையில் திருக்குச் செம்பும் பித்தளைத் தூக்குச் சட்டியும் ஆட ஆட பஞ்சும் தலையுமாய் வீடுவந்து சேர்ந்தாள் அம்மா. வழக்கமாய் வீடு பூட்டிக் கிடக்கும். சாவி நிலை மறைவில் இருக்கும். கையை விட்டு எடுத்துதான் பூட்டைத் திறப்பது அம்மாவின் வழக்கம். ஆனால் இன்னைக்கிக் கதவு திறந்துகிடப்பதைக் கண்டு அம்மா குழம்பினாள். ஆச்சி ஓலைக் காம்பவுண்ட்க்குப் போன பெறவு, முன்னே மாதிரி இப்பம்

வருவதில்லை. "இப்பம் வந்துட்டுப் போயிருப்பாளா . . ." என்று நினைத்தபடி வீட்டுக்குள் வந்த அம்மாவுக்கு முத்துசாமியைக் கண்டதும் ஒரே திகைப்பு.

"என்னல பள்ளிக்கொடத்துக்குப் போகலையா ?"

"போகல."

"என்ன விசயம் ?"

முத்துசாமி பதில் சொல்லவில்லை. அம்மா சீலையை மாற்றினாள். வயிறு கெத்து கெத்தென்றிருந்தது. எட்டு மாதமாகப் போகிறது. இன்னும் பத்து, இருபது நாட்கள் வேலை பார்ப்பாள். அதுக்குப் பெறவு லீவு எடுக்கணும். பேறுகால லீவுக்கு ஒரு மாசமோ ரெண்டு மாசமோ சம்பளம் உண்டு.

"என்ன நான் கேட்டுக்கிட்டு நிக்கேன். நீ ஓம்பாட்டுல்ல நிக்க."

"என்ன டீச்சர் பெயிலாக்கிட்டா."

அம்மா நிமிர்ந்து மகனைப் பார்த்தாள். அவன் குனிந்து நகத்தைக் கடித்துக்கொண்டிருந்தான். சட்டென்று கோபம் வந்தது. அப்பாவுக்கும் அக்காளுக்கும் வராத கோபம் அது. "படிச்சானாம் படிப்பு. நக்குன படிப்பு. நா நாய்ப்படாத பாடுபட்டுப் படிக்க வச்சா நீ பெயிலாகிட்டா வந்து நிக்க" என்றாள். நெஞ்சு துடித்தது. வேகமாக முதுகில் ரெண்டு வைத்தாள். வலி தாங்காமல் அழுதான் முத்துசாமி.

"எதுக்குல பெயிலான ?"

"அந்த டீச்சர் வேணும்னு பெயிலாக்கிட்டா."

"நீ படிக்கிற படிப்புக்கு ஒன்ன வேணும்னா பெயிலாக்கிட்டா ?"

தயங்கித் தயங்கிச் சுவரோடு போய் நின்றான். மூச்சு வெப்பமாய் வந்தது. ஏதாவது சொன்னால் அம்மாவுக்குக் கோபம் ரொம்பதான் வரும். சீண்டிச் சீண்டிப் பேசுகிற பேச்சைக் கேட்க முடியாது. உட்காரவைத்து அடியும் பேச்சுமாய்ப் பொழுது கழிந்துவிடும். இது முத்துசாமிக்கு நன்றாகவே தெரியும். வாயை மூடிக் கொண்டான். தன்னை ஆசுவாசப்படுத்திக் கொண்டான். ஒருவகையான வெறுப்பு மட்டுமே மிஞ்சிக் கிடந்தது. விடுதலை வேணும்போல இருந்தது. அது எப்படிப்பட்ட விடுதலை என்றுதான் தெரியவில்லை. நினைக்க நினைக்கப் பயம் கவ்வியது.

முற்றத்தைப் பெருக்க ஆரம்பித்தாள் அம்மா. சருவச் சட்டியில் தண்ணீர் கொண்டு போய்த் தெளித்துவிட்டு வந்தாள். அடுப்பைச் சுத்தப்படுத்தினாள். அவ்வளவு எரிச்சாம்பலையும் பழைய

குப்பை டப்பாவுக்குள் அமுக்கி அமுக்கி வைத்தாள். அலுமினியப் பானையை விளக்க ஆரம்பித்தாள். சாம்பலை வைத்து நன்றாகத் தேய்க்கும்போதே கோபம் கோபமாய் வந்தது. எதையோ சொல்லி முணுமுணுத்துக் கொண்டாள். உள்ளும் புறமும் சுத்தப்படுத்திய பானையில், செப்புக் குடத்துத் தண்ணீரைச் சரித்து ஊற்றினாள். அடுப்பில் சுள்ளியைப் பெறக்கி வைத்தாள். ரெண்டு சொட்டு மண்ணெண்ணெய் கைலாம்பில் இருந்து சரித்து ஊற்றினாள். தீயைப் பற்ற வைத்தாள். தீ கதகதவென்று எரியத் தொடங்கியதும், உலைப் பானையை அடுப்பில் வைத்து மூடினாள்.

இன்னைக்கி மில்லில் சரியான வேலை. நிற்கக் கூட நேரமில்லை. அவ்வளவு 'பாவிலும்' கழிந்தன. வெக்கை ஜாஸ்தி. லைன் மேஸ்திரி கனிநாடார் ஏறிட்டுக் கூடப் பார்க்க மாட்டேன்னுட்டான், படுபாவி. அவன் வைப்பாட்டி வட்டப் பொட்டு மாரியம்மாவுக்கு மட்டும் அடிக்கடி ஆட்களைப் போட்டு இழைகளைக் கட்டிக் கொடுத்தான். அவன்தான் அப்படின்னா, இந்த ஆளவந்தான்பிள்ளைக்கு அறிவு வேண்டாம்? அவுனுக்கு மேலே இந்த டாப் மேஸ்திரி. அவங்கிட்டக் கொணட்டி கொணட்டிச் சிரிக்கிற பொம்பளைகளுக்குப் பார்த்து ஆள் போட்டான். இந்தக் கொணட்டல், கேலி, சிரிப்பு, நக்கல் நமக்கு ஒத்துவருமோ? அந்த எடுப்பட்ட சிறுக்கிகளுக்குச் சரியாப்போகும். எவன் என்ன சொன்னாலும் பல்ல 'ஈ' ன்னு இளிச்சுக்கிட்டு நிற்பாளுவோ. இப்படிப்பட்டவனுக நமக்கு ஒண்ணும் ஆள் போட்டுக் கட்ட வேண்டாம். நல்லவேளை ஸ்பின்னிங் மாஸ்டர் வந்தார். மிஷின் மோசமாய்க் கிடப்பதைப் பார்த்து முகம் சுளித்தார். அப்படியே முகப்பில் நின்னுக்கிட்டார். எங்க கூப்பிட்டு விசாரிப்பாரோன்னு அம்மாளுக்கு ஒரே பயம். கெத்துகெத்தென்றிருக்கிற வயிற்றைத் தூக்கிக்கொண்டுபோய், அவர் முன் நின்று பதில் சொல்வதற்குள் போதும் போதுமென்றாகி விடும். முதலில் மாஸ்டர் லைன் மேஸ்திரியைத்தான் கூப்பிட்டார். சள்ளுபுள்ளுன்னு விழுந்தார். அவன் நடுங்கிப் போனான். ஆளவந்தான் பிள்ளையும் நிலைகுலைந்து நின்றான். பெறவு கடகடவென்று ஆட்கள் வந்தார்கள். திமு திமுன்னு நின்ற ஆட்கள் 'காஸ்கில்' சுற்றியிருந்த பஞ்சுகளையெல்லாம் அறுத்து எடுத்து, ஒண்ணுப்போல இழைகளைக் கட்டிக்கொடுத்துவிட்டுப் போனார்கள்.

மாஸ்டர் போன பின்னும் அம்மாவுக்குப் பயம் போகவில்லை. மேஸ்திரிமார்கள் எதை வேணுமானாலும் செய்யக் கூடியவர்கள் "இரு . . . இரு . . . எங்களை மாஸ்டர்க்கிட்டையாக் காட்டிக் கொடுத்த . . . ஒன்ன என்ன செய்கிறோம் பாரு" என்று பழிதீர்க்க அஞ்ச மாட்டார்கள். காட்டிக் கொடுக்கலாம். இல்லாததைச்

சந்தி ∽ 63 ∾

சொல்லிவைக்கலாம். இவள் வேலையைச் செய்யாமே நின்னுக்கிட்டிருந்தாள். அடிக்கடி கக்கூசுக்குப் போயிட்டு வர்றாள். அங்குன்ன நின்னுப் பேசுகிறாள், இங்குன்ன நின்னுப் பேசுகிறாள் என்று கோளும் குண்டானியும் சொல்லி, இல்லாததையும் பொல்லாததையும் இழுத்துவைக்கலாம். இந்த அதிகார ஆண் வர்க்கங்களிடம் போட்டிப் போட அசாத்தியமான தைரியம் வேண்டும். கவலையும் பயமும் ஏற்படலாகாது. இப்படியெல்லாம் நினைத்தால் தொழிற்சாலையில் வேலை பார்க்க முடியாது. அந்தத் துணிச்சல் அம்மாவிடம் இருந்தது. இந்தத் துணிச்சலை வைத்துக் கொண்டுதான், தன்னை எதிர்நோக்கும் சாதி உணர்வுகளையும் எதிர்த்து நின்றாள்.

அவுங்க அவுங்க ஜாதிக்கு ஒன்று என்றால் கூடிவிடுவார்கள். விட்டுக்கொடுக்க மாட்டார்கள். மற்ற சாதித் தொழிலாளர்களுக்கு நடுவில் ஒத்தைக்கு ஒருத்தி. பார்வதி அம்மாள் ஒரு பறைப் பொம்பளை. சாம்பாத்தி. மிகவும் கவனமாய் வேலை பார்க்க வேண்டும். இது என்ன வேலை என்று நினைக்கவும் கூடாது. இது மனிதனுக்கு – தொழிலாளிக்கு – கௌரவமாகுமா என்றெல்லாம் கேட்கக் கூடாது. கடைசியில் வாயைத் திறந்து விடக்கூடாது. மழுப்பி மழுப்பிச் சிரிக்கக் கற்றுக் கொள்ளணும். ஆட்களோட சப்போர்ட் பண்ணி நிற்க பழகிடணும். ஆனால் இதையெல்லாம் மீறி நிற்கலாம். பேசலாம். போயா . . . நானும் வேலைக்குத்தான் வந்திருக்கேன். நீயும் வேலைக்குத்தான் வந்திருக்கன்னு உரத்துப் பேசலாம். என்ன பிரயோஜனம்? முதலாளி யாரு? எங்க சாதி, எங்க சாதி சங்கத்துக்கு அவருதான் தலைவருன்னு மடக்கிக்கொண்டால் எல்லாம் போச்சு. இவ்வளவு நேரம் சண்டைப் போட்டு, கத்தி, படபடத்து, உடம்புதான் நொடிச்சுப் போகும். மனசும் குழம்பி மரியாதைக் கெட்டுப் போகும். அதற்காகக் கொணட்டிக்கிட்டு அலைய முடியுமோ? இது சூடு சுரணையில்லாத சிறுக்கிகளுக்குச் சரிபட்டுப் போகும். நமக்கு ஒத்துவருமோ . . ?

அம்மாவுக்கு வேர்த்தது. முந்திச் சேலையை இழுத்து கழுத்துப் பட்டையை அழுத்தித் துடைத்துக்கொண்டாள். பெரும் மூச்சு விட்டாள். மனதில் அசதியும் அவசரமும் கூடியது. வேலைகள் நிறையக் கிடக்கு. தொட்டியில் ஒரு சொட்டுத் தண்ணீ கிடையாது. கிடந்த தண்ணீரைக் கொண்டு கழுவிப் பெறக்கியாச்சு. தொட்டிச்சி மவள இன்னும் காணும். வந்தால் ரெண்டுக்குடம் தண்ணீ எடுத்து ஊத்துவாள். இருக்கிற செப்புக் குடம் தண்ணீரைச் சரித்து அம்மியைக் கழுவினாள். மசாலா அரைக்க ஆரம்பித்தாள். குழவியை இழுக்க இழுக்கப் பழைய ஞாபகம் வந்தது. எதையெதையோ நினைத்து மனசு குழம்பியது.

வாழ்க்கையின் மேல் உள்ள சலிப்பும் அதன் அடியும் வேதனையும் வாய்விட்டே புலம்பவைத்தன. சத்தமாகவே முணுமுணுத்துக் கொண்டாள்.

"ஒங்களுக்கெல்லாம் எங்க தெரியப் போகுது, நா பட்டக் கஷ்டம்? யார் கிட்டப் போய்ச் சொல்வேன். . ?"

சரக் கரக்கென்று குழவியை இழுத்தாள். சரிந்துகொண்டிருந்த மசாலாவை வழித்துவைத்தாள். திரும்பவும் அரைத்தாள். குழவியை இழுக்க இழுக்க முணுமுணுத்தாள்.

"சங்குவதி சாம்பாத்தி ... மின்னடிச் சாம்பான் சேர்த்து வைச்ச பணத்த களவாண்டுக்கிட்டு வராட்டா, நமக்கு இந்தப் பொழைப்பு வருமா? எங்க அய்யனைச் சும்மாச் சொல்லக் கூடாது. நல்ல உழைப்பாளி. அவரு தூத்துக்குடில வாக்கப்பட்டதுதான் தப்பு. இங்குன்ன வந்து இந்த எடுபட்ட சாம்பாத்தியைக் கட்டியிருக்க வாண்டாம்.

ஹைய் . . . அம்மா கதை சொல்லப் போகுது. அதுவும் ஆறுமுகநேரித் தாத்தா கதை. மின்னடிச் சாம்பான் கதை. கேட்க கேட்கச் சுகமாய் இருக்கும். எத்தனைமுறை கேட்டாலும் சலிக்காது. திரும்பத் திரும்பக் கேட்கலாம். இனி பயம் வேண்டாம். அம்மாவுக்கு அடிக்கக் கை வராது. எல்லாமே மறந்து போகும். அம்மாவுக்கும் இதுதான் ஆறுதலான விசயம். முணுமுணுக்கிற வாயின், இடையில் புகுந்து கதை கேட்டால், நிறைய நிறையச் சொல்வாள். கதையும் விரிவடையும். அது அகல விரிந்து, நீண்ட சரித்திரங்களைச் சொல்லும். அம்மா சொல்லச் சொல்லக் கேட்டுக் கொண்டேயிருக்கலாம். ஏன், எதுக்கு, எப்படி என்று கேட்டாலும் அதற்கும் பதில் சொல்வாள்.

முத்துசாமி அம்மாவின் முகத்தைப் பார்த்துக்கொண்டே இருந்தான். குறுகுறுவென்று மனசு சந்தோஷப்பட்டுக்கொண்டது. முகத்தைத் துடைத்துக்கொண்டான். ஆர்வமாய்த் திண்டின் மேல் வந்து உட்கார்ந்தான். பின் செத்தையின் மேல் ஒரு பூனை விருட்டென்று தாவி ஓடுகிற சலசலப்புக் கேட்டது. அதைக் கவனித்து, அம்மாவை நோக்கித் திரும்பினான்.

"எப்டிம்மா . . . ஆறுமுகநேரித் தாத்தாக்கிட்டேயிருந்து அம்புட்டுப் பணத்தையும் ஆச்சிக் களவு எடுத்துக்கிட்டு வந்துச்சு?"

"எங்கையாக்கிட்ட எப்பமும் முந்தியில துட்டு இருக்கும். வீரமுத்து நாடார் வயக்காட்டையெல்லாம் அவுருதான் 'தண்ணீ பார்வை'ப் பார்த்தாரு, அங்குன தெரிஞ்சு, இங்குனத் தெரியாமே காசுப் பணத்த சேர்த்துவைப்பாரு. மின்னடிச் சாம்பான் சேர்த்து

வச்ச அம்புட்டுப் பணத்தையும் சங்குவதி சாம்பாத்தி தூக்கிட்டுத் தூத்துக்குடிக்கு வந்துட்டா . . .”

“பெறவு?”

“பெறவு என்ன? மின்னடிச் சாம்பானுக்குக் கோபம் வராது. இதோட கண்டாரெவோழி தொலையட்டுன்னு, அந்த வீராப்போட காயாமொழிக்குப் போயி, அவுங்க அத்த மவளக் கட்டிக்கிட்டு வந்துட்டாரு.”

“ம்.”

“எனக்கும் காயாமொழிச் சாம்பாத்திக்கும் வள்ளுசாப் பிடிக்காது. எந்த நாளும் சண்டெதான். பாதகத்தி குடிக்கக் கஞ்சிக் கொடுக்க மாட்டா. உடுமாத்தத் துணி கொடுக்க மாட்டா. பாவாட கிழிஞ்சுப் போச்சுன்னா. தைக்க நூலு தரமாட்டா. ஊசி தரமாட்டா. சீல நூல உருவி உடை முள்ள வச்சுத்தான் தைக்கணும். எங்கைய்யா பொழுதடைஞ்ச பெறவு வூடு வந்தா, அவ ஆவலாதி சொல்லி முடியாது . . .”

“ஒரு நா சங்குவதி சாம்பாத்தி ஆறுமுகநேரிக்கு வந்தா, எங்க அம்மையப் பாத்து வாப்பாரினேன். ஏளா என்னையும் ஒங் கூடக் கூட்டிக்கிட்டுப் போன்னு அழுதேன். சரின்னா, அப்போமெல்லாம் இந்த மாதிரி பஸ்க எங்க உண்டு? ரொம்ப நாளைக்குப் பெறவு ஒரு பஸ் ஓடிச்சு. அதுவும் ஆறுமுகநேரிக்கு வராது. சிருவண்டம் பாதைக்குத் திருச்செந்தூர் போகும். அத நம்ப முடியாது. ஆட்க நடப்பாங்க. வசதியுள்ள ஆளுங்க வில்வண்டி கட்டிக்கிட்டுப் போகும். போகப் போக ஒரே உடங்காடு. கள்ளிச்செடி அப்டித்தான் வளர்ந்துபோய் இருக்கும்! பயமாயிருக்கும். கொலை கொள்ளை நடக்கும். நக நட்டுன்னு போட்டுக்கிட்டுப் போக முடியாது. குத்திக்கொன்னுட்டு அப்பிக்கிட்டுப் போயிவிடுவான் கள்ளன். இதெல்லாம் கடந்துதான் பட்டணம் போய்ச் சேர முடியும். அப்டித்தான் தூத்துக்குடிப் பட்டணத்துக்கு வந்து சேர்ந்தோம். நானும் எங்கம்மையும் . . .”

அம்மாவின் சன்னமான குரல் நீண்டுகொண்டே போனது. கேட்ட சமாச்சாரங்கள்தான். தெரிந்த விசயங்கள்தான். இருந்தாலும் ஒவ்வொரு முறை கேட்கும்போதும், புதுசு புதுசாய்க் கேட்பதுபோல இருக்கிறது. தெரியாத விபரங்களும் புதிய விசயங்களுமாய் அம்மாவின் குரலைக் காதுகளில் வாங்கிக்கொண்டே அங்குனத்துக்குப் போனான் முத்துசாமி. தொட்டிக்கடியில் கொஞ்சங்காணு தண்ணீ கிடந்தது. டப்பாவில் சேந்தி முகத்தைக் கழுவினான். கொடியில் கிடந்த துண்டை

எடுத்துத் துடைத்துக்கொண்டான். அந்தாலே விளையாடப் போய்விட்டான்.

அப்பாவும் அக்காவும் வந்தவுடன் இது விசயமாய் ஆலோசனை நடந்தது. அக்கா அடித்துச் சொன்னாள், "அவனைப் படிக்க வைங்கப்பா. இப்டி உட்டுட்டா உருப்படாமப் போய் விடுவான். பெறவு ஒண்ணும் செய்ய முடியாது." அப்பாவுக்கும் இது வாஸ்தவமாகத்தான் பட்டது. அம்மா திரும்பவும் புலம்ப ஆரம்பித்துவிட்டாள். அப்பாவுக்கு எரிச்சல் வந்தது. இப்படி புலம்புகிறவளிடம் எதைச் சொன்னாலும் எடுபடாது என்று அப்பாவுக்கு நன்றாகவே தெரியும். இருந்தாலும், "நீ ஏன் இப்டி கெடந்து புலம்பிக்கிட்டுக் கிடக்க" என்ற அப்பா யதார்த்தமாய்த்தான் கேட்டார். உடனே அம்மா சண்டைக்குக் கச்சம்கட்டிக்கொண்டாள். அவளுக்கிருக்கிற குழப்பத்தாலும் கவலையாலும் பழசெல்லாம் சொல்லி, அழ ஆரம்பித்துவிட்டாள் அம்மா.

கோமதிதான் எழுந்து அம்மாவை அமைதிப்படுத்தினாள். "ஒங்கள யாரு என்ன சொன்னா, நீங்க ஏன் இப்டி அழுகிறீங்க? செத்த வெளியிலப் போய் உக்காருங்க. நானும் அப்பாவும் பேசி ஒரு முடிவுக்கு வரோம். அப்புறம் ஒங்க முடிவே சொல்லுங்க" என்று அம்மாவைக் கூட்டிக்கொண்டுபோய் முத்தத்தில் இருக்கவைத்துவிட்டு வந்தாள். அம்மா முந்தியைப் பிடித்துக் கொண்டு ஆறுமுகமும் போனான், பைய முத்துசாமியும் எழுந்துகொண்டான்.

அம்மா முத்தத்தில் கால் நீட்டி உட்கார்ந்தவுடன், இருவரும் ஆளுக்கு ஒரு பக்கம் உட்கார்ந்துகொண்டார்கள். அம்மாவின் புலம்பலை உன்னிப்பாகக் கவனித்தால், ஆயிரம் கதைகள் இருக்கும் அதில். அது இருவருக்குமே தெரியும். அப்பாவோ அக்காவோ சொல்லாத கதைகளை, கேட்காத கதைகளை அம்மா சொல்வாள். கதைகளைக் கேட்கக் கேட்க வேர்க்கும். கண்களைக் கட்டிக்கொண்டு வரும். சலிப்பு தட்டாது. முகம் விரிந்து, தொண்டை வறண்டு தாகம் எடுக்கிறவரையிலும் கதை சொல்லிக்கொண்டேயிருப்பாள் அம்மா. கதை சொல்வதை மட்டும் நிறுத்த மாட்டாள். கேட்பவர்களுக்குப் பொறுமை வேண்டும். அசாத்தியமான தைரியம் வேண்டும். சின்னச் சின்னதாய்ச் சம்பவங்கள், வளர்ந்து ஆளான விதங்கள், பார்த்த வேலைகளின் அனுபவம், வாங்கிய சம்பளம், பொருளாதாரம், பொருளாதாரத்தில் வந்த நெருக்கடி, கணக்கு வழக்கு, அதைச் சீர் செய்வதற்குப் பட்ட கஷ்டம், நீ பிறந்தது, அவன் பிறந்தது, அக்கா பிறந்தது, அண்ணன் பிறந்தது, எல்லோரையும் வளர்க்கப்பட்ட

கஷ்டம். இவைகளையெல்லாம் மீறி இளவரசன் இளவரசியைக் குதிரையில் தூக்கிக்கொண்டு போன கதை. நாடோடிக் கதைகள், கேட்க கேட்கச் சுவைதான். எல்லாமே சொல்வதற்கும் ஒரு அனுபவம்தான்.

மக்கமார்களை அணைத்துவைத்துக்கொண்டாள் அம்மா. சேலை முந்தியை எடுத்து முகத்தைத் துடைத்துக்கொண்டாள். நிமிர்ந்து உட்கார்ந்துகொண்டாள். "ஏலே . . . ஏலே . . . வயித்த அமுக்கி விடாதீங்கலே" என்று எச்சரிக்கையும் செய்துகொண்டாள். நகண்டு உட்கார்ந்து, ஆறுமுகத்தைக் கால்மாட்டு அருகில் உட்காரச் சொன்னாள். அவனும் எழுந்து போய் உட்கார்ந்தான். அம்மா கதை சொல்லத் தொடங்கினாள். மெதுவாகத்தான் சொன்னாலும், ஒவ்வொரு வார்த்தையும் துல்லிதமாய் விழுந்தது.

"ஒங்க பூங்கோதைப் பெரியம்மா எட்டும் முட்டும் படிச்சா. டிரைனிங் ஸ்கூலுக்குப் போனா, டீச்சராகிட்டா. நா படிச்சதெல்லாம் வெறும் நாலாப்புதான், ஆனா அவளோட கை நெறையாச் சம்பளம் வாங்குறேன். எப்டி? நம்ம புருஷன் ஒரு கொத்தனாரு. புள்ளைக ஒண்ணுக்கு மூணாச்சி, நாளெப் பின்னே ஒன்னுன்னா, கையில நாலு காசியிருந்தாத்தான் ஊரு ஜனம் நம்ம மதிக்கும்னு மெல்லுக்கு ஓடிப் போனேன்.

" . . . அப்பந்தான் சின்னக்கோவில் வேல நடக்கு. தாழைவூருல இருந்து அஞ்சாறு ஆட்க சித்திர வேலைக செய்ய வந்திருந்தாங்க. நம்மத் தெருவுலருந்து சாந்து கொளச்சுக் கொடுக்க பொம்பளைங்க போய் இருந்தோம். அன்னைக்கிதான் ஒங்கப்பாவ பாத்தேன். மக்காநேத்தே, எங்கம்மைக்கிட்ட வந்து சொன்னாரு. நானும் வேலைக்குப் போகல்ல. எங்கம்ம இருக்கச் சொல்லிட்டா. அவிய அய்யாக்கிட்டத்தான் கேட்கணும்னு சொன்னதும், அவுரும் வுடலெ. ஆறுமுகநேரிக்குப் போய், எங்கையாவைப் பாத்தாரு. அவிய அய்யனும் எங்க அய்யனும் பெத்தா வழியில சொந்தம் . . .

மின்னடிச் சாம்பான் ரொம்ப நாளைக்குப் பெறவு தூத்துக்குடிப் பட்டிணத்துக்கு வந்தாரு, 'ஏளா . . . பார்வதி . . . ஒங்க அய்யன் . . . அன்னா அரச மூட்டுல்ல படுத்துக் கெடக்கான்'னு தொட்டிச்சிக் கிழவிதான் வந்து சொன்னா. நா ஓடிப் போயிப் பாத்தேன். பாவம் எங்கைய்யா. அம்மாஞ்சி மாதிரி படுத்திருக்காரு. ஒரு நாலு முழ வேஷ்டி. பழைய துண்டு. துட்டுப் பை முந்திக் கயித்துல இருக்கு. 'எப்பம்மைய்யா வந்திக, வாங்க நம்ம வீட்டுக்குப் போவோம்'னு கூப்பிட்டேன். 'வாண்டாம் நா அங்குன வரல்ல'ன்னு முட்டுல்லக் குத்த வச்சுக்கிட்டாரு. கல்யாணப் பேச்சு நடந்துச்சு. பெறவு எனக்கும் ஒங்க அப்பாவுக்கும் திரிச்செந்தூர் கோவில்ல வச்சுக் கலியாணம்."

“ம்.”

“நா கலியாணம் முடிஞ்ச பெறவு தாழையூருக்குப் போனேன், அவிய கருத்தா அத்தெ *சுள்ளெ வச்சுயிருந்தா. எங்க மாமா ஒங்க தாழைத்தாத்தாவுக்கும் ரெண்டு சுள்ளைங்க இருந்துச்சு. ஒங்கத் தாத்தா பெரிய குடிகாரு. குடிச்சாருன்னா அப்படிதான் குடிப்பாரு. கடற்கரைக்குப் போயி கா துட்டுக்கு, **சாளைன்னா, பெரிய வட்டுப் பெட்டி நெறையாக் கொடுப்பாங்க. அம்புட்டையும் அவிச்சுப் பக்கத்துல வச்சுக்கிடுறது. ஒன்னு ஒன்னாத் தின்னுத் தின்னு குடிக்கிறது. தகப்பனுக்கும் மவனுக்கும் ஆகாது. எப்பமும் ***பொச்சரிப்பு – அந்தச் சண்டையை நாங்கதான் போய் வழக்குப் புடிக்கணும். எங்கத்தைய சும்மாச் சொல்லக் கூடாது. புண்ணியவதி. வாய்த்தெறந்து ஒருவாத்த பேச மாட்டா. அவளுக்கும் பொத்து பொத்துன்னு அடி வுழும். விழுந்த அடியெல்லாம் வாங்கிட்டுக் கம்னு இருப்பா.

---

* சுள்ளை – சுண்ணாம்புக் காளவாசல்

** சாளை – மீன்

*** பொச்சரிப்பு – சச்சரவு

ஆறு

கருத்தா அத்தை – ஒங்களுக்கெல்லாம் அவளைத் தெரியாது – அவ சாகும்போது – கோமதி சின்னப்புள்ள, கையில இருக்கா. கருத்தாளுக்குப் புள்ளக்குட்டி ஒண்ணும் கெடையாது. நல்ல உழைப்பாளி, சுள்ளச் சுமந்தான்னா அப்படித்தான் சுமப்பா. அவ ஓடுகிற ஓட்டத்துக்கு யாரும் பெறத்தாலே ஓட முடியாது. சுள்ளை மட்டுமா போடுவா? அங்குனக் கூடியுள்ள நாடாக்கமார்க பனங்காட்ட *பாட்டம் எடுப்பா; ஆட்கள வுட்டு பதனி இறக்குவா; நாளு முழுச்சும் உக்கார்ந்து பயினிக் காய்ச்சிக் கருப்பட்டி ஊத்துவா. அவ ஊடு முழுக்க பானை பானையாக் கருப்பட்டித்தான் இருக்கும். அந்தப் பானைகளுக்கடியில் துட்டையும் ஒழிச்சு வச்சுருப்பா. ஒங்க அப்பா, ஒவ்வொரு பானையா நோண்டி நோண்டிப் பாத்து, அம்புட்டுக் காசுப் பணத்தையும் தூக்கிட்டுப் போயிடுவாரு. அத்தையும் சத்தம் போட மாட்டா, ஒங்கப்பான்னா, அவளுக்கு உசுரு. வேலைக்குப் போகணும்ன்னா, அப்பாவுக்கு உடம்பெல்லாம் வலிக்கும், சின்னப் பெட்டியக் கூடத் தலையில வச்சு சுமக்க முடியாது.

அப்பம் ஒங்க அண்ணன் ஓடித் திரிஞ்சி விளையாடுவான். செல்லப்புள்ளையா வளர்த்தோம். இன்னைக்கி ... (அம்மாவின் முகத்தில் சோகம் படர்கிறது. குரல் கம்முகிறது. நிமிர்ந்து உட்கார்ந்து, சேலையை இழுத்து முகத்தைத் துடைத்துக் கொள்கிறாள், சிறிது நேர அமைதிக்குப் பிறகு தொடர்கிறாள்)

---

* பாட்டம் – குத்தகை

ஒங்க அப்பாவுடைய தங்கச்சி – மாடத்தி அத்தைக்கி – கொட்டங் காட்டுவூருல மாப்புள்ளப் பாத்திருந்தாங்க. அவியளுக்குச் சொந்தம், அப்பாவுக்கு அந்த மாப்புள்ளப் புடிக்கல்ல, வள்ளுசா வாண்டாம்னு மறுத்தாரு. ஒரே சண்டை. ஒத்தக்காலுல நின்னும் முடியல்ல. தாழைத்தாத்தா, எம்மவளுக்கு அந்த மாப்புள்ளையத்தான் கட்டிக் கொடுப்பேன்னு, கலியாணத்தையும் முடிச்சிக் கொடுத்துட்டாரு. பெறவுதான் எங்களுக்குத் தெரியும், கொட்டங்காட்டு மாப்புள்ளைக்கு ஒத்தக்கண்ணு பொட்டைன்னு . . .

ஒங்க அப்பா கலியாணத்துக்கு இருக்கல. கள்ளத் தோணியில்ல கொழும்புக்குப் போயிட்டு. ஜப்பான்காரன் குண்டுப் போடப் போறான்னு போன ஆட்களெல்லாம் ஓடி வந்தாங்க. அதுல அப்பாவும் வந்துச்சு. அதுக்குப் பெறவு அப்பா தாழைவூர்ப் பக்கம் எட்டிக்கூடப் பாக்கல, தூத்துக்குடியில்ல தங்கிட்டாரு. சங்குவதி சாம்பாத்தி என்ன ஆள் வுட்டுக் கூப்பிடவுட்டா. நா ஒங்க அக்காவ இடுப்புல தூக்கி வச்சிக்கிட்டு, ஒங்க அண்ணனும் நா்னும் நடந்து குலசேகரப்பட்டினம் வந்தோம். அப்பம் அனாசனாத் தோணி ஏறித்தான் தூத்துக்குடி பட்டிணம் போவாங்க. நாங்களும் அதுல்லத்தான் வந்தோம். அதுக்குப் பெறவுதான் நா ஒன்னப் பெத்தேன். புள்ள குட்டியாச்சு. சங்குவதி சாம்பாத்தி எத்தனை நாளைக்கித்தான் சோறு போடுவா? கரண்டியைத் தூக்கிட்டு அப்பா வேலைக்குப் போச்சு. நாங்க தனி ஊடுப் பாத்துப் போனோம் . . .

தெருவு கடெசியில இருக்கிற பீங்காட்டு முடுக்கிலேதான் நம்ம வீடு, மூணு ஓலை மேய்ஞ்ச வீடுகள்ல, ஒண்ணுலேதான் நம்ம இருந்தோம். ஒங்கப்பா வேலைக்குப் போகும். நா அண்ணனையும் அக்காவையும் தொட்டிச்சிக் கிழவிக்கிட்டக் கொடுத்துட்டு – நீ வயித்துலே – உன்னையும் சுமந்துக்கிட்டு மட்டக்கடை தெப்பக்குளம் முக்குல இருந்த கிட்டேங்கிக்குப் போவேன். ஒரு நாள் பூரா உக்கார்ந்து ஈக்கு கிழிச்சா கா துட்டுக் கெடைக்கும்!

ஒரு நா மத்தியானம் நல்ல வெயிலு. மண்டையைப் பிளக்க கிட்டேங்கில் இருந்து வந்துக்கிட்டு இருந்தேன். நீ இருக்கிற வயிறு கெத்து கெத்துன்னு இருக்கு. ஒம்பது மாசம் முடியப் போகுது. எங்கம்மையும், 'நீ எங்கையும் போக வாண்டாம். ஊட்டுல்ல இரின்னுதான் சொல்லியிருந்தா. நாந்தான் சங்குவதி பேச்சக் கேட்காமே கிட்டேங்கிக்கிப் போனேன். முத்து மாரியம்மன் கோவில்கிட்ட வரும்போது சரியான வலி. அம்மனுக்கு மத்தியான தீப ஆராதனை நடந்துக்கிட்டிருக்கு. அம்மனைக் கை எடுத்துக் கும்புட்டேன். 'எனக்குப் பெறக்கப் போற கொழந்தை நல்லபடியா

பெறக்கணும் தாயே! என்ன புள்ள பெறந்தாலும் ஓம் பேரத்தான் வைப்பேன் தாயி'ன்னு வேண்டிக்கிட்டேன்.

வீட்டுக்கு வந்ததும் நீ பெறந்துட்டே. எங்கம்மா, தொட்டிச்சிக் கிழவி, தம்மக்காரி மூணு பேரும் இருந்து பேறுகாலம் பாத்தாங்க. அதுதான் ஓம் பெயரு . . . முத்துசாமின்னு வச்சது.

நீ பெறந்து மூணு மாசம் இருக்கும்போது, ஒரு நா சரியான மழை. பரமேஸ்வரன் புள்ள மருமவா ஆத்தூர் ஆனந்தம்மா வந்து, ஊட்டக் காலி பண்ணுன்னு ஒத்தக் கால்ல நின்னா! 'பச்சப்புள்ளக்காரி. இந்தப் பச்சை மண்ணை வச்சுக்கிட்டு எங்கப் போவேன்னு' நானும் கெஞ்சித்தான் பாத்தேன். ஒங்காச்சிக்காரி காலப் பிடிச்சுக்கிட்டு அழுதா . . .

ஆத்தூர்க்காரி கேட்கலே . . . அம்புட்டுக் கூரையும் ஆள் வுட்டு பிரிச்சு எறிஞ்சா . . !

பரமேஸ்வரன்புள்ள மாதிரி பெரிய பணக்காரரு . . . நம்மத் தெருவுலே அப்பம் யாரும் கிடையாது. பெரிய காங்கிரஸ் தியாகி. கக்கன்ஜி மந்திரியான உடனே அவுங்க ஊட்டுக்கு வந்தாரு, அப்பம் அவுரு போலீஸ் மந்திரி. போலீஸ்காரங்க யாரும் தெருவுக்குள்ளே வர வேண்டாம்னுட்டாரு. எல்லா போலீஸ்காரங்களும் மட்டக்கடை பஜாரிலேயும் சின்னக்கடை சந்திலேயும் நின்னுக்கிட்டாங்க! அவ்வளவு செல்வாக்கு உள்ள ஆளு அவுரு.

அவியளுக்குப் பட்டிக்காட்டுல இருந்து நெல்லு, வண்டி வண்டியாகத்தான் வரும். அவுச்சிக் காயப்போட ரோடு காணாது. ரெண்டு பக்கமும் ஆட்க நடக்க முடியாது. பாலத்தடியில் கூலிக் காண்டிராக்ட் பூரா அவுருக்குத்தான். சனிக்கெழமை ஆச்சுன்னா வீட்டு முன்னக் கூட்டம் திமுதிமுன்னு நிக்கும். தெரு ஜனங்க முக்காவாசி அவுரு கையிலேதான் வேலை செய்வாங்க.

அந்தக் காலத்துலே இங்குனக் கூடியிருந்த ஒரே மில்லு ஹார்வி மில்லுதான். கரி போட்டு எரிச்சாதான் கரண்ட்! பெரிய புகைக்கூண்டு ஊர்பூரா தெரியும்! மேலே புகை போச்சுன்னா மில்லு ஓடுதுன்னு சொல்வாங்க. இன்னைக்கில்லா மில்லு வேலைக்கி இவ்வளவு மவுசு. அன்னைக்கி யார் சிந்தினா. . ?

அன்னைக்கி ஒங்கப்பாவே சங்குவதி சாம்பாத்தி மில்லுல்ல சேர்ந்திருந்தா. அவுரு வேலை முடிஞ்சு வாராரு . . . நாங்க மழையில நனைஞ்சுக்கிட்டிருக்கோம். ஆட்க செத்தையை பிரிச்சுக்கிட்டிருக்கு. ஆனந்தம்மா கையைக் கட்டிக்கிட்டு நிக்கா. அப்பாவுக்குச் சரியான கோபம். போயி மறிக்காரு. நா

ஒன்ன அணைச்சுக்கிட்டிருக்கேன். ஒங்காச்சி அண்ணனையும் அக்காளையும் கையில பிடிச்சுக்கிட்டிருக்கா.

சண்டை, பெரிய சண்டை, ஊர் கூடிச்சு. ஒங்கப்பா, நம்ம நெலமையை எடுத்துச் சொன்னாரு. 'அய்யா . . . சின்னதும் பெருசுமா கையில மூணு கொழுந்தைகளை வச்சுருக்கோம். மழைக்காலம் வேற. இப்பம் காலி செய்ய சொன்னா. எப்படி காலி செய்ய முடியும்? பெரியவங்க . . . நீங்க சொல்லுங்க?' என்றார்.

பரமேஸ்வரன் புள்ளக் குடும்பத்தை எப்படி எதுக்க முடியும்? ஊரும் அவுங்களுக்கு சப்போட்டாகத்தான் இருந்தது. ஒங்க பெரியாச்சும் அவுங்ககூட சேர்ந்துக்கிட்டா!

ஒங்கப்பாவுக்கும் வீம்பு வந்துற்று. நாங்க ஊட்டக் காலி செய்ய முடியாது . . . செய்கிறதெ செய்ங்கன்னுட்டாரு. அவுங்க வூட்டப் பிரிச்சதும் காணாதுன்னு தலைவாசல் கதவை புடுங்கிட்டுப் போயிட்டாங்க. அதுக்குப் பெறவு நாங்க போலீஸ் போனோம். போலீஸ் வந்துச்சுக. வெபரத்தை சொன்னோம். ஆறு மாசம் டைம் கொடுத்தாங்க.

இதுக்கிடையிலதான், ஒங்காச்சி – அதுதான் எங்கம்மே சங்குவதி சாம்பாத்தி – சடையன் தாத்தாவைச் சேர்த்துக்கிட்டா. பாலத்தடியில் மூடைச் சுமக்கிறபோது பழக்கம். குலசேகரன் பட்டணத்துல, அவருடைய பொஞ்சாதி செத்துப் போன பெறவு, தூத்துக்குடிக்கு வந்து பாலத்தடியில் மூடை சுமக்க வந்தாரு. அவுருக்கு ஒரே ஒரு கொமரு. இப்பம் கந்தப்புள்ள இருக்காருல்ல . . . அவுருக்கு அவ ரெண்டாம் தாரமா வாக்கப்பட்டா ("எம்மா . . . அந்த ரோஸ்சம்மா சித்தியா . . . தடியன் தாத்தா இருக்கே . . . அவுங்க மவா?)

ஆமலே . . . அவதான்! ஆச்சரியமாயிருக்கா? அந்தக் காலத்துக் கதைகளையெல்லாம் கேட்க கேட்க இன்னும் ஆச்சரியமாத்தான் இருக்கும் . . .

அதுலேயிருந்து ஒங்காச்சிக்கும் ஒங்கப்பாவுக்கும் சரியான பேச்சு வார்த்தை கெடையாது. மருமவனுக்கும் மாமியாருக்கும் மனக்கசப்பு. கசகசப்பு வராது?

ரொம்ப காலமா நாங்க தாழையூர்ப் பக்கம் தலகாட்டலே . . . ஒங்கப்பா . . . மில்லு வேலையும் வுட்டுட்டு ஓடிவந்துற்று. மூணு புள்ளைகளை வச்சு ரொம்பக் கஷ்டப்பட்டோம். ஒங்காச்சியும் தனியாப் போயிட்டா. அப்பம் நீ எட்டு மாசக் கைக்கொழந்தெ. வீட்டெக் காலி செய்ய இன்னும் ரெண்டு மாசந்தான் இருக்கு.

அப்பந்தான் மேல மில்லு ஓடத் தொடங்கியிருக்கு. ஸ்பின்னிங் மில்லுக்கு ஆள் எடுத்துக்கிட்டிருக்காங்க. ஹார்வி மில்லுல்ல புதுசா ஆட்களை எடுக்கிறதெ நிறுத்தியாச்சு. நா ஸ்பின்னிங் மில்ல வேலை கேட்டுப் போனேன். யாரும் 'சேர்' போட்டிருக்கிறவங்க சொன்னா, எடுப்பேன்னாங்க. யார்க்கிட்ட போய்க் கேட்கன்னு அலைஞ்சுக்கிட்டிருந்த நேரத்துல்லதான் யாரோ சொல்லக் கேள்விப்பட்டேன். அம்மாக் கண்ணு புருஷன் 'ஷேர்' போட்டிருக்காருன்னு? எப்படிப் போய்க் கேட்க? ஒரே குழப்பம். அம்மாக்கண்ணு ஒரு வெள்ளைச்சி பொம்பளை, தக்காளி பழம் மாதிரி செக்கச் செவேர்ன்னு இருப்பா. ரெண்டு காதுலயும் ரெட்டைப்பாம்படம் கொத்து கொத்தாத் தொங்கும். கழுத்து நெறைஞ்ச மாதிரி அட்டியல் போட்டிருப்பா. ரெண்டு கை பொசம் முட்டும் கன்னங்கரேர்ன்னு பச்சைக் குத்தியிருப்பா. கைக்கு அவ்வாறு வளையளு, எப்பமும் வெத்தலைப் போட்டு வாய் செவந்திருக்கும். வாடித் தெரு முக்குலதான் அவ வீடு. நல்ல வசதியான குடும்பம். அவுங்க வீட்டுக்கு வேலை செய்ய நம்மத் தெருவுலேயிருந்து ஆட்க போகும். அப்பம் கொமரு புள்ளைங்க, காத்துட்டும், அரைத்துட்டுமாகக் கொடுத்து, அவக்கிட்டத்தான் சேர்த்து வைப்பாங்க.

தொட்டிச்சி சாம்பாத்திதான், என்ன அவ ஊட்டுக்குக் கூட்டிக்கிட்டுப் போனா. விசயத்த நான்தான் சொன்னேன். உடனே மகாராசி உக்காரச் சொன்னா. தம் புருஷன்கிட்ட சொல்லி, மறு நாளே மில்லுல சேர்த்தா. அந்த மில்லுலே மொத மொத சேர்ந்த பறைப்புள்ளையே நான்தான். மத்தாளுக எல்லாம் வேற வேற ஜாதி ஜனங்க. எனக்குப் பயமா இருந்துச்சு. மட்டக்கடையில் இருந்து மூணு காத தூரம் ஸ்பின்னிங் மில். இடையில் இருக்கிற உடங்காட்டையும் கள்ளிக்காட்டையும் கடக்கணும். ஜன நடமாட்டம் ஒண்ணும் இருக்காது. அப்பந்தான் ஒரு டவுன் பஸ் ஓட ஆரம்பிச்சுயிருந்துச்சு. காலம்பற அஞ்சரை மணிக்கெல்லாம் அந்த பஸ் மட்டக்கடையில வந்து நிற்கும். அதெவுட்டா, இனிமே ஒன்பதுமணிக்கு மேலேதான் பஸ்ஸப் பார்க்கலாம். பெறவு வேலைக்குப் போய்ச் சேர முடியாது. நாலுமணிக்கெல்லாம் முழிச்சாத்தான், நேரம் சரியாயிருக்கும். உனக்குப் பவுடர் போட்டு, தலைக்கி சொட்டர் வச்சு, சட்டை போட்டு, இடுப்புல தூக்கி வச்சுக்கிட்டு கிளம்புனா, பஸ்ஸப் பிடிக்கச் சரியா இருக்கும். மில்லுக்குப் போக மணி ஆறு, ஆறரையாகும். ஏழுமணிக்கு வேலை தொவங்கும்.

ஏழு மணிக்குப் புள்ளையே ஆயா ரூம்புல வுட்டா போதும் . . .

அங்க வரிசையா ஆடுற இரும்பு தொட்டில்கள் உண்டு. காலையிலே புள்ளைக்கிப் பெயர் எழுதி டோக்கன் தந்திடுவாங்க.

மில்லுக்குள் ஒரு பால் பண்ணையே உண்டு. கறந்த பாலைக் காய்ச்சி, ஆத்தி புள்ளைக்கி வயிறு முட்டக் கொடுத்துக் கிடத்தி விடுவா ஆயா. அப்பமெல்லாம் மத்தியானம் பனிரெண்டு மணிக்குதான் மில்லு விடும். அப்பம் மில் பகல்லதான் ஓடும். நைட்டெலாம் கெடையாது. சாப்பாட்டு டைம் ஒரு மணி நேரம். மொதல்ல ஆயா ரூம்புக்குத்தான் ஓடுவோம். புள்ளையை உச்சி மொகந்து, வரிசையா உக்கார்ந்து பால் கொடுப்போம். பெறவு ஆயாக்கிட்ட, புள்ளையைக் கொடுத்துட்டு, நாங்களும் சாப்பிட்டு வேலைக்கிப் போகவும் நேரம் சரியா இருக்கும்.

ஆனந்தம்மா வீட்டைக் காலி பண்ணச் சொன்னதாலே, ஒங்கப்பாவும் நானும் ஊடு தேடி அலைஞ்சோம். நம்ம வருமானத்துலே பெரிய ஊடு தேடிப் போக முடியாது. ஒரு ஊடு ஒத்திக்கி வந்துச்சு. அதுலக் கொஞ்ச நாளு இருந்தோம். அங்க வச்சுத்தான் ஆறுமுகம் பெறந்தான்.

ஒங்கப் பூங்கோதை பெரியம்மாவுக்கு எனக்கு முன்னாலே கலியாணம் முடிஞ்சி போச்சு. ஒங்க பெரியாச்சிக்கி ரொம்பக் கொண்டாட்டம். பொட்டச் சாம்பாத்தி, 'எம்மவா டீச்சரு, எம் மருமவனுக்கு போலீஸ் உத்தியோகம்'னு பீத்திக்கிட்டு அலஞ்சா. மொதல கோபாலு பெறந்தான். சண்முகத்துக்கு அவ மூணு வயசுக்கு மூத்தவன்.

அப்பம் முத்துமாரியம்மன் கோவில் முக்குல செல்லம்மா சாம்பாத்தி கரிக்கடை வச்சுயிருந்தா. கரியை மொத்தமா வாங்கி, காளவாசலுக்குச் சில்லறையாக விற்கிறதுலே அவளுக்கு நல்ல துட்டு. சாம ஏமத்துலே எவனாவது ஏமாந்தவன் வந்தா, அவன அப்படியே கவுத்திடுவா. மொட்டை அடிச்சுத் தெருவுலே வுட்டுடுவா. மோசமான சிறுக்கி. அவ புருஷன சும்மா சொல்லக் கூடாது. தங்கமான மனுஷன்.

அவளுக்கு ஒம்பது மக்கெ. நாலு ஆம்பளை. அஞ்சு பொம்பளை. இப்பம் கோவில் தர்மகர்த்தாவா இருக்கான்ல்ல போஸ்ட்ப்யூன் முருகையா, அவன்தான் மூத்தவன். அடுத்தது பால்க்கார கந்தையா, மூணு தாலுகா ஆபீஸ் செல்லப்பா, சைக்கிள் கடை ராமன், பொம்பளைங்க யாரு தெரியுமா? ஒண்ணு ஆறுமுகம்புள்ள அம்மெ மாடத்தி, பாவம் அவ செத்துப் போனா. ரெண்டாவது தேவ இரக்கம் வாத்தியாரு பொண்டாட்டி. அவருக்கு வாக்கப்பட்டு, அவ வேதக்காரியாகிட்டா. மூணாவது ஒருத்தி, தனம் தனம்ன்னு பெயரு. மதுரைக்கிக் கட்டுப்பட்டுப் போயி, அந்த ஊருக்காரியாகிட்டா. நாலாவது யாருன்னா, வட்டிக்கிக் கொடுத்து வாங்குறான்லே ராமு அவனுக்குக் கட்டிக் கொடுத்து, ஒரு புள்ளையே பெத்துட்டு வாண்டாம்னு

உட்டுட்டு ஓடிட்டான்லே, அவ பொண்டாட்டி அமுதா. அவிய அம்மெ இப்பம் சோட்டையன் தோப்புல இருக்கா. கடெசியா உள்ளவாதான் மாலைக்கனி, கனி அவிய அம்மைய மாதிரி செக்கச் செவேர்ன்னு இருப்பா. அவளைப் பார்த்தா பாப்பாத்தின்னுதான் சொல்லணும். அவ்வளவு அழகு.

மாலைக்கனியை முனிப்பூ அய்யாவுக்குத்தான் கட்டிக் கொடுத்திருந்துச்சு, மருமவனுக்கும் மாமியாருக்கும் வள்ளுசாப் பிடிக்காது. அப்பந்தான் முனிப்பூ பெறந்திருக்கான். மருமவக்கிட்ட இருந்து புள்ளையைப் பிரிச்சு, கரிக்கடைக்காரி தாம் முந்திக்குள்ளே வச்சுக்கிட்டா. அப்பந்தான், அவ வூட்டுக்கு வந்து போனாப்புள்ள ஒங்க பெரியம்மா – பூங்கோதை புருஷனுக்கும் அவ மகளுக்கும் பழக்கமாச்சு. ஒரு நாளு மாலைக்கனியைக் கூட்டிக்கிட்டு ஓடிட்டான். பொட்டச்சாம்பாத்தி வயத்துலேயும் வாயிலேயும் அடிச்சுக்கிட்டா. என்னவெல்லாமோ செஞ்சுப் பாத்தா. ஒண்ணும் நடக்கலே. பெறவு என்ன? இங்க ஒங்க பெரியம்மா வாழாவெட்டியாகிட்டா. அங்க முனிப்பூ அய்யா வாழா வெட்டியாகிட்டாரு!

பரமேஸ்வரன் புள்ளக்கி ஒரே ஒரு பையன்தான். எனக்கு மூணுக் *குத்துக்கு இளையவன். ஒரு வேலை வெட்டிக்குப் போனது கெடையாது. அப்பன் உழைக்கிற துட்டெல்லாம் அவனுக்குத்தான். காணாதக்குறைக்கித் தெருவுல உள்ள ஊட்டு வாடக, அது இதுன்னு வரும். பையனுக்கு ஒரு காப்பிக் கடை வச்சுக் கொடுத்தாரு. அது ஒழுங்கா ஓடல. பெறவு, ஒரு நோட்டுப் புத்தகம் விற்கிற ஸ்டோரு, அதுவும் 'அம்போ'ன்னு போச்சு. ஒரே கும்மாளம். நாடகம், டான்சுன்னு பொம்பளைப் பின்னால சுத்த ஆரம்பிச்சுட்டான். பையன் இப்டி அலைகிறான்னேன்னு, பரமேஸ்வரன் புள்ள பொண்ணைப் பாத்துக் கட்டிவச்சாரு. ஆனந்தம்மா நல்ல வசதியுள்ளவா. ஆத்தூருல அவிய அய்யாவுக்குச் சொத்து சொகம் ஜாஸ்தி.

கலியாணம் முடிச்ச கையோட மதமும் மாறியாச்சு. பரமேஸ்வரன்புள்ள, பாலமுருகனைக் கூப்பிட்டு எவ்வளவோ சொல்லிப் பார்த்தாரு. "எவ்வளவு பணமிருந்து என்ன செய்ய . . . அரிசன்னா யாரு மதிக்கா? அதுனாலே நானும் எம் பொண்டாட்டியும் கத்தோலிக்க மதத்துலே சேர்ந்துட்டோம்னு பெயரையும் மாத்திக்கிட்டான். அவன் ஊட்டுக்கு ஒவ்வொரு ஞாயிற்றுக்கெழமையும் சாமியாரும் கன்னியாஸ்திரியும் வந்த சீராகத்தான் இருப்பாங்க! ஜாம்ஜாம்ன்னு விருந்து நடக்கும்.

அவுங்க மாறியவுடனே, ஆனையப்ப புள்ள மேஸ்திரி குடும்பமும் மதம் மாறியாச்சு. பெயரையும் மாத்திக்கிட்டாரு

* குத்து (வயது)

தாவீதுன்னு. அப்பம் அவுரு தான் பெரிய கட்டிடக் கான்ராக்டர். அக்காளையும் தங்கச்சியையும் சேர்த்துக் கட்டிக்கிட்டாரு. பதினொரு புள்ளைங்க பீட்டரு, அல்போன்ஸ், பிரான்சிஸ் மூணுபேரும்தான் ஆம்பளை. மத்ததெல்லாம் பொம்பளை. எப்படியோ பொம்பளைப் புள்ளைகள எல்லாத்தியும் கரை ஏத்தினாரு. கடைசியில்... பரமேஸ்வரன் புள்ளைக்குப் போட்டியா கட்டுன காரை ஊடு ஒண்ணுதான் மிஞ்சுச்சு.

“அம்பது வருசத்துக்கு முந்தி மொத மொதல்ல நம்ம அம்மங்கோவில்ல தங்கச் சப்பரம் ஓடிச்சு தெரியுமா?”

“தெரியாது . . . தெரியாது . . . சொல்லுங்கம்மா . . . சொல்லுங்கம்மா . . .”

“அப்பமெல்லாம் . . . அப்பம் என்ன? இப்பவும்தான். மட்டக்கடை சந்தி உச்சினிமாகாளியம்மன் கோவில் பித்தாளைச் சப்பரமும், அதுக்கு அங்க இருக்கிற ஓடைக்கடைத் தெரு சந்தனமாரியம்மன் கோவில் பித்தாளைச் சப்பரமும் மட்டக்கடைக்கு வந்தா, நம்மத் தெருவக் கடந்துதான் போகணும். ஆனா நம்மத் தெருவுக்குள்ள வராது! எல்லாம் சாதித் துவேசம். ஆசாரிமார்க தெருவுக்க உச்சினி மாகாளியம்மன் கோவில் சப்பரம், ஒரு நாளு முழுக்க நிற்கும்.

மட்டக்கடைக்கு இந்தப்பக்கம் இருக்கிற வாடித் தெரு, காளியப்பாபிள்ளை சந்தியில சந்தனமாரியம்மன் கோவில் சப்பரம் நிற்கும். இப்டி மத்த சாதி ஜனங்க தெருவுலே நிற்கிற சப்பரம், நம்மத் தெருவுக்குள்ள வந்து ஒரு மணி நேரம் நிக்கட்டுமே! ஏன் நிக்கல. . ?

பெறவு நமக்கு வீம்பு வராதா? நம்மளும் சப்பரம் எடுத்தோம். அப்பம், ‘பிச்ச முத்து பிச்ச முத்து’ன்னு ஒரு நொண்டி ஆசாரி ஒராளு இருந்தாரு. நம்மத் தெருவோட அவுருக்கு நல்ல பழக்கம். அவுருதான் ஐருகத்தாளை ஒட்டி ஒட்டிச் சப்பரத்த ஜோடிச்சாரு. ஒரு வெள்ளை யானையும் செஞ்சிக் கொடுத்தாரு. பெரிய யானை அது. ஸ்ப்ரிங் வச்சு, எப்பமும் தலையாட்டிக்கிட்டே இருக்கும். வெள்ளை பெயிண்ட் அடிச்சு வீதியிலே வந்தா . . . தங்கச் சப்பரத்தையும் வெள்ளையானையையும் பாக்க ஊரே கூடி நிக்கும்.

“சப்பரத்த வச்சு இழுக்கிற இரும்பு வண்டி எங்க உள்ளது தெரியுமா?”

“தெரியாது. . !”

“ஆர்.வி. காரன் வண்டிதான் அது!”

“நம்ம வூருக்கு சிமெண்ட் ரோடு, தார் ரோடெல்லாம் வருறதுக்கு முந்தி, மொத மொத ஆர்விக்காரந்தான் ரோடு போட்டான். மில்லு முன்னே இருந்து தோணிப்பாலத்தடி முட்டும் முறக்கல் ரோடு. கடல்ல இருந்து முறக்கல்லக் கொண்டுவந்து, சைஸ்சு சைஸ்சாக வெட்டி, அப்படியே அடுக்கிட்டுப் போய் விடுவாங்க. அவ்வளவுதான் பாக்க அழகா இருக்கும். பீச் ரோடு முழுக்க வெள்ளைக்காரனுக ஆபீஸ்தான். ஆர்விக்காரன் பங்களா. ஜப்பான் கேட் . . . ராலியாபீஸ், கோட்டையா பீஸ், மகாராணி ஆபீஸ்ன்னு ஒரே வெள்ளக்காரனுக ‘கச்சாத்து’ கம்பெனியாகத்தான் இருக்கும். கோட்டையாபீஸ் ஆர்விக்காரனுக்குச் சொந்தம். இங்குன வாங்குற பஞ்சு, அவ நாட்டுல இருந்து இறங்குற பஞ்சு எல்லாத்தையும் ராலியாபீசுலக் கொடுத்து ‘பேல்’ ஆக்கி இங்கதான் ‘ஸ்டாக்’ பண்ணி வப்பான். அப்பமெல்லாம் கனத்த பொருள்களக் கொண்டு போக, இப்பம் மாதிரி மோட்டார் வண்டிக அவ்வளவு கெடையாது. மில்லுக்கும் பாலத்தடிக்கும் மாட்டு வண்டிகதான் நடை அடிக்கும். பேல் கட்ட, இரும்பு வண்டியிலக் கட்டி வச்சுதான் இழுக்கணும். நூல் கட்டுகளையும் இந்த வண்டிலதான் ரெயில்வே ஸ்டேஷனுக்கு இழுத்துக்கிட்டுப் போவாங்க.

நாங்க எல்லாம் இந்த வண்டியை இழுத்துக்கிட்டுப் போகச்சல பாடுவோம்.

குண்டி குண்டி ஆர்விக்காரன் குண்டி.

வண்டி வண்டி பஞ்சு மில்லு வண்டி

குண்டும் குழியுமாகக் கெடக்குது ரோடு

ஓடி ஓடி வருது வண்டி.

வெள்ளைக்காரன்களுக்கு நம்மாளுகன்னா, ரொம்பப் புடிக்கும். எல்லாக் கம்பெனிகளிலும் வேலைக்கு இருப்பாங்க. மற்ற ஆட்களை வேலைக்கி வச்சுக்கிட அவனுகளுக்குப் பயம். அவுங்கதான் வெள்ளக்காரனை எதுத்தாங்க. நம்மளையும் அவுங்களுக்குப் புடிக்காது. கிட்ட அண்டவுட மாட்டாங்க. அவுங்க மத்தில மதிப்பும் கெடையாது. உப்பளத்துலே, தோட்டக்காட்டுலே, பாலத்தடியில்ல மூடை சுமந்துக்கிட்டிருந்தவங்க எல்லாம் வெள்ளக்காரன் கம்பெனில வேலைக்குச் சேர்ந்தாங்க. நல்ல சம்பளம், நல்ல சாப்பாடு, படிச்சவங்களுக்கு ஒசந்த உத்தியோகம். கீழ உள்ளவங்களுக்கு எடுபுடி வேலைகன்னு கிடைச்சுச்சு. வெள்ளைக்காரனுகளுக்குச் சமையல் பூரா நம்மதான் செய்வோம். அங்க உள்ள ‘குக்’ பூரா நம்மதான். மத்த யாரையும் சமையல் அறைப்பக்கம் அண்ட வுட மாட்டான் வெள்ளைக்காரன். அவனுகளுக்கு அவ்வளவு தன்னப்பயம்.

சின்னக்கடைத்தெரு மாணிக்கம் சாம்பான்தான் ஆர்விக்காரனுக்குப் பெரிய பட்லர் (தலைமை சமையல்காரர்) மாணிக்கம் பட்லர் தம்பி சீமைத் தங்கத்துக்குக் கொஞ்சம் இங்கிலீஸ் தெரியும். வெள்ளைக்காரன் கணக்கு வழக்குகளையெல்லாம் அவரை வச்சுத்தான் பாப்பான். மில்லாபீஸ்க்கு சம்பளம் போடணும்னா, அம்புட்டுப் பணத்தையும் அவுரு கையிலதான் ஒப்படைப்பான். மில்லுக்கு ஆள் எடுக்குறது, பங்களாவுக்கு ஆள் எடுக்கிறது எல்லாம் அவுருதான். குசுனி மேட்டர் (பாத்திரம் சுத்தம் செய்பவர்), செக்கராக்கள் (எடுபிடி ஆட்கள்)ன்னு வேலைக்கு ஆட்க எடுத்தா, நேருல்ல வெள்ளைக்காரன் முன்னே நிறுத்தணும். நம்மாளுக்கன்னா வச்சுக்கிடுவான். மத்தாளுகன்னா போகச் சொல்லிவிடுவான்.

அப்பந்தான் சீமைத் தங்கத்துக்குக் கால்ல ஒரு *புறப்பாடு வந்துச்சு. எவ்வளவோ மருந்து பாடுப் பாத்தும், அது ஆற மாட்டன்னுட்டு. அவர வெள்ளக்காரன் லண்டனுக்கு பிளைய்ன்ல்லே வச்சுக் கொண்டு போனான். அவுரே அங்க ஆறுமாதம் நல்லாக் கவனிச்சுப் பாத்து, காலு நல்லா சொகமான பெறவு தூத்துக்குடில கொண்டுவந்துவிட்டான். மொத முறையா சீமையைப் பாத்துட்டு வந்த நம்மாளு அவுருதான். அதுலே இருந்துதான் அவுருக்குச் சீமைத் தங்கம்னு பெயரு வந்துச்சு. அதுக்குப் பெறவு அண்ணந்தம்பி ரெண்டு பேருக்கும் சொந்த ஊடுல்லன்னு தெரிஞ்சி, வெள்ளைக்காரன் சின்னக்கடை முடுக்குல்ல, இந்த வில்லாக் காம்பவுண்டை வெல பேசி வாங்கிக் கொடுத்தான். அவுங்க குடும்பத்தை எல்லாம் கிறிஸ்தவங்களாக்கி விட்டான். மாணிக்கம் பொட்லர் பையன்தான் பாளையங்கோட்டைக்குப் போய் காலேஜ் முடிச்சி வந்தான். மோசஸ்சுக்கு ரெயில்வேயில்ல பெரிய உத்தியோகம் கெடைச்சுச்சு. அதெ வாண்டான்னுட்டு, மாணிக்கம் பொட்லர் வெள்ளைக்காரன் கம்பெனியில் சேர்த்துவுட்டார். ஆர்விக்காரன் மோசஸ்சுக்குப் பெரிய பதவி கொடுத்தான். ஆர்விக்காரன் ஊரை வுட்டுப் போகும்போது, அவுங்க குடும்பத்துலே யார் படிச்சு வந்தாலும் வேலைகொடுக்கணும்னு ரிக்காடும் பதிஞ்சுட்டுப் போய் இருக்கான். இன்னைக்கி எல்லாம் படிச்சு மில்லுக்குள்ள பெரிய உத்தியோகங்களுக்குப் போன பெறவு நம்ம தெருவை மதிக்க மாட்டக்காங்க. ஒசந்த சாதியாகிட்டாங்களாம்பா . . . ஒசந்த சாதியாகிட்டாங்களாம் . . .

---

* புறப்பாடு – கட்டி

ஏழு

கோமதி வந்து அம்மா அருகில் வந்து உட்கார்ந்துகொண்டாள். அம்மா பேச்சை நிறுத்தி மகளைப் பார்த்தாள்.

"தகப்பனும் மகளும் என்ன பேசி முடிவு பண்ணுனீங்க?"

"அதே கிளாசுல . . . ஆனா வேற வகுப்புல போட அப்பா சொல்லும்".

"அப்டி மாத்திப் போடுவாங்களா?"

"எல்லாம் ஒரே படிப்புத்தானேம்மா."

"ம்."

அம்மா சேலையை உதறி எழுந்து கொண்டாள். இவ்வளவு நேரம் கதை சொல்லிச் சொல்லி தொண்டை வறண்டு போய் இருந்தது. வெத்தலைச் செல்லத்தை எடுத்துக்கொண்டு வரச் சொன்னாள். முத்துசாமி எடுத்துக்கொண்டு வந்து கொடுத்தான். ஆறுமுகத்தை, வா உனக்குப் பாடம் சொல்லித்தாரேன் என்று கோமதி கூப்பிட்டாள். ஆறுமுகம் எழுந்து போனான். முத்துசாமி நைசாய் எழுந்து வெளியில் போய்விட்டான்.

அடுத்த நாள் அப்பா பள்ளிக்கூடம் வந்து ஹெட்மாஸ்டரைப் பார்த்தார். விசயம் இப்படி என்றதும் மாஸ்டரும் ஒத்துக்கொண்டார். முத்துசாமியைக் கூப்பிட விட்டார். அவனையும் ஒரு வார்த்தை கேட்டார். அவனும் தலையை ஆட்டினான். வேறோர் பிரிவுக்கு மாற்றிவைத்தார்கள்.

புதிய வகுப்பறை. புதிய டீச்சர். அவன்தான் பெரிய பையன். மற்ற பிள்ளைகளெல்லாம் அவனை விடக்குட்டை, பார்த்தவுடனே டீச்சரைப் பிடித்துப் போயிற்று. கொடூரமான பார்வையோ சீறி விழுகிற முகமோ அவளுக்கில்லை. ஆனால் பாடம் நடத்தும்போது ஒருவகை கண்டிப்பு இருந்தது.

அந்த நாப்பது பிள்ளைகள் படிக்கிற வகுப்பறையில் பாதிக்கும் மேல் பெண்குழந்தைகள். வசதியான வீட்டுப்பிள்ளைகளான சுகுணாவும் மலர்விழியும் முத்துசாமியுடன் பேச மறுத்தார்கள். முகத்தைத் திருப்பிக்கொண்டு போனார்கள். இதுதான் சிரமமாய் இருந்தது. வதைத்தது. நல்ல வேளை இந்தக் குறையைப் பிச்சம்மாள் போக்கினாள். அவள் நன்றாகப் படிக்கக் கூடிய பெண் குழந்தை. ஒருநாள் அவளுடைய சிலேட்டில் படம் ஒன்றை வரைந்து கொடுத்தான் முத்துசாமி. அது அவளுக்குப் பிடித்துப் போயிற்று. தன்னருகில் அவனை உட்காரவைத்துக்கொண்டாள். இருவரும் சினேகிதர்களாகிப் போயினர். பேசுவதும் விளையாடுவதும் துள்ளுவதும் தாவுவதும் மற்ற கவலைகளையெல்லாம் மறக்கடித்தன. மற்றபிள்ளைகளின் அன்பும் அவனுக்குக் கிடைத்தது. இந்தப்பிரியமே சுகமாகப்பட்டது.

சுகுணா நல்ல சிவப்பாகவும் தடியாகவும் இருந்தாள். கனகராஜீயை மட்டும் பக்கத்தில் உட்காரவைத்துக்கொண்டாள். அவனும் நல்ல படிக்கக் கூடிய பையன். அவனைச் சுற்றி ஒரு பட்டாளமே இருக்கும். அந்தப் பட்டாளத்துக்கெல்லாம் மலர்விழி சாக்லைட் கொண்டுவந்து கொடுப்பாள். எல்லோருமே விலகிப் போகும்போது, “முத்துசாமி இங்க வாயேன்” என்று பிச்சம்மாள் கூப்பிட்டாள். உடனே பயந்து போவான்.

ஐந்தாம் வகுப்புக்கு மாறும்போது தம்பியும் வந்து சேர்ந்து கொண்டான். டபுள் பொரோமோஷன் அவனுக்கு. எல்லாமே நூற்றுக்கு நூறு. ஒண்ணாவது ரேங். முத்துசாமிக்கு எல்லா வற்றையும் மீறி ஆச்சரியமாய் இருந்தது, படிப்பதும் படிப்பில் முந்துவதும் எதைச் சொன்னாலும் உடனே மனதில் பதிய வைப்பதும் அவனால் எப்படி முடிகிறது? இந்தப் படிப்பு தனக்கு மட்டும் ஏன் ஏறவில்லை? மண்டையில் என்ன களிமண்ணா? இதை யாரிடம் போய் சொல்வது? அப்பா . . . முருகா . . . திருச்செந்தூர் முருகா. நீதான் இதற்கொரு பதிலைச் சொல்லு. எனக்கொரு வழியைக்கொடு என்று தெக்காமே நின்று வேண்டிக்கொண்டான்.

இருந்தாலும் அந்த வருஷம் அவனையும் சேர்த்தே பாஸாக்கி விட்டாள் டீச்சர். ஆரம்பப் பள்ளியின் படிப்பு அத்துடன் முடிவுக்கு வந்தது. பிள்ளைகள் வெவ்வேறு பள்ளிகளுக்குப்

போய்ச் சேர்ந்தார்கள். ஆறுமுகத்தை, அம்மா ஹாஸ்டலில் படிக்க வைக்க ஆசைப்பட்டாள். அவனும் "சரி" என்றான். அக்காவுக்கு இது சம்மதமாகத்தான் பட்டது. அம்மாவும் அப்பாவும் ஒரு திங்கட்கிழமை காலையில், தம்பியைக் கூட்டிக்கொண்டு உடன்குடிக்குப் புறப்பட்டுப் போனார்கள். முத்துசாமிக்கு இதுவும் ஒருவகையில் நல்லதாகத்தான் பட்டது. தம்பி எங்கயிருந்தாலும் படிப்பான். ஒரு ரூம்புக்குள்ள அடைத்துவைத்து, ஒரு புத்தகத்தைக் கையில்கொடுத்தால்கூட அதையும் முழுவதையும் படித்து ஒப்பிக்கிற ஆளு அவன். அவனைப் பற்றி எந்தக் கவலையும் பட வேண்டியதில்லை. முத்துசாமியைக் கொண்டு கால்டுவெல் பள்ளியில் சேர்த்தார்கள்.

அந்தப் பிரமாண்டமான பள்ளி முத்துசாமியை ரொம்பதான் பயமுறுத்தியது. எப்போதும் கடுகடுத்த பார்வையோடு பேண்ட் சர்ட் பரபரக்க, கையில் பிரம்போடு வளைய வளைய வரும் வாத்திமார்களையும் துறுதுறுத்த பார்வையோடு எப்போதும் விளையாட்டும் படிப்பும் துள்ளலுமாய் இருக்கிற வெள்ளை சர்ட், காக்கி டவுசருடன் திரிகிற பையமார்களையும் பார்க்கப் பார்க்கப் பயமாய் இருந்தது. வகுப்பறைகளெல்லாம் மிக சுத்தமாகவும் அழகாகவும் இருந்தன. பலகையால் சிறியதொரு மேடை. அதில் மேசை நாற்காலி. நிமிர்ந்தபடி வாத்தியார் உட்கார்ந்திருந்தார். ஒரு மூலையில் புத்தம் புதிய கரும்பலகை. ஒவ்வொரு ஆளுக்கும் தனித்தனி நாற்காலி, டெஸ்க். அ்ம்பதுபேர்களை அடைத்துக் கொண்ட வகுப்பறையில் தானும் ஓராளாகப் போய்ச் சேர்ந்தான் முத்துசாமி.

ஹிட்லர் மீசை வைத்த டேவிட் ஸார்வாள்தான் கிளாஸ் டீச்சர். கண்களை உருட்டிக்கொண்டு கிளாசை நடத்தும்போதும், சுற்று வருகிறபோதும், நின்றுகொண்டு திரும்புகிறபோதும், தலையை இப்படியும் அப்படியுமாய் ஆட்டுகிற போதும், அந்தக் கறுப்புக் காதுகளின் நீண்ட மயிர்கள் சிலும்புகிற போதும், மட்டக்கடைத் தெரு உச்சினிமாகாளியம்மன் கோவில் சூரன் ஞாபகம்தான் வந்தது முத்துசாமிக்கு. சூரன் கையில் வாள் வைத்திருப்பதைப் போல ஸார்வாளும் கையில் கனத்தப் பிரம்பு வைத்திருந்தார். அந்தப் பிரம்போடுதான் இங்கிலீஸ் கிளாசும் தொடங்கியது. பையமார்கள் வரிசையாக எழுந்து ஏ.பி.சி.டி., சொன்னார்கள். முத்துசாமி சொல்லும் நேரம் நெருங்கி வந்தது. கூடவே அடர்த்தியான பயம், கலக்கம், சோகம், எல்லாமே சேர்ந்துகொண்டது. நடுக்கத்தோடு எழுந்தான். பதற்றத்தோடு நின்றான். முகம் சுருங்கிப் போனது. வார்த்தைகள் தடுமாறின. வேர்த்தது. பெப் பெப் பெப்பென்னு முழித்தான். சொன்னான்.

தப்பும் தவறுமாய்ச் சொன்னான். அவன் சொல்லச் சொல்ல வகுப்பறை சிரிப்பொலியில் ஆழ்ந்தது. பலம் கரைந்து போனது, அழுகை முட்டிக்கொண்டு வந்தது.

டேவிட் ஸார் சிரித்த முகத்தோடு நெஞ்சை மலர்த்திக் கொண்டு மேடையில் இருந்து இறங்கி வந்தார். அவரைப் பார்க்கும்போதே நெஞ்சு பதறியது. முருகா . . . முருகா . . . என்று முணுமுணுத்துக் கொண்டான். முதல் நாளே ஸார்வாள் பையன்களை யாரு எவருன்னு தெரிந்துகொண்டார். பெறவு தான் கிளாசைத் தொடங்கினார். ஒண்ணும் தெரியாத பையனைப் பழியாக அடிப்பாராம். அதுதான் பயமாக இருக்கிறது. முதல் நாளில் கால், கை, முதுகு, கன்னம், காது, குண்டி என்று அடிவிழுந்தது. என்ன செய்வது? ஆனாலும் முருகன் கருணை சுவர்ந்தான்.

“உக்காரு . . . உக்காரு . . . முத்தாசி.”

ஸார்வாள் இப்படி சொன்னதும் அதன் பெறவு முத்துசாமியின் பெயர் இப்படியாகிற்று. பையன்மார்கள் “முத்தாச்சி . . . முத்தாச்சி” என்று கூப்பிடலாகினர். முத்துசாமிக்கு என்னமோ போலானது. ஒவ்வொரு நிகழ்ச்சியையும் ரொம்பவும் சிரமத்தோடு தாங்கிக்கொண்டான். போகப் போக ஸார்வாள் பழியாய் அடித்தார். கிராமர் நோட்டில் தப்பும் தவறுமாய் எழுதியவர்களை மேடைக்குக் கூப்பிட்டார். மொளியைப் பிடித்து பலகையில் ஒரு இழுப்பு இழுத்தார். அது சுளீரென்று பிடித்தது. ரெத்தம் கன்னியது. தாங்க முடியாத வேதனையைக் கொடுத்தது. ஸார்வாளுக்குக் கோபம் உச்சந்தலைக்கு ஏறிவிட்டால், குனிய வைத்துக் குண்டியில் அறைந்தார். கண்களில் நீர் சிந்தியது. சிந்துகிற நீரைச் சிரமத்தோடு அடக்க வேண்டியதாய் இருந்தது. அன்பு, பாசம், கருணை, இரக்கம் அத்தனையும் இழந்துபோன ஸார்வாள் முகத்தைப் பார்க்க முடியாத மனசு, தலைதாழ்த்திக்கொள்ள வைத்தது. விபரீதமான பயம் சட்டென்று எழுந்தது. சித்திரவதைகளும் ரணகளங்களும் அங்கே குடிபுகுந்து ரொம்ப நாள்களாகிவிட்டன.

பிரம்பு கிடைக்காத நாள்களில் ஸார்வாள் ஒரு படி மேலே போனார். காதுகளின் விளிம்புகளைப் பிடித்து, கூர்மையான நகக்கண்களால் கிள்ளினார். காதோரங்கள் வடு பாய்ந்து போயின. புண்பட்டு ரெத்தம் கசிந்தன. எத்தனை நாட்களுக்கு இந்த அவஸ்தை, யார்கிட்ட போய்ச் சொல்ல? வீட்டில் இருக்கிறவர்களுக்குச் சொன்னாலும் ஏறாது; காலைக் கட்டிக் கொண்டு அழுதாலும் நடக்காது. ஒதுங்கிக்கொள்வார்கள். முத்துசாமியைத் துயரம் சூழ்ந்து கொண்டது. என்னென்னமோ நினைத்தும் ஒரு முடிவுக்கு வர முடியவில்லை .

காலையில் சாப்பிடப் பழையதுதான். அக்காள் துவையல் அரைத்து, எல்லார் ஏனத்துக்கும் பழையதை ஊத்தினாள். சாப்பிட்டப் பெறவு முத்துசாமி பைக்கட்டை ஜன்னல்வழியாகத் தூக்கியெறிந்தான். இனி நின்னால்தான் ஆபத்து. யாரும் பார்த்தால் கேட்கவே வேண்டாம். என்ன நடக்குமோ தெரியாது.

கை வீசிக் கடைத்தெரு வழியாக நடந்தான் முத்துசாமி. செத்தாலும் வீட்டுப்பக்கம் தலைவைத்துப் படுக்கப் போவதில்லை. எந்த உறவும் வேண்டாம். பெரிய பள்ளிக் கூடமாம் பள்ளிக்கூடம். வாத்தியானாம் வாத்தியான். நான் நினைத்தது சரிதான். உச்சினிமாகாளியம்மன் சூரன்தான். சூரன் எப்படி படித்தான்? வாத்தியாரானான்? எல்லாமே ஒரு வித்தை, பித்தலாட்டம். இது நமக்கு வராது. முட்டி முட்டி மோதினாலும் படிப்பு மட்டும் ஏறாது. நன்றாகவே தெரிந்து போயிற்று. யார் தவறு. எதுக்கு இந்த வசவு, ஏச்சு, பேச்சு, அடி, உதை, கேலி, கிண்டல்? படிக்கிற குழந்தைகளின் பாடு பிரச்சினைகள் இல்லை. வராத பிள்ளைகளின் பாடு. அய்யோ பாவம். இதற்காகத் தன்மானத்தையும் சுயபலத்தையும் இழந்து போய்விட முடியுமா? முடியாவிட்டால் சாகிறதைத் தவிர வேற வழி என்ன?

ரெயில்வே ஸ்டேஷனை நெருங்க நெருங்க, அந்த இருப்புப்பாதையில் தலைவைத்துப் படுக்கலாம்போல இருந்தது. ரெயில் ஏறும்போது வெட்டும் சரக்கென்று கிழிக்கும். ரெத்தம், கோரம், நினைத்தாலே நிலைகுலைகிறது. பயமாய் இருக்கிறது. வெயில் கடுமையில் களைப்பும் தாகமும் மாறிமாறி வந்தன. பார்வையைச் சுழலவிட்டுக்கொண்டு ஸ்டேஷனுக்குள் வந்தான் முத்துசாமி. கம்மென்று கிடந்தது ஸ்டேஷன். தூரத்தில் ஹார்வி மில் தெரிந்தது. தொங்கல் பீச் ரோட்டில் போகிற ஆட்களும் வாகனங்களும் புள்ளிபுள்ளியாய்த் தெரிந்தன. பரந்த வெளியில் கடற்காற்று வீசிற்று. பெஞ்ச் நிழலில், கடைசியாகக் கிடக்கிற பெஞ்சுகளில், எஸ்.ஆர். கோட்டைக்குள் மூடை தூக்கிப் பிழைக்கிற தெரு ஆட்கள் உட்கார்ந்திருந்தனர். அவர்களைப் பார்த்ததுமே உடம்பு நடுங்கியது. பார்த்தால் பதில் சொல்ல முடியாது. “ஏலே . . . நீ சங்குவதி கிழவி பேரன்தானே” என்று தொடங்குகிற பேச்சு நீண்டு போகும். எங்க வந்தெ. பள்ளிக்கொடத்துக்குப் போகலையா இங்க வந்து இருக்கியே, ஒங்கம்மா தேட மாட்டாங்களா என்றெல்லாம் கேட்டால் பதில் சொல்லி முடியாது. குட்டு உடைந்து போகும். இங்க உட்கார்ந்தால் ஆபத்து. முத்துசாமி எழுந்தான். பைப்படிக்குப் போய்த் தண்ணீரைக் குடித்தான். மெல்லமெல்ல நடக்கத் தொடங்கினான்.

பஸ் ஸ்டாண்டுக்கு வந்தான் முத்துசாமி. ஜனங்கள் பரபரப்பாய் இருந்தார்கள். அதே அவசரங்களில் பஸ்களும்

போய் வந்தன. பார்க்கப் பார்க்க மனசு ஆறுதலாய் இருந்தது. வந்த நெனைப்பெல்லாம் அறுந்து போயிற்று. ஏதாவது ஒரு ஊர்க்கு ஏறிப்போய்விடலாம். ஆனால் கையில் காசுதான் வேண்டும். ஓசியிலே எவனும் ஏற்ற மாட்டான். திருட்டுத்தனமாக ஏறிப் போய்விடலாம். பிடிபட்டுக் கொண்டால் போச்சு. கெட்டிவைத்து அடி விழும். போலீஸ் வசம் சேர்த்துவிடுவார்கள். சே என்ன வாழ்வு. ஒரு பக்கமும் அசைய முடியவில்லை. குனிந்தால் தடுக்கிறது; நிமிர்ந்தால் முட்டுகிறது. செத்துப் போனால் பிரச்சினையில்லை.

எப்படி சாவது?

பஸ் ஸ்டாண்டை விட்டு வெளியில் வந்தான் முத்துசாமி. தார் இளகி நின்றது. ஒரே இரைச்சல், புகை, புழுதி, ரண்டு பக்கமும் கடைகள். ஆட்கள் வருவதும் போவதுமாய் இருந்தார்கள். கண்கள் ரெண்டும் கட்டிக்கொண்டு வந்தன. வீசுகிற வெப்பக்காற்று இம்சை செய்தது; பசித்தது. ஆனாலும் பரவாயில்லை . வீட்டுப் பக்கம் மட்டும் போகக்கூடாது. தலைவைத்துப் படுக்கக் கூடாது. நடையை வேகப்படுத்திக்கொண்டான் முத்துசாமி.

புறநகர் எல்லையைக் கடக்கும்போது, மாலை மணி மூன்றரையைக் கடந்துவிட்டது. நீண்டுகொண்டே போனது நெடுஞ்சாலை. நெடுநெடு என்றிருந்த பனை மரங்களும் காடும் புதிருமாய் மண்டிக் கிடந்த உடை மரங்களும் சின்ன சின்ன கிராமங்களும் போய் வந்தன. வாகைக்குளம் வந்தடைந்தபோது சூரியன் மறைந்து, அதன் கடைசிக் கதிர்கள் மஞ்சளாய்த் தெரிந்தன. காட்டு வேலைகளுக்குப் போன சனங்கள் அலுப்போடும் மேய்ச்சலுக்குப் போன கால்நடைகள் அசைபோட்ட வண்ணமும், வீடு திரும்பிக்கொண்டிருந்தனர். ஈரக் காற்று உடம்பைத் தழுவிக் கொண்டது.

இருள் எங்கும் சூழ்ந்து கொண்டது. அந்த முச்சந்தியில் வந்து நின்றான். தூத்துக்குடிக்கும் திருநெல்வேலிக்கும் போய் வருகிற லாரி, பஸ், வேன், கார்கள் என்று போய் வந்தன. ஒண்ணு ரெண்டு லாரிகள் ரோட்டோரமாய் நின்றன. அதன் அருகில் ஒரு சிறிய கடை. வெற்றிலைப் பாக்கு, பீடி, சிகரெட், காப்பி, டீ, வியாபாரம், வாழைப்பழங்கள் முன் எதிர்ப்பில் தொங்கின, ஒருமரப்பெஞ்சு, அதில் நிதானமாய் உட்கார்ந்து, காப்பி குடித்து, புகைத்து, பேசிச் சிரித்துக்கொண்டிருந்தார்கள்.

தனக்குள்ளே சோர்ந்து, குழம்பி ரோட்டை வெறித்துப் பார்த்தபடியே மெதுவாக நடந்தான் முத்துசாமி. அவன் அந்த பெஞ்சில் வந்து ஆளோடு உட்கார்ந்துகொண்டான். எங்கேயாவது போய்த் தொலையணும். அவ்வளவுதான் ஆசை. வறண்டுபோயிருந்த இதழ்களை ஈரப்படுத்திக்கொண்டான்.

தொண்டை கரகரத்தது. அருகில் ஒரு லாரி டிரைவர்தான் இருந்தார். இன்னொருவர், மனுஷன் காசைக் கொடுத்துவிட்டு எழுந்து போனார். திரும்பினால் முகம் தெரிகிற மாதிரி, பீடியை புகைவிட்டுக்கொண்டிருந்த டிரைவரிடம் பைய பேச்சைக் கொடுத்தான்.

"அண்ணாச்சி லாரி திருநெல்வேலிக்காப் போவுது?"

"எதுக்குலே?"

"என்ன அங்கக் கொண்டு வுட்டுடுவீங்களா?"

இதைக் கேட்டு டிரைவர் முகம் சுழித்தார். ஏற இறங்கப் பார்த்தார். பேசவில்லை. சத்தம் காட்டாமல் எழுந்து ஆட்களோடு கலந்து சிரித்துப் பேசி லாரியில் ஏறி உட்கார்ந்து, லாரியும் புறப்பட்டுப் போய்விட்டது.

ஏமாற்றமாய் இருந்தது முத்துசாமிக்கு. உட்கார முடியவில்லை. திரும்பவும் எழுந்து ஒவ்வொரு டிரைவராய்ப் பார்த்தான். விசயத்தைச் சொன்னான்; கெஞ்சினான். யாரும் அவனுடைய கோரிக்கைக்குச் செவிசாய்ப்பதாய்த் தெரியவில்லை. 'போல போ' என்று விரட்டினார்கள். முத்துசாமி ஒரேயடியாய்த் தளர்ந்து போனான். 'பொத்'தென்று பெஞ்சில் உட்கார்ந்தான். கால்கள் ரெண்டும் வலித்தன. தலை கனத்தது.

திரும்பவும் லாரிகள் வந்தன; நின்றன. ஆட்கள் இறங்கினார்கள். டீ குடித்தார்கள். காப்பி குடித்தார்கள்; பீடி பற்ற வைத்தார்கள்; பேசினார்கள்; சிரித்தார்கள்; முத்துசாமியும் நெருங்கிப் போனான். விஷயத்தைச் சொன்னான். இப்படி பேச்சை எடுத்ததுமே முகம் சுருக்கினார்கள். "இப்டியெல்லாம் கண்டவங்களையும் சும்மா ஏத்திவிட்டுப் போவதுக்கு லாரி வைக்கலே போ . . . போ . . ." என்று எக்காளமாகச் சொல்லும்போது, என்ன செய்வதென்று தெரியவில்லை. பொழுது அடைந்து விளக்குகள் எரியத் தொடங்கின.

மனசு என்னவோ லேசாய் வலித்தது. ஊமையாய் வந்து உட்கார்ந்தான் முத்துசாமி. லாரிகள் வந்து நின்றதும், அவசரமாய் எழுந்து போனதும், இன்ன விசயம், இப்படி வந்து என்று அவன் சொல்லத் தொடங்குவதையும், டிரைவர்மார்கள் விரட்டுவதையும் கவனித்துக்கொண்டிருந்த கடைக்காரன் மிகவும் அன்பாய், ஆதரவாய், பாசமாய்க் கூப்பிட்டான்.

"இங்க வா.. தம்பி . . . எங்க போகணும்?"

முத்துசாமி சற்றும் எதிர்பார்க்கவில்லை. கடைக்காரனின் தெளிவான முகத்தைப் பார்க்க பார்க்க தூக்கிவிட்டதைப்

போல இருந்தது அவனுக்கு. "என்ன அண்ணாச்சி" என்று நடந்து போனான். கடைப்பலகையைப் பிடித்தபடியே முத்துசாமி நின்றான். சின்னப் பொய்யைக் கலந்து சொன்னான்.

"திருநெல்வேலியில இருந்து வந்துட்டேன். இப்பம் அங்கப் போகணும்."

"ராத்திரியாகிப் போச்சே. இனுமே எப்டிப் போவே?"

"அதுதான் தெரியல."

"அடுத்த வூரு . . . ரொம்ப மோசமான ஊரு, பேய் பிசாசு நெறையாயிருக்கு. வேணும்னா ரா முட்டும் இங்க தங்கு. காலம்புற லாரிக வரும். எனக்குத் தெரிஞ்ச ஆட்ககிட்டச் சொல்லி, ஒன்ன அங்கக் கொண்டுபோய்விடச் சொல்லுகிறேன்."

கடைக்காரனுக்குக் கிட்டத்தட்ட வயது நாற்பத்தைந்துக்கும் மேல் இருக்கும். நல்ல வளர்த்தியும் அதற்கேற்ற உடலுமாய் இருந்தான். ஆளும் புது நிறம். எல்லா விபரங்களையும் விசாரித்தான். "இந்தா இந்தப் பழத்த துன்னு" என்று ரெண்டு வாழைப்பழங்களைப் பிச்சுக் கொடுத்தான்.

நன்றியோடு கடைக்காரனைப் பார்த்தான் முத்துசாமி. கொடுத்த பழங்களை வாங்கிக் கொண்டான்; உரித்துச் சாப்பிட்டான். ஆளைச் சாய்த்துவிடும் பசிக்கு இது எம்மாத்திரம்? காணாதுதான்; இருந்தாலும் பரவாயில்லை. ஏந்தலாய் இருந்தது. தண்ணி வாங்கி மடக்மடக்கென்று குடித்தான். எல்லோரை மாதிரியும் அவனுக்கு டீயும் வந்தது. அதையும் வாங்கி ஊதி ஊதிக் குடித்தான். வயிறு நிரம்பிப் பெறவு தெம்பு வந்தது. புதிய உற்சாகமும் தெளிவும் உண்டாகிற்று. சிரித்த முகமாய் ரோட்டை வேடிக்கை பார்த்தான். லாரிகள் வருவதும் போவதுமாய் இருந்தன. பத்தரைமணிவரை கடை கலகலப்பாய் இருந்தது. கடைக்காரன் தெய்வமாய்ப் பட்டான். அவனுடைய அன்பும் பாசமும் கருணையும் புதிய நெருக்கத்தையும் பிரியத்தையும் கொடுத்தன. நாளைக்குத் திருநெல்வேலிக்கு லாரி ஏற்றி விட்டுவிடுவான். இல்லைன்னா இப்படி யாரும் உபசரணை செய்வார்களா?

சந்தடிகள் முற்றிலும் ஓய்ந்த பிறகு கடைக்காரன், மேல் விட்டத்தில் சுருட்டிவைத்திருந்த சாக்குப் படுதாவை இறக்கிவிட்டான். கடைக்குப் பின்னால் சிறிய அறை. அங்கு லைட் வெளிச்சம் மட்டும் பிரகாசமாய் இருந்தது. ஒரு ஓரமாய் நார்க்கட்டில் பஞ்சு மெத்தை. நாலாய் மடித்த போர்வை. எல்லாமே கிடைத்தன.

"இதுல படுத்துக்கிடுவோம். விடியக்காலம் லாரிக வரும். ஒண்ணுல ஒன்ன ஏத்திவிடுறேன்."

"இல்ல அண்ணாச்சி, நா கீழ இந்தப் பக்கமா படுத்துக்கிடுறேன்."

"வேண்டாம். பூச்சு பொட்டக் கெடக்கும். கடிச்சுப்புடும்."

"பரவாயில்ல அண்ணாச்சி. நா கடைப்பலகை மேலே படுத்துக்கிடுறேன்."

"பலகையில படுக்க முடியாது. அதுல கண்ணாடிப் பாட்டலாக இருக்கு."

கடைக்காரன் படுக்கையை உதறி விரித்தான். திரும்பி முத்துசாமியைப் பார்த்து, "என்ன நிக்க, லைட்ட ஆப் பன்னிட்டு வந்து படு" என்று சொல்லவும் முத்துசாமிக்குத் தயக்கமாய் இருந்தது. சத்தங்காட்டாமல் லைட்டை அணைத்தான். எங்கும் இருள் சூழ்ந்துகொண்டது. ராத்திரி மட்டும்தானே, இங்கே படுக்கப் போகிறோம் என்று நினைக்கிறபோது தைரியம் வந்தது. கட்டிலைத் தொட்டுத் தடவி ஏறிக்கொண்டான். ஓரமாகச் சுருண்டு படுத்தான். உடம்பில் நல்ல அலுப்பு, உடனே தூக்கம் வந்தது. அடித்துப் போட்ட மாதிரி தூக்கம். அந்த ஆழ்ந்த தூக்கத்தில், நடுச்சாமத்தை நெருங்கிக்கொண்டிருக்கும் வேளையில்தான் அது நடந்தது.

கடைக்காரன் முத்துசாமியை இறுக்கமாய்க் கட்டிப்பிடித்துக் கொண்டான். அந்த மோசமான அணைப்பில் அவனுடைய தூக்கம் கலைந்து போனது. "ஏய் . . . ஏய் . . ." என்று பதறினான். கைகளை உதறி எழுந்துகொண்டான். கடைக்காரன் ஒண்ணும் தெரியாத அப்பாவிபோல ஒதுங்கிப் படுத்துக்கொண்டான். சத்தங் காட்டவில்லை. அறை நிசப்தமாய் இருந்தது. இருட்டில் ஒன்றும் தெரியவில்லை. குழப்பம், சங்கடம், படபடப்பு, எல்லாமே நீண்டது. ஏன் இந்தாளு இப்படி செய்தான். ஒருவேளை தூக்கத்தில் இப்படியெல்லாம் நடக்குமோ?

அபத்தமாய் இளம் நெஞ்சு கசந்தது. உடம்பு பரபரத்து, படுத்துப் புரண்டு தூக்கம் வந்தது. திரும்பவும் கடைக்காரன் கட்டியணைத்தான். முத்துசாமி விழித்துக்கொண்டான். உடம்பு ரொம்பத்தான் நடுங்கியது. பயத்தால் கத்தினான். அவசர அவசரமாய்க் கடைக்காரன் நகண்டு படுத்துக்கொண்டான். போன தூக்கம் திரும்பி வரவில்லை. வசமாய் மாட்டிக்கொண்டோமா, நிஜமாகவே பேயிடம் சிக்கிக்கொண்டோமா? இது அசிங்கமான செயல் இல்லையா, இல்லாவிட்டால் இப்படி நடக்குமா? மனித கௌரவம் இவ்வளவு தூரம் கேவலமானதா?

ஸ்ரீதர கணேசன்

பைய எழுந்தான் முத்துசாமி. தடவித் தடவி நடந்தான். சாக்குத் திரையைத் தூக்கினான். ரோட்டுக்கு வந்தான். எங்கும் ஒரே இருட்டு. உடங்காடுகளில் இருந்துவரும் ஒருவகையான மணம், பெயர் தெரியாத வண்டுகளின் ரீங்காரம். தள்ளித் தள்ளி நிற்கிற தந்திக் கம்பங்களின் அலறல் சத்தம். தன்னைத் தொடும் பயத்தை உணர்ந்தான். பயமா, யாரைப் பார்த்து? கூடயிருந்த அறுக்கிறவர்களைக் கண்டுதான் பயம். அன்பாக, பாசமாக, பேசி ஏடாகூடமாய் நடக்கிறவர்களைக் கண்டுதான் பயம். இந்த மாதிரி ஆட்களைக் கண்டால், நினைத்தால், பேசினால் இனி மனசைக் கலக்கும் பயம் வரும். இப்பம் பேயே வந்து நின்றால் கூட பயமில்லை. உற்சாகமாய்ப் பேசலாம். 'என்ன சவுக்கியமா?' என்று கேட்கலாம். 'உன்னைக் கொல்ல வந்தேன்' என்று சொன்னால், 'சரி கொல்லு என்று கைகளை உயர்த்திக்கொண்டு நிற்கலாம்.

அந்தப் பேய், பிசாசுகளைத் தேடி நடந்தான் முத்துசாமி. தப்பித்து வந்ததே பெரும் நிம்மதியாக இருந்தது. நடை கொஞ்சம் கம்பீரம் கொண்டது. நடுச்சாமத்தைக் கடந்த கும்மிருட்டில், பேச்சுத் துணைக்கு ஒரு ஆளைக் கூடக் காணும். ஒத்தையில் நடப்பதற்குதான் என்னமோ போல இருந்தது. நிலவைக் காண முடியாத வானத்தில், ஆயிரம் ஆயிரம் நட்சத்திரங்கள் கொட்டிக் கிடந்தன. குளிர்ந்த காற்று வீசி வீசி அவனைத் தழுவிக்கொண்டது. ஒரு புன்சிரிப்பு மலர்ந்து, மனசு லேசானது.

எட்டு

கடையைத் தாண்டிக் கொஞ்ச தூரம் நடந்த பின், மூன்று சாலைகளை இணைக்கிற பிரதான முச்சந்தி ஒன்று வந்தது. அந்தச் சந்தி விளக்கு மினுக்மினுக்கென்று எரிந்துகொண்டிருந்தது. பெரிய குத்துக் கல்லில் '30 கிலோ மீட்டர்' என்ற கொட்டை எழுத்துக்கள் தெரிந்தன. அதனருகில் வந்து நின்றான் முத்துசாமி. "இவ்வளவு தூரம் வந்தாச்சா" என்ற மலைப்பு ஏற்பட்டது.

ரோடு ஒன்று ஸ்ரீவைகுண்டத்துக்குப் பிரிந்து சென்றது. மேற்காம நடையைக் கட்டினான். ஓராள் ஐந்தாறு எருமைமாடுகளைப் பற்றிக்கொண்டு வந்தார். சின்னதாய் வாட்சு மின்னியது. அவருடைய கையில் மணி கேட்டான்.

"அண்ணாச்சி மணி என்ன?"

"மணி ரண்டாகப் போகுது" என்றவர் மாடுகளைக் கிழக்காம கூட்டிக்கொண்டு போனார்.

நடு ரோட்டில் சின்ன வெளிச்சம் தென்பட்டது. நடக்க நடக்க அதன் பிரகாசம் கூடிற்று. அந்த இரைச்சல் தூரமாய்க் கேட்டது. கொஞ்ச நேரத்தில் லாரிகள் வேகமாய்க் கடந்து போயின. ஒதுங்கி நின்றுகொண்டான் முத்துசாமி. அந்த வெளிச்சமும் இரைச்சலும் மறைந்துபோக திரும்பவும் இருள்

சூழ்ந்துகொண்டது. ஒளி பிறந்தது. இரைச்சல் கேட்டது. இன்னொரு லாரி விருட்டென்று கடந்து போனது.

அந்த சாமி கோவிலில் மட்டும் சிறிய வெளிச்சம். ஒரு இருபத்தைந்து வால்ட் பல்பு எரிந்துகொண்டிருந்தது. சாமி வளர்த்தியாக இருந்தார். கறுப்பில் பூப்போட்ட தொப்பி, கடாரி மீசை, உருண்டைக் கண்கள். கீழ்நோக்கி வளர்ந்திருந்த பற்கள், வெட்டருவாளுடன் நின்ற சாமியைப் பார்த்ததும் பயம் உண்டாகிற்று. உடம்பு நடுங்கி நெத்தி வேர்த்தது. கட்டித் தழுவுகிற பதற்றத்தை உதறித் தள்ளினான். தைரியத்தை வரவழைத்துக் கொண்டான். நடையின் வேகம் கூடியது. விரசலாக நடந்தான் முத்துசாமி.

இது என்ன நடுரோட்டில் வெளிச்சம்?

சின்னதாய், ஆடி ஆடி எரிகிற பிரகாசம், முத்துசாமியைக் குழப்பியது. வர வர ஒளி நகலவில்லை. ஆடாமல் அசையாமல் நின்றது. பெறவு ஆடி அசைந்தது. முத்துசாமிக்கு நெஞ்சு பதறியது. இது பேய் பிசாசாக இருக்குமோ? கடைக்காரன் சொன்னதும் ஞாபகம் வந்தது. அடுத்த ஊருல பேய் பிசாசுக நெறைய உண்டு. அங்கப்போகதெ. இங்க படுத்துக்க. சரிதான். அவன் சொன்னது சரிதான். இது கருப்பா, சிவப்பா, இப்பம் தெரிஞ்சுபோகும். நிஜமாகவே பார்க்கலாம். திடமும் கூடியது. நடந்தான். நடக்க நடக்க நடுரோட்டில் சக்கரம் சுழலுவது போலத் தெரிந்தது. இது என்னதாயிருக்கும்? திரும்பவும் பயம் வந்தது. நடுக்கம் வந்தது. பதறி மனத்தைக் கட்டுப்படுத்திக் கொண்டு, திடத்தையும் பலத்தையும் வரவழைத்துக்கொண்டான். இதையெல்லாம் பார்த்தால் முடியாது. அது என்னனு தெரிஞ்சாகணும். பார்த்துப் பேசணும். அப்பந்தான் மனசு ஆறும். அது அடித்தால் அடிக்கட்டும், இனி என்ன வாழ்வு வேண்டிக் கிடக்கு?

நடந்துகொண்டே இருந்தான் முத்துசாமி. மிக அருகில் வர வர ஒரு லாரி நிற்பது தெரிகிறது. முன்னால் ஒரு காண்டா கைலாம்பு எரிகிறது. இன்னும் அருகில் போனான். ரெண்டு ஆட்கள். இருவருமே வேலையில் மும்முரமாய் ஈடுபட்டுக்கொண்டிருந்தனர். முன் டயர்களில் ஒன்று என்னமோ ஆகியிருக்கிறது. அதைக் கழற்றி, வேறு ஒரு டயரை மாற்றும் வேலை. அந்த விளக்கு வெளிச்சத்தில், ஒருவர் நட்டுகளுக்கு ஜாக்கிப் போட்டு மேலும் கீழும் இழுத்துக் கொண்டிருந்தார். இதுதான் சுழலுவது மாதிரி தெரிந்ததா என்ன?

பேய்ன்னு நெனச்சதெல்லாம் தப்பு. பயந்தது மடத்தனம், முட்டாள்தனம். அப்படியே உட்கார்ந்தால் என்னவாயிருக்கும்?

சந்தி

ஒரு வேளை உடம்பெல்லாம் வேர்த்து, விறு விறுத்து, நிலைதடுமாறி, எங்கேயாவது பலவீனமாய் இருக்கிற ரத்தக் குழாய் ஒண்ணு வெடித்துச் சிதறி, சிவப்புச் சிவப்பாய் ரெத்தம் கொப்பளித்து, கக்கி . . . . . இதுக்கு . . . இந்தச் சாவுக்கு யார் பொறுப்பு? இப்படிதான் பேய் அடித்துச் செத்துப் போகிறார்களா என்று நினைக்க நினைக்கச் சிரிப்பாணி வந்தது முத்துசாமிக்கு.

"ஏலே . . . தம்பி எங்கப் போறா?"

அந்த வெள்ளைச் சட்டைக்காரன் இப்படி கேட்டதும், முத்துசாமி என்ன சொல்வதென்று புரியாமல் தவித்தான். ஒரு வேளை அந்த லாரி திருநெல்வேலிக்குப் போகிற முகமாய், மேற்கே நோக்கி நின்று கொண்டிருந்தால், அவனுக்கு வேறுவகையான பொய்யைச் சொல்லத் தைரியம் வந்திருக்கும். அது தூத்துக்குடித் திசையை நோக்கி நின்று கொண்டிருந்தது. அவனும் பொய்யை மாற்றினான்.

"எனக்குப் பக்கத்து ஊருதான். ஒன்னுக்கு இருக்க வந்தேன்."

சொல்லிக்கொண்டே நடந்தான் முத்துசாமி. இருட்டு பழகிப் போனது. 'கடக் கடக் கடக்'கென்று ஒரு மாட்டுவண்டி போகும் சத்தம் கேட்டது. அந்த மணியோசை இன்னும் அவன் நடையை வேகப்படுத்தியது. விரசலாய் ஓடி நடந்து அந்த வண்டியைத் தொட்டுப் பிடித்தான். வண்டியோடு நடந்துகொண்டிருந்த முத்துசாமி, சட்டென்று முன்னால் போய், வண்டிக்காரனோடு பேச்சுக் கொடுத்தான்.

"அண்ணாச்சி வண்டி எங்கப் போகுது?"

வண்டிக்காரக் கிழவன் பதறினான். "சீ! சீ! கிட்டெ வராதெ" என்றான். வேகமாய்த் தலையாட்டிக்கொண்டு, கையில் உள்ள சவுக்கால் பளார் பளார்ன்னு அடித்தான். கிழவன் ஏன் இப்படி செய்கிறான் என்று புரியவில்லை முத்துசாமிக்கு. கிழவனைப் பார்க்க அவனுக்குக் கஷ்டமாய் இருந்தது. பேசாமல் வண்டிக்குப் பின்னால் நடந்துகொண்டே வந்தான் முத்துசாமி. கால்கள் ரெண்டும் கடுமையாக வலித்தன. உடம்பு மேலும் சோர்ந்து போனது. வழித்துணைக்கு வண்டிக்காரன் கிடைத்ததே பெரிய புண்ணியம்தான்.

கொஞ்ச நேரம் கழித்துக் கிழவன் சத்தங் கொடுத்தான்.

"போயிட்டியா . . . . .?"

"நா பின்னாலேத்தான் வரேன் தாத்தா."

"நீ இன்னும் போகலையா?"

"இல்ல."

"நீ யாரு?"

"நா தூத்துக்குடியில் இருந்து வரேன்."

"ஒங்க ஊரு எங்கயிருக்கு?"

"திருநெல்வேலியில்."

"தூத்துக்குடிக்கு எதுக்குப் போனே?"

"வூட்டுல இருந்து ஓடிப்போயிட்டேன்."

"அப்டியா?"

"ஆமா தாத்தா. நா, இப்பம் திருநெல்வேலிமுட்டும் போகணும். என்னக் கொஞ்சம் வண்டியில ஏத்திக்கிடுவீங்களா?"

"அதெல்லாம் ஏத்த முடியாது. எட்ட நடந்து வா."

"தாத்தா காலெல்லாம் வலிக்கி."

"அடேய் . . . படுக்காலிப்பயலே . . . இப்டி நடுச்சாமத்துலே . . . நடுரோட்டுல நடக்கலாமா? போகுற வழியில்ல எத்தனக் கொல வுழுந்திருக்கு, எத்தன பேரு காரு வண்டியில் அடிபட்டுச் செத்திருக்காங்க. இது நடந்து வருகிற நேரமா. நடக்கிறயிடமா . . .?"

கிழவன் பேச்சில் இரக்கம் தென்பட்டது. இதுவே ஆறுதலாய் இருந்தது முத்துசாமிக்கு. பேச்சுக் கொடுத்துக்கொண்டே வண்டியின் முன்னால் போனான். இனியாவது வண்டியில் ஏற்றிக் கொள்ள மாட்டானா? ஆனால் கிழவன், "கொஞ்சம் தூரமாவே நில்லு" என்றான்.

முத்துசாமிக்குக் கோபம் முட்டிக்கொண்டு வந்தது. இந்த மாதிரி சந்தர்ப்பத்தில் என்ன செய்வதென்று தெரியவில்லை. வலிக்கிற கால்கள் வலித்துக்கொண்டே இருந்தன. கடைசிவரை அவனை வண்டியருகில் அண்டவிடவில்லை. வண்டியைப் பிடித்துக்கொண்டே நடந்தான் முத்துசாமி.

"படுக்காலி . . . இது வல்லநாடு. இங்க இரு. காலம்பற டவுன் பஸ் வரும். அதுல ஏறிப் போ."

முத்துசாமியின் பதிலுக்குக் காத்திராமல் கிழவன் வண்டியைத் தட்டினான். வண்டி வேறு பாதை வழியாய்த் திரும்பி ஓடியது.

அந்தக் கடை வீதி மங்கலாகத் தெரிந்தது. ஊளைக்காற்று, இன்னும் விடிய நேரமிருக்கு என்று சொல்லிற்று. வானத்தில் நட்சத்திரங்கள் குலைகுலையாய், இன்னும் அப்படியே சிதறிக் கிடந்தன. நடந்துபோய், அந்தக் கடையையொட்டி, உள்ளடக்கிய வீட்டுத் திண்ணையில் அப்படியே சுருண்டு படுத்துக்கொண்டான் முத்துசாமி. உடம்பில் இருக்கிற வலியிலும் அசதியிலும் படுத்தவுடனே தூக்கம் வந்தது. நன்றாகத் தூங்கிக் கொண்டிருந்த அவனை, அந்த வீட்டுப் பொம்பளையாளுதான் வந்து எழுப்பினாள்.

"தம்பி . . . ஏய் தம்பி . . . இங்குன வந்து ஏன் படுத்திருக்க. எந்திரி . . . எந்திரி . . ."

முத்துசாமி அசைந்தான். கண்களைத் திறந்துப் பார்க்க முடியவில்லை. அப்போதுதான் திண்ணையில் படுத்திருக்கும் ஞாபகமே வந்தது. அவசர அவசரமாய் எழுந்து, படியை விட்டு இறங்கினான். அந்தப் பொம்பளையாளைப் பார்த்தான். அவள் மேல் படியில், குண்டாளச்சட்டி நிறைய தண்ணீரோடு நின்றாள். அவன் நகண்டு போன பெறவு முத்தத்தைத் தொளிக்க ஆரம்பித்தாள்.

தூக்கம் கலைந்தது. பைய நடக்கத் தொடங்கினான். குளிர் குறைந்ததுபோல இருந்தது.

பாளையங்கோட்டையை நெருங்க நெருங்க பளபளவென்று கிழக்கு வெளுக்கத் தொடங்கியது. க்சிக்சிக்சி–வென்ற பறவைகளின் சத்தம் நிறைந்தது. சூரியக் கதிர்கள் விழுந்தன. நிழல் நீண்டு தெரிந்தது. நடக்க நடக்க அதுவும் முத்துசாமியின் கூடவே வந்தது.

கடைவீதி கலகலப்பாகிற்று. ஒரு ஆள் கை வண்டியை இழுத்துக்கொண்டு போனார். கட்டடங்களின் காம்பவுண்டுக்குள் நின்ற மரங்களெல்லாம் பச்சைப் பசேலென்று இருந்தன. குருவிகள் துள்ளிப் பறந்தன. சாத்திக்கிடந்த கடைகளின் வாசல் முன்னால் குப்பைக் கூளங்கள் மண்டிக் கிடந்தன. ஊசிக் கோபுரத்தின் உச்சியில் புறாக்களின் கூட்டம். டியூப் லைட்களின் வெளிச்சத்தில் திறந்திருந்த காப்பி ஹோட்டல்களில் கேட்கிற சுப்ரபாதம். ஒவ்வொன்றையும், தாண்டி நடந்துகொண்டிருந்தான் முத்துசாமி. நாக்கு வறண்டு, கணுக்கால்கள் வீக்கம் கண்டு வலித்தன. ஆற்றுப்பாலத்தைக் கடந்து, தாமிரபரணியைப் பார்க்கும்போது உற்சாகம் பொங்கியது. இம்சைகளை மறந்து படிக்கட்டுகளில் இறங்கினான். பனிரெண்டு கால் மண்டபத்தில் ஏறி நின்று ஆற்றைப் பார்த்தான். ஆட்கள் குளித்தார்கள். 'வெளிக்கு'ப்

போய்விட்டு வந்தவர்கள், மறைவுக்கரைக்குப் போய் ஆற்றை அசிங்கப்படுத்தினார்கள்.

வேடிக்கை பார்த்தான் முத்துசாமி. கவலையும் வலியும் மறந்து போனது. மனம் துள்ளியது. சட்டையைக் கழட்டிக் கல்லுக்கடியில் வைத்துக்கொண்டான். குளிர் ஆட்டியது. குன்னிப் போன உடம்பை நிமிர்த்திக்கொண்டான். கைகளை இறுக்கமாய்க் கட்டிக் கொண்டான். படிக்கட்டுகளில் உட்கார்ந்தான். கால்களைத் தண்ணீரில் விட்டான். ஜில்லென்றிருந்தது. மார்பளவு நீரில் நின்று குளிக்கும் பையனைப் பார்த்ததும், தானும் குளிக்கலாம்போல இருந்தது. டவுசர் நனைய நனைய ஆற்றில் இறங்கினான். முங்கி முங்கிக் குளித்தான். ஹா . . . ஹா . . . என்று தலையைத் தூக்கித் தூக்கி ஆட்டினான். நீரின் அசைவுகளைப் பார்த்துச் சிரித்தான். ஆசை தீரக் குளித்தான். உடம்பில் உள்ள சடவெல்லாம் குறைந்த மாதிரி இருந்தது. ஆற்றை விட்டு வெளியில் வரும்போது சுள்ளென்று வெயில் அடித்தது.

முத்துசாமி ஓடிப்போய் மண்டபத்தில் நின்றான். தலையெல்லாம் சதசதன்னு கிடந்தது. காய்ந்தயிடமாய்ப் பார்த்து நகண்டு நின்றான். சட்டையை உதறி, தலையைத் துவட்டினான். உடம்பைத்துடைத்தான்.ஈரமாயிருந்தசட்டையைக்கோமணமாய்க் கட்டிக்கொண்டான். டவுசரைக் கழற்றினான். இறங்கிப் போய், ஆற்று நீரில் டவுசரை அலசிவிட்டு வந்தான். நன்றாகப் பிழிந்து, வெயிலில் காயப்போட்டான். அவனும் சுள்ளென்று வெயில் மேலே பட கருங்கல்லில் குத்தவைத்துக்கொண்டான்.

டவுசரைப் போய்ப் பார்த்தான். அதைப் புரட்டிப் போட்டான். கொஞ்சம் காயட்டும்னு இருந்தான். பசித்தது. வயிறு கிள்ளக்கிள்ள வீட்டின் ஞாபகம் வந்தது. இது முழித்த கண்ணுக்கு காப்பிப் பானையை உருட்டுகிற நேரம், பற்களை விளக்கிவிட்டுக் குளிக்கிற நேரம். புது உடையோடு சாப்பிட உட்கார்கிற நேரம். அக்கா எல்லோர் ஏனத்துக்கும் பழையதைப் பிழிஞ்சிவைத்திருப்பாள். சாப்பிட்டுட்டு, அவரவர் ஜோலிகளைப் பார்த்துப் போகிற நேரம். ஓராளு குறையுமோ?

முத்துசாமி என்ன ஆனான்?

தேடல் மும்முரமாய் நடந்துகொண்டிருக்கும். அப்பா, “மண்டுப் பயல் தொலைஞ்சா சரிதான்” என்று சொல்லியிருப்பார். அம்மாவுக்கு அப்படியெல்லாம் சொல்லத் தோணாது. பேச வாய் வராது. அம்மாவின் அன்பும் ஆதரவும் விசேஷமானது. அந்தக் கருணையும் கனிவும் வேற யாருக்கும் வராது. என்னதான்

பேசினாலும், என்னதான் அடித்தாலும் அணைப்புக்கு ஈடு இணை கிடையாது. அண்ணனை விரட்டியிருப்பாள், 'ஓடுல ஓடு எங்கையாவது தம்பி நின்னாக் கூப்பிட்டுவா. இழுத்துட்டு வா'ன்னு. அண்ணன் சைக்கிளை எடுத்துக்கொண்டு அலைந்திருப்பான். தம்பி மட்டக்கடையையும் சந்திராயப்பர் கோவிலையும் சுற்றிச் சுற்றி வந்திருப்பான். அம்மாவும் அக்காவும் கடற்கரைக்கும், எஸ்.ஆர். கோட்டைக்கும் நாலு அஞ்சு முறை போய்ப் பார்த்திருப்பார்கள். ஆச்சியும் தாத்தாவும் முனிசிபல், மார்க்கெட் என்று சுற்றி அலைந்திருப்பார்கள். அலைந்து என்ன செய்ய? அவர்களிடம் உள்ள அதிர்ஷ்டமும் ஆற்றலும் நமக்கில்லை. சுலபமாய்ச் செத்துப் போவதுதான் மேல். இனுமே வீட்டுப் பக்கம் எட்டிப் பார்க்கக் கூடாது.

திரும்பவும் எழுந்து டவுசரைத் தொட்டுப் பார்த்தான் முத்துசாமி. அது காய்ந்திருந்தது. தூணுக்குப் பின்னால் போய் நின்று கோமணத்தை அவுத்தான், டவுசரை அணிந்து கொண்டான். ஈரக்கசங்கலோடு சட்டையையும் மாட்டிக்கொண்டான். மண்டபத்தில் இருந்து இறங்கினான். ரோட்டுக்கு வந்தான். சுவரெல்லாம் வண்ண வண்ணமாய்ச் சுவரொட்டிகள், அப்பந்தான் புடவை கட்டியும் கட்டாமலும் இருக்கிற நடிகையைப் பார்க்கப் பார்க்கச் சிரிப்பு சிரிப்பாய் வந்தது. எழுத்துக் கூட்டி வாசித்தான் முத்துசாமி. அ–ரங்–கே–ற்–றம்; அ–டி–மை–ப்–பெ–ண். மெல்ல மெல்ல வாசித்து முடித்தவுடன் பெருமிதமாய் இருந்தது. சந்தோஷமாய் இருந்தது. இப்படி புத்தகங்களை வாசிக்கலாமா என்று நினைக்கிறபோது பயமும் வந்தது.

நடந்துகொண்டேயிருந்தான் முத்துசாமி. எங்கே போகிறோம் என்று தெரியவில்லை . "போ . . . எங்கையாவது போ" என்று மனசு அறுத்துக்கொண்டே இருந்தது. கால் போன போக்கில் நடந்தான். ஒரு தெருவைக் கடந்து இன்னொரு தெருவு குறுக்காகப் போனால் மெயின் ரோடு, கலகலப்பாய் இருந்த கடை வீதி, கட்டிடங்கள், ஜனநெருக்கடி, வாகனங்களின் இரைச்சல் எல்லாம் அற்புதமாயும் ஆர்வமாயும் இருந்தன. நிதானமாய்ப் பார்த்து ரசித்துக்கொண்டே நடந்தான்.

வழியில் ஒரு பொது பைப். அங்குள்ள பொம்பளையாட்கள் குடிநீர் பிடித்துக்கொண்டிருந்தனர். ஒரு பொம்பளைகிட்டத் தண்ணீர் கேட்டான். அவள் பெரிய மனசோடு குடத்தை நகட்டிக் கொண்டாள். குனிந்து ரெண்டு கையும் ஏந்திக் குடித்தான். தண்ணி வயிற்றுக்குள் போன பெறவுதான் நிமிர முடிந்தது. நிம்மதியாய் மூச்சுவிட முடிந்தது. அப்பாடி என்று சட்டையை உதறிவிட்டுக்

கொண்டான். 'சடவு', கொஞ்சம் இறங்கின மாதிரி இருந்தது. அதோடு நடையைக் கட்டினான் முத்துசாமி.

நடக்க நடக்கக் கால்வலி ஜாஸ்தியானது. எங்கையாவது உட்கார்ந்து எழுந்தால், தாவலாம்போல இருந்தது. அந்த வேப்பமரத்தடியில் ஒதுங்கி நின்றான். வெயில் அடிக்க ஆரம்பித்திருந்தது. வேப்ப மரத்துக் காற்று குளுமையைத் தந்தது. பக்கத்தில் இருந்த ஒரு கார் செட் சாத்தியிருந்தது. மரத்தடியில் சின்ன திண்டு. ஓராள் நீட்டி நிமிர்ந்து படுக்கலாம். உட்கார்ந்து அப்படியே தலையைச் சாய்க்கலானான் முத்துசாமி. தூக்கம் வந்தது. கண்களை மூடித் தூங்கினான். முகத்தில் வெயில் உரக்க அடிக்கும்போது முழிப்புத் தட்டியது. கண்கள் கூசின. வெயிலின் கடுமை, எழுந்திரிக்க முடியாதபடி கிறக்கம், உடல்வலி, அலுப்பு, சலிப்பு. பைய நடந்து நடந்து ஜங்ஷனை வந்து அடைந்தான் முத்துசாமி.

பஸ் ஸ்டாண்டுக்குள் நுழைகிறபோது, மண்டையைப் பிளப்பதுபோல வெயில் அடித்தது. சரியான உச்சி வெயில். ஜனங்கள் எதையும் பொருட்படுத்தாமல் பரபரப்போடு காணப்பட்டனர். ஏகப்பட்ட பஸ்கள், ஒவ்வொன்றையும் பார்த்தபடியே நடந்துகொண்டிருந்தான் முத்துசாமி. நிழல் கண்ட இடங்களில் உட்கார்ந்தான். ஆட்களுடன் கலந்து வெளியில் வந்தான். ஆஸ்பெஸ்டாஸ் சீட்டுக்கடியில் வெக்கை, வேர்த்தது. வயிறு ஒட்டி இம்சை செய்தது. பிளாட்பாரங்களில் சின்னச் சின்னதாய்ப் பெட்டிக்கடைகள், லாட்டரி, பத்திரிகை வியாபாரங்கள், மிட்டாய்க் கடைகளைக் கண்டதும் நாக்கு சொட்டைவிட்டது. உடனே எதையாவது வாங்கித்திங்கணும்போல இருந்தது. அதையெல்லாம் ரொம்ப நேரம் பார்த்துக்கொண்டிருக்க முடியவில்லை. அந்தக் கடைகளில் கண்களில் படாமலே நகண்டு போனான் முத்துசாமி. முகம் ஒரேயடியாய்ச் சோர்ந்து போனது. நேரமாக நேரமாக வயிறு கிள்ளியது; பசித்தது.

அப்போதுதான் ஒரு வயதான பாட்டியம்மா, அவனைக் கை செய்கைக் காட்டி அழைத்தாள். முத்துசாமியும் போனான். பாட்டி சிறிய சாக்குப் பையில் அஞ்சாறு தேங்காய்களை மூட்டைக் கட்டி வைத்திருந்தாள்.

"இதத் தூக்கி பஸ்சுல ஏத்தி தருவியாலேய்?"

சந்தோஷமாய் இருந்தது முத்துசாமிக்கு. "சரியாச்சி" என்றான்.

பாட்டியம்மா பஸ்ஸில் ஏறிக்கொண்டாள். பின்னால் தேங்காய் மூட்டையைத் தூக்கிக்கொண்டு போனான்

அவன். காலுக்கடியில் வைத்தான். பாட்டி முந்திப் பையைத் திறந்தாள். அம்பது பைசாவைத் தூக்கிக் கொடுத்தாள். பதில் பேசாமல் வாங்கிக்கொண்டான். வளவளப்பான நாணயத்தைத் தொட்டுப் பார்த்துக்கொண்டான். “ஹைய் ராசாத்துட்டு” என்று வாய் முணுமுணுத்துக் கொண்டது. வடை திங்கலாம். காப்பி குடிக்கலாம். இன்னும் ரெண்டு மூடை தூக்கினால் போதும். ஒரு ரூபாய், ஒன்னா ரூபாய் கிடைக்கும். இந்தச் சம்பாத்தியம் காணும். இன்னைக்கி ஏக ஜாலி. சந்தோஷத்தில் மனசு துள்ளித்துள்ளிக் குதித்தது. முத்துசாமி பஸ்ஸில் இருந்து இறங்கினான்.

ஒரு கும்பல் வந்து வழிமறித்துக்கொண்டது. இறங்கியவுடனே அவனை எங்கும் நகலவிடாதபடி சூழ்ந்துகொண்டார்கள். அதிர்ச்சியாய் இருந்தது முத்துசாமிக்கு. சந்தோஷச் சிறகுகள் உடைந்து போயின. கலவரப்பட்டு அவர்களைப் பார்த்தான். ஏன் மறிக்கிறார்கள்? எதுக்கு, என்ன விசயம். எதையும் வாய்திறந்து கேட்க முடியவில்லை. வாயைத் திறந்தால் அடி விழுந்தாலும் விழும் என்ற பயம். அவனை ஆடாமல் அசையாமல் நிற்க வைத்தது. “நீ யாராடா.. ?” என்றான் ஒரு தடியன். கைக்குட்டையைக் கழுத்தில் இறுக்கக் கட்டியிருந்தான். முழுக்கைச் சட்டையைக் கன்னா பின்னாவென்று சுருட்டிவிட்டிருந்தான். அந்தக் கரகரப்பான குரலைக் கேட்டதுமே கால்கள் இரண்டும் கட கட கடவென்று ஆடிப் போயிற்று.

ஆளாளுக்கு முத்துசாமியை அதட்டத் தொடங்கினார்கள். ஒருவன் இரக்கம் கொண்டதுபோல பாவனைசெய்து முத்துசாமியின் அருகில் வந்து, வலது கன்னத்தைச் செல்லமாய்த் தட்டிக்கொடுப்பது போல, “கண்ணு ஒன்ன யாரு இங்க மூட சுமக்கச் சொன்னது” என்றான். உடனே அருகில் உள்ளவன் “எவ்வளவு வாங்குன. அந்தக் கிழவிக்கிட்ட” என்று அதட்டினான். கையைத் திறந்துகாட்டச் சொன்னான். எட்டணாக் காசு சம்பாத்தியம் செய்துகொண்ட பரபரப்பில், “நாங்க இங்க எதுக்குக் காத்துக்கிட்டிருக்கோம் . . . தெரியுமாலே” என்று அதட்டினான்.

முத்துசாமி திருதிருவென்று முழித்தான்.

எதிர்த்துப் பேசலாம். வந்த விபரத்தைச் சொல்லலாம். வயிற்றின் கொடுமையும் இம்சையும் சொல்லி நாயம் கேட்கலாம். ஆனால் இதெல்லாம் சொல்லி நடக்கப் போவதொன்றுமில்லை. சுற்றி நிற்கிறவர்களின் பதற்றத்துக்கும் பரபரப்புக்கும் முன்னால் ஒண்ணும் நடக்காது. இப்பம் அவர்கள் இருக்கிற நிலையில் அடித்தாலும் உடம்பு தாங்காது. செத்துப்போவோம் செத்து.

இதை அவர்களும் உணர்ந்தவர்களாய்த்தான் நடந்து கொண்டார்கள். பேசுவது, நெஞ்சை மலத்துவது, அடிக்கிற மாதிரி முந்துவது, வீராப்போடு வந்து மெதுவாகத் தட்டிக் கேட்பது எல்லாமே ஒரு பாவ்லாதான். அதட்டலோடு நின்றுகொண்டார்கள். அப்படியும் எவனாவது ஒருவன், ரொம்பதான் முந்திக்கொண்டு 'எங்க அவன் அடித்துவிடுவானோ' என்று பயப்புடும்படிக் கையை உயர்த்தினாலும், பக்கத்தில் உள்ளவன் சட்டென்று அவனுடைய கையைப் பிடித்துக்கொண்டு "போலப்போலே, ரொம்பவும் தான் சண்டியத்தனத்தக் காட்டாதெ" என்று பின்னுக்குத் தள்ளிவிட்டான்.

முத்துசாமிக்கு எதுவும் புரியவில்லை. அழுகைதான் முட்டிக் கொண்டு வந்தது. இப்படியொரு இக்கட்டில் மாட்டிக்கொண்டது நினைக்காத ஒன்று. அதுதான் ரொம்பவும் வேதனையாய் இருந்தது. அசையாமல் நின்றான். தப்பிக்க வழி தேடினான்.

"இங்க ஒரு நிமிஷங்கூட நிக்கக்கூடாது."

"ம்."

"ஓடுல."

முத்துசாமி குனிந்தபடியே நடந்தான். அருகில் நின்றவன், "விரசலா ஓடுல" என்று தள்ளிவிட்டான். இன்னொருவன், "ஏலே ஏலே, பையன் சின்னப் பையன் தள்ளிவுடாதேல" என்றான்.

பிளாட்பாரப் பெஞ்சில் சுருண்டு படுத்திருந்தான் முத்துசாமி. அதை அவனால் தாங்க முடியவில்லை . பசி வேறு எடுத்தது. சந்தடியில் இருந்து விலகி, தனியாக வந்தால், அந்த டாக்ஸி ஸ்டாண்டு நிழலும், அந்த நிழலுக்கடியில் வெய்யிலுக்கு ஒதுங்கியவர்களின் கூட்டமும் இருந்தது. பஸ் ஸ்டாண்டு இரைச்சல் வெளியில்வரை கேட்டது. வெயில் எங்கும் வெக்கையும் அனலும் பறந்தன. அப்படியே படுத்துக்கிடந்தால் தாவலாம்போல இருந்தது. வீட்டின் ஞாபகம் திரும்பத் திரும்ப வந்தது. எல்லாமே டேவிட்ஸாரால் வந்தது. இந்த ஸார்வாள் கிட்ட மாட்டிக் கொண்டதுதான் மகா தப்பு. இந்த அடிக்கெல்லாம் அவரை ஒருநாள் வசமாய்த் தீர்த்துக்கட்ட வேண்டும். என்னைக்காவது ஒருநாள் தனியாய் வராமலா போவார்? அப்பம்வைத்து உரி உரி என்று உரிக்க வேண்டும். அப்பந்தான் மனசு ஆறும். அது தட்டியும் ஆறாது.

முத்துசாமிக்குக் கோபம் வந்தது. இப்படி கோபப்பட்டு யாரை என்ன செய்ய முடியும் என்று நினைத்தபடி எல்லாத்தையும்

தனக்குத்தானே அடக்கிக்கொண்டான். எழுந்து நடக்க ஆரம்பித்தான். யோசனையும் குழப்பமும் மனசுக்குச் சங்கடத்தைக் கொடுத்தன. ஒரு பஸ், பஸ் ஸ்டாண்டுக்குள் இருந்து வெளியில் வந்தது. அதில் தூத்துக்குடி போர்டைக் கண்டதும், போகலாம் போல இருந்தது. கஷ்டமே இராது. நேராய் வீடுதான். சீக்கிரமாய்ப் போய்ச் சேர்ந்துவிடலாம். பணம் வேணும், அவ்வளவுதான்.

வருவதும் போவதுமாய் இருக்கிற பஸ்கள் ஒவ்வொன்றையும் பார்த்துக்கொண்டே இருந்தான். நேரம் ஓடிக்கொண்டே இருந்தது. வீட்டுக்குப் போய்விடலாம் என்ற கவலைதான் அதிகரித்தது. ஒரு ஓரமாய் ஒண்ணுக்கு இருந்துவிட்டு வந்தான். பைப்படியில் முகத்தைக் கழுவித் தண்ணீர் குடித்தான். பொடிநடையாய் நடந்தான். முன்னே மாதிரி விரசலா எட்டு வைக்க முடியவில்லை. எதையும் கண்டு களிக்கும் மனநிலையும் அவனுக்கில்லை. போகிற போக்கில் அம்பது பைசாவுக்குக் கடலையை வாங்கிக் கொறித்துக் கொண்டே நடந்தான்.

ஒன்பது

பாளையங்கோட்டைக்கு வந்தான் முத்துசாமி. ஆடி, அசைந்து, குனிந்து, நிமிர்ந்து, பார்த்து, யோசித்து, நடந்து நடந்து தேசிய நெடுஞ்சாலையை எட்டிப் பிடிக்கும்போது பொழுதடைந்து போயிற்று. அந்தி சாய்ந்து சூரியன் காட்டுப் பகுதியில் இறங்கிக்கொண்டிருந்தது. 'மேச்சலுக்குப் போன கால்நடைகளெல்லாம் திரும்பிக்கொண்டிருந்தன. பறவைகள் கூட்டம் கூட்டமாய்ப் பறந்துபோயின. ஆட்கள் நடமாட்டம் இல்லை. தனியாய் நடப்பதுதான் என்னமோபோல இருந்தது. போகிற லாரிகளையெல்லாம் கைக்காட்டி நிறுத்திப் பார்த்தான். எதுவும் நிற்கிற மாதிரி யில்லை.

ரோட்டோரங்களில் வரிசைவரிசையாய்ப் புளியமரங்கள். கொத்துக்கொத்தாய்க் காய்கள் எட்டியெட்டிப் பறிக்கப் பார்த்தான். ஊகூம். முடியவில்லை. கற்களை விட்டு எறிந்தான். ஒரே ஒரு பிஞ்சு விழுந்தது. நாக்கில் வைத்தான். ஒரே புளிப்பு.

அடுத்தாப்போல ஒரு ஒத்தை மாட்டு வண்டி வந்தது. வண்டிக்காரப் பையனிடம் தனது நிலைமையை எடுத்துச் சொன்னான். மிகவும் இரக்கத்துடன் சோர்ந்தும்போய் நிற்கிற முத்துசாமியைப் பார்க்கப் பையனுக்குப் பாவமாய் இருந்தது. அவனுக்கு ஆறுதல் விதமாய், "பெறத்தாலே ரண்டு மாட்டு வண்டிக வருது! அது ரெண்டும் தூத்துக்குடிக்குத்தான் போகும். அவுங்கக்கிட்டக்

கேட்டு ஏறிக்கா . . . நா பக்கத்து ஊருக்குத்தான் போறேன்" என்றான். வண்டி அந்த விலக்கில் திரும்பிக்கொண்டது.

முத்துசாமிக்கு வயிறு என்னமோ செய்தது. புரட்டுவதும் கிள்ளி வலிப்பதுமாய் இருந்தது. அந்த உபத்திரவம் தாங்க முடியவில்லை . உடனே வெளிக்குப் போகணும், போலாயிற்று. கொஞ்சம் தாமதித்தாலும் நிலமை மோசமாகி விடும். அப்படியோர் இக்கட்டு. அவசர அவசரமாய் டவுசரை அவிழ்த்துக்கொண்டான். அந்தப் பள்ளத்தில் இறங்கினான். நல்லவேளையாக ஒரு குட்டை கிடந்தது. தெளிந்த நீர், கொஞ்சம் சவதி, சுற்றி உடை முள்கள், பார்த்துப் பார்த்துப் போனான். சுமை இறங்கியதும், குட்டையில் சுத்தப்படுத்திக்கொண்டான். டவுசரைப் போட்டுக்கொண்டு ரோட்டுக்கு வந்தான்.

அந்த ரெண்டு மாட்டு வண்டிகளும் ஜல் ஜல் என்ற ஓசையோடு போய்க் கொண்டிருந்தன. அவனைக் கடந்த வண்டிகளில் சரியான மண்பாண்டங்களின் பாரம். வைக்கோலின் பாதுகாப்பில் சிவப்பு வண்ணத்தில், வட்ட வட்டமாய்த் தெரிந்தன.

முத்துசாமி வண்டியைப் பார்த்து ஓடினான். கை, கால்கள், உடம்பெல்லாம் வலித்தன. களைப்பும் பலவீனமும் மாறிமாறி வந்தன. இளைக்க இளைக்க வண்டிக்காரத் தாத்தாவிடம் விசயத்தைச் சுருக்கமாய்ச் சொன்னான். தாத்தா சத்தங் காட்ட வில்லை. அவுரு எவனுக்கு வந்த விருந்தோ என்றிருந்தார். துண்டை உதறி, முண்டாசை உயர்த்திக்கட்டிக்கொண்டார். தாத்தா இப்படியிருப்பது சங்கடத்தை உண்டு பண்ணியது. முகம் கறுத்துச் சுருங்கிப் போனது. கெஞ்சிக்கொண்டே பின்னாலே போனான்.

முன்னால் போகும் மாட்டு வண்டியில் ஓர் இளவட்டப் பையன் உட்கார்ந்திருந்தான். "தாத்தா . . . தாத்தா" என்கிற குரலைக் கேட்டுத் திரும்பிப் பார்த்தான். முத்துசாமி அவனிடம் ஓடிப் போனான். "அண்ணே அண்ணே . . ." என்று கெஞ்சியபடி வந்ததைப் பற்றி, படுகிற கஷ்டத்தைப் பற்றி, ஏற்படுகிற பயத்தைப் பற்றிப் பதறிப் பதறிச் சொன்னான்.

வண்டிக்காரப் பையனுக்கு முகம் மாறிப் போனது. பரிதாபப்பட்டான்.

"செரி . . . வண்டியில ஏறிக்க . . . . ."

அவன் சொன்னதும் சட்டென்று வண்டியில் ஏறினான் முத்துசாமி. தாத்தாவுக்கு மூக்கின் நுனியில் கோபம் வந்தது. உடனே வண்டியை நிறுத்தினார். சவுக்கையோடு இறங்கி வந்தார். வந்த

விருச்சியில் எங்க இழுத்துப்போட்டு நாலு அறை வைத்துவிடுவாரோ என்று பயந்தான் முத்துசாமி.

"கீழே இறங்குலே . . . யாண்டி"

தாத்தா கெட்ட வார்த்தை போட்டது சுளீரென்று பிடித்தது முத்துசாமிக்கு. பதில் பேசாமல் இறங்கினான். வண்டியை நிறுத்தித் திரும்பிப்பார்த்துக்கொண்டிருந்த வண்டிக்கார இளைஞனை ஏசினார்.

"ஏலே . . . ஒனக்கென்ன அறிவு மழுங்கியாப் போச்சு? இந்தப் பயல வண்டி மேலே ஏறச் சொல்லுற, பானெ ஒடஞ்சுப் போச்சுன்னா . . . யாருகொடுப்பா . . . ஒரு பானெ வெலெ என்ன . . .?"

இளைஞனுக்கும் இந்தப் பயம்தான். உடனே அவன் மாடுகளைத் தட்டினான். தாத்தாவும் போய் வண்டியில் ஏறிக்கொண்டார். வண்டிகள் ரோட்டைப் பார்த்து ஓடின.

இருள் கூடிக்கொண்டே போனது. நடக்க முடியவில்லை முத்துசாமிக்கு. இடுப்புக்குக் கீழே ஒரே வலி. உடம்பு பூரா அசதி. குதிங்காலைத் தூக்கி எட்டுவைக்கச் சிரமமாய் இருந்தது. வேறு வழியில்லாமல் நடந்துகொண்டிருந்தான்.

ஒரு சின்ன கிராமம் வந்தது. முச்சந்தியில் அய்ந்தாறு தெரு லைட்டுகள் மின்னின. ஆட்களின் நடமாட்டம் இருந்தது. கைவிட்டு எண்ணக் கூடிய கடைகளும் அதன் சலசலப்பும் நிறைந்து காணப்பட்டன. டீக்கடையைப் பார்த்து வண்டியை ஓரமாய் நிறுத்தச் சொன்னார் தாத்தா. அந்த வாடகைக் கார் நின்ற இடத்தின் பின்னால் உள்ள இடத்தில் வண்டியை நிறுத்தினான் இளைஞன். தாத்தா பின்னால் நிறுத்திவிட்டு இறங்கினார். இருவரும் கடைக்குள் போனார்கள். இளைஞன் வேட்டியை உதறி உடுத்திக்கொண்டு சட்டைப் பைக்குள் கையை விட்டபடியே முத்துசாமியைப் பார்த்து, "என்ன இங்குன நிற்க? இங்க வா" என்று கூப்பிட்டான்.

முத்துசாமிக்குப் பயமும் தயக்கமும் இருந்தது. அன்பாயும் பாசமாயும் இளைஞன் கூப்பிட்டதும் மறுக்க முடியவில்லை . இருக்கிற பசிக்கும் சோர்வுக்கும் ஒரு வாய் காப்பித் தண்ணி, வேற எதுவாவது கிடைத்தாலும் நல்லதுதான். 'அண்ணா உனக்குக் கோடிப் புண்ணியம் உண்டு' என்பதைப் போல துவண்டு போன கால்களைப் பலப்படுத்திக்கொண்டு ஓடிப் போனான்.

கடையில் கூட்டமில்லை. ரெண்டு ஆட்கள் மட்டும் காப்பி குடித்துக்கொண்டிருந்தனர். காலி பெஞ்சியின் மேல் ஒரு நியூஸ்

பேப்பர் நாலாக மடிந்து கிடந்தது. ஒருவர் மட்டும் காப்பியை ஆத்திக்கொண்டிருந்தார். கண்ணாடி டப்பாவுக்குள் காரச்சேவ், முருக்கு, அரைப்பன், மற்றபடி நாட்டு வாழைப்பழங்கள் தொங்கின. தாத்தா பேப்பரை எடுத்து வீசிக்கொண்டார்.

"நூறு நூறு ரெண்டு பொட்டணம் காரச்சேவு கொண்டாப்பா" என்றார்.

உடனே அவரருகில் இருந்த இளைஞன் சொன்னான்.

"அண்ணாச்சி கூட ஒரு பொட்டலம் கொடுங்க!"

"யாருக்கு?"

"இந்தப் பையனுக்கு"

"காசு வச்சுருக்கியா?"

"ம்."

"அப்பம் வாங்கிக் கொடு."

"சரி தாத்தா."

"எங்கிட்ட துட்டெக் கேட்டுறாதே."

"ம்."

பொட்டணம் வந்தது. தாத்தா பிரித்தார். அவருடைய முகத்தைப் பார்க்கவே பயமாய் இருந்தது. தாத்தா வலுத்த தாத்தா. அவரை மட்டும் சமாளிக்கணும். இளைஞன் வாங்கிக் கொடுத்த பொட்டணத்தை நன்றியுடன் வாங்கி அவுத்தான். காரச்சேவை ஒரு வாய் அள்ளிப் போட்டான். நருபுருன்னு கடித்தான். காப்பி வந்தது; குடித்தான்.

பணத்தைக் கொடுத்துவிட்டு வண்டியில் வந்து ஏறிக் கொண்டார்கள். வண்டி ரெண்டும் புறப்பட்டன. முத்துசாமிக்கு நடைதான். கொஞ்ச தூரம் நடக்கக் காட்டிலும் திரும்பவும் வயிறு என்னமோ செய்தது. பழையபடி அவசரம். வெளிக்குப் போகணும் போல இருந்தது. நடக்க முடியவில்லை. தளர்ந்துபோன உடம்பை, எங்காவது சற்றுச் சாய்த்தால் தேவலாம்போல இருந்தது. இனி ஓரடிக் கூட நகல முடியாது என்றாகிவிட்ட பெறவு, 'அத்தபார்'ன்னு பின்னால் தொங்கிய கயிற்றைப் பிடித்துத் தொத்தினான். மளமளவென்று முத்துசாமி மேலே போனதைத் தாத்தா கவனிக்கவில்லை. பானைகளுக்கு மேல் வைக்கோல் பொதி. கால்களை நீட்டிப் படுத்துக்கொள்ள வசதியாய் இருந்தது. உடம்பை நிமிர்த்தி முறுக்கினான். மனசு படபடப்பெல்லாம் குறைந்து

போனது. சட்டென்று சுமையை இறக்கிவைத்த நிம்மதி கிடைத்தது. சிறிது நேரத்தில் தூக்கமும் வந்துற்று. அசந்து தூங்கினான்.

வண்டிகளும் கடக் கடக் என்று போய்க்கொண்டே இருந்தன. தாத்தா கொஞ்ச நேரம் கழித்துக் கூட வந்த பையனைக் காணமே என்று தேடினார். முன்னால் வண்டியைப் பத்துகிற இளைஞனிடம் அவசரமாய் அவனைக் காணவில்லை என்றார். இளைஞன் இரண்டு முறை சரிந்து சரிந்து திரும்பிப் பார்த்தான். அதெல்லாம் எங்கையும் போயிருக்க மாட்டான். பின்னாலதான் வருவான் என்று தனக்குத்தானே சொல்லிக்கொண்டு, குளிராய்க் காற்று வீசியதும், முண்டாசை அவிழ்த்து, இறுக்கலாய்க் கட்டிக்கொண்டான். வண்டி ஒரே நிதானமாய்ப் போய்க்கொண்டிருந்தது.

வண்டிகள் நீண்ட தூரம் கடந்து போயின. சின்னஞ்சிறிய கிராமங்கள், வயல்வெளிகள், மரம் – செடிகள் – புதர்களைக் கடந்து உஸ்உஸ்ஸென்று போவதும் வருவதுமாய் இருக்கிற மோட்டார்களைத் தாண்டி மிகவும் லாவகமாய் அந்த மாடுகள் ஒதுங்கி, எல்லாமே ஒரு வழக்கம், ஒரு அனுபவமாய்ச் சென்று கொண்டிருந்தன. இளைஞன் சிறிது கண் அசந்து அசந்து வண்டியை ஓட்டினான். திடீரென்று அவனுக்கு முத்துசாமியின் ஞாபகம் வந்தது.

“தாத்தா அந்தப் பையன் வரான்னான்னு பாரும்.”

“ஏலே . . . ஒனக்குக் கண்ணு அவிஞ்சா போச்சு. நாதான் அப்பமே சொன்னேனே . . . அவனக் காங்கலேன்னு.”

“நெஜமாதானா ?”

“பெறவு பொய்யாச் சொல்லுறேன்.”

“பாவம், எங்குன தொலைஞ்சு போனானோ தெரியலையே !”

“ஒனக்கென்னலே சும்மாக்கெடெ.”

“இல்ல தாத்தா ..... இந்த ராத்திரியில்ல அந்தச் சின்னப்பையன் எங்க போனானோன்னு ஒரு பயம்தான்.”

“எங்கையும் போக மாட்டான். எங்குனையும் உக்கார்ந்து தூங்கிட்டுக் காலையில எந்திரிச்சு வூரப் பாத்துப் போவான்.”

அந்தப் பேச்சுக் குரல், மேலே தூங்கிக்கொண்டிருந்த முத்துசாமியைத் தாக்கியது. தூக்கக் கலக்கத்தில் எழுந்தான். “தாத்தா நா மேலேதான் படுத்திருக்கேன்” என்று குரல் கொடுத்தான்.

இதைக் கேட்டதும் தாத்தா பரபரப்பானார். கோபமும் ஆத்திரமும் ஒன்றுசேர வந்தது. வண்டியை நிறுத்தினார். அலறிக்கொண்டே குதித்தார்.

"அய்யய்யோ நம்ம பானையெல்லாம் ஒடஞ்சுபோய் இருக்குமே. ஒண்ணு ஒடைஞ்சா . . . ஒன்னாரூபாக் கிரையம் போச்சு, ஏலே . . . எலே . . . அந்தச் சிறுக்கிப் புள்ளைய வுடாதெ . . . புடி . . . புடி . . ."

முத்துசாமி பயந்து போனான். ஆனாலும் சுதாரித்துக் கொண்டான். சட்டென்று கீழே இறங்கினான். ஓட்டம் பிடித்தான். வண்டிகளைக் கடந்து தலைதெறிக்க ஓடுகிற ஓட்டம் அது. விசுக் விசுக்குன்னு கோபப்படுகிற தாத்தாவை நினைக்க நினைக்க ஓட்டம் இன்னும் ஜாஸ்தியானது. கிழவன் இருக்கிற நிலையில், இப்பம் கையில் கிடைத்தால் அவ்வளவுதான். இருட்டில் பிடித்து இழுத்துப் போட்டு நாலு சாத்து சாத்தி இம்சை செய்து ஒரேயடியாய்க் கொன்னுபோட்டு விடுவான். கேட்பதற்கு நாதி கிடையாது. அந்தப் பயம்தான் ஓட்டத்தை இன்னும் அதிகப்படுத்தியது. தூரத்தில் லாரியெல்லாம் வந்தன. அதன் விளக்கொளியே கண்களைக் கூச வைத்தன. ஒதுங்கி நின்னு ஓடினான். காத வெளித் தூரம் போய் நின்னு திரும்பிப் பார்த்தான். ஒரே இருட்டு. ஒன்னுமே தெரியவில்லை.

பயம் தெளிந்தது முத்துசாமிக்கு. தைரியத்தோடு நடக்கத் தொடங்கினான். தூரத்து இருட்டில் பூப்பூவாய், டியூப் லைட்களின் வெளிச்சம் தெரிந்தது. இனி யாரும் பிடிக்க முடியாதென்றவுடன் மனசு லேசானது. வேகமாகப் போனான் ஓர் ஊர் வந்தது.

அது கொஞ்சம் பெரிய ஊர்தான். எல்லாக் கடைகளும் சாத்திக் கிடக்க அந்த ஹோட்டல் மட்டும் ராத்திரி பூராத் திறந்து கிடந்தது. கடைக்கு முன்னால் விஸ்தாரமான சிமெண்ட் முத்தம், ஆட்கள் கோணலும் மாணலுமாய்ப் படுத்துத் தூங்கினார்கள். சந்தடிக்கிடையில் கொறட்டைச் சத்தம் கேட்டது. உள்ளே கலகலப்பாய் இருந்தது. ரோட்டோரம் நிறைய லாரிகள் நின்றன. எல்லாமே ஓட்டை உடைசலாய்ப் போன லாரிகள். ஆனாலும் அவற்றில் மலையை அப்படியே உடைத்துக்கொண்டு வந்ததைப் போல ராட்சசக் கற்கள். ஒரு லாரிக்கு, ஒரு கல் லோடு போதும். கொஞ்சம் சின்னதாய் இருந்தால் ரெண்டு கற்கள் அவ்வளவுதான் ஏற்றியிருந்தார்கள். லாரியை அடைத்துக்கொண்டது. சரியான பாரம். பார்க்கவே மலைப்பாய் இருந்தது முத்துசாமிக்கு. பெஞ்சில் உட்கார்ந்து, வடை, முறுக்கு தின்னு காபி, டீ குடித்துக் கொண்டும் புகைத்துக்கொண்டும் இருந்தனர் டிரைவர்மார்கள்.

அந்தத் திண்ணையில் தனியாய் உட்கார்ந்து பீடியைக் குடித்துக்கொண்டிருந்த டிரைவரிடம் போனான் முத்துசாமி. அந்த அறிமுகமில்லாத ஆள் என்ன சொல்லப் போகிறாரோ என்ற பயம் இருந்தது. வீட்டுக்குப் போகணும், இப்படி ஒத்தையில் கிடந்து

சாக முடியாதுன்னு எல்லாத்தையும் அடக்கிக்கொண்டான். டிரைவர்க்கு நல்ல மனசு, நல்ல எண்ணமெல்லாம் இருக்கனும்ன்னு முருகனை வேண்டிக்கொண்டான். மெதுவாய் பேச்சுக் கொடுத்தான்.

"அண்ணாச்சி லாரி எங்க போகுது?"

"தூத்துக்குடிக்கு."

"அப்பம் என்னக் கொஞ்சம் தூத்துக்குடியிலக் கொண்டு வுட்டுடுவீங்களா?"

"இங்க எப்படி வந்தெ?"

"ஊட்டுல இருந்து ஓடி வந்துட்டேன்."

"அப்டி வரலாமா?"

"என்னமோ தெரியாத்தனமா வந்தாச்சு. இப்பம் தூத்துக்குடிக்குப் போகணும்."

"தூத்துக்குடியில ஒங்க ஊடு எங்கயிருக்கு?"

"மட்டக்கடத் தெருவுல."

"சாப்புட்டியா?"

"இல்ல."

"காப்பி குடிக்கியா?"

"ம்."

டிரைவர் திரும்பி கடைக்காரனைப் பார்த்து, "எப்பா ஒரு காப்பியும் வடையும் கொண்டா" என்றார். காப்பியும் வடையும் வந்தன. முத்துசாமி வாங்கிக் கொண்டான். வடையைத் தின்றான். மெல்ல ஆவி பறக்கும் காப்பியை ஊதி ஊதிக் குடித்தான். தூக்கிவிட்ட மாதிரி இருந்தது. நன்றியோடு டிரைவரைப் பார்த்துக் கொண்டான். மனசு வண்டிக்கார இளைஞனையும் நினைத்துக் கொண்டது.

"போகலாமா?"

டிரைவர் எழுந்தார். முத்துசாமியும் பின்னால் நடந்தான். லாரியின் கதவைத் திறந்து "மேலே ஏறி உக்காரு" என்றதும், தொத்திக் கொண்டு ஏறினான். பட்டென்று கதவைச் சாத்தி, லாரியை ஸ்டார்ட் செய்தார் டிரைவர். லாரி தூத்துக்குடியைப் பார்க்க ஓடியது. இருக்க இடம் இல்லை. டிரைவரின் சீட்டைத் தவிர வேறு இருக்கைகளைக் காணோம்.

"மோட்டார் கவரு மேலே ஏறி உக்கார்ந்துக்க."

"ம்."

அது ஓராள் நீட்டிப் படுத்துக்கொள்ளும் அளவுக்குப் பெரிதாய் இருந்தது. முத்துசாமி ஏறி உட்கார்ந்துகொண்டான். அதன் கதகதப்பான வெக்கை, ரம்மியமாய் வீசுகிற குளிர்ந்த காற்றுக்கு இதமாய் இருந்தது. லாரி போகப் போக தூக்கமும் வந்தது. ஒண்டிப் படுத்துக்கொண்டான். நல்ல தூக்கம், இடையில் என்ன நடந்ததென்று தெரியாது. படபடவென்று சத்தம். லாரி கடுமையாய்க் குலுங்கிற்று. அது அப்படியே சரிகிறபோது திடுக்கிட்டு முழித்துக்கொண்டான் முத்துசாமி. திருதிருன்னு நாலாப் பக்கமும் பார்த்தான். எங்கும் கும்மிருட்டு சூழ்ந்து போயிருந்தது. 'சோ'வென்ற இரைச்சலை மட்டும் கேட்க முடிந்தது. கருப்பாய் விரிந்து கிடந்த கடல். கடுமையாய்க் குளிர்ந்த காற்று வீசிற்று. கறுப்புப் பூதங்களைப் போல பாறாங்கற்கள் கடலில் கொட்டப்பட்டுக் கிடந்தன. வெத்து லாரியைப் பழையபடி ஸ்டார்ட் செய்து முன்னால் கொண்டுவந்து நிறுத்தினார் டிரைவர்.

"என்ன அண்ணாச்சி இங்க வந்துட்டீங்க?"

"உன்ன இறக்கிவுடணும்னா... கோரம்பள்ளத்து பைப்பாஸ் ரோட்டுல்லதான் இறக்கி வுடணும். அதுல இறங்கி, இருட்டுல நீ எப்டிப் போவே? அதுதான் நா நேரா ஹார்பாருக்குள்ள கொண்டு வந்துட்டேன். லாரி இப்பம் டவுனுக்குத்தான் போகுது."

"இப்பம் கிளம்புதா?"

"ம்."

"எங்கப் போயி நிக்கும்?"

"ஒன்ன அந்தோணியார் கோவில் பக்கம் இறக்கிவிட்டாப் போதுமா?"

"போதும்."

லாரி அந்தப் பிரதான கட்டடத்தின் முன்னால் வந்து நின்றது. "இரு வரேன்" என்று இறங்கிப் போனார் டிரைவர். முத்துசாமி கடலைப் பார்க்க உட்கார்ந்திருந்தான். கிழக்கு வெளுக்கத் தொடங்கியிருந்தது. டிரைவர் வந்த லாரியை எடுத்துத் திருச்செந்தூர் ரோட்டுக்கு வரும்போது பையப்பைய விடியத் தொடங்கிய வெளிச்சம் குப்பென்று பூத்தது.

இனி கவலை வேண்டாம். மனத்தைப் போட்டுக் குழப்ப வேண்டாம். கண்டத்தைக் கடந்தாகிற்று. லாரி அந்தோணியார்

கோவில் திருப்பத்தைக் கடக்கவும், அருகில் உள்ள முனிசிபல் மணி ஆறுக்கான சைரன் ஒலிப்பது தெளிவாகக் கேட்டது. மனசுக்கு உற்சாகமாய் இருந்தது. மிக அருகில் வீடு. வீட்டில் எல்லோரும் தேடிக் கொண்டிருப்பார்களோ?

"இறங்கு."

"சரியண்ணாச்சி."

"ஒழுங்கா ஊடுப் போய் சேரு."

"ம்."

ஸ்டீரிங்கைப் பிடித்தபடி முத்துசாமியைப் பார்த்தார் டிரைவர். முத்துசாமி இறங்கி, சிரித்தபடியே கையை ஆட்டினான். லாரி புறப்பட்டுப் போய்விட்டது. அந்தத் தூசியும் புகையும் குறைந்து, லாரி மறையும்வரை பார்த்துக்கொண்டே நடக்கத் தொடங்கினான். முகத்தில் சின்னதாய்ப் புன்னகை, சந்தோஷம். முனிசிபலைக் கடந்து காசுக் கடை பஜாரைக் கடந்தான். ஒண்ணாம் கேட் வந்தது. வளைந்து வளைந்து போகும் தண்டவாளம். தூரத்தில் ஒரு இஞ்சின் மட்டும் புகையைக் கக்கிக்கொண்டு நின்றது. எங்கும் காலை இளம் வெயில், காவிக் கலரில் கூட்ஸ் வண்டிகள். பெரிய பெரிய கட்டடங்கள், காந்தி சிலையைக் கடந்தாயிற்று. நாடார் தெரு, மாசிலாமணி பூங்கா, ரைட்டர் கிணறு, பேட்டரிக் சர்ச்சைக் கடந்து மட்டக்கடை சந்திப்பு வந்தது.

வீடு தெரிந்தது. ஒரு கதவு சாத்தி, ஒரு கதவு திறந்திருந்தது. விரசலாய் நடந்தான். கால்கள் துள்ளித் துள்ளி ஓடின. அதன் வலியும் அசதியும் போன இடம் தெரியவில்லை.

முதலில் அக்காதான் அவனைப் பார்த்தாள். வாசலில் நிழலாட்டம் தெரிந்தவுடன், கோமதி, "யார்" ன்னு எட்டிப் பார்த்தாள். தம்பியைக் கண்டதும் அவளுக்கு ஒரே சந்தோஷம். "முத்துசாமி வந்துட்டான்" என்று வீட்டுக்குள் ஓடிப் போனாள். அம்மா வேகமாய் வந்தாள். "எங்கலே போனே" என்ற அம்மா, அவனைக் கட்டிப்பிடித்து முத்தம் கொடுத்தாள். இன்னைக்கி அம்மா வேலைக்குப் போகாத ஞாபகமே அதற்குப் பெறவுதான் முத்துசாமிக்கு வந்தது. அதற்குள் அப்பாவின் குரல் வழக்கம்போல அதட்டலாகவே கேட்டது.

"மொதல்ல அவனக் குளிக்கச் சொல்லு."

கோமதி, அப்பாவிடம் சாவியை வாங்கிக்கொண்டு போய்க் கனத்த பெட்டியைத் திறந்தாள். வெளுத்த சட்டையையும் டவுசரையும் எடுத்துக்கொண்டாள். பெட்டியைப் பழைய மாதிரி

பூட்டிவிட்டுச் சாவியைக் கொடுத்தாள். அம்மாதான் அவனைக் குளுப்பாட்டினாள். தலையைத் துவட்டினாள். அம்மாவுக்கு இப்படியோர் கஷ்டத்தைக் கொடுத்ததுகூட வருத்தமாகத்தான் இருந்தது. அக்கா சுடச்சுட பாயாசம் கொண்டுவந்து கொடுத்தாள்.

முத்துசாமி போனகதை, நடந்த கதை, வந்தகதை எல்லா வற்றையும் ஒண்ணுவிடாமல் சொன்னான். உடனே அப்பா 'பெரிய கற்பனைவாதி' என்று சொல்லிச் சிரித்தார்.

அவன் படிப்பு சம்பந்தமாய்ப் பேச்சு எழுந்தது.

அப்பா திரும்பத் திரும்ப "இவன படிக்க வைக்கிறதுல்ல ஒரு புரோசனமுமில்ல" என்றார்.

"என்னப்பா . . . இப்டி சொல்லுட்டிங்க?"

"படிக்கனும்னா கொஞ்சமாது மூள வேணும். அது லேசுபட்ட காரியம் கெடயாது. இப்பமே, ஒரு தொழில கத்துக்கிட்டா, பின்னாலே அவனுக்கு உதவியாயிருக்கும்."

"அதுவும் வாஸ்தவம்தான்."

அம்மா தலையை ஆட்டிக்கொண்டாள். அக்காதான் ரொம்பவும் எதிர்த்தாள்.

"இவனக் கால்டுவெல்ல சேர்த்திருக்கக் கூடாது. அது மகாத் தப்பு. இப்பம் ஒண்ணும் கெட்டுப் போகல்ல. முத்தாச்சி மாதிரி வேறு ஒரு சாதாரணமான ஸ்கூல் சேர்க்கலாமில்லப்பா . . ."

"எங்க படிச்சா . . . என்ன? இருக்கிறவன் ஒழுங்கா இருந்தா . . . சிரைக்கிறவன் ஒழுங்கா சிரைப்பான்."

"அப்பம் முத்துசாமி படிப்பு அவ்வளவுதானா?"

"பெறவு என்ன. எங்க படிச்சாலும் அவனுக்குப் படிப்பு ஏறாது."

"ஏறுதோ இல்லையோ, சும்மாயிருந்து படிச்சுட்டுப் போகட்டும். அதுக்குப் பின்னாலே பார்ப்போம்."

"சேர்க்கிறதப் பத்தி ஒண்ணுமில்ல."

"பெறவு எதுக்கு யோசிக்கிங்க?"

"அங்கையும் படிப்பு ஏறணுமே, இப்டிச் சுத்திக்கிட்டு அலைஞ்சா.. வருசந்தான் பாழாப்போகும்."

"அப்பம் என்ன செய்யலாங்கீங்க?"

“எங்கூட வேலைக்குக் கூட்டிக்கிட்டுப் போகலாம்னு நெனைக்கேன்.”

“அதுவும் சரிதான்.”

அம்மா இப்படி சொன்னதும் அக்காளுக்கு ஒரு மாதிரியாயிற்று. “ஒங்க இஷ்டம் போலச் செய்ங்க” என்று முடித்துக் கொண்டாள்.

எல்லோரும் பேசி ஒரு முடிவுக்கு வந்ததும், அம்மா பிள்ளைகளின் வருங்காலத்தை நினைத்து ரொம்பவும் கவலைப்பட்டாள். மூத்தவன் படிக்காமல் போனதைப்பற்றியும், அவன் படுகிற கஷ்டத்தைப் பற்றியும், “படிச்சா ... இப்டி நாய்படாத பாடு படுவானா? அவன மாதிரி இவனும் போவானோ.. ?” என்று அம்மா சத்தம்போட்டு அழுகிறபோது, அப்பா, “நீ என்ன இப்டி ஒப்பாரி வைக்கிற ... படிப்பு வராதவனை வச்சு என்ன செய்யச் சொல்லுற?” என்றார்.

முத்துசாமிக்குப் பாரம் இறங்கியதுபோல இருந்தது. இனுமே பள்ளிக்கூடத்தின் பக்கம் தலையை வைத்துப்படுக்க வேண்டாம். டேவிட் வாத்தியாரை நினைக்கிறபோதே அடி வயிறு கலங்கியது. இந்த மாதிரி ஆளுக்கிட்ட அடியும் உதையும் பட வேண்டாம். ஏச்சும் பேச்சும் கேட்க வேண்டாம். அது போதும். ஆனாலும் அக்கா சொல்லுகிற மாதிரி படிக்கிறது நல்லது. அங்கையும் படிப்பு ஏறல்லன்னா என்ன செய்கிறது?

மறுநாள் அப்பா ஒரு ஜோசியக்காரனைக் கூப்பிட்டுக் கொண்டு வந்தார். வயசான ஆளு. கக்கத்தில் ஒரு மஞ்சப் பையை வைத்திருந்தார். மட்டப்பா நிலையில் சுருட்டிவைத்திருந்த கோரம் பாயைத் தூக்கி அப்பா விரித்தார். முன் விராண்டாவில் ஜோசியர் உட்கார்ந்தார். பையைத் திறந்து பஞ்சாங்கத்தை எடுத்துக்கொண்டு ஜோசியர், “பையனுடைய ஜாதகத்தைக் கொண்டாங்க” என்றார்.

உடனே அப்பா போய் டிரங்கு பெட்டியைத் திறந்தார். ஒவ்வொன்னாப் பார்த்து, முத்துச்சாமியின் ஜாதகத்தைத் தூக்கிக் கொண்டுவந்து கொடுத்தார். ஜோசியர் வாங்கிப் பார்த்தார். யாரும் பேசவில்லை . மவுனம் நிலவியது. எல்லோரும் ஜோசியர் என்ன சொல்லப் போகிறார் என்று அவரையே பார்த்தனர்.

முத்துசாமிக்குப் பயமாய் இருந்தது. திருச்செந்தூர் முருகனை வேண்டிக்கொண்டான். ஜோசியர் கவனமாக ஜாதகத்தைப் பார்த்தார். சிந்தனையில் ஆழ்ந்து பெறவு ஒரு முடிவுக்கு வந்ததைப்போல, ஒரு நோட்டுத் தாளைக் கேட்டு வாங்கிக் கொண்டார். அதில் கட்டங்களை வரைந்து சுக்கிரன், சூரியன்,

சந்திரன், செவ்வாய் என்றெல்லாம் எழுதிக்கொண்டார். அண்ணாந்து பார்த்தார்.

"பையனுக்குப் படிப்பு அறவே கெடையாது. என்னன்னு படிச்சாலும் படிப்பு ஏறாது" என்று அவர் சொல்லத் தொடங்கும்போதே, கணுக்காலில் கங்கு சுட்டதுபோல இருந்தது முத்துசாமிக்கு. வாய் கசந்தது.

"நா சொல்லல.. அவன் படிப்பு அவ்வளவுதான்" அப்பா அம்மாவைப் பார்த்துச் சொன்னார். அக்கா படுத்துக் கொண்டே கேட்டுக் கொண்டிருந்தாள். ஜோசியக்காரனின் 'புருடா' நீண்டுகொண்டே போனது.

ஜோசியர் போனதும், "நாளைக்கி கூட வேலைக்கு வா" என்றார் அப்பா.

இரவெல்லாம் தூக்கமில்லை முத்துசாமிக்கு. நேரம் எப்பம் விடியும் என்றிருந்தது. அப்பாகூட வேலைக்குப் போகணும். அப்பாவுக்கும் நமக்கும் ஒத்துவருமா? அப்பாவுக்குச் சின்ன விசயத்துக்கும் 'முசுக்'கென்று கோபம் வரும். கைநீளும். 'பட்'டென்று அடித்தாலும் அடித்துவிடுவார். வேலைக்குப் போகுமிடத்தில் இது நடக்க கூடாது. ஆனாலும் டேவிட் ஸார்வாளின் அடி உதைக்கு இது எம்மாத்திரம்?

பத்து

காலையில் கண்விழித்தபோது, அக்கா பள்ளிக்குப் புறப்பட்டுக்கொண்டிருந்தாள். தம்பியைக் காணோம். இவ்வளவு நேரம் தூங்கியது ஆச்சரியமாய் இருந்தது. இல்லைன்னா இந்நேரம் நாலு அடி விழுந்திருக்கும். முதுகில் ரெண்டு அரை வைத்து, "எந்திரில்ல . . . இன்னும் என்ன தூக்கம் . . ." என்று அப்பா அதட்டியிருப்பார். எழுந்து போய் வளவுக்கரையில் குத்தவைத்திருக்கும்போது, இன்னும் ரெண்டு ஏச்சு விழும்.

இன்னைக்கி அப்படி ஒண்ணும் நடக்கவில்லை. மெதுவாகஎழுந்தான் முத்துசாமி. கண்களைக் கசக்கிக் கொண்டான். வளவுக்கரைக்குப் போனான். அப்பா குளித்துக்கொண்டிருந்தார். காலைக் கடன்கள் எல்லாம் வேகமாய் நடந்து முடிந்தன. அப்பாவோடு உட்கார்ந்து பழையதைக் குடித்தான்.

ஒம்பதரை மணி சுமார்க்கு அப்பா புறப்பட்டுப் போனார். முத்துசாமியும் வெளுத்த சட்டை, டவுசர் எல்லாம் போட்டுக்கொண்டான். பின்னால் போனான். சந்திராயப்பன் கோவில் முக்கைத் திரும்பும்வரை அப்பா பேசவில்லை. கோவில் திண்ணையில் வெயில் விழுந்தது. ஒரு ஆட்டுக் குட்டி மட்டும் அம்மாஞ்சி மாதிரி படுத்துக்கிடந்தது. கீழ்ப்பக்கம் மீன் கடைகள். பெண்கள் கூட்டம், ரைட்டர் கிணற்றைத் தாண்டி, ரெயில்வே ஸ்டேஷன் வழியாய்நடந்தார்கள். ஒருஇடுக்குப்பாதைவழியாகச் சின்னக் கோவில் வந்தது. கோவிலைக் கடந்து கிரேட்காட்டன் ரோடு, மோட்டார் வாகனங்களின்

பரபரப்பு. ஆட்கள் நெரிசல். நெருக்கமான கடைவீதி வழியாய் அப்பா நடந்து போனார். அவர் நடைக்கு ஈடு கொடுத்து ஓடிப் போனான் முத்துசாமி.

ஜோசப் ஸ்டுடியோவுக்கு வந்தபோது, பக்கத்தில் உள்ள பழைய இரும்புக்கடை ஜமால் மரைக்காயர், "என்ன அண்ணாச்சி அந்த செலைய செஞ்சாச்சா . . .?" என்றார். அவரைப் பார்த்துச் சிரித்துக்கொண்டே அப்பா, "இன்னும் ரண்டு நாள்ல முடிஞ்சு போகும்?" என்று சொல்லிக்கொண்டே, அந்த மேடைக்குப் போகும் படிக்கட்டில் ஏறினார். வாசல் ஓரங்களில் கண்ணாடி பிரேமில் சிரித்தபடி உள்ள ஆட்களின் படங்களைப் பார்த்தபடி பின்னால் ஏறினான் முத்துசாமி.

விஸ்தாரமான வரவேற்பு அறை. ஒவ்வொரு கலைப் பொருளும் அழகாய் இருந்தன. சினிமாவில் வருகிற மாதிரி தரை விரிப்பு. சாதி மரங்களின் வேலைப்பாடுகளோடு மேசை, நாற்காலிகள். பெரிய பெரிய நிலைக் கண்ணாடிகள். ரெண்டு யானைப் பொம்மைகள். கலர் கலராய்ப் புகைப்படங்கள் . . .

ஒண்ணு ஒண்ணாகப் பார்த்துக்கொண்டே போனான் முத்துசாமி. திகைப்பாய் இருந்தது. தொட்டுப் பார்த்தான். சுற்றி வந்தான். இதற்கும் முன்னாலே அவன் போட்டோ ஸ்டுடியோவுக்கு வந்ததில்லை. வரவேண்டிய சந்தர்ப்பங்களும் வாய்க்கவில்லை. முத்தாச்சியில் படிக்கும்போது குரூப் போட்டோக்கள் எடுப்பார்கள். வசதியுள்ள பிள்ளைகள். அவனுக்கும் ஆசை ஆசையாய் வரும். பணம் கேட்டால் வீட்டிலே கிடைக்காது. "முட்டாப் பயலுக்குப் போட்டோ எதுக்குல்ல" என்று கேட்டால் நாக்கைப் பிடுங்கிக்கொண்டு சாக வேண்டியதுதான். அந்த ஆசையெல்லாம் அப்படியே அமுங்கிப் போயிற்று. அந்தாசை இப்பொழுது எழுகிறது. நாமும் ஒரு போட்டோ எடுத்துக் கொண்டால் என்ன?

"வோய் பரமசிவம்புள்ள, இது ஒம்ம மவனா?"

"நம்ம பையந்தான்."

"என்ன படிச்சான்?"

"என்ன படிச்சான் . . . ஆறுமுட்டும் படிச்சுட்டு, போக மாட்டுக்கான் . . ."

"அதுனாலே . . . உம்மக் கூடக் கூட்டிக்கிட்டு வந்துட்டிராக்கும்?"

"ம்."

அந்த வழுக்கைத் தலையாளு லைட்டைச் சரிசெய்யப் போய்விட்டார். அப்பா, வேட்டியை மாற்றிச் சுவராணியில் தொங்கவிட்டு, மடித்துவைத்திருந்த கைலியைத் தூக்கிக் கட்டிக் கொண்டார். அவனைக் கூப்பிட்டுக்கொண்டு இன்னொரு விஸ்தாரமான விராண்டாவுக்குள் வந்தார். நாலாப் பக்கமும் திறப்பு. சாக்கைத் திரைகட்டி அடைத்திருந்தார்கள். கீழ்ப்பக்கம் மூங்கில் அழிப் பாய்த்த ஜன்னல். வெளியே ரோடு தெரிந்தது. வேடிக்கை பார்க்கத் தோதுவான இடமாய் இருந்தது. தலையை வைத்துக்கொண்டு பார்த்துக்கொண்டிருந்தான் முத்துசாமி. கார், பஸ், வண்டி, ஆட்கள் போவதும் வருவதும் ரொம்ப சந்தோஷமாய் இருந்தது. அப்போதுதான் அப்பா கூப்பிட்டார்.

அப்பா சொரூபம் செய்வதற்காக ஒதுக்கப்பட்ட அறைக்குப் போனான். முன்னே பார்த்த அறைக்கும் இதுக்கும் நிறைய வித்தியாசங்கள் இருந்தன. எங்குன பார்த்தாலும் தட்டு முட்டுச் சாமான்கள். அப்பா வேலை செய்வதற்கேற்ற இடத்தை ஒதுங்கப்பண்ணிவைத்திருந்தார். பெரிய மர ஷெல்பில் பக்குவமாய் 'மோல்டு'கள் அடுக்கிவைக்கப்பட்டிருந்தன. அந்தக் களிமண் உருவச் சிலை கம்பீரமாய் நின்றது. பக்கத்தில் ஒரு சிமெண்ட் தொட்டியில் கன்னங் கரேல்ன்னு களிமண்.

அப்பா வேலையைத் தொடங்கினார். கனத்த வாளியைத் தூக்கிக்கொண்டு வந்தார். அந்தப் பைப்பில் தண்ணீரைப் பிடித்தார். களிமண் மேல் வாளிவாளியாய்த் தண்ணீரை ஊற்றினார். களிமண்ணைப் பிசைய ஆரம்பித்தார். "நீயும் அந்தப் பலகையை எடுத்துப் போட்டுக்க?" என்றார். முத்துசாமியும் பலகையை எடுத்துக் குண்டிக்கடியில் போட்டுக்கொண்டான். அவனும் சதக் புதக்ன்னு பிசைந்தான். அதை வாங்கி அப்பா பந்தாய்ப் பிடித்தார். தரையில் தட்டிச் சமமாக்கினர். நிறைய களிமண் உருண்டைகளைப் பிடித்துவைத்துவிட்டு, அப்பா கைகளைக் கழுவிக்கொண்டார்.

ஈரத்துணியில் பொதிந்துவைக்கப்பட்ட சிலையின் தலையை மட்டும் தனியாக எடுத்தார். மிகவும் நேர்த்தியாய்ச் செய்யப்பட்ட உருவத்தின் தலைப் பகுதி அது. எதிலும் குறை விட்டுருக்கோமா, இன்னும் கொஞ்சம் சரி செய்யலாமா அல்லது இப்படியே இருந்துட்டுப் போகட்டுமா என்றெல்லாம் நினைத்தபடி தீர்க்கமாய்ப் பார்த்தார். ஒரு முடிவுக்கு வந்தவரைப்போல தலையைப் பத்திரமாய் ஷெல்பில் வைத்தார். தலை இல்லாத உருவத்தை மேலும் கீழும் ஆராய்ந்தார். நெருங்கி வந்து கூர்ந்து பார்த்தார். அளவுகோலை வைத்து அளந்தார். திரும்பவும் ஷெல்பு அருகில் போனார். வரும்போது இரு பக்கமும் ஆணியில்

எத்தப்பட்ட பொடிக் கம்பியைக் கொண்டுவந்து "முத்துசாமி இங்க வா" என்று கூப்பிட்டார்.

முத்துசாமி திரும்பிப் பார்த்தான். மண் கைகளைக் கழுவப் போனான்.

"வேண்டாம், வேண்டாம் அப்படியே வா."

"என்னப்பா?"

"நீ பின்னாலே போ."

முத்துசாமி சிலையின் பின்னால் போனான். ஒரு ஆணிக் கனத்தை அவனிடம் அப்பா கொடுத்தார்; வாங்கிக்கொண்டான். முன்னும் பின்னும் பழக்கமில்லாத வேலை. ஒண்ணுயில்லாட்டா ஒண்ணு நடந்துவிடக்கூடாது என்று பயந்தது மனசு.

"அப்படியே கழுத்து மத்திக்குக் கொண்டு வா."

அப்பா சொன்ன மாதிரியே கொண்டு போனான். அப்பாவை நிமிர்ந்து பார்த்து, "சரியாப்பா" என்றான்.

"கஷ்டமாயிருந்தா கீழ அந்த பக்ஸ் பெட்டியை எடுத்துப் போட்டுக்க."

"எட்டுது."

"சரி ஆணிய கீழ இறக்கிப்பிடி."

"போதுமா?"

"போதும். அப்புடிய அழுக்கிப் புடிச்சுக்க வுட்டுறாத."

"ம்."

"இழு."

அப்பா முன்பக்கம் இழுத்தார். முத்துசாமி பின்னால் நின்று பலத்தைக் கூட்டி இழுத்தான். சில நிமிட நேரத்தில் சிலை கண்ட துண்டமானது. அப்பா இழுப்பதை நிறுத்திக்கொண்டு, "போதும் போதும்" என்று சத்தம் கொடுத்தார். மேல் பாகத்தை ஒரு சணல் கயிற்றை எடுத்து ஒரு கட்டுப்போட்டுக்கொண்டார். மத்திய பாகத்தை ரெண்டாக வெட்டினார்கள். அது அப்படியே உட்கார்ந்துகொண்டது. ஒவ்வொன்றாய்த் தூக்கித் தரையில் கிடத்தினார் அப்பா.

"நீ கீழப் போய் எண்ணெய் வாங்கிட்டு வாரீயா?"

"எண்ணக் கடை எங்கயிருக்கு?"

“கீழ இறங்கி வலது பக்கம் திரும்பு. ஒரு ரொட்டிக் கடை வரும். அதுக்கு அடுத்தாப்ல்ல.”

“எவ்வளவுக்கு எண்ணெ ?”

“அரை லிட்டர் வாங்கு, போதும்.”

“என்ன எண்ணெண்னு கேட்கணும் ?”

“கழிவு எண்ணெண்னு கேளு”

“கழிவு எண்ணெண்னு கேட்டா தருவாங்களா ?”

“தருவாங்க.”

“ம்.”

அப்பாவிடம் துட்டையும் பாட்டிலையும் வாங்கிக் கொண்டான். மேடையில் இருந்து இறங்கியதும் வலதுபக்கம் எது என்று கவனித்துத் திரும்பினான் முத்துசாமி. ரெண்டு எட்டு வைத்ததுமே ரொட்டிக் கடை வந்தது. ரோடு பரபரப்பாய் இருந்தது. வாகனங்கள் போவதும் வருவதுமாய் இருந்தன. கவனமாய் எண்ணெய்க் கடை எது என்று பார்த்தான். அந்த இடுக்கில் கடை இருந்தது. வேகமாய் நடந்தான். நான்கைந்து தகர டின்களில் எண்ணெய் வகைகளை வைத்திருந்த கடைக்காரர், ஒரே ஸ்டூலில் உட்கார்ந்திருந்தார். சட்டை போடாத உடம்பெல்லாம் புஸ் புஸ் என்று வெள்ளை ரோமங்கள். தரையெல்லாம் ஒரே பிசுபிசுப்பு. ஒரு பொம்பளை வந்துவிட்டாள். அவளுக்கு அளப்பதும் கொடுப்பதுமாய் வேலை முடிந்தபெறவுதான் முத்துசாமி கேட்டான்.

“அண்ணாச்சி கழிவு எண்ணெய் இருக்கா ?”

“எவ்வளவு ?”

“அர லிட்டர் வேணும்.”

“பாட்டலைக் கொடு.”

கடைக்காரர், அந்த டின்களுக்கடியில் தடுப்பாய் வைத்திருந்த தகரத்தட்டை ஒரு ஓரமாய்ச் சரித்தார். தேங்கி நின்ற எண்ணெய்யெல்லாம் வழிந்தோடி வந்தன. அதை மோந்து அளந்தார். பாட்டலில் ஊற்றினார். விலையும் மலிவு. அப்பாவும் காசு ஜாஸ்தியாகத்தான் கொடுத்திருந்தார். மிச்சத் துட்டைக் கையில் பொத்திவைத்துக்கொண்டான். பாட்டலைத் தூக்கிக் கொண்டு நடந்தான். வந்த வேலை முடிந்ததில் சந்தோஷமாய் இருந்தது.

அப்பா களிமண்ணைத் தட்டிக் கொண்டிருந்தார். “இந்தாங்கப்பா வாங்கிட்டு வந்தாச்சு” என்று கொடுத்தான். அப்பா கை கழுவிக்கொண்டு எழுந்தார். “கட தெரிஞ்சுச்சா” என்று கேட்டார். “ம்” என்று சிரித்துக்கொண்டான். அப்பா எண்ணெய் பாட்டலையும் மிச்சத் துட்டையும் வாங்கிக்கொண்டார். ஒரு அலுமினியக் கிண்ணத்தை எடுத்து, அரைவாசி எண்ணெய்யை ஊற்றினார். அந்தப் பழைய துணியில் கொஞ்சம் கிழித்து வைத்துக்கொண்டார். எண்ணெய்யில் முக்கிப் பிழிந்தார். தரையில் கிடத்தப்பட்ட உருவத்தின் பாகத்தில் சலம்பத் தேய்த்தார். பிசைந்த களிமண்ணை எடுத்து, அதன்மேல் தப்பத் தொடங்கினார். அது ஒரு சதுர அமைப்பானதும் அதை இறுக்கலாய் அடித்துச் சமப்படுத்தினார். அதன்மேல் விளிம்பில் கயிற்றை வைத்து இறுக்கக் கட்டினார். அப்படியே புரட்டித் தலைகீழாய்க் கிடத்தினார். உள்ளேயிருக்கும் உருவத்தை அலுங்காமல் குலுங்காமல் கிள்ளி எடுத்தார். முத்துசாமியும் பக்கத்தில் உட்கார்ந்துகொண்டான். அவனும் எடுத்தான். களிமண் ‘மோல்டு’கள் உண்டாயிற்று. உடனுக்கு உடனே, ப்ளாஸ்டராப்பாரீஸ்சை பேசனில் கரைத்து மோல்டுகளில் ஊற்றினார்.

நேரம் போனதே தெரியவில்லை. சின்னக் கோவில் மணி பனிரெண்டு அடித்ததும், “நீ போயி கையைக் கழுவு” என்றார் அப்பா. ஒரு மணி சுமார்க்கு இருவரும் புறப்பட்டார்கள். அதுக்கு மேலே ஸ்டுடியோவும் மணி நாலுக்குதான் திறக்கும். ராத்திரி ஏழரை மணிவரைக்கும் வேலை நேரம்.

அப்பாவுக்குத் தோதாய் வேலைகள் இருந்தன. அம்மாவுக்கு மில் சம்பாத்தியம். நாலு காசுகள் மிச்சம் சேர்ந்தது. அம்மாவுக்கு ஒரே ஒரு ஆசை. சொந்தத்துக்கு ஒரு வீடு ஒண்ண வாங்கணும். எப்பமும் அதைத்தான் ஞாபகப்படுத்திக்கொண்டிருந்தாள்.

இந்த நேரத்தில்தான் சின்னக்கடைத் தெருவில் பழைய மீன் மார்க்கெட் கடைகளெல்லாம் சகாயமான விலைகளில் கிரையமாகிக்கொண்டிருந்தன. கட்டடம் கட்டடமாய்ப் பிரித்து வித்தார்கள். சின்னச் சின்னதாய் நாலு அறைகளைக் கொண்ட மட்டப்பாக் கட்டடம் இரண்டாயிரம். கீழே ஏழு மச்சு வீடுகள் ஒவ்வொன்றும் ஐயாயிரம். இதைக் கேள்விப்பட்டதும் அம்மா கூட்டிக் கழித்துப் பார்த்தாள். அன்னா அன்னான்னு அவக் கணக்கும் சரியாகத்தான் இருந்தது. ஆயிரம், ஆயிரத் தொண்ணூறுன்னு கையில தேறும். இன்னும் ஆயிரமாவது குறைந்தது வேணும். எப்படியும் மில்லுல குறைந்தது ஐநூறு ரூபாய் புரட்டிவிடலாம். மிச்ச சொச்சப் பணம். உருண்டு பிரண்டு எழுந்தரிக்கணும்.

அப்பாவிடம் மெதுவாய்ப் பேச்சுக் கொடுத்து, அந்த ஸ்டுடியோ முதலாளியிடம் ஒரு ஆயிரம் ரூபாய்க் கடன் கேட்கச் சொன்னாள். அப்பாவும் தட்டிக் கழிக்க முடியவில்லை . “சரி கேட்டுப் பாக்கேன்” என்றார். அப்பாவுக்கும் உள்ளுக்குள்ள குழப்பம்தான். இருந்தாலும் ரூபாய் கேட்டுப் பார்த்தார். முதலாளி இல்லன்னு சொல்லவில்லை; கொடுத்தார். ஆனாலும் அதற்குன்னு பத்திரம் எழுதி வட்டி இன்னன்னு சொல்லித்தான் கொடுத்தார்.

பணம் கையில் கிடைத்தது. அம்மாவுக்குச் சந்தோஷம். அம்மாதான் தரகனைக் கூட்டிக்கொண்டு வந்தாள். முதல் வீட்டைக் கேட்டாள். முதல் வீடு முடிந்துவிட்டது. ரெண்டாவது வீட்டுக்கும் அட்வான்ஸ் வைத்தாகிற்று. “மூணாவது வீடு கெடக்கு” என்றான் தரகன். அம்மாவுக்கு வருத்தம். “யாரெல்லாம் வாங்கியிருக்கா” என்று கேட்டாள். முதல் வீடு மட்டக்கடையில வெத்தலைப் பாக்கு கடை வைத்திருக்கிற சுப்பையாபிள்ளையும் ரெண்டாவது வீடு செக்கடிக் காம்பவுண்டுக்குள்ள உள்ள பெர்னாண்டசும், நாலாவது வீடு அந்த ரெட்டை ஜோட்டிக்காரி வாங்கியிருக்கா என்றதும் அம்மாவுக்கு ரொம்பவும் விசனமாய் இருந்தது. இந்தச் சாதி சனங்ககிட்ட இருக்க முடியுமோ என்று பயந்தாள்.

“நம்ம எதுக்கு அவுங்ககிட்டப் போறோம்? நம்ம உண்டு, நம்மச் சோலி உண்டுன்னு இருக்கப் போறோம்” என்று அவளாகவே சமாதானப்பட்டுக்கொண்டாள். ஒரு நாள் லீவுபோட்டுவிட்டு, அப்பாவையும் கூட்டிக்கொண்டு போய், அந்த வீட்டுக்கு அட்வான்ஸ் வைத்துவிட்டு வந்தாள்.

சொந்த வீடு கைக்கு வந்ததும் மேற்கொண்டு கடன் பட வேண்டியதாயிற்று. உடைந்தது தவந்ததையெல்லாம் கொத்திப் பூசி, முன்னால் உள்ள சரப் பலகைகளையெல்லாம் அப்புறப்படுத்தி விட்டு, புதிய நிலைக்கதவு, ஜன்னல்கள் என்று ஒரு மூச்சு செலவுகள் இருந்தன. இந்த நேரத்தில்தான் இரண்டாவது தம்பியும் பிறந்தான்.

சொந்த வீட்டுக்குக் குடிபோனதும் ஆச்சியும் தாத்தாவும் ஓலைக் காம்பவுண்டில் தங்கிவிட்டார்கள். வீட்டின் திருப்பத்தில் காம்பவுண்ட். ஆச்சி வீட்டுக்குப் போவதற்கும் வருவதற்கும் தோதுவாய் இருந்தது. முழித்த கண்ணுக்கு எல்லோரும் ஆச்சி வீட்டில்தான் போய் நிற்பார்கள். ஆச்சிக்கு ஒரு மனசு வந்தால் நல்லா கவனிப்பாள்; இல்லையென்றால் சள்ளுபுள்ளுன்னு எரிந்துவிழுவாள். உடனே வாயில் இருந்து *பெரட்டுதான் வரும். இந்தத் ‘தூசன’ வார்த்தைகளைக் கேட்க, காது தாங்காது. ஏன் வந்தோம் என்றிருக்கும். ஆனாலும் ஆச்சி வீட்டு அடுப்பில்

* பெரட்டு – கெட்ட வார்த்தை

எப்போதும் காப்பி கதகதவென்று கிடக்கும். போனவுடன் ஊத்திக் குடிக்கலாம்.

ஆச்சி வீட்டுக்குப் பக்கத்துக் குடிசை மரிய பாக்கியம் உடையது. மரிய பாக்கியத்துக்கு அடுத்தாட்கள் நல்லாயிருக்க மனசு தாங்காது. அவளுக்குப் புருஷன் செத்து நாளாச்சு. ரெண்டேரெண்டு பையமார்க மட்டும். ஒருத்தன் கருவாட்டுக் கிட்டேங்கிக்கு வேலைக்குப் போகிறவன். இன்னொருத்தன் சங்கு மாலுக்கு மீன் வெட்டி உப்புவைக்கப் போகிறவன். இப்படித்தான், தொம்மை அந்தோணி, ஒரு துலுக்கச்சியைக் கூட்டிக்கொண்டு வந்துவிட்டான். துலுக்கச்சினாலும் துலுக்கச்சிதான்; நல்ல சிவப்பு, சிவத்தப் பொண்ணு என்றவுடன் மரிய பாக்கியமும் சேர்த்துக்கொண்டாள். மருமவா அடுத்து அடுத்து நாலு அஞ்சு பிள்ளைகளைப் பெற்றுக்கொண்டாள். அவளும் காளவாசல் கடற்கரையில் மீன் ஏலம் எடுத்து வந்தாள். மாமியும் மருமகளும் தெருக்காட்டுல மீன் விற்றுப் பிழைத்தார்கள். அந்தச் சிறிய குடிசை வீட்டில்தான் எல்லோரும் ஒண்ணு போல *கச்சக்கால் அடித்துக் கொண்டு, நொண்டி ஜீவிதம் நடத்தினார்கள்.

தம்மக்காரி கிழவிக் குடிசையும் அங்கேதான் இருந்தது. கிழவி ஒரு பரவால்சைதான் சேர்த்திருந்தாள். தம்பதிகளுக்கு எட்டு பிள்ளைகள். தப்பித் தவறிப் பிறந்தது ஒரு பொம்பளைப் பிள்ளை மட்டும். மற்றபடி எல்லாமே ஆம்பளை. ஒரு பொம்பளையையும் ஒருத்தனுக்குக் கெட்டிக் கொடுத்திருந்தது. என்ன தகராறோ அவங்கிட்ட இருக்க மாட்டன்னுட்டா. சித்தாள் வேலைக்குப் போன இடத்தில் வேற ஒருத்தனைச் சேர்த்துக்கொண்டாள். அந்தக் கொத்தனார்க்கு ஒரு பொம்பளைப் பிள்ளையைப் பெத்துக்கிட்டு, இப்பம் அவங்கிட்டையும் இல்லாமே, வேற ஒருத்தங்கிட்டப் போயி, ரெண்டு ஆம்பளப் பிள்ளைகளைப் பெத்துக் கிட்டதாகக் கேள்வி. நிஜமோ பொய்யோ தெரியாது. இங்க வர மாட்டா. எல்லாத்துக்கும் மூத்தவன், ஒருத்தியைச் சேர்த்துக்கிட்டுத் தேரி மேட்டுக்குப் போய்விட்டான். அவனும் இங்க வர மாட்டான்.

மூத்தவனுக்கு நேர இளையவன். 'டிங்கிப்பிச்சை' தெருவுலே ஒரு ஆளை போலீஸ் தேடி வருதுன்னா அது டிங்கிப்பிச்சை மச்சானாகத்தான் இருக்கணும். அவுரு ஓராளு இல்லைன்னாலும் தம்மக்காரத் தம்பதிகளின் கதி அதோ கெதியாகத்தான் இருக்கும். டிங்கிப் பிச்சை ரொம்ப வளர்த்தியும் கிடையாது. ரொம்பக் குள்ளமும் கிடையாது. ஸ்டவுட்டானப் பாடி. படர்ந்த முகம். பம்பத்தலை. தெருவுக்கு டிங்கி எப்பம் வருவார்; எப்பம் போவார் என்றெல்லாம் கணக்கிட முடியாது. கஞ்சாதான் வியாபாரம்.

---

* கச்சக்கால் – ஆரவாரம்

வரும்படி. அந்தத் துட்டுலதான் அந்தப் பெரிய குடும்பத்தைக் கட்டிக் காக்க முடியுது.

அடுத்தது தேவ இரக்கம். இரக்கம் ஒரு சோமாரி. அவருக்கும் சோட்டையன் ரேப்புல இருந்து ஒரு பொண்ணு வாழ்க்கைப்பட்டு வந்தாள். அந்த அன்னத்தாயி மைனி வந்த கையோடு அடுத்து அடுத்து மூணுபிள்ளைகளைப் பெத்துக்கிட்டா. மச்சான் உழைக்கிற துட்டை ஒழுங்காய் வீட்டில் கொடுக்கிறது கிடையாது. அங்குன வாங்கி இங்குன தின்னுறது. இப்படி சிக்கலில் மைனி நாலாவது உண்டாகியிருந்தாள். ஒரே சண்டை . இப்படித்தான் காலமும் ஓடுது. அவுருக்குக் கீழ உள்ள மச்சாமாரு ஒருத்தருக்கும் கலியாணமாகலே. மைனி படுகிற கஷ்டத்தைப் பார்த்துப் பயந்து போனார்களோ என்னமோ?

மாரியம்மக்காளும் இங்கதான் குடி வந்திருந்தாள். சங்குவதி ஆச்சி இல்லாமே, ஒரு நேரம் அவளாலே சும்ம இருக்க முடியாது. ஆச்சி என்ன சொன்னாலும் சிரிச்சுச் சிரிச்சுக் கேட்டுக்கிடுவாள்.

ஆச்சியும் தெரிஞ்சும் தெரியாமே அஞ்சும் பத்தும் கொடுப்பாள். ஆச்சி நல்ல தூக்கம். திண்ணையில் ஒருச்சாய்ந்து படுத்திருந்தாள். மத்தியானத்துக்கு மேல் படிகிற நிழல் குளுமையைத் தந்தது. ஆரோக்கியம் பம்பரம் குத்திக்கொண்டு நின்றான். சட்டை போடாத உடம்பில் வேர்வை வடிந்தோடியது. முத்துசாமி வருவதைக் கண்டு சிரித்தான்.

"எங்கல்ல போறே?"

"எங்க ஆச்சி ஊட்டுக்கு?"

"ஒங்க ஆச்சி தூங்குது."

முத்துசாமி ஆரோக்கியத்தைக் கடந்து வந்தான். அந்தச் சாக்கடையைத் தாண்டிக் குதித்தான். சதுர அமைப்பைக் கொண்ட குடிசைப் பகுதி அது. சுற்றிலும் ஓராள் உயரத்துக்குக் களிமண் சுவர் எழுப்பி, தென்னவோலையைக் கொண்டு மேய்ந்திருந்தார்கள். சாணி மொழுகிய தளம். ஒரு மூலையில் அடுப்பங்கரை. கூரையின் பொத்தல்வழியாய் சூரிய ஒளி குழல் குழலாய் விழுந்தன.

எதிர்த்த குடிசை பட்டாணிச்சி அக்கா வீடு. அவள் பிள்ளைகள் ரெண்டும் தண்ணீ கெட்டிக்கிடந்த இடத்தை கிளறிக்கொண்டிருந்தனர். செத்தை மறைப்பில் அக்கா குளித்துக்கொண்டிருந்தாள். கூரையின் மேல் பழைய பாய், தலைவாணி, கந்தத்துணி எல்லாமே கிடந்தன. ஒரு பன்றிக் கூட்டம் ஓட்டம்பிடித்தது. ஓடிய இடமெல்லாம் சொட்டுச் சொட்டாய்ச்

சாக்கடை நீர். விளையாடிக்கொண்டிருந்த பிள்ளைகள் அதை விரட்டிக்கொண்டே ஓடிப்போனார்கள்.

தொங்கலில் பிலோமி ஆத்தாவின் பலகாரக்கடை. ஆத்தா சுடுகிற ஆப்பம் என்றால் தனி ருசிதான். அவளுடைய கைப்பக்குவமோ, கடை ராசியோ தெரியாது. முத்துசாமிக்கு அந்த ஆப்பத்தின் மேல் எப்பமும் ஒரு கண் உண்டு. நாக்கு சொட்டை விடும். அம்மா எப்போதாவதுதான் வாங்கிக் கொடுப்பாள். லீவு நாட்களில் வீட்டில் பழையது, பலகாரம் இல்லாத நாட்களில் எல்லாம் ஆத்தாக்கடை ஆப்பம்தான். ஆத்தாவிடம் அம்மாவுக்குப் *பற்று வழி உண்டு. ஏனத்தைத் தூக்கிக்கொண்டு போனால், அங்கு பெரிய கியூவே நிற்கும். அடுப்பு வெக்கை கதகதன்னு அடிக்கும். குண்டிப் பலகையில் உட்கார்ந்துகொண்டு தன் கனத்த உடம்பைத் திருப்ப முடியாமல் திருப்புவாள் ஆத்தா. வாயில் **சுங்கான் வேறு புகையும். சுருட்டை இழுத்துக்கொண்டேதான் எல்லா வேலைகளையும் பார்ப்பாள் ஆத்தா.

சாயங்காலமானால் ஓலைக் காம்பவுண்டு ரொம்பவும் கலகலப்பாய் இருக்கும். அதிலும் நெப்போலி மச்சானைச் சுற்றி ஒரு கூட்டமே கூடும். மச்சான் தெருக்காட்டுக்கு வெள்ளையடிக்கப் போய்விட்டு வரும்போது, ஏதாவது சினிமா பத்திரிகையை வாங்கிக் கொண்டு வருவார். எம்ஜியாரைப் பற்றி நியூஸ்ன்னா சத்தம் போட்டு வாசிப்பார். அந்தக் குரல் துல்லிதமாய் ஆர்வத்தோடு எழும்பி வரும். அங்குன கூடி இருக்கிறப் பொம்பளைங்கயெல்லாம் வந்து திண்ணையில குத்தவைத்துக்கொள்வார்கள். கால்கள் ஆட்டம் போடும். சந்தோஷம் பரவி நிற்கும். பாட்டிமார்கள் கூர்மையாய்ச் செவியைத் தீட்டிக் கேட்பார்கள். இந்த நேரத்தில் யாரும் சத்தம் போடக் கூடாது. அப்படியே கோழி, நாய், பன்றி, கழுதை, குதிரை எது வந்தாலும், ஆட்கள் சத்தம் போட்டாலும் மேரி ஆச்சிக்குப் பொறுக்காது. ரொம்பக் கோபம் பொத்துக்கிட்டு வரும். ஏசுவாள். எம்ஜியார்ன்னா அவளுக்கு உசுரு.

அன்னைக்கி அப்படித்தான், யாரோ மட்டக்கடையில நெறைய எம்ஜியார் படங்களைப் பரப்பி விற்பதாகச் சொன்னார்கள். மேரியாச்சிக்கு உச்சி குளுந்து போச்சு. கிடைக்கிற துட்டுக்கெல்லாம் படமா வாங்கி மாட்ட ஆரம்பித்துவிட்டாள். அவளுக்குப் புருஷன், கொள்ளி ஒண்ணும் கிடையாது. மொதப் புருஷனுக்குப் பிறந்த பொம்பளைப் பிள்ளை ஒண்ணு இருப்பதாய்க் கேள்வி. எங்க இருக்குன்னு தெரியாது. ஆம்பளையில்லாத வீட்டில் அவளுக்கு எம்ஜியார் துணையாகிப் போனார். படம் வாங்க ஆட்கள் கிடைக்காத நேரத்தில் ஒவ்வொருத்தரையாப் பிடித்துத்

* பற்று வழி – கடன் கணக்கு

** சுங்கான் – புகைக்கும் பைப்

தாங்குவாள். "ஒனக்கு அஞ்சு பைசா எடுத்துக்க. போய் வாங்கிட்டு வா" என்பாள். ஒரு நாள் முத்துசாமியைப் பிடித்துக்கொண்டாள். கையில் துட்டைக் கொடுத்தாள். அவன் போனான்.

அன்னைக்கு ஞாயிற்றுக்கிழமை. எஸ்.டி. ராஜன் கடை அடைப்பு. கடையின் முத்தத்தில் விதவிதமாய்ப் படக் காலண்டர்கள் விரித்துவைக்கப்பட்டிருந்தன. சுற்றிலும் ஒரே கூட்டம். கூட்டத்தில் தலையைக் கொடுத்து, உள்ளே நுழைந்து பார்த்தான் முத்துசாமி. ஒவ்வொரு படத்தையும் எடுத்துக் கண்ணில் ஒத்திக்கொள்ளலாம்போல இருந்தது. அவ்வளவு அழகு. அவ்வளவு பளபளப்பு. கலர் கலராய்ச் சுவாமி படங்கள்; தலைவர்களின் படங்கள்; நடிகர் நடிகையர் படங்கள்.

முத்துசாமி மேரியாச்சி கொடுத்த முப்பது பைசாவுக்கு எம்.ஜி.யார் படம் ஒன்றை வாங்கிக்கொண்டு வந்து கொடுத்தான். ஆச்சி படத்தைப் பார்த்துப் பூரித்துப் போனாள். பயபக்தியுடன் ஆணியில் மாட்டிவைத்தாள். இந்த வியாதி எல்லோரையும் தொத்திக்கிற்று. மரியம்மாக்கா, யாரிடமோ கெஞ்சிக் கூத்தாடி, ஒரு வால் போஸ்டரை வாங்கி வீட்டுக் கதவில் ஒட்டிவைத்தாள்.

பதினொன்று

புதுவீட்டுக்கு வந்த ராசியோ என்னமோ தெரியல. அப்பாவுக்கு வேலை போயிற்று. ஸ்டுடியோ முதலாளிக்கும் அவுரு பொஞ்சாதிக்கும் மனத்தாங்கல். இது முற்றி கோர்ட் படி ஏற வேண்டியதாயிற்று. அவுங்க சண்டைக்கு அப்பாவைச் சாட்சி சொல்லக் கூப்பிட்டார்கள். அப்பா, "வர முடியாது" என்றார். முதலாளிக்கும் அப்பாவுக்கும் உள்ள உறவு கசந்தது. "வாங்குன கடனை வையடா" என்றார். அப்பாவுக்கு என்ன செய்யன்னு தெரியவில்ல. அம்மாவிடம் விசயத்தைச் சொன்னார். அம்மா தைரியம் சொன்னாள்.

"நீங்க ஒங்கப்பாட்டுல இருங்க. புருஷன் பொண்டாட்டி சண்டையில நம்ம எப்டி தலையிட முடியும்? இன்னைக்கிச் சண்டை போட்டா, நாளைக்கி ஒண்ணா சேர்ந்துக்கிடுவாங்க. அதுக்காச்சிட்டி சாட்சி சொல்லக் கூப்பிட்டா எப்டி? ஒரு அவசரத்துக்குப் பணம் கொடுத்தாரு. இல்லன்னாச் சொன்னோம்? இல்ல, வாங்கலன்னு சொல்லப் போறோமா? புடிச்ச புடியிலக் கொடுன்னா எங்ககூடி கொடுக்க? நீங்க சும்மா இருங்க . . . என்ன வருதுன்னு பார்ப்போம் . . ." என்றாள்.

அம்மா சொல்லி ரெண்டு நாட்களாகவில்லை. முதலாளி வக்கீல் நோட்டீஸ் விட்டார். அப்பாவும் அம்மாவும் சேர்ந்துதான் கோர்ட்டுக்குப் போனார்கள். கடைசியில் மாதம் மாதம் இருபத்தைந்து ரூபாய் கோர்ட்டில் கட்டி விட வேண்டுமென்று முடிவாயிற்று.

பழையபடி அப்பா, கரண்டியைத் தூக்கிக்கிட்டுக் கொத்து வேலைக்குப் போனார். போன இடத்தில் அப்பாவின் கை வேலைகளைக் கண்ட, அந்த காண்டிராக்ட்காரர் வெளியூருக்குக் கொண்டு போனார். அம்மாவுக்கு ஒரு கவலையுமில்ல. அப்பாவிடமிருந்து பணம் வந்தது. முத்துசாமிதான் ஒரு மாதிரி இருந்தான். கோமதி அக்காளும் எஸ்.எஸ்.எல்.சி.யை முடித்த கையோடு அடைக்கலாபுரம் டீச்சர் டிரைனிங் ஸ்கூலில் சேர்ந்துவிட்டாள். ஆறுமுகம் உடன்குடி ஹாஸ்டலுக்குப் போய் விட்டான். பெருமாள் காலையில் பழையதைச் சாப்பிட்டுட்டுப் போனான். மத்தியானம் பள்ளிக்கூடத்துலே சாப்பிட்டுட்டு இருந்துகொள்வான். சாயந்திரமாய் அம்மா வரும்போதுதான் அவனையும் பார்க்க முடியும். அண்ணனைப் பார்ப்பதே கஷ்டம். என்ன செய்கிறான், எங்க போகிறான் என்று கண்டுகொள்ளவே முடியாது. வேலை வெட்டியில்லாமல் வீட்டில் இருப்பதுதான் என்னமோபோல இருந்தது முத்துசாமிக்கு. அப்பாக்கூட வேலைக்குப் போகும்போது ஒண்ணும் தெரியாது. வந்தோம், சாப்பிட்டோம், போனோம் என்றிருந்தது.

கையில் காசில்லாத சமயத்தில்தான், ஒரு நாள் அம்மா அவனைக் கடிந்துகொண்டாள். "ஏன்லே ... இப்படித் தெருக்காட்டைச் சுத்திக்கிட்டு வந்தா எப்டி ? யார்க்கிட்டையாவது கேட்டு வேலைக்குப் போகக் கூடாதா ?"

முத்துசாமிக்குச் சுருக்கென்று குத்தியது. வேலை தேட ஆரம்பித்தான். காலையிலும் மாலையிலும் மட்டக்கடைச் சந்தியைச் சுற்றி வந்தான். வேலை கிடைப்பது அவ்வளவு சுலபமாய் இல்லை. ஊர்க்காட்டு வேலைகளுக்குப் போய் வருபவர்களிடம் மெதுவாய் விசாரித்தான். அவனை ஏற இறங்கப் பார்த்தனர். ஒரேயடியாய் மறுப்புச் சொல்ல முடியாதவர்களாய், "என்னலே ... படிச்சா என்ன ?" என்றனர். "பெறவு பாப்போம்" என்று சொல்லிப் போனார்கள். முத்துசாமிக்கு முகம் கறுத்தது, முழித்தான்.

ஒண்ணு ரெண்டு வேலைகளும் கிடைக்கத்தான் செய்தன. வெள்ளை அடிக்கப் போகிறவர்களுக்குச் சுண்ணா கொடுக்க, கருவாடு கட்டப் போகிறவர்களுக்குக் கயிற்றைச் சுற்றிக் கொடுக்க. ஏதோ கூலியும் கிடைத்தது. அம்மாவின் கையில்தான் கிடைத்த பணத்தைக் கொடுத்தான். அம்மாவுக்கும் ரொம்ப சந்தோஷம். கொடுத்த துட்டை வாங்கிக்கொண்டாள். வேலைக்குப் போகிற பையன் மதிப்பு, மரியாதை, எங்க போற, என்ன செய்கிறன்னு கேட்காத விடுதலை. அதுவே ஆறுதல் தருகிற விஷயமாக அமைந்தது. கொஞ்சம் நிமிர்ந்து, காலரைத் தூக்கிக்கொண்டு *கெப்பராக நடக்கத் தைரியம் வந்தது.

---

* கெப்பர் – திமிர்

இதற்காகக் காலையிலே முழித்த கண்ணுக்குக் குளித்து, இருக்கிற பழையதைக் குடிச்சுட்டு மட்டைக்கடைச் சந்தியில் போய் நின்றான். கிணற்றடி அரச மூட்டில் உட்கார்ந்திருக்கும் ஆட்களுடன் போய்ச் சேர்ந்துகொண்டான். அன்னைக்கி வேலை கிடைத்தாலும் கிடைக்கும்; கிடைக்காமல் போனாலும் போகும்.

அக்கா டீச்சர் டிரைனிங் ஸ்கூலில் சேர்ந்த மறு மாசம், 'பெரிய மனுஷியாகிட்டா' என்று அந்த ஸ்கூல் ஆயா கூட்டிக்கொண்டு வந்தாள். அக்காவைப் பார்த்ததும் மகிழ்ச்சியில் ஆடிப்போனாள் அம்மா. ஆலிங்கனம் செய்து முத்தம் கொடுத்தாள். "இவக்கூட சேர்ந்த புள்ளைங்கயெல்லாம் மூலையில உக்கார்ந்துற்று. நம்மவா இன்னும்சமயலையே" என்ற அம்மாவின் முணுமுணுப்புக்கெல்லாம் முற்றுப் புள்ளி வைத்தாயிற்று. நெருக்கமான பாசத்திலும் பிரியத்திலும் அன்பிலும் அம்மா திக்குமுக்காடிப் போனாள். அக்காளைப் பத்திரமாகக் கூட்டிக்கொண்டு வந்த ஆயாவுக்குக் கைச் செலவுக்குப் பணத்தையும் பஸ் டிக்கட்டையும் எடுத்துக் கொடுத்து அனுப்பிவைத்தாள்.

வீட்டில் அப்போது கலகலப்பும் மகிழ்ச்சியும் சந்தோஷமும் பொங்கிப்பொங்கி வழிந்தன. அம்மா ஓட்டமும் நடையுமாய் இருந்தாள். அக்காக்கூட சேர்ந்து எல்லோருக்கும் விருந்துச் சாப்பாடு கிடைத்தது. 'அக்கா . . . அக்கா' என்று கோமதியைத் தம்பிமார்கள் சுற்றிவரும்போது, கோமதி தெரிந்தும் தெரியாமலும் வைத்திருந்த கைத் துட்டைத் தாராளமாய்ச் செலவுசெய்தாள்.

கோமதி அக்கா சடங்கும் வந்தது. அம்மா கடனைக் காவலை வாங்கினாள். துட்டைத் துட்டென்று பாராமல் செலவு செய்தாள்.

சடங்கு வெகுவிமரிசையாக நடந்தது. பூனைக்கன்னி பாட்டி சுண்ணாம்புப்பரையில், தேரி மணலை வண்டிவண்டியாய்க் கொண்டுவந்து தட்டினார்கள். பெரிய பந்தல், பூ வேலைப்பாடு, அலங்காரம் எல்லாமே நடந்தன. நாலு கூட்டு, சாம்பார், ரசம், பாயசத்தோடு விருந்து. தெருச் சனம் ஒண்ணு பாக்கியில்லாமல் வந்திருந்தனர். வெளியூர்களில் இருந்து சொந்தக்காரர்கள் கொடுத்த மொய்யும் கைகொடுத்தது.

அக்கா ஒரு மாதம் வீட்டில் இருந்தாள். முட்டை, பால் என்று கொடுத்து அம்மாவும் ஆச்சியும் நன்றாகக் கவனித்துக் கொண்டார்கள். அக்கா ஓய்வாய் இருக்கும்போதெல்லாம் அப்பாவும் அக்கா கைச்செலவுக்குப் பணம் கொடுத்தார். அக்கா ஸ்கூலுக்குப் போகிற நாளும் வந்தது. சந்தோஷமாய் அக்கா

ஸ்கூலுக்குப் போனாள். அப்பாவும் அம்மாவும் சேர்ந்துபோய் விட்டுட்டு வந்தார்கள். ஒவ்வொரு ஞாயிற்றுக்கிழமையும் யாராவது ஓராள் பார்க்கப் போனார்கள். விதவிதமாய்த் தின்பண்டங்கள், சத்துணவுகள், அம்மா மெனக்கட்டு இருந்து செய்தாள்.

அண்ணனை அம்மா மில்லில் சேர்த்துவிட்டாள். டெம்ப்ரவரி. ஒருநாளைக்கு ரெண்டு ரூபாய்ச் சம்பளம். ஒரு அஞ்சாறு நாளு வேலைக்குப் போய்க்கொண்டிருந்தான். பெறவு சொல்லாமக் கொள்ளாமல் நின்றுவிட்டான். ஆனாலும் அண்ணனுக்கு வேலை இருந்தது. சண்முகத்தைக் கருவாட்டுக் கிட்டெங்கி தரவன்மார்கள், முதலாளாய்க் கூப்பிட்டார்கள். அவன் கருவாட்டை 'அட்டி' போடுவதிலும் சரி, 'கட்டு' வதிலும் சரி கை தேர்ந்தவன். நெத்திலி பரசினாலும் நன்றாகப் பரசுவான். கூலியும் முழுக் கூலி. முன்பணம் கேட்கும்போதெல்லாம் கொடுப்பார்கள். வீட்டுக்கு ஒரு பைசா கொடுக்க மாட்டான். கையில் காசிருந்தா போதும், வீட்டுக்கு வரமாட்டான்.

அவன் நினைத்தால் முத்துசாமியையும் வேலைக்குக் கூட்டிக் கொண்டு போகலாம். ஆனால் கூட்டிப் போக மாட்டான். அவனுக்கு இவன் படிக்காமல் போனது பிடிக்கல. "பள்ளிக்கூடம் போனான்னலே" என்று அடித்து விரட்டுவான். அண்ணனைக் கண்டாலே பயந்தான். வழக்கம்போல மட்டக்கடைச் சந்திதான் தவம். அன்னைக்கி இசக்கிமுத்தைக் கண்டான். வேலை முடிந்து வருகிற இசக்கியின் கை, கால்களெல்லாம் சிமெண்ட் கரை. அழுக்குத் துண்டைத் தலையில் கட்டியிருந்தான். அவனுக்கும் இவனுக்கும் வயசு ஒன்னாத்தான் இருக்கும்.

"எங்கல வேலைக்குப் போற?"

"ஏட்டையா கூட."

"ஏட்டையா" என்றதும் பன்னீர் அண்ணன் ஞாபகம் வந்தது முத்துசாமிக்கு. அவர் சின்னப் பையமார்களுடன் சேர்ந்து சிரித்துக் குலவுவார். பையமார்களும் 'ஏட்டையா' 'ஏட்டையா' என்றுதான் கூப்பிடுவார்கள். உடல் கட்டும். அதற்கேற்ற வளர்த்தியாய் இருப்பதினால் தெருவில் அது 'வக்கப்' பெயராய் நிலைத்து விட்டது.

"ஏட்டையாக்கிட்ட கேட்டா என்னையும் வேலைக்குக் கூட்டிக்கிட்டுப் போவாரா?"

"கேட்டுப்பாரு."

"ஏட்டையாவ எங்க பார்க்கலாம்?"

சந்தி

“கொஞ்சம் பொறுத்து ஊட்டுக்குப் போ. இருப்பாரு.”

இசக்கிமுத்து போய்விட்டான். ராத்திரி ஏழரை மணி சுமார்க்கு பன்னீர் அண்ணன் வீட்டுக்குப் போனான் முத்துசாமி. விஸ்தாரமான வெளித்திண்ணை கொண்ட இரட்டை ஓட்டு வீடுகள். பின் வாசல் ரெண்டு வீட்டுக்கும் புழக்கம் கொண்டது. ஒரு வீட்டில் அண்ணன் குடும்பமும், ஒரு வீட்டில் அவுங்க அம்மா, அண்ணன்தம்பிகளும் இருந்தனர். மெதுவாய்த் திண்ணையில் உட்கார்ந்தான் முத்துசாமி. லாம்புச் சிமிலியைத் துடைத்துக் கொண்டிருந்த அக்காளிடம், “அண்ணன எங்க?” என்றாள்.

“அண்ணே மட்டக்கடைப் பக்கந்தானே நின்னுச்சு. பாக்கலையா?”

“காங்கலையே.”

“அப்பம் இரி. இப்பம் வரும்.”

அண்ணன் வரவை எதிர்பார்த்து உட்கார்ந்திருந்தான் முத்துசாமி. பக்கத்து வீட்டில் பேச்சொலி கேட்டது. ஆட்கள் போவதும் வருவதுமாய் இருந்தனர். வேகமாக வந்த ஜெபராஜ், முத்துசாமியைக் கண்டு நின்றான். அவனுக்கு மூணு வருஷத்துக்கு முன்னால் முத்தாச்சியில் ஒன்னாய்ப் படித்தான். பெறவு கால்டுவெலில் ஒம்பதோடு படிப்பும் நின்னுப்போச்சு. இப்பம் அவுங்க மூணாவது அண்ணன், ஒரு ஒர்க் ஷாப்பில் சேர்த்து விட்டிருக்கிறாராம்.

“என்னலே இங்க உக்காந்திருக்க.”

“ஒங்க அண்ணனைப் பாக்கணும்?”

“யாரு பன்னீர் அண்ணனையா?”

“ம்.”

“சங்கத்துல பேப்பர் படிச்சுக்கிட்டிருந்துச்சு, பாக்கலையா?”

“இல்ல.”

“இப்பம் வரும் உக்காரு.”

“ம்.”

ஜெபராஜ் வீட்டுக்குள் போனதும், வெளியில் இருந்து வந்த எளிசி ஆச்சி, “யாரு பார்வதி மவனா?” என்றாள் குனிந்து பார்த்தபடி.

“ஆமா.”

“எங்க வந்த?”

“பன்னீர் அண்ணனைப் பாக்க.”

“இந்தா வந்துக்கிட்டுருக்கான்.”

எளிசி ஆச்சி திண்ணையில் படுத்துக்கொண்டாள். பன்னீர் அண்ணன் வரும்போது எழுந்து நின்றான் முத்துசாமி. அண்ணன் படி ஏறி வந்து அவனைப் பார்த்தார்.

“என்னல முத்துசாமி இங்க உக்காந்திருக்க?”

“ஒங்களப் பாக்கத்தான்.”

“எதுக்கு?”

“வேலையிருந்தா என்னையும் கூடக் கூட்டிட்டுட்டுப் போங்க அண்ணே.”

அண்ணன் படித்திண்ணையில் உட்கார்ந்தார். யோசித்தபடியே “எங்கல வேலையிருக்கு?” என்றார். படுத்திருந்த ஆச்சியும் எழுந்து உட்கார்ந்தாள். “ஏலே அவனே மேஸ்திரி கைக்குள்ள வேலைக்குப் போறான். அவங்கிட்ட வந்து கேட்டா எப்டி வேலை கெடைக்கும்” என்று சொல்லி, ஆச்சி மீண்டும் சுருண்டுகொண்டாள். லாம்பைப் பற்றவைத்துத் திரியைத் தீண்டி விட்டபடியே அக்கா அண்ணனைப் பார்த்து, “இவ்வளவு தூரம் வீடு தேடி வந்து கேட்கான்னில்ல, மேஸ்திரிகிட்டச் சொல்லி சேர்த்துவிடுங்க” என்றாள்.

“கட்டிடத்து வேலை ரொம்பக் கஷ்டமால்ல இருக்கும்.”

முத்துசாமி நிமிர்ந்து சிரித்தான்.

“கஷ்டமாய் இருந்தா என்ன, நா செய்வேன்.”

“நீ ரொம்பச் சின்னப் பையனால இருக்க?”

“இசக்கிமுத்து என்ன பெரிய பையனா?”

“அவன் வேலை பழகியிருக்கான்.”

“என்னையும் சேர்த்துவிடுங்க பழகிக்கிடுறேன்.”

“ம்.”

“ஏலே . . . நீ போ. நாளை காலையில ஏழுமணிக்கெல்லாம் வா. அண்ணே சேர்த்துவிடும்” என்றாள் அக்கா.

உற்சாகமாய் இருந்தது முத்துசாமிக்கு. மறுநாள் சீக்கிரமாய் முழித்தான். பல் தேய்த்தான். குளித்தான், சாப்பிட்டான். ஏழு மணிக்கெல்லாம் அண்ணன் வீட்டுக்கு வந்துவிட்டான். மனசு ஒரேடியாய்த் துள்ளிக்கொண்டிருந்தது. ரொம்ப நாளைக்குப்

பெறவு இன்னைக்கு வேலை. ஒவ்வொரு இடத்திலும் நின்று கேட்டு, கெஞ்சி, கூத்தாடி, கூலி வேலைகூடக் கிடைக்க மாட்டங்கு. சின்னத் தெருக்காட்டு வேலைக்கும் உடம்பு வளர்த்தி, சுறுசுறுப்பு, தெம்பு, அது இதுன்னு பார்த்துதான் எடுக்கிறார்கள். காணாத குறைக்குச் சிபாரிசு, முன் அனுபவம் எல்லாமே வேண்டியதாய் இருந்தது.

யோசித்துக்கொண்டே உட்கார்ந்திருந்தான் முத்துசாமி. பன்னீர் அண்ணன் குளித்துவிட்டுப் பழையதைக் குடித்துக் கொண்டிருந்தார். தாவீது அண்ணன் ஹார்பார் பஸ்ஸைப் பிடிப்பதற்காகப் புறப்பட்டுக்கொண்டிருந்தார். அவருக்காக, மாசானமுத்து அக்கா டிபன் கேரியரை விளக்கி, சுடச் சுடச் சோறும் கூட்டும் வைத்து, கூட ஒரு வடை வாங்கி வைப்பதற்கு, ஆளைத் தேடிக்கொண்டிருந்தாள்.

வீட்டுக்குள் இருந்து வெளியில் வந்த மாசானமுத்து அக்கா, முத்துசாமியைப் பார்த்து, “மட்டக்கடை முட்டும் போயிட்டு வாக் கண்ணு, கனச்செட்டியார் கடையில் ரெண்டு வடை வாங்கிட்டு வந்திடு” என்றாள்.

முத்துசாமி மறுப்புச் சொல்லவில்லை. எழுந்து அவளிடம் துட்டை வாங்கிக்கொண்டான். மட்டக்கடைக்கு நடந்தான். மாசானமுத்து அக்காவை நினைக்க நினைக்க ஆச்சரியமாய் இருந்தது.

ஊர்கோவில் பூசாரி அம்மாசி அண்ணாச்சி, இரண்டாவது மகள் மாசானமுத்து அக்காள். இவளுக்கு நேராக மூத்தவள் உச்சிமாளி அக்காள். அவள் ஒரு டீச்சர். முத்துக்கிருஷ்ணாபுரம் முனிசிபல் பள்ளியில் மூணாம் வகுப்பு சொல்லிக்கொடுக்கிறாள். அவளையும் ஓர் நல்ல இடமாகப் பார்த்துத்தான் கலியாணம் காட்சி என்று எடுத்தார்கள். இந்தக் கொழுப்பெடுத்த சிறுக்கி, கட்டுப்பட்ட புருஷனை விட்டுட்டு, ஒரு பிள்ளையோட இன்னொரு போலீஸ்காரனைச் சேர்த்துக்கிட்டாள். அவனுக்கு ரெண்டு பிள்ளையப் பெத்தாச்சு. இப்பம் ஒரு வாத்தியாரை வைச்சுருக்காளாம். முன் ‘விட்டை’ மாதிரிதானே பின் விட்டை இருக்கும்? ஆனாலும் அவளுக்கு மாசானமுத்து அக்கா தாவலை. மாசானமுத்துக்கும் நல்லபடியாய்தான் கலியாணம் முடிந்தது. வெளியூர் மாப்பிள்ளை. அங்கப் போக மாட்டேன்னுட்டாள். இப்பம் எளிசி ஆச்சி நாலாவது பையனைச் சேர்த்துவைத்திருக்கிறாள். கலியாணம் எப்பன்னுத் தெரியல.

நினைக்க நினைக்கச் சிரிப்பாகத்தான் வந்தது முத்துசாமிக்கு. வடையை வாங்கிக்கொண்டு வந்து கொடுத்தான். பன்னீர் அண்ணன், வாசல் நிலையில் கண்ணாடியைச் சரித்து வைத்துக்

கொண்டு தலைசீவிக்கொண்டிருந்தார். கசிந்த தார் மாதிரி இருந்தது தலை. அதைப் பார்த்ததும் தாமும் தலையை வாரிக் கொண்டு வந்திருக்கலாம்போல இருந்தது முத்துசாமிக்கு. குளித்து முடிந்ததும் கசகசவென்று தலையில் எண்ணெயை வைத்துக் கொண்டதுதான். தலையைச் சீவ மறந்துவிட்டது. எப்பமும் அந்த எண்ணம் வருவதில்லை. வீட்டின் ஜன்னல் திண்டில் எப்போதும் பாட்டலில் பாதி அளவு தேங்காய் எண்ணெய் தட்டாமல் இருக்கும். அதை மாதிரி அரிசியும் வாங்கிப் போட்டு விடுவாள் அம்மா. இது ரெண்டும் வீட்டுக்கு முக்கியம்.

"என்னலே என்ன யோசனை. பையத் தூக்கு" என்ற அண்ணனின் குரல் கேட்டதும் எழுந்துகொண்டான். "பை எங்கயிருக்கு" என்றதும், அக்கா கொண்டுவந்து கொடுத்தாள். பழைய பையானாலும் சுத்தமாய் இருந்தது. அடித்துத் துவைத்தாலும் போகாத சிமெண்ட திட்டுகள். உள்ளே கரண்டி, ரசமட்டம், தூக்கு வெட்டு, தென்னந்தும்பு என்று சாமான்கள் இருந்தன.

மட்டக்கடைச் சந்தியைக் கடந்து தெப்பக்குளம் பாதை நடந்தார்கள். நாங்குத் தெருவைக் கடந்ததும் அந்தக் கட்டட வேலைகள் நடக்குமிடத்தை அடைய முடிந்தது. புதிதாய்க் கட்டப்பட்டு வரும் கட்டடத்தைச் சுற்றிலும் தென்னந்தட்டிகள் கொண்டு அடைத்திருந்தனர். உச்சியில் ரெண்டாளு உயரத்துக்கு ஒரு பொம்மை மனிதன் நின்றான். எங்கும் லாரிலாரியாய் ஆற்று மண், கருங்கல் சல்லிகளும் செங்கல்களும் குவிக்கப்பட்டு இருந்தன. தொழிலாளர்களின் கூட்டத்தை அங்கு காண முடிந்தது. அவனுக்குத் தெரிந்தவர்களும் நின்றார்கள். எண்ணெய்ப் பிசுபிசுப்பான பழைய சும்மாட்டுத் துணிகளைக் கையில் வைத்துக்கொண்டு நிற்கும் அந்தச் சித்தாட்களைக் கடந்து, பன்னீர் அண்ணன் போனார்.

உள்ளே நீள நீளமாய் அறைகள். படித்திண்டுகள், அங்கையும் ஆட்களின் கூட்டத்தைப் பார்க்க முடிந்தது. ஓராள் எழுந்து, "என்ன ஏட்டையா. யாரு பையன்?" என்றார்.

"எல்லாம் நம்ம பையன்தான்."

"ஒங்க தெருவா?"

"ம்."

"இன்னக்கிதான் வேலைக்கு வாரானா?"

"ம்."

"என்னலே செஞ்ச?"

“எங்க அப்பாக்கூட வேலைக்குப் போனேன்.”

“ஒங்கப்பா யாரு?”

“அதாம்ப்பா நம்ம பரமசிவன் அண்ணாச்சி.”

“எந்த பரமசிவன் அண்ணாச்சி?”

“அதுதான் சுரூபமெல்லாம் செய்வாருல்ல.”

“ஓ . . . தாழைவூர் பரமசிவன் அண்ணாச்சியா?”

“ம்.”

“பள்ளிக்கூடம் போகலையா?”

“இல்ல.”

“எதுக்கு ?”

“ . . .”

“சரி வுடப்பா . . . அவந்தான் போகலங்கானே . . . பெறவு எதுக்கு யாது எதுக்குன்னுட்டு . . . ஏலே முத்துசாமி நீ இங்குன நில்லு.”

பேச்சை முடித்துக்கொண்டு பன்னீர் அண்ணன், அந்த உள்ளறைக்குள் போனார். சட்டையைக் கழற்றிவைத்துவிட்டு வந்து முத்துசாமியிடம் பையை வாங்கிக்கொண்டார். புது இடம் என்னமோபோல இருந்தது அவனுக்கு. காலை வெயில் சுகமாய் அடித்தது. ஆட்களோடு வந்து நின்றான்.

எட்டுமணி சுமார்க்கு ஆனையப்பன் மேஸ்திரி சைக்கிளில் வந்து இறங்கினார். மழுங்கச் சிரைத்து, கொஞ்சம் பவுடர் அப்பி, வயதைக் குறைத்துக் காட்டுகிறதா என்று கெஞ்சிக்கொண்டிருந்தது அவருடைய முகம். ஆனாலும் நீளநீளமாய்க் கோடுகள் வயதைக் காட்டிக் கொடுத்தன. பையமார்கள், விரசலாய் வந்து சைக்கிளை வாங்கிக்கொண்டார்கள். மேஸ்திரி கைப்பையில் இருந்து சிகரெட் பாக்கட்டையும் கனத்த நோட் புத்தகத்தையும் எடுத்தார். ஒரு சிகரெட்டை எடுத்து, அதன் அடிப்பாகத்தை பாக்கட் அட்டையில் நுணுக்கமாய்த் தட்டுத் தட்டிக்கொண்டார். அருகில் நின்றவனிடம் தீப்பெட்டி வாங்கிப் பற்றவைத்தார். புகை இழுத்தபடியே நோட்டை விரித்தார். பேனாவைத் திறந்தார்.

“மாடசாமி . . . நீ ரெண்டு சித்தாளுகளக் கூட்டிக்கிட்டுப் போய், பொண்ணு ஆசாரி வீட்டுல அந்தக் குறை வேலையையும் முடிச்சுக் கொடுத்துட்டு வந்துடு.”

“சரி அண்ணாச்சி.”

மாடசாமி திரும்பி ரெண்டு சித்தாட்களைக் கூட்டிக் கொண்டான். அந்தச் சித்தாள் பெண்கள், என்ன என்ன எடுக்கணும்னு கேட்டு எடுத்துக்கொண்டார்கள். பெறவு கொத்தனார் பின்னால் நடந்தார்கள்.

மேஸ்திரி மற்ற வேலைகளுக்கு ஆட்களைப் பிரித்துவிட்டார். ஆட்கள் வெவ்வேறு வேலைகளுக்கும் பிரிந்து போனார்கள். சிரிப்பும் பேச்சும் (குறைந்து) போய்விட்டது. மிச்சம் ரெண்டு மூணு பையமார்கள்தான் நின்றார்கள். கடைசி நேரத்தில் வந்து பன்னீர் அண்ணன் விசயத்தைச் சொன்னார். மேஸ்திரி ஒரு மாதிரி பார்த்தார். "யாரு இது" என்றார். அண்ணன் விபரத்தைச் சொன்னதும் தலையாட்டிக்கேட்டுக்கொண்டார், "சரி . . . சரி அவனுகக் கூடப் போயிச் சாரத்தக் கட்டு" என்றார்.

வேலை தொடங்கியது. ஆம்பளையாட்கள் சாரத்தைக் கட்டத் தொடங்கினார்கள். கீழே இருந்து கம்பும் கயிறும் கட்டி அனுப்பப்பட்டன. "ஏலே நீ மேலே ஏறு" என்றான் அந்தப் பையன்.

முத்துசாமி சாரத்தில் ஏறினான், பலகையில் வந்து நிற்கும்போது காற்று அடித்தது. வெயில் அடித்தது. தூரத்தில் சந்தனமாரியம்மன் கோவில் கோபுரம் தெரிந்தது. கீழ் ரோட்டில் ஆட்கள் நடந்து போனார்கள். ஒரு லாரி வேகமாய்க் கடந்து போயிற்று. "ஏலே . . . ஒழுங்கா நின்னுக்க. கீழப்பாக்க விழுந்துறாத" என்று அந்தக் கொத்தனார் எச்சரித்தார். முன்னால் ஒருத்தன் இப்படி கீழே விழுந்து, ஆஸ்பத்திரிக்குத் தூக்கிட்டுப் போனதையும் அவன் பட்ட கஷ்டத்தையும் இன்னொரு கொத்தனார் சொன்னார். உடனே பயம் கொடுத்தது முத்துசாமிக்கு. கவனத்தைத் திருப்பிக் கொண்டான். கெட்டியாய்ப் பிடித்துக்கொண்டு கீழேயிருந்து வரும் சாமான்களை வாங்கினான்.

பேச்சும் சிரிப்புமாய் வேலைகள் நடந்தன. நேரம் போகப் போக வெயில் உரக்க அடித்தது. வயிறு பசித்தது. காலையில் குடித்த பழையது போன இடம் தெரியவில்லை. இடையில் போய் காப்பி, வடை தின்னுட்டு வந்தவங்க பாடு தாவலை. தெம்பாய் வேலை பார்த்தார்கள், வெறும் தண்ணீயைத்தான் வாங்கி வாங்கிக் குடித்தான் முத்துசாமி. ஒரு மணி சுமார்க்கு வேலை முடிந்தது, கீழே இறங்கும்போது கிறக்கமாக இருந்தது. எதையும் வெளியில் காட்டிக்கொள்ளாமல் இறங்கி வந்தான். அப்பத்தான் பன்னீர் அண்ணனையும் பார்க்க முடிந்தது.

மத்தியானம் சாப்பிட வரும்போது சங்குவழி ஆச்சி மட்டும்தான் வீட்டில் இருந்தாள், பேரனை மாறிமாறிப் பார்த்துப் பாவப்பட்டாள். "படிச்சிருந்தா இந்தப் பாடு வேண்டாமுல்ல"

என்றாள். முத்துசாமிக்கு முகம் கறுத்தது. ஆச்சி அதுக்குப் பெறவு பேசவில்லை. இருக்கிற கஞ்சை அவனுக்கு ஊற்றிக் கொடுத்தாள்.

"குத்துச் சட்டியில கிடக்கிற கோதுமை மாவைக் கலக்கித் தோசை சுடப் போறேன்."

"பழையது இல்லையா?"

"இல்ல."

"தோசை சுட்டா எனக்கு ஒண்ணு கொடுங்க."

"மொதல நீ கஞ்சக் குடி."

ஆச்சி அடுப்பைப் பற்றவைத்தாள். மாவை எடுத்து நீர் விட்டுக் கலக்கினாள். உப்பு போட்டாள். அடுப்பில் தோசைக் கல்லைத் தூக்கிவைத்தாள்; சுட ஆரம்பித்தாள். சுடச்சுட வேலை விசயங்களை, எப்படி வேலை இருந்தது, உன்னை வேலைக்கி எடுத்துக்கிட்டாங்களா, கட்டிடத்து வேலை ரொம்ப கஷ்டமானதே, நீ செய்வியா என்றெல்லாம் கேட்டாள். சூடாய் ரெண்டு தோசையைக் கொண்டு வைத்தாள். அவனும் பேசிக் கொண்டே சாப்பிட்டான். வயிறு கம்மென்று நிறைந்தது.

அதற்குள் பள்ளிக்கூடத்தில் மதிய உணவு சாப்பிட்டுவிட்டு பெருமாளும் வீட்டுக்கு வந்துவிட்டான். அவனுக்குத் தோசையைக் கொடுத்தாள் ஆச்சி.

ஆச்சியிடம் சொல்லி, வீட்டை விட்டுப் புறப்பட்டான் முத்துசாமி. ரெண்டரை மணிக்குத்தான் வேலை. இன்னும் நேரமிருந்தது. அற்புதமணி பாட்டிக்கடையில் வந்துகுத்தவைத்தான். ரொம்பக் காலமாய் இந்த இடத்தில் கடை வைத்திருக்கிறாள் பாட்டி. ரொசாரி பர்னாந்து, வீட்டோடு கடையையும் கிரயத்துக்கு வாங்கிப் பெறவு, பாட்டிக்கே வாடகைக்கு விட்டிருந்தார். கீழ்ப் பக்கம் ரெட்டை ஜோட்டிக்காரியின் வீடு.

இந்தப் பெயரைக் கேட்டவுடனே முதலில் குழப்பமாய்த்தான் இருந்தது முத்துசாமிக்கு. அவளை நேரில் பார்த்தபெறவுதான் விசயத்தைப் புரிந்துகொண்டான். அவளுக்கு நாப்பது வயதாகிறது என்றார்கள். ஆளை நேரில் பார்த்தால் அப்படி வயதான பொம்பளைனு சொல்ல முடியாது. மதமதப்பான உடல்வாகு அவளுக்கு. கலர் கலராய்ப் பட்டுப் புடவையை மிக நேர்த்தியாய்க் கட்டியிருந்த அவள், தன்னுடைய அடர்த்தியான கூந்தலை இரட்டைச் சடைப்பின்னல்களாய் முடிந்துபுட்டத்துக்குக்கீழ்வரை தொங்கவிட்டிருந்தாள். கொஞ்ச நாளைக்கு முன்னாலே ஒரு போலீஸ் இன்ஸ்பெக்டரோடு ஓடிப் போனாளாம். அவன், அவளை விட்டுட்டு எங்க போனானோ, யாருக்கும் தெரியாது. இப்பம் ஒரு

சினிமாத் தியேட்டர் முதலாளியை 'வைச்சு'க்கிட்டிருப்பதாய்த் தெருவுலே ஒரே பேச்சு. அவன் கொடுத்த காசு பணத்துலதான் இந்த வீட்டையும் நகை நட்டுகளையும் வாங்கியிருப்பதாய்ச் சொல்லிக்கொண்டார்கள். நெருப்பு இல்லாமல் புகையாது. இது பொய்யோ, நெசமோ தெருவுல எல்லோருக்குமே இப்படி அபிப்ராயம்.

நாலாவது வீட்டில் இருக்கிற அந்தோணியப்பா பர்னாந்தை வள்ளுசாய்ப் பிடிக்காது முத்துசாமிக்கு. படுமோசமான மனுஷன். மனுஷனாப் பிறந்தவனுக்கு ஒரு பண்பு வேண்டும். நல்ல சிந்தனை வேண்டும். இதெல்லாம் ஒண்ணும் அந்தாளுக்குக் கிடையாது. பர்னாந்து, தெருவுலே இறங்கிச் சண்டை போட்டால் அவ்வளவுதான். காதுகொடுத்துக் கேட்க முடியாது. மனுஷன் வாயிலிருந்து வருவதெல்லாம் பச்சை பச்சையான தூஷணம். அப்படி கெட்ட வார்த்தை போட்டு ஏசுவான். அவ்வளத்துக்கும் அவனுக்கு அஞ்சாறு பொம்பளைப் பிள்ளைகள் இருக்கு. மூணு மக்களைக் கெட்டிக் கொடுத்தாச்சு. ரெண்டு மூலை காக்கு, தாய் செத்துப் போனாள். ரெண்டே ரெண்டு பையமார்கள். மூத்தவன் லாரி டிரைவர். அடுத்தவன் தோணிக்குப் போகிறான். அவனும் ஒருத்தியைச் சேர்த்துக்கிட்டுப் புதுத்தெருவுலே போய் உட்கார்ந்து கொண்டான்.

இப்படித்தான் இந்தச் சின்னக்கடைத் தெரு கடற்கரைக்குப் போய் முட்டும். தெருவில் அநேக வீடுகள் பெர்னாண்டஸ் ஆட்களுடையதுதான். இடையிடையே வேற வேற சாதி சனங்கள். மற்றபடி முத்துசாமி அம்மா வாங்கியிருக்கிற வீடு. கீழ்ப் பக்கமாய் மாடி வீடுகளில் ஒன்றை வாங்கியிருக்கிற துரைராஜ் சார் வீடு. இந்த ரெண்டு வீடுகளும்தான் கீழ்சாதி. எப்படி இவ்வளவு பணம் வந்தது என்று மேற்கு முக்கு வீட்டை வாங்கியிருக்கும் சுப்பையா பிள்ளைக்கு ஒரே குழப்பம்.

மட்டக்கடை பஜாரில்தான் அவருடைய கடை, ஷாப் சாமான்கள் வியாபாரம். அவுருடைய பொண்டாட்டி ஓர் ராங்கிக்கார மனுஷி. பைப்படி காம்பவுண்ட். ஒரு பிள்ளையை அவள் வீட்டை ஒட்டிப் போகிற முனிசிபல் காணில் 'ஒண்ணு'க்கு இருக்கவிடமாட்டாள். சேரிப் பிள்ளைகள் சுவரைத் தொட்டால் சண்டைக்கு வந்துவிடுவாள். உடனே வாளியில் தண்ணீர்க் கொண்டுவந்து சுவரைக் கழுவிவிடுவாள். பிள்ளைவாளும் பொண்டாட்டிக்கு ஏற்ற ஆளு. ஒரு சிடு மூஞ்சி. கிணற்றடித் தெரு சேரி ஜனங்களைக் கண்டாலே அவுருக்கு ஆகாது. "அரசாங்கம் இவியளுக்குத்தான் சலுகையெல்லாம் கொடுக்கு. இப்பம் கையில் பைசாவும் சேர்ந்து போச்சு. இல்லன்னா நம்ம மாதிரி காரை வீடு வாங்குவாங்களா" என்று அவரைமாதிரி உள்ள சாதி

சனத்துக்கிட்ட முணுமுணுப்பார். சேரி ஆட்களெல்லாம் கறுப்புச் சட்டைக்காரர்களாய் இருப்பது அவர்க்கு அறவே பிடிப்பதில்லை. அவுரு கடைக்குச் சாமான் வாங்கப் போகும்போது, “ஏலே . . . நீ கறுப்புச் சட்டைக்காரனா?” என்பார். இப்படி கேட்கும்போது முத்துசாமிக்கு முதலில் விளங்கவில்லை. போகப் போகத்தான் அதன் அர்த்தம் புரிந்தது.

அதை மாதிரிதான் அற்புதமணிப் பாட்டியைப் பற்றிய எல்லா விபரங்களையும் அம்மா கதை கதையாய்ச் சொல்லியிருக்கிறாள். அவளைப் பற்றி விபரங்கள் தெரிந்தபோதுதான் அவனுக்கு ஒரு மாதிரியாயிற்று. கிழவி மக்கமார்கள் எல்லாம் சின்னக்கடை சந்துக்குள் இருக்கும் மாணிக்கவில்லாவுக்குள் இருக்கிறார்கள். எல்லாமே பெரிய பெரிய வீடுகள். அடுக்குமாடிக் கட்டடம். காசு, பணம், வசதிகள் வந்தவுடன் மவுசும் வந்துற்று. சாம்பாக்கமார்கள் என்பதை வெளியில் காட்டிக்கொள்ள மாட்டார்கள். அப்படி இருந்தால்கூடப் பரவாயில்லை. அவர்களுடைய சாதி சனங்களை, தெருச் சேரியில் இருந்து வருபவர்களை மதிக்க மாட்டார்கள். அவர்களுடைய நல்லது, பொல்லாததுகளில் எல்லாம் கலந்துகொள்ள மாட்டார்கள். கண்டாலும் பேசக்கூட மாட்டார்கள். இந்தப் பறையனும் பறைச்சியும், அந்தப் பறையனையும் பறைச்சியையும் என்று எக்காளமாகப் பேசுவார்கள். அவ்வளத்துக்குத் துவேசம். பாட்டியும் அப்படிதான் இருந்தாள்.

ரொம்ப நாளா முத்துசாமியைக் கடைப் பக்கமே வர விட மாட்டாள். புது வீட்டுக்கு வந்தவுடன், விளையாடுவதற்குத் தோதுவான இடமில்லை. சின்னக் கடைத் தெருவில், சந்திராயப்பர் கோவில் திண்டில் போய் விளையாடலாம் என்றாலும், அது அவ்வளவு லேசுப்பட்ட காரியம் கிடையாது. அங்குன கூடுகிற பையமார்கள் எல்லாம் பெர்னாண்டஸ் பையமார்கள். சேர்த்தும் கொள்ள மாட்டார்கள். முக்கைத் திரும்பிக் கிணற்றடித் தெருவுக்குப் போய்தான் விளையாட முடியும். அம்மங்கோவில் முன்ன, சங்கத்து முன்னன்னு விளையாடலாம். வீதியான இடம் உண்டு. தெருப் பையமார்கள், சாதிசனங்கள், எது நடந்தாலும் ஒண்ணுக்குள்ள ஒண்ணுன்னு போய்விடும். ஒரு எட்டுல மட்டக்கடைக்கும் போயிட்டு வந்துவிடலாம்.

12

ஒருநாள் தூரமாய் நின்று பாட்டியைப் பார்த்துக்கொண்டிருந்தான் முத்துசாமி. அவளுடைய சிடுமூஞ்சித்தனம், திமிரு, கௌரவம், கோபம், வெறுப்பு எல்லாமே சேர்ந்து முத்துசாமிக்கு நெஞ்சு பதறியது. அன்னைக்கு எதிர்பாராமல் பாட்டி அவனைக் கூப்பிட்டாள். வேற யாரையோ கூப்பிடுகிறாள் என்று சுற்றும் முற்றும் பார்த்தான். "ஏலே ஒன்னத்தான் இங்க வா" என்று குரல் கொடுத்துக் கை நீட்டி அழைத்ததும், கலக்கமும் பயமும் மாறி மாறி வந்தன. குழப்பத்தோடு அருகில் போனான்.

"என்ன பாட்டி?"

"மட்டக்கடைமுட்டும் போயி ஒரு கட்டு வெத்தலை வாங்கிட்டு வாரியா?"

முத்துசாமிக்கு இன்னும் பதற்றம் இருந்தது. முடியாது என்று போய்விடலாமா என்று நினைத்தான். சே, அதெல்லாம் மரியாதையா யிருக்காது என்று தன்னைச் சமாதானப்படுத்தி, சட்டென்று அந்த எண்ணத்தைக் கைவிட்டான். அற்புதமணி பாட்டியோடு பேசுவதற்குக்கூடச் சிரமமாய்த்தான் இருந்தது.

"கடை எங்குன இருக்கு?"

"நேர போ... உச்சினிமாகாளியம்மன் கோவில் வரும். அதுக்கு அந்தப் பக்கம் மில் சங்கம். அடுத்தாப் போல வெத்தலைக் கடையிருக்கு, வாங்கிட்டு வா."

“சரி துட்டத் தாங்க.”

முத்துசாமி துட்டை வாங்கிக்கொண்டான். ஒரு நடையில் போய்விட்டு வந்தான். வெற்றிலைக்கட்டைக் கையில் வாங்கியதும் பாட்டிக்குச் சந்தோஷம். அந்தப் பழக்கம் நீண்டது. சிகரெட், பீடி, மிட்டாய் என்று வாங்கி வர அவனை அனுப்பினாள். அவனும் *சடையாமல் வாங்கிக்கொண்டுவந்து கொடுத்தான். அப்புறம் கடைத் திண்டில் உட்கார இடமும் கிடைத்தது. வருகிற ஆட்கள், போகிற ஆட்களின் வாயைப் பார்ப்பதில் நல்ல நேரம் போனது.

அற்புதமணி பாட்டி செய்யக்கூடிய வேலைகள் ஒவ்வொன்றும் ரசிக்கக் கூடியதாய் இருந்தன. வாங்கி வந்த மிட்டாய்ப் பொட்டணங்களைப் பெரிய பித்தளைத் தாம்பலத்தில் வைத்துப் பிரிப்பாள். தனித்தனியாய் எடுத்து பாட்டல்களில் போடுவாள். பிறகு எடுத்து ஷெல்பில் அடுக்குவாள். நொறுங்கிப் போன மிட்டாய்களையெல்லாம் ஒன்னாச் சேர்த்து, அந்தத் தூள்களையெல்லாம் கூட்டி அள்ளுவாள். பொட்டணம் போட்டு வைத்துக்கொள்வாள். பார்த்துக்கொண்டேயிருக்கிற முத்துசாமிக்கு நாக்குச் சொட்டைவிடும். மனசாரக் கொஞ்சம் தூள் மிட்டாயை அள்ளி, “வாயிலப் போட்டுக்கலே”ன்னு கொடுக்கமாட்டாள். சாய்ந்திரம் பள்ளிக்கூடம் விட்டுப் பேரன்மார்களும் பேத்திமார்களும் ஓடி வருவார்கள். பளிச்சென்று புஸ்புஸ்சென்றிருக்கிற அவர்கள் கைகளில் ஆளுக்குக் கொஞ்சம் மிட்டாய்த் தூள்களை அள்ளிக் கொடுப்பாள். ரெண்டு மூணு வாழைப்பழங்களையும் திங்கக் கொடுப்பாள். பிள்ளைகள் சாப்பிட்டுவிட்டு ஓடிப் போவார்கள். முத்துசாமி பார்த்துக்கொண்டே இருப்பான்.

பொங்குகிற கோபமும், குழம்புகிற மனசும் கொஞ்ச நேரம்தான். யாராவது ஒரு பிள்ளைத்தாச்சி, “பாட்டி எம்புள்ளைக்கி ரெண்டு நாளா வயிறு வீங்கிப் போய் இருக்கு. டாக்டர்க்கிட்ட ஊசி போட்டும் கேட்கல. சரியா நீர் மோலு போக மாட்டுக்கு”ன்னு அழுத குரலில் ஒரேயடியாய்த் தளர்ந்துபோன தன்னுடைய கைக்குழந்தையைக் கடைப் பலகையின் மேல் வைப்பாள். பிள்ளையின் வயித்தையும் கை, கால்களையும் தொட்டுத் தொட்டுப் பார்ப்பாள் பாட்டி.

“புள்ளையத் தூக்கிப் பிடி” என்பாள்.

தாய்க்காரி குழந்தையைத் தூக்கிப் பிடிப்பாள். பாட்டி குழந்தையின் அடிவயிற்றைச் சுண்டிவிடுவாள். அந்தச் சத்தத்தைக் காதுகொடுத்துக் கேட்பாள். குழந்தை அழும். பாட்டி,

* சடையாமல் – வருத்தப்படாமல்

தாயின் முகத்தைப் பார்த்து, "ஒண்ணும் பயப்புட வாண்டாம், குடலேத்தம் விழுந்திருக்கு. யாரோ புள்ளைய தூக்கிப் புடிச்சிருக்கா!" என்பாள்.

தாய்க்காரியிடம் இருந்து பதில் வருவதற்குள், குழந்தையின் அடிவயிற்றை மிகவும் கவனமாய் ரெண்டு தட்டுத் தட்டுவாள். குழந்தை 'வீல்'லென்று கனைக்கும். வயிற்றை மேல் இருந்து கீழாய் அமுக்கிவிடுவாள். மந்திரங்களைச் சொல்லிச் சொல்லித் தடவுவாள். அழுகிற குழந்தையின்னு பாராமல், இரண்டுக் கைகளையும் ஒண்ணுப்போல தூக்கி, ஒரு ஆட்டு ஆட்டி இறக்குவாள். கொண்டுவந்த வெற்றிலைப் பாக்கு மிளகு எல்லாம் ஒண்ணாச் சேர்த்துத் தலையைச் சுற்றுவாள்.

"போ . . . இனுமே எல்லாம் சரியாப் போகும்."

"பாட்டி எவ்வளவு?"

"எனக்கு எதுவும் தர வாண்டாம். இந்த உண்டியல்ல . . . ஒங்கையில துட்டுயிருந்தா கோவிலுக்குப் போடு. போதும்."

அற்புதமணி பாட்டியின் சேவை மனசை நெகிழவைத்தது. வியாபாரவிசயத்தில்இருக்கிறகடுகடுப்பு,தந்திரம்,சூழ்ச்சியெல்லாம் இந்த மாதிரி வருகிறவர்களிடம் காட்ட மாட்டாள். வயிற்று வலி என்று வருகிறவர்களுக்குக் 'கொறிக்கு' தடவிப் போட்டாள். தலைவலி, உடம்பு வலி என்று வருகிறவர்களுக்குக்கூடக் கைவசம் மருந்து மாத்திரைகள் வைத்திருந்தாள்.

"எங்கல வேலைக்குப் போறே?"

"கட்டிட வேலைக்கு."

"என்ன சம்பளம்?"

"இன்னும் தெரியல."

"எப்பம் சம்பளம் கொடுப்பாங்க?"

"அதுவும் தெரியாது."

"ரண்டு வாழைப்பழங்க இருக்கு. திங்கியா?"

"எங்க?"

அற்புதமணி பாட்டி பழங்களைத் தூக்கிக் காட்டினாள். கனிந்து உரிந்த பழங்கள். பேரப்பிள்ளைகளுக்காக வைத்திருக்கிற பழங்களைத் தருகிறாள் என்றால் பாட்டிக்குப் பெரிய மனசுதான்.

அந்த விஸ்தாரமான மனசு பாட்டிக்கு வருகிறதென்றால், அவள் ரொம்பத்தான் மாறிப்போய் இருக்கிறாள். முத்துசாமிக்குக் கண்கள் விரிந்தன. கொடுத்த பழங்களை வாங்கிக்கொண்டான். ஒரு பழத்தில் லேசாய் எலிக் கரம்பல்கூட இருந்தது. அதைக் கிள்ளிப்போட்டுவிட்டுச் சாப்பிடலாம். சின்னதாய்ச் சந்தேகம். முத்துசாமி கேட்டான்.

"பாட்டி இதுக்கு துட்டு உண்டா?"

"ம் . . . யாருல ஓசில கொடுப்பா. இப்பம் நீ துட்டு தர வாண்டாம். சம்பளம் எடுப்பிய அப்பம் கொடு."

முத்துசாமி மலைத்துப் போனான். பாட்டியை நிமிர்ந்து பார்த்தான். துட்டு விசயத்தில் ரொம்பவும் கணக்காய் இருக்கிற பாட்டியைப் பார்க்கப் பார்க்க நெஞ்சு குமுறியது. ஒரு நல்ல பழத்தைக் கொடுத்து, நாளைக்குத் துட்டுத் தான்னாக்கூட சரிங்கலாம். இப்படி சொள்ளையும் சொத்தையும் கொடுத்துட்டு, துட்டுத் தான்னா எப்படி? பாட்டியின் மேல் கோபமும் எரிச்சலும் அருவருப்பும் ஏற்படலாயிற்று.

"பாட்டி இது வேண்டாம். கையில காசுயிருக்கும்போது நா கொடுத்து வாங்கிக்கிடுறேன்" என்று பாட்டி கையில் திருப்பிக் கொடுத்துவிட்டு நடையைக் கட்டினான்.

நேராக பன்னீர் அண்ணன் வீட்டுக்கு வந்தான். அண்ணன் படுத்திருந்தார். "நீ போ. நா வாரேன்" என்றார். முத்துசாமி நடந்து மட்டக்கடைக்கு வந்தான். கடுமையான வெயிலில் கூடக் கடைவீதி கலகலப்பாய் இருந்தது. ஒரு தெரிந்த பையன் சைக்கிள் வைத்திருந்தான். "எங்க போற?" என்றான். அவன் இடத்தைச் சொல்லவும், "என்ன அங்குன வுட்டுட்டுப் போயிரு" என்று சைக்கிளில் தொத்திக்கொண்டான். பையன் 'விர்' ரென்று அழுத்தினான். வேலை செய்யுமிடம் வந்ததும் முத்துசாமி இறங்கிக்கொண்டான்.

அந்த வேப்பமரத்து நிழலுக்கடியில் சித்தாள் பெண்கள், படுத்து, உட்கார்ந்து, பேசி, சிரித்து, நக்கல், கிண்டல் அடித்துக் கொண்டிருந்தார்கள்.

சேலைக் கட்டும், கண்ணாடி வளையல்களும் அவர்களைப் போல நிறம் மங்கிப் போயிருந்தன. மரங்களில் இருந்து வீசுகிற காற்றும், கொப்புக் கொப்பாய்ப் பிரிந்துசென்ற அதன் அடர்த்தியான பச்சைப்பசேல் என்றிருந்த இலைகளின் குளுமையும் இந்த மத்தியான நேரத்தில் ஆறுதல் தருகிற விதமாய் அமைந்தன.

வேலை தொடங்க இன்னும் நேரமிருந்தது. அருகில் போய்க் குத்தவைத்துக்கொண்டான் முத்துசாமி.

"இதுக்கு முன்னாலே என்னலே செஞ்ச?"

அந்தப் பொம்பளையாள் கேட்டதும், முத்துசாமி தயங்கினான். உடனே பதில் சொல்ல முடியவில்லை. விரல்களைத் தரையில் அழுத்திக் கோடுகளைக் கிழித்தான். கொஞ்சம் கூச்சமாய்க்கூட இருந்தது. வெக்கப்படுகிற முகத்தைத் திருப்பிக்கொண்டான்; சிரித்தான். நிமிர்ந்து ஆகாயத்தைப் பார்த்தான். சொன்னான்.

"படிச்சுக்கிட்டிருந்தேன்."

"என்ன படிச்ச?"

"ஆறு."

"எதுக்கு நின்னுட்ட?"

"போகல."

"ஒம் பெயரு என்ன?"

"முத்துசாமி."

"ஒங்க ஊடு எங்கயிருக்கு?"

"முன்னாலே கிணத்தடித் தெருவுல இருந்தோம். இப்பம் சின்னக்கடைத் தெருவுலே வீடு வாங்கியிருக்கிறோம் . . ."

"எந்தரிங்க எந்தரிங்க. வேலைக்கி நேரமாச்சு."

அந்தாள் கூப்பிடவும் பேச்சு தடைப்பட்டது. எல்லோருமே எழுந்து வேலைக்கு ஆயத்தமானார்கள். பொம்பளையாட்கள் சும்மாட்டுத் துணிகளைத் தலையில் கட்டிக்கொண்டார்கள். பையமார்கள் சாரத்தில் ஏறினார்கள். நேரம் பரபரப்பாகியது.

சனிக்கிழமை சாயந்திரம் சீக்கிரமாகவே வேலைகள் முடிந்துற்று. ஆட்கள் கரை ஒதுங்கியாச்சு. ஆற்று மணல் விரிப்பில் குத்தவைக்கும்போது மணி ஆறு. வழக்கம்போல மேஸ்திரியை அந்த நேரம் காணோம். அவர் வரவைத்தான் எல்லோரும் எதிர்பார்த்தனர். வாட்ச்மேன் வசதிக்காக, உள் பூச்சு இன்னும் முடியாத கீழ் விராண்டாவில் போடப்பட்டிருந்த ஒரே ஒரு டியூப் லைட்டும் எரியத் தொடங்கிற்று. நைட் வாட்ச்மேனும் வந்து விட்டார். காக்கி டவுசரில் செருகியிருந்த டார்ச்சு லைட்டின் முன்பாகம் பளபளத்தது. சைக்கிளை உட்கார்ந்து துடைத்துக்

கொண்டிருந்தார். “என்ன மேஸ்திரியைக் காணுமா?” என்றவர், பதிலை எதிர்பாராமலே, சைக்கிளைத் தூக்கிக்கொண்டு போய் விராண்டா சுவரோரமாக நிறுத்தினார்.

மணி ஆறே முக்காலைக் கடந்தபெறவுதான் மேஸ்திரியைப் பார்க்க முடிந்தது. கையிடுக்கில், அந்த ஜவுளிக்கடை விளம்பரம் உள்ள மஞ்சள் பையைக் கெட்டியாகப் பிடித்துக்கொண்டு, வேகமாக நடந்து, விராண்டா டியூப் லைட் வெளிச்சத்தில் வந்து உட்கார்ந்தார். கூலியாட்கள் எல்லோரும் அவரைக் கண்டதும், ஒருவகைச் சந்தோஷ உணர்வோடு அருகில் போனார்கள்.

முதலில் நோட்டை எடுத்துவைத்துக்கொண்டு கூர்ந்து பார்த்தார். சித்தாள் பெயரைத்தான் முதலில் வாசித்தார். “செல்லம்மா!” என்றதும், செல்லம்மா அக்கா போய் நின்றாள்.

“எவ்வளவு ரூபா வாங்கி இருக்க?”

“ஏழு ரூபாய்!”

“எத்தனை நாளு வேலை?”

“ஆறு நாளு வேலை.”

மேஸ்திரி மஞ்சப் பையைத் திறந்தார். பணத்தை எடுத்து எண்ணினார். “பன்னீர் இந்தப் பணம் சரியாயிருக்கான்னு பாத்துக் கொடு!” என்று, அருகில் இருந்த அண்ணனிடம் கொடுத்தார். அண்ணன் இருக்கிறதை எண்ணிச் சொன்னார்.

“இதெ அவ கையில் கொடு!”

பெண்களுக்குச் சம்பளம்போட்டு முடிக்கவே மணி ஏழரையைத் தாண்டிவிட்டது. பெறவு பையமார்களுக்கு. கடைசியில்தான் முத்துசாமிக்கு. கூலியைக் கையில் வாங்கிய போது முகம் சுருங்கியது. அவன் நினைத்தபடி ரெண்டு ரூபாய்தான். மற்ற பையமார்களுக்கெல்லாம் அவனைக் காட்டிலும் அம்பது பைசாகூட! இதுதான் மனசைக் குழப்பியது. கேட்கலாமா என்று வேதனைப்படுகிற மனதைக் கட்டுப்படுத்தி, “எப்படி வருதுன்னு பார்ப்போம்” என்று சமாதானப்படுத்திக்கொண்டான். ஆனாலும் பாடுபட்டுச் செய்கிற வேலைக்குக் கூலி குறைவாக கிடைக்கும் வேதனை வேறு எதிலும் இருக்க முடியாதுதான். வேனா வெயில்ல அரும்பாடுபட்டு வேலை செய்த கூலி அது. கையில் உள்ள பணத்தை லைட் வெளிச்சத்தில் மீண்டும் ஒரு முறை எண்ணிப்பார்த்துக்கொண்டான். சங்கடம் இருக்கத்தான் செய்தது.

“முத்துசாமி ... நீ பையைத் தூக்கிட்டுப் போய் எங்க ஊட்டுல கொடுத்துடு ... அக்கா கேட்டா நா மெதுவா வருவதாச் சொல்லு!” என்று பன்னீர் அண்ணன் சத்தங் கொடுத்ததும் சிந்தனை கலைந்தது.

பையைத் தூக்கிக்கொண்டான். பாரம் அழுத்தியது. வேகமாக நடக்க முடியவில்லை . மெதுவாக ... பொடிநடையாக நடந்தான். தெரு விளக்குகளின் வெளிச்சம். சின்னக் குழந்தைகளின் விளையாட்டுச் சத்தம். தெப்பக்குளத்தைத் தாண்டி, மட்டக்கடைக்கு வந்தான். கிணற்றடியில் ஆட்கள் உட்கார்ந்திருந்தனர். ஒரு டவுன் பஸ் ஆட்களை ஏற்றிக்கொண்டு போனது. கடை வீதியில் ஜனக் கூட்டம்.

முத்துசாமி தெருவுக்குள் வந்ததும், முதல் வேலையாக பன்னீர் அண்ணன் வீட்டுக்குத்தான் போனான். கொல்லைக்கு இருந்த பிள்ளைக்குக் குண்டி கழுவிக்கொண்டிருந்த அக்கா திரும்பிப் பார்த்தாள். பையைத் திண்ணையில் வைத்தான். “அண்ணே பெறவு வருமாம்” என்றான். நடந்தான்.

வீட்டை நெருங்க நெருங்க மனம் குதூகலம் கொண்டது. அம்மா சோறு பொங்கி வடித்திருப்பாள். இப்பம் குழம்பு கொதித்துக்கொண்டிருக்கும். மில் வேலையும் பார்த்துவிட்டு, வீட்டு வேலையும் செய்வது அம்மாவுக்குக் கஷ்டம்தான். பெரிய பாரம். இந்தச் சிறிய பணம் அம்மாவுக்குக் கை கொடுக்கும்; மில்லுக்குப் போய் வருகிற பஸ் செலவுக்கு; வீட்டின் மேல் செலவுக்கு; சின்னச் சின்னக் குடும்பப் பிரச்சினைகளையெல்லாம் இது சமாளிக்கும். இது போதாதா, அம்மாவுக்கு?

முத்துசாமி, பைப்படி முக்கைத் திரும்பும்போதே வீடு தெரிந்தது. முத்தம் இருட்டாகக் கிடந்தது. முன் ரூம் லைட் என்னாச்சு? கரண்ட் இல்லையா? அல்லது லைட் பீசாகிப் போச்சா? இதுவரை இப்படி ஒண்ணு நடந்ததில்லையே? மணி ஆறைத் தாண்டினால் முதலில் முன் ரூம் டியூப் லைட்தான் எரியும். அதன் வெளிச்சம் அந்த ரெண்டு ரூம்களுக்கும் காணும். வாசல், ஜன்னல்கள் வழியாக முத்தப் பரப்பிலும் விழும்.

முத்துசாமிக்குக் கலக்கம் உண்டாயிற்று. விரசலாக நடந்தான். வீடு பூட்டிக் கிடந்தது. வியர்த்திருந்த நெற்றிப் பொட்டைக் கையால் துடைத்துக்கொண்டான். அடுத்த வீட்டை எட்டிப் பார்த்தான். அந்த வீட்டை ரெட்டை ஜோடிக்காரி வாடகைக்குக் கொடுத்திருந்தார்கள். வீட்டில் புதிதாக வாடகைக்கு வந்திருப்பவர்களிடம் அவ்வளவாகப் பழக்கம் கிடையாது.

இருந்தாலும் நாற்பது வால்ட் பல்பு ஒளியில் விளையாடிக் கொண்டிருக்கும் பையனிடம், "அம்மா இருக்கா . . ." என்று கேட்டான். பையன் திரும்பி, "அம்மா ...!" என்று கனைத்தான். அந்தச் சத்தம் முத்துசாமிக்கு எரிச்சலைத் தந்தது. எதுவும் பேசாமல் வாசலில் நின்றான்.

உள்ளே ஏதோ வேலையாக இருந்த, அந்த அக்கா சேலை முந்தியில் கையைத் துடைத்துக்கொண்டே வந்தாள். அவள் மார்புச் சேலைக்கு வெளியில் தொங்கிய பெரிய அளவிலான தங்கத்தாலி, மின்னி ஆடியது.

"யக்கா! எங்க வீட்டுல ஒருத்தரையும் காணோம். எங்க?" என்றான்.

அக்காவின் குரல் கம்மியது. "ஒங்கப்பா வேலை செய்கிற யிடத்துல கீழே விழுந்துட்டாம்! எல்லோரும் ஆஸ்பத்திரிக்குப் போய் இருக்காங்க!" என்றாள்.

இதைக் கேட்டதும், முத்துசாமிக்கு உடம்பு அதிர்ந்தது. ஒரேயடியாகக் குழம்பிப்போனான். இந்தச் சேதி எதிர்பாராதது. கவலை, கலக்கம், பயம், சங்கடம் எல்லாமே வந்தன. அவனுடைய சந்தோஷங்கள் எல்லாம் 'பொசுக்'கென்று போனயிடம் தெரியாமல் போயிற்று.

"எந்த ஆஸ்பத்திரிக்கு?" என்றான்.

"பெரியாஸ்பத்திரிக்குத்தான் கொண்டுபோய் இருப்பாங்க! நீ எங்கயும் போக வேண்டாமாம். ஒங்க அம்மா, ஒன்ன வீட்டுல இருக்க சொல்லிச்சு . . . இந்தா சாவி . . !"

சாவியை வாங்கிக்கொண்டான். வந்து வீட்டைத் திறந்தான். லைட்டைப் போட்டான். தனிமையில் இருப்பதற்கு என்னமோ போல இருந்தது. முகத்தைக் கழுவிவிட்டுத் துடைத்தான். பசித்தது. அடுப்புப் பற்ற வைக்கப்படவில்லை. அப்படியே கிடந்தது. சாம்பலையும் தூசியையும் பார்க்கப் பார்க்க எரிச்சல் எரிச்சலாக வந்தது. சம்பளம் இருக்கிறது. மட்டக்கடைக்குப் போய் ஒரு காப்பியாவது குடித்துவிட்டு வரலாம். மிஞ்சி மிஞ்சிப் போனால் ஓர் அம்பது பைசா செலவாகும். ஆனாலும் முதல்முதலில் வேலை செய்துகொண்டு வாங்கி வருகிற சம்பளம். இதில் எப்படி செலவு செய்ய முடியும்? நினைக்க நினைக்க வேதனைதான் மூண்டது. நடந்துபோய் ஒரு மடக்குத் தண்ணீரைக் குடித்துவிட்டு வந்து படுத்தான்.

அப்பாவுக்குக் கால் சுகமாக மாதக்கணக்காகிற்று. தினமும் ஒரு தமிழ் வைத்தியர் வீட்டுக்கு வந்து காலுக்குத் தைலம் போட்டுத் தடவிட்டுப் போனார். அப்பாவின் நடமாட்டம் வீட்டுக்குள் மட்டும்தான். வெளியில் எங்கையும் போவது வருவது கிடையாது. சங்கடத்தை மறக்கத் தினமும் தினத்தந்தி வாங்கிப் படித்தார். அப்போதுதான் முத்துசாமி பேப்பரை எடுத்துக் 'கன்னித்தீவை' எழுத்துக் கூட்டி வாசிக்கக் கற்றுக்கொண்டான். சிந்துபாத் கதையை அப்பாவிடம் கேட்டுத் தெரிந்துகொண்டான். 'மூசா' மந்திரவாதி, லைலா அழகில் மயங்கி – அவளை – ஒரு ஜான் மனுசியாய்ப் பெட்டிக்குள் அடைத்த கதையும், சிந்துபாத் அந்தப் பூதத்திடம், லைலா இருந்த பெட்டியை மீட்டு, தோளில் மாட்டிக்கொண்டு பெரிய பெண்ணாக மாற்றும் முயற்சியில் ஈடுபட்டுக்கொண்டிருக்கும் கதையும், அப்பா சொன்னார். அதிலிருந்து 'வலைவீசி'த் தேடும் செய்திகளையும் படிக்கத் தெரிந்து கொண்டான் முத்துசாமி. அந்தக் கொட்டை எழுத்து செய்திகளைப் படிக்கப் படிக்க ஒரு நிறைவு இருந்தது.

அன்னைக்கி அப்படித்தான், நாலாவது பக்கத்தில் 'உதிர்ந்த மலர்' கதை ஆரம்பமாகி இருந்தது. சும்மா கிடந்த பேப்பரை எடுத்துப் படித்தான். தொடர்கதையை வாசிக்கும்போது விளங்கியது. அந்தக் கதை மாந்தர்கள். மறுநாள் வேலைக்குப் போன இடத்திலும் நினைவில் நின்றனர். அடுத்த புதன் எப்பம் வருமென்று இருந்தது. காத்திருந்து படித்தான். கதையோடு ஒன்றிப் போனான். மற்றச் செய்திகளும் சுவையாய் இருந்தன. ஆச்சரியப்பட வைத்தன. அதிர்ச்சியைத் தந்தன.

இப்படிப்பட்ட ஒரு நாளில்தான், தற்செயலாகப் போய்க் கொண்டிருந்த முத்துசாமியை சுப்பையாபிள்ளையின் அம்மா, "அடேய் இங்க வாடா" என்று கூப்பிட்டாள். அவனும் அந்தக் கிழவி 'ஏதோ கடைக்குப் போகத்தான் கூப்பிடுகிறாள்' என்று போனான். உள்ளே அவளுடைய மருமகளும் இருந்தாள். பிள்ளைவாள் இல்லை. கடைக்குப் போய்விட்டார். வாசலில் நின்றவனை "உள்ளே வா" என்று கூப்பிட்டாள் கிழவி. தயங்கியபடியே படி ஏறிப் போனான் முத்துசாமி.

"இந்தக் கடிதாசியக் கொஞ்சம் படிச்சுக் காட்டுல" என்று கடிதத்தைக் கொடுத்தாள். அதைப் பார்த்ததும் வெக்கிப் போனான் முத்துசாமி. கண்கள் ரெண்டும் மிரண்டு மிரண்டு முழித்தன. முகம் அகல விரிந்தது. எதிர்பாராமல் வந்து மாட்டிக்கொண்டது போல இருந்தது. என்ன சொல்லன்னு தெரியல. அம்மாவைக் கூப்பிட்டு ஆவலாதி சொல்வாள். அம்மாவும் அவனுக்குப் படிக்கத்

தெரியாது என்பாள். இன்னும் நாலுபேருக்குத் தெரிந்தால் மானம், மரியாதை எல்லாமே போகும். வீட்டில் வேலையிருக்கு என்று ஓடி விடலாமா என நினைத்தான். அதற்கும் மனசு கேட்கவில்லை. தெரிந்தவரை படிக்கலாம்னு கடிதத்தை வாங்கிக்கொண்டான்.

முத்துசாமியின் கைகள் ரெண்டும் நடுங்கின. தைரியத்தை வரவழைத்துக்கொண்டான். படித்தான். வார்த்தைகள் வர மறுத்தன. குரல் கம்மியது. "ஏலே சத்தமாப் படியில" என்றாள் கிழவி. சத்தமாய்ப் படித்தான். கடவுள் துணை சொன்னான். 'அன்புள்ள அம்மாவுக்கு' என்றான். தெரிந்தவரை வாசிப்பு நடை ஓடியது. ரெண்டு பொம்பளையாட்களும் கவனமாய்க் கேட்டனர். முத்துசாமிக்குப் பயம் தெளிந்தது. 'ஜெயராணி மைனியை நான் வரும்போது கூட்டிக்கொண்டு வருகிறேன்' என்று வாசிக்கும் போது 'ஜெயா வாராளாக்கும்' என்று ஆர்வமாய்க் கேட்டாள் கிழவி. முத்துசாமிக்கு ஒண்ணும் புரியவில்லை. "படிக்கும்போது சும்மா இரி" என்றாள் மருமகள். ஒருபடியாய்க் கடிதத்தைப் படித்து முடித்தான். கிழவிக்கு ரொம்பச் சந்தோஷம். ஏதோ பரீட்சையில் தேறிய மாதிரி இருந்தது முத்துசாமிக்கு.

13

இசக்கிமுத்துவை ரெண்டு மூணு நாட்களாய் வேலைக்கு வரக்காணோம். சாய்ங்காலம்போல மேஸ்திரி கூப்பிட்டு, "இசக்கியைக் காங்கல. என்னன்னு பாத்துட்டு வந்து சொல்லு" என்றார். முத்துசாமி தலையை ஆட்டிக்கொண்டான். வேலை முடிந்து இசக்கிமுத்துவைத் தேடித்தான் போனான்.

இசக்கிமுத்துவை நினைக்கநினைக்க உற்சாகமாய் இருந்தது முத்துசாமிக்கு, இசக்கி ஒரு துறுதுறுத்தான். சின்னப்பையனாய் இருந்தாலும், பொம்பளைகளை நல்ல நக்கல் அடிக்கப் பழகியிருந்தான். அவுங்க அடித்தாலும் பட்டுக்கொள்வான். வேலையிலும் 'டிமிக்கி' கொடுக்க அவனை மாதிரி முடியாது. 'இன்னா வாரேன்' என்று சொல்லிட்டுப் போகிறவன், காணாமல் போய்விடுவான். மேஸ்திரி ஏசுவார். கெட்ட வார்த்தை போட்டு ஏசினாலும் பட்டுக் கொள்வான்.

தெருவில் மூன்றாவது முடுக்கில் இருந்தது இசக்கி முத்துவின் வீடு. எப்போதும் சளசள என்ற சத்தமும், ஆட்கள் போவதும் வருவதுமாய் இருக்கிற முடுக்கில் போனான் முத்துசாமி. கடைசித் தொங்கலில் நாலு வீடுகள் தள்ளியிருக்கிற இசக்கியின் வீடு, பூட்டிக் கிடந்தது. எதிர்த்த வீட்டு வாசலில் ஒரு பையன் நின்று கொண்டிருந்தான். முத்துசாமி திரும்பி அவனைப் பார்த்தான். கேட்கலாமா, வேண்டாமா என்று தயங்கினான். அந்தப் பையனும் இவனை நேர்க்கு நேர்ப் பார்த்ததும், "இந்த வீட்டுல இசக்கி முத்துன்னு ஒரு பையன் இருக்கானே பாத்தியா?" என்றான். "நா பாக்கலையே" என்று பையன் சொல்லவும் முத்துசாமி குழப்பம் அடைந்தான்.

“இவுங்க எங்க போயிருக்காங்கனுவாவது தெரியுமா?”

“தெரியாது”

வீட்டுக்குள் ‘ராணி’ படித்துக்கொண்டிருந்த பையனுடைய அம்மா பேச்சொலியைக் கேட்டு வெளியில் வந்தாள். முத்துசாமியை இனம்கண்டுகொண்டாள்.

“நீ பார்வதி சித்தி மவனா?” என்றாள்.

“ம்.”

“வா உள்ள வந்து உக்காரு.”

“பரவாயில நா சீக்கிரம் போகணும்.”

“போகலாம் வா வந்து ஒக்காரு.”

முத்துசாமி வீட்டுக்குள் போனான். அது பழைய காலத்து வீடு. முரக்கற்களால் கட்டப்பட்ட சுவர்கள் காரை பெயர்ந்து கிடந்தன. விஸ்தாரமான வெளி விராண்டா. உள் கூடத்தில் ஒரு கலியாணத்தையே நடத்திவிடலாம். அவ்வளவு கூட்டத்தைத் தாங்கும். ஒரு பக்கமாய் மர மேஜை. அதன் மேல் சின்னதாய்ப் புத்தகப் பீரோ. சுவரோடு ஒட்டி நீளமான மரப்பெஞ்சு. பக்கத்தில் இன்னொரு சின்னப் பெஞ்சு. மட்டப்பா பனங்கட்டைகளுக்கெல்லாம் தார் அடித்திருந்தார்கள்.

முத்துசாமி கூச்சத்தோடு பெஞ்சில் உட்கார்ந்தான். பின்னால் நூல் கொடி, பழைய துணிமணிகள், சுவரெங்கும் ஆணியில் தொங்கும் பைபிள் வசனங்கள். காலண்டரில்கூட இயேசுதான் சோகமாய் இருந்தார். ஒரு மூலையில் பழைய ஹெர்க்குலஸ் சைக்கிள் நின்றது.

அந்தப் பையனும் சின்னப் பெஞ்சை இழுத்துப் போட்டு உட்கார்ந்துகொண்டான். அவன் யாரையும் கவனிக்கவில்லை. காக்கிப் பையை மேசையில் இருந்து எடுத்தான். புத்தகத்தைத் திறந்து படிக்கலானான். சத்தம் வெளியில் வரவில்லை. முத்துசாமி பையனை ஒரு தரம் நிமிர்ந்து பார்த்துக்கொண்டான். அவன் படிக்கிற ஒழுங்கு மனசைக் கலக்கியது. படிக்காமல் போன நினைவு, திரும்ப வந்து இம்சை செய்தது. குழப்பமான சங்கடத்தில் முகத்தைத் திருப்பினான். பெரியம்மா அவனைப் பார்த்துக் கேட்டாள்.

“நீ என்ன படிச்ச?”

“ஆறு.”

“அப்புறம் படிக்கலையா?”

"இல்ல."

"எதுக்கு ?"

"படிப்பு ஏறல."

"இப்பம் வேலைக்காப் போறே?"

"ம்."

"எங்க?"

"இசக்கிக் கூட."

"கட்டடத்து வேலைக்கா?"

"ம்."

"அதான் அவனத் தேடி வந்தியாக்கும்?"

"ம்."

"இரி இப்பம் வருவான்."

"எங்க போயிருக்கான்?"

"பாலாஸ்பத்திரிக்கி."

"அங்க எதுக்கு?"

"அவிய அம்மெ புள்ள பெத்திருக்கா. அவிய அய்யா ஊட்டுல இல்ல. இசக்கிதான் சோறு பொங்கிக்கொண்டு போறான்."

"வேற யாரும் ஊட்டுல இல்லையா?"

"அவிய ஆச்சி . . . கோபிச்சுட்டுப் போயிட்டா."

"எங்க?"

"அவிய வூருக்கு."

அப்போது ஒரு பெரியவர் வீட்டுக்குள் வந்தார். பெரியம்மா காலை மடக்கி உட்கார்ந்துகொண்டாள். வந்தவர், மூக்குக் கண்ணாடியைக் கழற்றிப் பத்திரமாய் மேசையில் வைத்தார். சட்டையைக் கழற்றிச் சுவர் ஆணியில் தொங்க விட்டார். மல் துணி பனியன் வேர்வையால் நனைந்துபோய் இருந்தது. துடைத்துக்கொண்டிருக்கும்போதே பெரியம்மா காப்பியைக் கொண்டு வந்து கொடுத்தாள். லோட்டா நிறையக் கடுங்காப்பி. பெரியம்மாவைப் பார்த்து, "இவ்வளவு காப்பி எதுக்கு, கொஞ்சம் கொறைச்சுட்டு வா" என்றார். பெரியம்மா சிரமம் பாராமல் அடுப்பாங்கரைக்குப் போனாள். காப்பியைக் குறைத்துக்கொண்டு வந்தாள்.

“முத்துசாமி ஒனக்கும் காப்பி கொண்டு வரட்டா?”

“வேண்டாம் பெரியம்மா. இப்பம் போய்ச் சாப்பிடணும்.”

“இது யாரு தெரியுமா?”

“யாரு?”

“நம்ம பார்வதி மவன்.”

“யாரு?”

“அதுதான் சுரூபம் செய்வாருல்ல பரமசிவம் மச்சான் . . . அவுரு மவன்.”

“அப்டியா!”

“படிக்காமே வேலைக்குப் போறான்.”

“படிக்கலையா?”

“இல்ல.”

“படிச்சான்னலே?”

முத்துசாமிக்குச் ‘சுருக்’கென்று குத்தியது. குனிந்து கொண்டான். பேசவில்லை. பெரியப்பாவும் அவனுடைய பதிலை எதிர்பார்க்கவில்லை. சின்னப் பெஞ்சை இழுத்துப் போட்டு உட்கார்ந்துகொண்டார். பீரோவைத் திறந்தார். கறுப்புக் கலர் உறை போட்ட கனத்த பைபிளையும் சில புஸ்தகங்களையும் எடுத்துவைத்துக்கொண்டார். கண்ணாடியை எடுத்து அணிந்து கொண்டார். முழுக் கவனமும் பைபிளில் போயிற்று.

“நோவா இருக்கானாத்தே?”

“படிக்கான்.”

“கொஞ்சம் பார்க்கணுமே.”

“உள்ளவா.”

நோவா எழுந்தான். சத்தத்தைக் கேட்டு முத்துசாமி வெளியில் வந்தான். இசக்கிமுத்துவை அவன் எதிர்பார்க்கவில்லை; சிரித்துக் கொண்டான். மகிழ்ச்சியாய் இருந்தது.

“நீ இங்கையா இருக்க?”

“ஒன்னத்தேடி . . . நா . . . அப்பமே வந்துட்டேன்.”

நோவா இடையில் வந்து நின்றான். “என்ன” என்றான். இசக்கிமுத்து நெருங்கி வந்தான். குரலைத் தாழ்த்திச் சொன்னான்.

“நா கொடுத்த பணமிருக்குல்ல.”

“இருக்கு.”

“இப்பம் அவசரமா வேணும்.”

“நில்லு எடுத்துட்டு வாரேன்.”

வீட்டுக்குள் போனான் நோவா. திரும்பிவரும்போது, கையில் நிறைய சில்லறைக் காசுகளைக் கொண்டு கொடுத்தான்.

“சரியாயிருக்கான்னு எண்ணிப் பாத்துக்க” என்றான்.

இசக்கிமுத்து வாங்கிக்கொண்டான். நிதானமாய் எண்ணிப்பார்த்தான். முகத்தில் புன்முறுவல் தவழ்ந்தது. தலையை ஆட்டிக் கொண்டான். “சரியா இருக்கு” என்றான். சில்லறையைச் சட்டைப் பைக்குள் போட்டுக்கொண்டு புறப்பட்டான். முத்துசாமியும் பெரியம்மாவிடம் சொல்லிவிட்டு வந்தான். நோவாவும் வழியனுப்பி விட்டுப் படிக்கப் போய்விட்டான். இருவரும் தெருவில் நடக்க ஆரம்பித்தனர்.

“நீ துட்டெல்லாம் நோவாகிட்டத்தான் கொடுத்து வைப்பியா ?”

“ம்.”

“நீ எதுக்கு வேலைக்கு வரலன்னு மேஸ்திரி கேட்டாரு . . .”

“நா செல்லம்மக்காக்கிட்ட சொல்லிவுட்டேனே. அவுங்க சொல்லலையா . . .?”

“மறந்திருப்பாங்க.”

“மேஸ்திரி வேற என்னமும் சொன்னாரா ?”

“இல்ல.”

“நா . . . எங்கம்மையப் பாக்க ஆஸ்பத்திரிக்குப் போறேன். நீயும் வாரீயா ?”

“நா இன்னும் வேல முடிஞ்சு வீட்டுக்குக் கூடப் போகல்ல.”

“நாளைக்கி நா மேஸ்திரியைப் பாக்கேன். நீ போ . . .”

இசக்கிமுத்து மட்டக்கடைக்கு நேராய் நடந்தான். முத்துசாமி திரும்பி வீட்டுக்கு வந்தான். தொட்டியில் தண்ணீர் கிடந்தது. மேலைக் கழுவினான். துடைத்தான். சாப்பிட உட்கார்ந்தான். அம்மா சுடச் சுடச் சோறு பொங்கி வடித்திருந்தாள். நல்ல மீன் குழம்பு. பசி. வயிறுமுட்டச் சாப்பிட்டான். சம்பளத்தை அம்மா கையில் கொடுத்தான். அம்மா ரெண்டு ரூபாய் கொடுத்தாள்.

மிச்சச் சில்லறையும் இருந்தது. எல்லாத்தையும் ஜோப்பில் போட்டுக்கொண்டான். மட்டக்கடைக்குப் புறப்பட்டான்.

விரசலாய்ப் பைப்படி முக்கைக் கடந்து, கிணற்றடித் தெருவுக்கு வந்தான். அந்தத் தந்தி போஸ்டைப் பிடித்துக்கொண்டு பையமார்கள் கூட்டம் நின்றது. பக்கத்தில் இருக்கிற லூக்கா கோவிலில் ஆராதனைச் சத்தம் மொத்தமாய்க் கேட்டது. கொஞ்ச நேரத்தில் பூசை முடிகிற சந்தடி கேட்க ஆரம்பித்துற்று. முக்காட்டை எடுத்துவிட்டு, மார்போடு பைபிளை அணைத்தபடி ஐந்தாறு பெண்கள் படியிறங்கினார்கள். கூட்டம் கலைந்து நோவாவின் தலை தெரிந்தது. நோவா பக்கத்தில் வருகிற பையனுடன் தலையாட்டிச் சிரித்துப் பேசி வந்துகொண்டிருந்தான். அவனைச் சத்தம் போட்டுக் கூப்பிட்டான் முத்துசாமி.

தன்னை யாரோ பெயர் சொல்லிக் கூப்பிடுவதை உணர்ந்தவனாய்த் திரும்பிப் பார்த்தான் நோவா. 'நான்' தான் என்பதைப்போல கையசைத்தான் முத்துசாமி. சந்தோஷமாய்ச் சிரித்தான். அருகில் நின்ற பையனிடம், "இரு என்னன்னு கேட்டுட்டு வாரேன்" என்று சொல்லிவிட்டு முத்துசாமியின் அருகில் வந்தான் நோவா.

"கோவில் முடிஞ்சு, ஊட்டுக்குப் போறியா?"

"ம்."

"கோவில் எத்தனை மணிக்குத் தொவங்கும்?"

"ஏழரைக்கு."

"அதுக்குள்ள முடிஞ்சுட்டு."

"முக்கா மணி நேரம்."

"ஒங்கிட்ட ஒரு விசயம் சொல்லணும்னு வந்தேன்."

"என்னது?"

"ஒண்ணுமில்ல. நா ரெண்டு ரூபா தாரேன், வச்சுக்கிட்டு, நா கேட்கும்போது தருவியா?"

"சரி."

"வீட்டுக்கு வா அங்க வச்சு வாங்கிக்கிடுறேன்."

"ம்."

இருவரும் பேசிக்கொண்டே நடந்தார்கள். நோவாவை முத்துசாமிக்கு ரொம்பவும் பிடித்திருந்தது.

"நீ என்ன படிக்க?"

"ஒம்பது."

"எந்தப் பள்ளிக்கூடம்?"

"கால்டுவெல்."

"நானும் ஒரு வருஷம் அங்க படிச்சேன்!"

"எத்தனாங் கிளாஸ் படிச்ச?"

"ஆறு."

"கிளாஸ் வாத்தியாரு யாரு?"

"டேவிட் ஸார்."

"அவுரு காதப் புடிச்சுக் கிள்ளுவாறே."

"பயங்கரமா அடிக்கக்கூட செய்வாரு."

வீட்டுக்கு வரவும் பேச்சு நின்றது. வெளியில் நின்ற முத்துசாமியை, "உள்ளே வந்து உக்காரு" என்றான் நோவா. திரும்பவும் அவன் வீட்டுக்குப் போய் உட்கார என்னமோ மாதிரி இருந்தது. "என்ன இசக்கிய பாத்தியா, ஊட்டுக்குப் போய் சாப்பிட்டியா" என்று பெரியம்மா பேச்சை ஆரம்பித்தால், எப்படி பதில் சொல்வது என்று யோசித்தபடியே பெஞ்சில் வந்து உட்கார்ந்தான் முத்துசாமி.

இடுப்புக் கயிற்றில் கொழுவியிருந்த சாவியைச் சிரமத்தோடு எடுத்தான் நோவா. சுவரோடு ஒட்டி அலமாரி. கதவில் டைகர் பூட்டு தொங்கியது. திறந்தான். திரும்பி முத்துசாமியைப் பார்த்து, "அந்த ரூபாய் கொண்டா" என்றான். முத்துசாமி எழுந்து கையில் உள்ள பணத்தைக் கொடுத்தான். நோவா அருகில் நின்றுகொண்டான். அலமாரியை ஆர்வத்தோடு பார்த்தான். பெனிசில், ரப்பர், ஸ்கேல், பிளேடு என்று பொருட்கள் இருந்தன. மேல் அடுக்கில் சலவை செய்த துணிமணிகள். ஒரு ஓரமாய் இருந்த சிறிய டப்பாவை நோவா எடுத்தான். பணத்தை டப்பாவுக்குள் வைத்து மூடினான். அதை இருந்த இடத்தில் வைத்துவிட்டு அலமாரிக் கதவைச் சாத்திப் பூட்டிவிட்டுச் சாவியை எடுத்தான்.

"நீ வீட்டுக்குப் போகலையா" என்றான் நோவா. "நீ படி. நா இங்குன கொஞ்ச நேரம் இருந்திட்டுப் போறேன்" என்று முத்துசாமி சொல்லவும், நோவா படிக்க உட்கார்ந்தான். முத்துசாமி அவனருகில் உள்ள புத்தகங்களை ஒவ்வொன்னாய் எடுத்துப் பார்த்தான். அந்த நாற்பது வாட் பல்பின் ஒளியில், அந்தப் புத்தகங்களின் கனமே அவனைத் திகைக்க வைத்தது. கொஞ்ச நேரத்தில் நோவாவின் தம்பியும் பைக்கட்டைத் தூக்கிக்கொண்டு

வந்து உட்கார்ந்தான். "ஏலே . . . ஏலே . . . காலு கையே கழுவிட்டு வந்து உக்காரு" என்று சத்தங்கொடுத்தாள் பெரியம்மா. வெளியில் விளையாடிவிட்டு வந்த புழுதி கால், கைகளிலெல்லாம் திட்டுத் திட்டாய்ப் படிந்திருந்தது, மனோ அவசரமாய் எழுந்து ஓடினான்.

முத்துசாமி சிறுகச் சிறுகப் பணம் சேர்த்தான். கூலியில் கிடைக்கிற பணம், சில்லறைப் பைசா, எதையும் வாங்கித் திங்காமல் இருக்கிற காசு என்று அந்தச் சேமிப்பு சேர்ந்தது. எண்ணிப் பார்த்தால் பன்னிரெண்டு ரூபாய்க்குக் கொஞ்சம் குறையும். அவ்வளவும் நோவாதான் வைத்திருந்தான். நோவாவுக்குக்கூடப் பயமாய்த்தான் இருந்தது. "ரூபாய் எடுத்துத் தரட்டா" என்று கேட்டான். "ஒனக்குச் சிரமமாய் இருக்கா" என்றான் முத்துசாமி. நோவா சிரித்தபடியே அவனைப் பார்த்தான். "அப்படியெல்லாம் ஒண்ணுமில்ல. இன்னும் எவ்வளவு பணம் வேணும்னாலும் கொடு. நா பத்திரமா வச்சுருக்கேன். இசக்கி அஞ்சு ரூபா சேர்ந்ததும் வாங்கிட்டுப் போய்விடுவான். அதுதான் அப்டிக் கேட்டேன்" என்றான். அந்தப் பேச்சு இன்னும் நெருக்கத்தைக் கொடுத்தது. புதிய நம்பிக்கைகளைக் கொடுத்தது. வேலை முடிந்த கையோடு, உண்டானதைச் சாப்பிட்டுவிட்டு, நேராய் நோவா வீட்டுக்கு வந்து விடுவான் முத்துசாமி. யாருடைய தொந்தரவுமில்லாத பெரியம்மா வீடு. படிப்பு, பள்ளி, வீடு, அரசியல், சினிமா, மதம், சொந்தம், சுகம் என்று எதையும் மனம் திறந்து பேசலாம். பெரியம்மாவும் எதையாவது ஒன்ன ஊடே ஊடே சொல்வாள். பெரியப்பா அடுத்தவங்க விசயங்களில் அனாவசியமாய்த் தலையிட மாட்டார். என்னன்னுகூடக் கேட்க மாட்டார். அவர் உண்டு. அவர் ஜோலி உண்டுன்னு இருப்பார்.

அன்னத்தாய் பெரியம்மா, யார் வீட்டிலிருந்தாவது பழைய பத்திரிகைகளை வாங்கிக்கொண்டுவந்து படித்துவிட்டு மேசையில் வைத்திருப்பாள். அதைத் திறந்து பார்த்தாலே, பொழுது போகும். ராஜாதி ராஜன் கதைகள், ராணி, தவளையாய் உருவம் மாறிக் குளக்கரையில் வில்லைச் சுமந்துகொண்டு போன கதை, குமாரக்கோட்டை குண்டு எழுதும், 'உன் மூக்கு மிளகாய் மாதிரி இருக்கு. உன் முகம் குப்பங்கடை தோசை மாதிரி இருக்கு' என்ற வர்ணனைகளெல்லாம் முத்துசாமிக்கு ரொம்பவும் பிடித்துப் போகும்.

இப்படித்தான் ஒருநாள் யாரும் கேட்பாரில்லாமல், மூங்கில் வீணை ஒண்ணு மூலையில் கிடந்தது. போன மாதா கோவில் திருநாளோடு வாங்கியது அது. விலை ரொம்ப சீப். ஒன்னா ரூபாதான் சொன்னார் கடைக்காரர். அந்தப் பணமில்லாமல்தான் ஏமாந்து போனான் முத்துசாமி, வெறும் மூங்கிலில் கத்தாழை நாரைக் கட்டி, எப்பமும் தட்டிக்கொண்டிருப்பது அவனுடைய

பொழுதுபோக்கு, இல்லையென்றால் ஆச்சி அலைவாய்க்கரையில் கிடந்து எடுத்துவரும் பழைய பாலித்தீன் உறையை எடுத்து டப்பாவில் கட்டி அடித்துக்கொண்டிருப்பான். அதில் இருக்கும் சந்தோஷமும் குதூகலமும் வேறு எதிலும் இருப்பதாய்த் தெரியவில்லை அவனுக்கு. அந்த மூங்கில் வீணையைப் பார்த்ததும் மனசு பரவசப்பட்டது. அப்படியே கையில் எடுத்தான். புதிய வீணைதான். ஆனாலும் அந்த மண் கும்பா கழன்று, கத்தாழை நார்களெல்லாம் அவுந்து கிடந்தன. எல்லாவற்றையும் மிக ஈடுபாட்டோடு ஆர்வமாய்ச் சரிசெய்தான். ஒரே ராக அமைப்பில் கொண்டு வந்தான். அந்த சினிமா பாட்டின் இரண்டடிகள் காற்றில் மிதந்தன. அதைக் கேட்டதும் நோவாவுக்கு ஆச்சரியமாய் இருந்தது. கேட்டு லயித்துப் போனான். உற்சாகம் தாங்க முடியவில்லை.

"ராஜாவின் பார்வைதானே வாசித்தே?"

"புரியுதா?"

"ம்."

"ஒனக்கு வாசிக்கத் தெரியுமா?"

"தெரியாது."

"பெறவு எதுக்கு வாங்குன?"

"நம்மளும் வாசிக்கப் பழகலான்னுதான்."

"எனக்கும் இத மாதிரி ஒண்ணு வாங்கணும்."

"மென்ட்லின் வாங்கு."

"அது என்னது?"

"புல் புல் தாரா. பட்டனை அமுக்கி அமுக்கி அடிப்பாங்களே ... அது. நல்லா, பாட்டு வரும் ..."

"எவ்வளவு இருக்கும்?"

"என்ன ... பத்து ரூபாக்குள்ளதான் இருக்கும்."

"பத்து ரூபாக்குள்ளதான் இருக்குமா?"

"ம்."

"அப்பந்தான் வாங்கலாமே. நம்மக்கிட்டத்தான் பனிரெண்டு ரூபாக்கிட்ட இருக்கே."

இரண்டுபேருமாய்ச் சேர்ந்து பஜாருக்குப் போனார்கள். போகிற போக்கில், ஒருவரிடம் விசாரிக்கும்போது, கண்ணாடிக் கடையில் இருக்கும் என்றார். ஒவ்வொரு மூக்குக் கண்ணாடிக்

கடையாய் ஏறியிறங்கினார்கள். கடை பஜார், புது மனிதர்கள், வியாபாரப் பேரம், எல்லாமே புதிய ஈடுபாட்டையும் மகிழ்ச்சியையும் கொடுத்தன. பத்து ரூபாய்க்கு மேல் இருந்த இசைக் கருவியை, பேரம்பேசிப் பத்து ரூபாய்க்கு வாங்கியது ரொம்பவும் வியப்பாய் இருந்தது. முதலில் நோவா பத்து ரூபாய்க்குள்தான் இருக்கும் என்று சொல்லும்போது நம்பிக்கையில்லை. நூறு நூற்றம்பது ரூபாய்க்கு மேல் இருக்குமென்றுதான் நினைத்தான் முத்துசாமி. இப்படி தெரிந்தால், முன்னமே வாங்கியிருக்கலாம் என்றுகூட யோசனை ஓடிற்று. நல்லதாப் பார்த்து ஒன்றை வாங்கிக்கொண்டு வந்தார்கள்.

பழகுவதற்கு ரெண்டு புத்தகங்களையும் கடைக்காரன் கொடுத்தான். புஸ்தகத்தில் நிறைய எண்களும் ராகத்தை எப்படி மீட்ட வேண்டும் என்ற விதிமுறைகளும் இருந்தன. நோவா கொஞ்ச நேரம் வைத்து நோண்டிக்கொண்டிருந்தான். முத்துசாமி இப்படி வாசிக்கணும் என்று சொல்லிக் கொடுத்தான். நோவாவுக்குக் கவனம் தப்பியது. விசயம் விளங்கவில்லை. கொடுத்துவிட்டுப் படிக்கப் போய்விட்டான். புல்புல்தாராவைக் கையில் வாங்கிக் கொண்டான் முத்துசாமி, தட்டித்தட்டி மெட்டைப் பிடித்தான். ராகம் புரிந்தது. பாட்டு பிறந்தது.

இப்போதெல்லாம் வேலை நிலைமை ரொம்பவும் மோசம். ஆனையப்பன் மேஸ்திரியை வள்ளுசாய்ப் பிடிக்கமாட்டுக்கு முத்துசாமிக்கு. மேஸ்திரி பெரிய திருடன். அவன் செய்கிற களவுக்குப் பையமார்கள் துணையிருந்தார்கள். வண்டியைப் பிடித்துக்கொண்டு வந்து சிமெண்ட்களைக் களவு எடுத்துக்கொண்டு போய்விடுவார்கள். இசக்கியும் ஆளோடு ஆளாய்ச் சேர்ந்துகொண்டு, “வாரீயா” என்றான். முத்துசாமிக்கு முதலில் பயமும் ஆத்திரமும் வந்தன. எந்தக் கழுத எப்படிப் போனா நமக்கென்ன என்று அடக்கிக்கொண்டான். இசக்கி ஆசை காட்டினான். “சும்மா வாலே . . . இதுக்குத் தனியா துட்டுக் கெடைக்கும்” என்றான். முத்துசாமி பேசாமல் அந்த இடத்தை விட்டு நகர்ந்தான். பன்னீர் அண்ணனிடம் வந்து விசயத்தைச் சொன்னான்.

“ஒம்பாட்டுல இரி. எதையும் பாக்காத.”

“அப்பம் . . . மேஸ்திரி வந்து கூப்புட்டா என்ன செய்ய?”

“அவுரு வரட்டும். நா சொல்லுறேன்.”

அண்ணன் சொன்னது ஆறுதலாய் இருந்தது. மேஸ்திரியும் அவனை எக்கச்சக்கமாய் எந்த வேலைக்கும் கூப்பிடவில்லை. ஆனாலும் வேலை தோதுவாய் இருந்தது. வர வர மேஸ்திரி

அதட்டினார். சம்பளம் ஏறவில்லை. பையமார்கஎெல்லாம் கரண்டி பிடித்துக் கொத்தனாராய்ப் பழகினார்கள். வேலைக்கு 'டிமிக்கி' கொடுத்துட்டு அலைந்தார்கள். அவன் ரொம்பவும் ஜாக்கிரதையாய் இருக்க வேண்டியது இருந்தது. எங்கே, மேஸ்திரி "ஏலே நீயும் வேலை முடிஞ்ச பெறவு, ஆளோட போய் அந்த சிமெண்ட் மூடைகளை நம்ம ஊட்ல இறக்கிட்டுப் போயிரு"ன்னு சொல்வாரோ என்று பயந்தான்.

அன்னைக்கி செல்லம்மா அக்கா முத்துசாமியின் சட்டைப் பாக்கட்டில் பணமிருப்பதைக் கண்டுகொண்டாள். குனிந்து சாந்துச் சட்டி தூக்கிப்போன நேரத்தில் சில்லறைக் காசுகள் விழுந்தன. அவ்வளவு காசையும் பெறக்கினான். செல்லம்மா அக்கா அருகில் வந்து "எவ்வளவு வச்சுருக்க" என்றாள். முத்துசாமி சொன்னான். அந்த நேரம் பார்த்து, ஒரு சித்தாள் பொம்பளை 'நொறுக்குத் தீனி' திங்க ஆசைப்பட்டு, "எக்கா ஒங்கிட்ட துட்டிருந்தாக் கொடு, கூலி போட்டதும் தாரேன்" என்று கேட்டுக்கொண்டு வந்தாள். முட்டுக்கு மேல் சீலையைத் தூக்கிவைத்துக்கொண்டு கால்களை விரித்துச் சாந்து குழைத்துக்கொண்டிருந்த செல்லம்மா அக்கா, "அந்தா முத்துசாமி பையில பணமிருக்கு. நைசாக் கேளு" என்றாள்.

முத்துசாமிக்கு ஒண்ணும் ஓடவில்லை. வைத்துக்கொண்டு இல்லை என்று சொல்லவும் மனசுயில்லை. இந்தப் பொம்பளைங்ககிட்டக் கொடுத்த காசு திரும்பி வருமா என்பதும் சந்தேகமாய் இருந்தது. ரொம்பவும் தர்ம சங்கடம். நோவா கையில், போன உடனே கொடுக்க வேண்டிய காசு அது. என்ன செய்ய என்று முழித்தான். "எக்கா இது எங்காசுயில்லக்கா, வேற ஒரு ஆளு காசு, போனவுடன் கொடுக்கணும்" என்று போக்குச் சொல்லவும் தைரியம் வரவில்லை. அவள் அருகில் வந்து, சாடையாய், தலையைச் சரித்து, சிரித்துக் கொணட்டலாய்க் கேட்டாள்.

"முத்துசாமி ஒங்கிட்ட துட்டிருந்தாக் கொடு."

"இப்பம் எதுக்குத் துட்டு?"

"வாங்கித் துங்க."

"நீ மட்டுமா?"

"இல்ல எல்லாரும் சேர்ந்து."

"எல்லாரும் சேர்ந்துன்னா யாரு?"

"சித்தாளுக மட்டும்."

"என்ன வாங்கித் தும்பிங்க?"

"கடலை மிட்டாய்."

“எவ்வளவு வரும்?”

“மிஞ்சுப் போனா ரெண்டு ரூபா வரும்.”

“ஆமா.”

“ரூபா கொடுத்தா எப்பம் தருவீங்க?”

“சனிக் கெழம சம்பளம் போட்டதும் வாங்கிக்க.”

“யாரு பொறுப்பு?”

“இந்தாயிருக்காங்க செல்லம்மா அக்கா. அவுங்ககிட்ட கொடு. அவுங்க பிரிச்சு தந்துடுவாங்க.”

முத்துசாமிக்கு இன்னும் தயக்கம் போகவில்லை. கூட அம்பது பைசா போட்டால், ஒரு நாள் கூலி. கொடுத்த பணத்தைக் கொடுத்த மாதிரி வாங்கணும். நடுவில் காலை வாரினால் போச்சு. சட்டென்று அவனால் ஒரு முடிவுக்கு வர முடியவில்லை. அவன் யோசிக்கிறதைப் பார்த்து, “முத்துசாமி பயப்புடாமே கொடு. சனிக்கெழம எட்ட நின்று ஒன் காச வாங்கிக்கா” என்றாள் செல்லம்மா அக்காள். பெறவு திரும்பி, அந்தச் சித்தாள் பொம்பளையைப் பார்த்து “என்னக்கா நா சொல்லுறது” என்று நாயம் கேட்டதுபோலத் தலையை ஆட்டி, முத்துசாமியைத் திரும்பவும் பார்த்தாள்.

“முத்துசாமி ஒன் காசுக்கு நா பொறுப்பு. நீ கொடு” என்றாள்.

“சனிக்கிழமை மறந்துடக் கூடாது.”

“அது மறப்பனா.”

“எங்கிட்ட ஒன்னா ரூபாதான் இருக்கு.”

“அது போதும்.”

முத்துசாமி, செல்லம்மா அக்காளை நம்பினான். அக்கா, பிள்ளைக் குட்டிக்கார மனுஷி என்பதும் அவனுக்குத் தெரியும். அவளுடைய புருஷன் கைவண்டி இழுத்துப் பிழைக்கக்கூடிய ஆளு. இதைப்போலத்தான் இந்தச் சித்தாள் பெண்களும், கூலி வாங்கிக்கொண்டு போனால்தான் வீட்டில் அடுப்பு எரியும். முன்னங்கூட்டியே அஞ்சும் பத்தும் வாங்கி, கூலிபோடும்போது ஒண்ணும் இல்லாத பொம்பளைகளும் உண்டு. மேஸ்திரியாப் பார்த்து, “இந்தா . . . இதெ வச்சுக்க” என்று கொடுத்தால் உண்டு; இல்லைன்னா இல்லை. இதையெல்லாம் நினைக்கும்போது வேதனையாய் இருந்தது முத்துசாமிக்கு. இருந்த பணத்தை செல்லம்மா அக்கா கையில் கொடுத்தான்.

பணம் கைக்கு வந்ததும் சித்தாட்களுக்கெல்லாம் ஒரே சந்தோஷம். ஒரு கிழவியைப் பிடித்து மிட்டாய் வாங்கிவர அனுப்பிவைத்தார்கள். போன விருட்டில் அந்தப் பாட்டி கடலைமிட்டாயும் தட்டாம் பயிறும் வாங்கிக்கொண்டு வந்தாள். ஆளுக்கு ரெண்டு மிட்டாயும் கொஞ்சம் பயிறும் கிடைத்தன. உற்சாகமாய் வாங்கிக்கொண்டார்கள். தெரிந்தும் தெரியாமல் தின்னு தண்ணியைக் குடித்தார்கள். கொஞ்சம் தூக்கிவிட்ட மாதிரி இருந்தது ஆட்களுக்கு.

சேதி பன்னீர் அண்ணன் காதுகளுக்கு எட்டியது. வேலை முடிந்து சீக்கிரமாய் வந்தார். பையை வைத்துவிட்டு, "முத்துசாமி இரு நானும் வாரேன்" என்று போனார். முத்துசாமி மணலில் உட்கார்ந்து, உடம்பைச் சரித்தான். ஆட்களெல்லாம் வேலை முடிந்து போய்விட்டனர். வாட்சுமேன் வந்து லைட்டைப் போட்டான். "இன்னும் வீட்டுக்குப் போகலையா" என்றான். விசயத்தைச் சொன்னான். "அப்படியா" என்று வாட்சுமேன் போய்விட்டான். முத்துசாமி மண்ணை உருண்டைப் பிடித்து விளையாண்டான். சிறிது நேரத்தில் பன்னீர் அண்ணன் வந்து விட்டார். "வா போகலாம்" என்றார். அவரே பையைத் தூக்கி வைத்துக்கொண்டார். இருவரும் நடந்தார்கள்.

தெப்பக்குளம் முக்கு திரும்பும்வரை அண்ணன் பேசவேயில்லை. "அண்ணே பையை நா வச்சுக்கிட்டா" என்றாலும் "இல்ல நா வச்சுகிடுகிறேன்" என்று தூக்கிச் சுமந்தார். மட்டக்கடைக்கு வந்ததும் முத்துசாமியை நிறுத்தினார்.

"என்ன அண்ணே?"

"ஒண்ணுமில்ல. ஒன்கிட்ட ஒரு விசயம் பேசணும்."

"என்ன விசயம்?"

"நீ எல்லாப் பொம்பளைக்கும் துட்டுக் கொடுத்தியாமே?"

"அய்யய்யோ யார் சொன்னா?"

"ஏலே . . . சும்மாக் கதெ வுடாத . . . கொடுத்தியா . . . இல்லையா?"

"கொடுத்தேன்."

"இப்பம் நா ஒன்ன ஒண்ணும் செய்யல, கொடுக்க வாண்டாம்ன்னு சொல்லல்ல. ஒன்கிட்ட பணமிருந்தா எனக்குக் கொஞ்சம் கொடுத்துதவு. புள்ளைக்கி ரெண்டு நாளா சொகமில்ல. கையில் ஒரு பைசாக்கூடக் கெடையாது. ஆஸ்பத்திரிக்குத் தூக்கிட்டுப் போகணும். எப்படியாவது ஒன்கிட்ட வாங்குன பணத்த திருப்பித் தந்துவிடுவேன் . . ."

இது என்ன கரச்சலாய்ப் போச்சு? நம்ம என்ன பணத்த ஜோப்புல வச்சுக்கிட்டு எப்பமும் அலைகிற ஆளா? இல்ல கை நெறையச் சம்பளம் வாங்கி சொகுசா சுத்துற ஆளா? ஏதோ வருகிற கூலியில வீட்டுக்குக் கொடுத்தது போக, கைச் செலவுக்குத் தருகிற பணத்தில் உண்ணாம தின்னாம சேர்த்து வைக்கிறோம். அந்தப் பணத்தையும் இப்படி கேட்டால் என்ன செய்கிறது? அண்ணனின் வீட்டுக் கஷ்டமும் நல்லாத் தெரியும். கொஞ்சம் சிக்கனமாய் இருந்தால், அவர் வாங்குற சம்பளம் காணும். இடையிலக் குடிச்சுக்கிட்டு அலஞ்சா யார் என்ன செய்ய முடியும்? ஒரு சீக்காளிப் பிள்ளையைப் பெத்துக்கிட்டு, அதோடு படுகிற கஷ்டத்தையும் வேதனையையும் சொல்லி முடியாது. அதுக்காக நம்மக்கிட்ட உள்ள பணத்தை எப்படி கொடுத்து உதவ முடியும்?

“ஒங்களுக்குத் தெரியாதா நா வாங்குற சம்பளம்?”

“தெரியாதுன்னு சொல்லாத. நீ அங்குன இங்குன்ன சேர்த்து வச்சுருந்தாக் கொடு. நாதான் வாங்குன ரூபாயை ஒழுங்காய்த் தாரேன் சொல்லுறேன்னுல்ல.”

“அதுக்கில்ல அண்ணே . . . எங்கிட்ட கடன் கொடுத்து வாங்கிற அளவுக்குப் பணம் எங்கயிருக்கு?”

“அப்டியெல்லாம் சொல்லாதல. நா ரொம்பக் கேட்கல. அஞ்சு, பத்துன்னு வச்சுருந்தாலும் மொதல்ல கொடு . . .”

“சரியெண்ணே, பாத்துத் தாரேன்.”

சொன்ன மாதிரியே நோவாவைப் போய்ப் பார்த்தான் முத்துசாமி. அன்னைக்கி புல்புல்தாராவை வாங்கினது போக கொஞ்சம் சில்லறை இருந்தது. பெறவு ரெண்டு முறை பணம் கொடுத்தது, எல்லாமே சேர்ந்து, ஐந்து ரூபாய் தேறவில்லை. அதற்கும் நாற்பது பைசா குறைந்தது. நோவாவிடம் விபரத்தைச் சொன்னான். அவன்தான், இந்த நாலு ரூபாயைக் கொடு என்றான். சொன்ன மாதிரியே கொண்டுபோய்க் கொடுத்தான். கொடுத்ததை அண்ணன் வாங்கிக்கொண்டார், “இவ்வளவுதான் இருக்கா?” என்றார். கையை விரித்து, “வேற பைசா கிடையாது” என்று எழுந்தான் முத்துசாமி.

சொன்ன மாதிரி கொடுத்த காசை யாரும் கொடுக்கவில்லை. செல்லம்மா அக்கா பிரித்துத் தருவாள் என்ற நம்பிக்கையெல்லாம் கரைந்து போனது. அக்காமார்கள் இவ்வளவு தூரம் மோசமாய் இருப்பார்கள் என்று நினைக்கவில்லை. பணத்தை வாங்கும்போது உள்ள சொல்வாக்கு, நாணயம், நம்பிக்கை, சிரிப்பு, சந்தோஷம் எல்லாம் அதைக் கொடுக்கணும் என்கிறபோது இல்லை. அதுக்குப் பெறவும் செல்லம்மா அக்காள் ஒரு ஒன்னரை ரூபாய்

கைமாத்து வாங்கினாள். மறுநாள், ஒரு ரூபாய் கொடுத்துவிட்டு, அம்பது பைசா கடன் சொன்னாள். சனிக்கிழமை கூலி போட்டு முடிந்ததும், சொல்லாமல் கொள்ளாமல் பொம்பளைங்க கூட சேர்ந்து அக்காளும் போய்விட்டாள். திங்கட்கிழமை, மறக்காமல் அதைக் கேட்டபோது, “கூலியைக் கையில வாங்குனதும், இந்த முண்டைக வாங்குன துட்டக் கொடுக்காமல் போயிட்டாளுக. வாங்கித் துங்க மட்டும் தெரியுது. குடுக்கத் தெரிய வாண்டாம். இரு கேட்டு வாங்கித் தாரேன்” என்று வீராப்புப் பேசினாள் செல்லம்மா அக்கா. அப்பமும் அவளை நம்பினான் முத்துசாமி. வேலை வேலையாய் இருந்தது. அக்கா மட்டும் அதைப் பற்றி மூச்சு விடவில்லை. சனி வந்து மறு சனியும் போனது. திரும்பவும் ஒருமுறை ஞாபகப்படுத்தினான். அக்கா கோபப்பட்டாள். “இவ்வளவு நாளு கழிச்சுக் கேட்டா எந்தச் சிறுக்கி தருவா” என்றாள். முத்துசாமிக்கு ஒரு மாதிரியானது. திரும்பவும் அவன் கேட்கவில்லை . அவர்களும் ஒண்ணத்தா, ரெண்டத்தா என்று கேட்காமல் இருந்தாலே போதுமென்றாகி விட்டது அவனுக்கு.

பன்னீர் அண்ணன் இதைவிடப் படு மோசம். கடன் வாங்குன பணத்தை மாசம் ஒண்ணாகியும் தரவில்லை. பைக்குள் பணத்தை வைத்துக்கொண்டு கள்ளுக் கடைக்கும் சாராயக்கடைக்கும் போய் வருவதைப் பார்த்தபோது, அவர் மேல் வைத்திருந்த மதிப்பு, மரியாதையெல்லாம் குறைந்து போயிற்று. அறவே பிடிக்காமல் போனார். “இந்தக் குடிகாரனுகிட்ட என்னத்தக் கேட்க முடியும்” என்று கொடுத்த பணத்தை ரொம்ப நாட்களாய் ஞாபகமே படுத்தவில்லை முத்துசாமி. ஒருநாள் அண்ணனாகத்தான் வந்து, “முத்துசாமி ஒனக்கு கலியாணம் முடியுமே.. அன்னைக்கு உனக்கு இந்தப் பணத்தை மொய் செய்கிறேன்” என்று சிரித்துக்கொண்டேதான் சொன்னாலும் முத்துசாமிக்கு அடக்க முடியாதபடி கோபத்தைத்தான் உண்டுபண்ணியது அது. வருகிற ஆத்திரத்தை அடக்கிக்கொண்டான். கொடுத்த பணத்தை தரலன்னாலும் பரவாயில்ல. சரி. ஒரு அவசரத்துக்குக் கொடுத்தோம். அவுருக்கு என்னா கஷ்டமோன்னு மனசத் தேற்றிக்கொள்ளலாம். போயும் போயும் மனுசன் எப்போமோ நடக்கப் போகிற காரியத்துக்கு இப்பம் மொய் எழுதுகிறேன் என்று சொன்னதுதான் முத்துசாமிக்கு ரொம்பவும் வருத்தத்தைக் கொடுத்தது; பாதிக்க வைத்தது; வேதனைப்பட வைத்தது.

14

அப்பாவுக்கு உடம்புக்குத் தாவலை . . . கால் வீக்கமும் முன்னைக் காட்டிலும் இப்பம் குறைந்திருந்தது. சுரூப வேலைகளை ஆர்டர் எடுத்து வீட்டில்வைத்துச் செய்துகொடுத்தார். களிமண்ணைப் பிசைந்து கொடுக்க, கூட மாடயிருந்து சின்னச்சின்ன உதவிகளைச் செய்துகொடுக்க ஓராள் தேவையாய் இருந்தது. முத்துசாமியை, "வேலைக்குப் போக வேண்டாம். என் கூடயிருந்து, இதப்பாரு," என்றார். முதலில் முத்துசாமி யோசித்தான். கைச் செலவுக்குப் பணம் கிடைக்காது. அதுதான் கவலையாய் இருந்தது. அந்தக் கட்டட வேலைக்கு, வீட்டில் அப்பாவுக்கு உதவியாய் இருப்பது மேல். அப்பா சொல்லையும் தட்ட முடியாது. அந்த ஒரு வாரமும் வேலையைச் செய்துவிட்டு, மேஸ்திரியைக் கண்டு சொல்லிவிட்டு நின்றுகொண்டான்.

அப்பா, "இதைச் செய் அதைச் செய்" என்றார்; செய்தான். அப்பாவுடைய கைத்தொழில் அருமையாய் அவனுக்கு வந்தது. களிமண்ணைப் பிசைந்து, உருட்டி, சிலையை உருவாக்கி, அதை வெட்டிச் சாய்த்து, மோல்டிங் எடுக்கப் பழகிக்கொண்டிருந்தான். அதைப் பார்த்ததும் அம்மாவுக்குக் கோபம் வந்தது. அவளுக்கு இது கொஞ்சங்கூடப் பிடிக்கவில்லை. "இவ்வளவு நாளும் வேலைசெய்து என்னத்தக் கண்டீங்க" என்று சலித்துக்கொண்டாள். மகனைப் பார்த்து "ஏலே பேசாமல் நீ அந்த வேலைக்குப் போ . . . ஒங்க அப்பா கெடக்கு. அவுங்கள யாரு இந்த வேலையைக் கட்டி அழச் செல்லுறா" என்று விசனப்பட்டுக் கொண்டாள் அம்மா. அப்பா சத்தம் காட்டவில்லை. ஏதோ பொம்மை செய்யப் பழகியாச்சு. சுரூபம் செய்கிற வேலைக்கு வந்தாச்சு. உடனே விட முடியுமா? சும்மா வீட்டில் குத்தவைத்துக்கொண்டிருப்பதற்கு,

வருகிற ஆடர்களுக்குச் சுரூபம் செய்துகொடுத்தால் பொழுதும் போகும், வருமானம் வந்த மாதிரியும் இருக்கும். பிள்ளைகளை இந்தத் தொழில்களுக்குப் பழக்கணும்னு யார் ஆசைப்பட்டா, இவ்வளவு தெரியப் போய் அப்பாவும் கம்ன்னு இருந்தார். அம்மா வேலைகளையெல்லாம் முடித்துவிட்டுவந்து குத்தவைக்கும்போது லேசாய்ப் பேச்சைத் தொடக்கினார் அப்பா, "நீ இவ்வளவுச் சொல்லுறியல்ல ... ஒங்க மெல்லுல இவுனுக்கு ஒரு வேல எடுத்துக் கொடேன், பாப்பும் . . ." என்று நிமிர்ந்து பார்த்தார்.

முத்துசாமிக்கு உச்சி குளிர்ந்தது. அம்மா என்ன சொல்லப் போகிறாள் என்று பார்த்தான். மில் வேலை கிடைத்தால் வாழ்க்கையில் வசந்தம்தான். இதைப்போலச் சந்தோஷம், மகிழ்ச்சி, உற்சாகம், சுகம், தெம்பு, ஓட்டம், நடை, வேறு எதிலும் இருக்க முடியாது. எட்டு மணிநேர வேலை. தொழிற்சாலையில் செய்கிற வேலை வெளியில் தெரியாது. மாதம் மாதம் சம்பளம். யார் தயவையும் எதிர்பார்க்க வேண்டாம். வெயிலில் கருக வேண்டாம். யார் களவுக்கும் துணை போக வேண்டாம். ஒரு கௌரவம், ஒரு தலைக்கனம், ஹைய் என்று காலரைத் தூக்கிவிட்டுக்கொண்டு நடக்கலாம். "ஏலே . . . முத்துசாமி நீ எங்க வேல பாக்குற" என்று யாரும் கேட்டால், சின்னச் சிரிப்பு. தலையை லேசாய்த் தூக்கிக் கொண்டு துணிந்து சொல்லலாம், "ஒங்களுக்குத் தெரியாதா, நா மில்லுல்ல வேல பாக்கேன்." அப்படிச் சொல்லும்போதே குரலில் கம்பீரம் இருக்கும்.

"மூத்தவனுக்கு மெல்லுல்ல வேலை எடுத்துக் கொடுத்தேன். அவன் விட்டுட்டு ஓடிப்போயிட்டான். இன்னைக்கி அவங்கூடச் சேர்ந்த பையமார்களுக்கெல்லாம் பெர்மெண்ட்டாகப் போகுது . . ."

"சரி . . . சரி . . . அதவுடு. பழசச் சொல்லிப் பொலம்பாத. இவனுக்கு வேலை கெடைக்குமா?"

"ஆட்ககிட்ட சொல்லி வச்சுருக்கேன்."

"எப்பம் கெடைக்கும்?"

"கூடிய சீக்கிரம் கெடைக்கும்."

அம்மா சொன்ன மாதிரி வேலை சீக்கிரமாய்க் கிடைக்கவில்லை. அப்பாவுக்குச் சுரூப வேலைகளும் முடிந்து போயிற்று. முத்துசாமியும் வேலை தேட வேண்டியதாயிற்று. திரும்பவும் பன்னீர் அண்ணனிடம் போய் "வேலைக்கு வரட்டா" என்று கேட்டான். அவரு, "நீ நேராய் மேஸ்திரிகிட்டப் போய்க் கேளு" என்று அனுப்பிவைத்தார். மேஸ்திரிகிட்டப் போனபோது, ஆனையப்பன் மேஸ்திரி ரொம்பவும்தான் வஞ்சிக்கொண்டார்.

“போயிட்டு ஒரு வாரம் கழிச்சி வா” என்றார். அதைக் கேட்டதும் முதலில் ஆத்திரம் ஆத்திரமாய் வந்தது; அடக்கிக்கொண்டான். இனிமே அந்த மொகறையில முழிக்கக் கூடாது என்று வந்து விட்டான். வேலையில்லாமல் அலைந்தான். நோவா வீட்டுக்குப் போய் நேரத்தைப் போக்கினான். மட்டக்கடைச் சந்தியில் நின்று வாய் பார்ப்பதிலே நேரம் போனது. வாழ்க்கைபற்றியெல்லாம் கவலையும் தோன்றியது.

ரொம்பவும் சோர்ந்து இருக்கிற சமயத்தில் கருவாட்டுப் பண்டாலையில் கொஞ்ச நாட்கள் வேலை கிடைத்தது. புதுசாய் அந்த வேலையைச் செய்வதற்கு என்னமோ மாதிரி இருந்தது. வெயிலில் காயவைத்த கருவாட்டை, குடோனில் அட்டிப் போட்டு வைத்தால், அரசு அதிகாரிகள் வந்து ‘சேம்பிள்’ பார்க்கணும். அந்த ரிசல்ட் வந்தபெறவுதான் கட்டு, எக்ஸ்போட்டாகும் போதுதான் கூலி. வேலை இந்நேரம்தான் இருக்குமென்று சொல்ல முடியாது. வேலை வந்தால் இரவு பகல்ன்னு தொடர்ந்து வரும். வரலன்னா ஒரே போக்காய்ப் போகும். ஆனாலும் செய்கிற வேலைக்கு வஞ்சகம் இல்லாமல் கூலி கிடைக்கும். முத்துசாமிக்குக் கயிறு, பாய் எடுத்துக் கொடுக்கிற வேலைதான். வேலைகூடப் பெரிசில்லை. அந்த நாத்தமும் உடம்பு அரிக்கிற அரிப்பும்தான் ரொம்பவும் குமட்டியது.

கோமதி அக்காள் வரப்போவதாய்க் கடிதம் எழுதியிருந்தாள். அக்காவைப் பார்த்து ரொம்ப நாட்களாகிவிட்டது. போன கோடை லீவுக்கு வந்தது. அப்போது, இது நம்ம அக்காளா என்பதைப்போலச் சேலைக் கட்டும் மூக்கும் முழியுமாய். இந்த கோமதி அக்காள் இல்லாத வீட்டில் கலகலப்பேயில்லை. அக்காள் இருந்தால் வீட்டின் நிலைமையே வேறு. அந்த அன்பும் பாசமும் பரிவும் வேற யாருக்கும் வராது. கோபப்படும்போது, அடிக்கக்கூடச் செய்வாள். கோபம் தணிந்த பெறவு, “ரொம்ப அடிச்சுட்டனா” என்று அரவணைப்பாள். வீட்டின் நிர்வாகத்தைக் கவனிப்பதிலும் அக்காவுக்கு முக்கியப் பங்கு உண்டு. எதையும் குறைவில்லாமல் செய்வாள். இல்லையென்றால் அக்காவை நம்பி அப்பா, பெட்டி, அலமாரிச் சாவிகளையெல்லாம் கொடுக்க மாட்டார். அக்காமேல்தான் அப்பாவுக்கு நம்பிக்கை. எல்லாக் கணக்கு வழக்குகளையும் அக்காதான் பார்ப்பாள். தப்பைக் கண்டு பிடிப்பாள். இப்படிச் செஞ்சா நல்லாயிருக்குமே, அப்படிச் செஞ்சா நல்லாயிருக்குமே என்றெல்லாம் அபிப்பிராயம் சொல்வாள். அக்கா சொல்வதையெல்லாம் அப்பாவுக்கும் அம்மாவுக்கும் தட்டிக் கழிக்க முடியாது. அப்படியே ஏற்றுக்கொள்வார்கள்.

இந்த இடைக்காலத்தில் ஏற்பட்ட சின்னப் பிரிவு. கோமதி அக்கா டிரையினிங் ஸ்கூலில் படிக்கப் போன உடன் ஏற்பட்ட

பிரிவு தசரா, தீபாவளி, கிறிஸ்மஸ், ஜனவரி, பொங்கல் என்று அக்கா வந்து போனாலும், இந்த ரெண்டு வருஷகாலத்தில், படிப்பை முடித்துவருகிற அக்காவை எதிர்பார்க்கிற மனசு இனித்தது. நினைக்க நினைக்கச் சந்தோஷமாய் இருந்தது.

"நாளைக்கி முத்துசாமியை மெல்லுக்குக் கூட்டிக்கிட்டுப் போறேன்!"

"நெசமாத்தானா?"

"பெறவு பொய்யாச் சொல்லுறேன்?"

"எப்டி சேக்கிறாங்க?"

"புதுசா ஆளு எடுக்காங்க. நா மாஸ்டர்கிட்டப் போய்க் கேட்டேன்."

"என்ன சொன்னாரு?"

"அவுரே சீட்டு எழுதித் தந்து நாளைக்கிக் கூட்டிக்கிட்டு வந்து சேருங்கம்மான்னுட்டாரு."

"எங்க காட்டு?"

"இந்தாங்க."

நாளை அம்மா மில்லுக்கு கூட்டிக்கொண்டு போகிறாள் என்று தெரிந்ததும், சுகமான நினைவுகளோடு கண் விழித்தான் முத்துசாமி. இவ்வளவு சீக்கிரம் மில் வேலை கிடைக்குமென்று எதிர்பார்க்கவில்லை அவன். வீட்டு வேலைகளையெல்லாம் முடித்துவிட்டு அம்மா உட்கார்ந்திருந்தாள். முந்திப் பையை அவுத்து நாலாய் மடித்து வைத்திருந்த காகிதத்தைத் தூக்கி அப்பாவிடம் கொடுத்தாள். முன் ரூம்பில் பெருமாள் படித்துக் கொண்டிருந்தான். அப்பா நாற்காலியில் உட்கார்ந்தபடியே சீட்டை விரித்தார். லைட் வெளிச்சத்தில் வாசித்தார்.

"கொண்டாங்கப்பா. நா பாத்துட்டுத் தாரேன்."

"இருலே . . . மொதல நா பாக்கட்டும்."

"நாளைக்கிக் காலைல போகணும்மா?"

"ம் . . . ரெடியாயிரு."

அப்பா வாசித்துக் கொடுத்ததும் வாங்கிப் பார்த்தான் முத்துசாமி. நாலே நாலு வரிகள். அவனுடைய பெயர் எழுதி, இந்த நபரை வேலைக்கு வர அனுமதிக்கவும் – என்று எழுதியிருந்தது. சின்னதாய் ஆங்கிலத்தில் கையொப்பம். படிக்கப் படிக்கக் கொண்டாட்டம். தாங்க முடியாத சந்தோஷம். முகம் விரிந்தது. மகிழ்ச்சியோடு பார்த்துவிட்டு அம்மா கையில் கொடுத்தான்.

அம்மா, பழைய மாதிரியே நாலா மடித்து, பத்திரமாய் முந்திப் பைக்குள் வைத்துக்கொண்டாள்.

ராத்திரியெல்லாம் தூக்கம் வராமல் புரண்டு படுத்தான் முத்துசாமி. மனசு உற்சாகமாய் இருந்தது. தனக்குள்ளேயே சிரித்துக் கொண்டான். விடிந்தால் மில்லுக்குப் போகணும். அக்காகூட ஒரு நாள், "மெல்லைச் சுத்திப் பாத்தேன்" என்றாள். ஆறுமுகம்கூட ஒரு கோடை முழுவருடப் பரீட்சை லீவில் ஆபீஸ் பையனாய்ச் சேர்ந்தான். அவனுக்கு மில் பூரா தெரியும். தானும் மில்லைப் பார்க்கணும்னு ரொம்ப நாட்களாய் ஆசை முத்துசாமிக்கு. சோறு, கஞ்சி என்று அம்மாவுக்குக் கொண்டுபோயிருக்கிறான். ஆனாலும் மில்லைப் பார்க்கவில்லை. கேன்டீன் வடையும், பஸ்சுக்குத் துட்டையும் கொடுத்து அனுப்பிவைத்துவிடுவாள் அம்மா.

அதிகாலையில் முழிப்புத் தட்டியது. லைட் வெளிச்சத்தில் அம்மா வேலைபார்த்துக்கொண்டிருந்தாள். குளித்து முடிந்த கூந்தலை ஈரம் சொட்டச் சொட்ட அள்ளி முடிந்திருந்தாள். சட்டைக் கழுத்துப் பட்டையெல்லாம் நனைந்துபோய் இருந்தது. அடுப்பு எரிந்துகொண்டிருந்தது. வெளிச்சம் குப்பென்று வீசியது.

மணி ஐந்தரை ஆகும்போது, "ஏலே முத்துசாமி எந்திரிக்கியா . . ." என்று அம்மா சத்தங் கொடுத்தாள். முத்துசாமி சடவை முறித்துக் கொண்டான். இன்னைக்கி மில்லுக்குப் போகிறோம் என்கிற ஞாபகம் மகிழ்ச்சியைக் கொடுத்தது; எழுந்தான். அம்மா, "பல்ல விளக்கிட்டுக் குளி" என்றாள். தண்ணியைத் தொட்டுப் பார்த்தான். தண்ணி வெதுவெதுப்பாய் இருந்தது. காலைக்கடன்களையெல்லாம் அவசரமாய் முடித்தான்; குளித்தான். சுடச்சுட அம்மா காப்பி கொடுத்தாள். வாங்கிக் குடித்தான். தம்பி அடித்துப்போட்ட மாதிரி தூங்கிக்கொண்டிருந்தான். அண்ணனைக் காணோம். அப்பாவை எழுப்பி காப்பி கொடுத்துவிட்டு அம்மா, பரணில் கவுத்திப் போட்ட மேனிக்குத் தூசிபடிந்து கிடந்த, ரெண்டடுக்குப் பித்தாளை டிபன் கேரியரை எடுத்தாள். கொஞ்சம் புளியை எடுத்து, தேய் தேய் என்று தேய்த்தாள். வழக்கமாய் மில்லுக்குச் சோறுகொண்டுபோகும், தனது பெரிய எவர்சில்வர் தூக்குச் சட்டியைச் சோப்பு போட்டுக் கழுவி, இரண்டிலும் பழையதைப் பிழிந்துவைத்தாள். ஆவி பறக்கிற காப்பியைத் திருக்குச் செம்பில் ஊற்றிக்கொண்டாள்.

அம்மா தலை வாரினாள். சேலையை மாற்றினாள். கொண்டை போட்டாள். ஜன்னல் விளிம்பில் கிடந்த கொண்டை ஊசிகளைவைத்துக் குத்திக்கொண்டாள். சாமிப் படங்களுக்கு முன்னால் நின்று கைக்கூப்பி வணங்கினாள். "கணேசா . . . முருகா . . ." என்று முணுமுணுத்தாள். கிண்ணத்தில் கிடந்த விபூதியை எடுத்து நெற்றியில் பூசிக்கொண்டாள்.

அப்பா கனத்த டிரங் பெட்டியைத் திறந்தார். முத்துசாமிக்கு வெளுத்த சட்டையையும் டவுசரையும் எடுக்கும்போது, "அவனுக்கு ஒரு சாரமிருந்தா கொடுங்க" என்றாள் அம்மா. தன்னுடைய கைலி ஒன்றை எடுத்து, மடித்த மேனிக்குக் கொடுத்தார். முத்துசாமி வாங்கி டவுசர்க்கு மேல் கட்டிக்கொண்டான். சட்டையைப் போட்டுக்கொண்டதும், பெரிய பையனாய், எடுப்பாய்த் தெரிந்தான். அம்மா தூக்குச் சட்டியையும் திருக்குச் செம்பையும் தூக்கிக்கொண்டாள். முந்திச் சேலையைப் பை கனக்கவைத்து இழுத்துச் சொருகினாள். அந்த மடியில் வெற்றிலை, பாக்கு, சுண்ணாம்பு, புகையிலை என்று இருந்தன. "ஏலே.. நீ தூக்குச் சட்டிய தூக்கிக்க" என்றாள்.

தாயும் மகனும் நடக்கத் தொடங்கினார்கள். பொழுது பொலபொலன்னு விடியத் தொடங்கியிருந்தது. தெரு விளக்குகள் அணைந்து போயின. அதிகாலைச் சூரிய உதயம் ரம்மியமாய் இருந்தது. நாடார் தெரு வழியாய் மாசிலாமணி பூங்காவைக் கடந்தார்கள். சலுப்ப செட்டி கிணறு, காந்தி சிலை இருக்கும் சாலை வந்தது. திரும்பி ஒன்னாங்கேட் ரெயில்வே தண்டுவாளம் வழியாய் முனிசிபல் கட்டடத்தை நெருங்கும்போது மணி ஆறு ஊதியது.

பஸ் ஸ்டாப்பை நோக்கி நடந்தாள் அம்மா. பளபளப்பான சுவரொட்டிகளைப் பார்த்துக்கொண்டே பின்னால் போனான் முத்துசாமி. ஸ்டாப்பில் ஸ்பின்னிங் மில்லுக்கு வேலைக்குப் போகிறவர்கள், டவுன் பஸ்சைப் பார்த்துக்கொண்டு நின்றார்கள். பக்கத்தில் சாத்திக்கிடந்த கடைவாசலில் தூக்குச் சட்டிகள் பளிச்சென்று இருந்தன. அந்தாட்கள் முத்துசாமியைத்தான் சுவர்ந்து பார்த்தார்கள். அம்மா மாதிரியுள்ள ஒரு பொம்பளையாளு, அவனை எதிர்கொண்டு கையைப் பிடித்தாள். சற்றே குனிந்து முத்துசாமியின் முகத்தைப் பார்த்தாள். முத்துசாமிக்கு வெக்கமாய் இருந்தது. சிரிப்பு வந்தது.

"ஏளா, பார்வதி இது ஒம்மவனா?"

"எம்மவன்தான்."

"என்ன செஞ்சுக்கிட்டுயிருந்தான்?"

"படிக்கப் போகமாட்டேன்னுட்டான்."

பெரிய வட்டுக் கொண்டை போட்டு, அச்சாய்க் குங்குமப் பொட்டு நெற்றியில் பளிச்சிட, சருக்கைக் கலர் சேலையை அழகாய் வரிந்துகட்டிக் காது, கழுத்து, கைகளிலெல்லாம் தங்க நகைகள் மின்ன மின்னப் பகட்டாய் இருந்த இன்னொரு பொம்பளை (அவளுக்கு அம்மா வயசுதானிருக்கும்) முத்துசாமியை நெருங்கி

வந்தாள். "ஏலே ... நீ ஒங்க அம்மய மாதிரி சுறுசுறுப்பாய் இருக்கணும். இல்லைன்னா ஒம்மக் குஞ்சு யாரும் அத்துட்டுப் போயிடுவாங்க" என்றாள். அவள் நக்கலாய்ச் சொல்லிச் சிரிக்கும்போது தங்கப் பற்கள் வெளியில் தெரிந்தன. முத்துசாமிக்குத் திக்கென்றிருந்தது. பார்த்தவுடனே தலைகுனிந்தான்.

ஒவ்வோர் ஆளாய் வந்துகொண்டிருந்தனர். கடைகளெல்லாம் சாத்திக் கிடந்தன. அம்மா போய் ஆட்களோடு திண்டில் உட்கார்ந்துகொண்டாள். முத்துசாமி வேடிக்கை பார்த்தான். பெண்களாய் நிற்கிற கூட்டத்தில் நாலஞ்சி ஆம்பளையாட்களையும் பார்க்க முடிந்தது. புதுசாய்ச் சேர்ந்தவர்கள் அவனை விசாரித்தார்கள். அம்மா பதில் சொன்னாள். அவன் சுதாரித்துச் சமாளித்துக்கொண்டான்.

பஸ் மெதுவாய் வந்தது. திரேஸ்புரம் டூ குலையன்கரிசல்வரை போய்த் திரும்பும் டவுன் பஸ் அது. பஸ்சில் ஐந்தாறு ஆட்கள் மட்டுமே இருந்தார்கள். பஸ் ஸ்டாண்டில் இறங்கக் கூடியவர்களைத் தவிர மற்றவர்களெல்லாம் ஸ்பின்னிங் மில்லுக்கு வேலைக்குப் போகக் கூடியவர்கள். ஆட்கள் ஏறிக்கொண்டதும் பஸ் புறப்பட்டது.

முத்துசாமி ஜன்னல் ஓரமாய் உட்கார்ந்தான். அருகில் அம்மா இருந்தாள். பஸ் போகப்போகக் குளிர்ந்த காற்று வீசிற்று. முன் சீட்டில் உட்கார்ந்திருந்த பொம்பளை, மார்போடு குழந்தையை அணைத்துவைத்திருந்தாள். குழந்தை பின் சீட்டுக் கம்பியைப் பிடித்துக்கொண்டது. முத்துசாமி உஸ் காட்டினான். சிரிப்புக் காட்டினான். குழந்தையும் தலையைத் தூக்கித் தூக்கிச் சிரித்தது. சர்ர்ர்ன்னு ஒண்ணுக்கு இருந்தது.

தாய் முகம் சுளிக்காமல், சிரித்தபடியே குழந்தையை அதட்டினாள். "படுவா ... ஒன்னுக்கா இருந்த" என்று பிள்ளையை மடியில் கிடத்திக்கொண்டாள். எதையும் புரிந்துகொள்ளாத குழந்தை அண்ணாந்து பார்த்துச் சிரித்தது. தாய்க்காரி ஈரச் சேலையை உதறிக்கொண்டாள். அருகிலிருந்தவள் நகண்டு உட்கார்ந்தாள். "ஏளா, பால் பாட்டில் விழுந்து உடைஞ்சுடாமே" என்றாள். காலுக்கடியில் தூக்குச் சட்டியையும் குழந்தை உணவையும் பத்திரமாய் வைத்துக்கொண்டாள்.

பஸ், பஸ் ஸ்டாண்டு, மார்க்கெட்டைக் கடந்து ஓடியது. நின்ற ஸ்டாப்களில் எல்லாம் பெண்கள் கையில் தூக்குச் சட்டிகள் ஆட ஆட ஏறிக்கொண்டனர். பஸ் ஸ்பின்னிங் மில்லை நெருங்கும் போது, மில் கேட்டில் இறங்கக் கூடிய பெண் தொழிலாளர்களின் கூட்டம்தான் ஜாஸ்தியாக இருந்தது.

❍

இரண்டாம் பாகம்

ஸ்ரீதர கணேசன்

1

ரோட்டுக்கும் மில் காம்பவுண்டுக்கும் இடையில் உள்ள நிலப்பரப்பில் பெரிய பெரிய வேப்ப மரங்கள் நின்றன. மில்லுக்குள் நின்ற மரங்களின் கொப்புகளும் கிளைகளும் மொத்த மொத்தமாய்ச் சேர்ந்துகொண்டு மில்லைச் சொந்தங்கொண்டாடின. பாதை எங்கும் சருகுகளும், காகங்களின் எச்சங்களோடு கலந்த வேப்ப முத்துக்களும் சிதறிக் கிடந்தன. ஷிப்ட்டுக்குப் போகிற தொழிலாளர்களின் பரபரப்பு. நடைப்பாதைப் பலகாரக் கடைகளில் வியாபாரத்தின் அவசரம், "சீக்கிரம் இட்லி வை. சாம்பார் ஊத்து" என்று வேலைக்குப் போகிறவர்கள் சுறுசுறுப்பாய் இயங்கிக்கொண்டிருந்தார்கள். ஆனாலும் பொட்டணம் கட்டி வாங்குவதற்குக் கொஞ்சம் சுணங்கியது. வாழையிலைகளில் மடித்துக் கொடுப்பதற்குள் அந்தக் குழந்தைகள் சிரமப்பட்டுப் போனார்கள். காசை வாங்குவதா, சில்லறை கொடுப்பதா, இட்லியைத்தான் மடிப்பதா என்றெல்லாம் குழம்பினாலும், அவர்களின் பணி செவ்வனே நடந்து முடிந்தன. ஏழு மணிக்கு மேல், வீட்டுக்குப் போய் இட்லி விற்ற காசை, லாபத்தோடு ஒப்படைத்துவிட்டுத்தான் பள்ளிக்கூடங்களுக்குப் போவார்களோ என்னமோ?

முத்துசாமி, அம்மாவோடு பஸ்சில் இருந்து இறங்கி, பின்தொடர்ந்து போனான். அம்மா எதிரே வரும் ஒரு பொம்பளையைப் பார்த்து, "கேண்டியன்லே எதுவும் இருக்கா?" என்று கேட்டாள்.

"எல்லாம் வித்துப் போச்சு."

"வட கிட எதுவும் இருக்கா?"

“ஒண்ணுமில்ல.”

“முத்துசாமி . . . இதுல இட்லி வாங்கித் தரேன். உள்ள வந்து திங்கியா . . .?”

“இப்பம் ஒண்ணும் வேண்டாம்மா.”

“சரி . . . வா.”

அம்மா வேகமாய் நடந்தாள்.

கேட் முன்னால் கோணலும்மாணலுமாய் சைக்கிள்கள் நின்றன. அதன் ஹாண்ட்பாரிலும் கேரியல்களிலும் தூக்குச் சட்டிகள் இருந்தன. வாட்ச்மேன் நின்றான். டைமாபீஸ் வழியாய்த் தொழிலாளர்கள் போய்க்கொண்டிருந்தார்கள். அந்த விராண்டா முன் அறையில் நீள நீளமாய் மேசைகளும் நாற்காலிகளும் கிடந்தன. மேசைகளின் மேல் செக்சன் வாரியாய்த் தகர டப்பாக்கள் அடுக்கப்பட்டிருந்தன. பெண் தொழிலாளர்கள் முந்திப் பையைத் திறந்து டிக்கட் வில்லைகளை எடுத்துப் போட்டார்கள். எதிர்ச் சுவரில் கண்ணாடி பிரேம் போட்ட நோட்டீஸ் பலகை, பஞ்சப்படி நிலவரம். காந்தி தாத்தா சிரித்தார். அருள்தரும் சரஸ்வதி படம். பெரிய போர்டில் நம்பர்கள் எழுதப்பட்ட இரும்புச் சாவிகள். பளபளப்பான வெள்ளைநிற மின்விசிறிகள் சுழன்றன.

ஆர்வத்தோடு பார்த்துக்கொண்டே நடந்தான் முத்துசாமி. அம்மா, பொம்பளையாட்களோடு தூக்குச் சட்டிகள் ஆட ஆட நடந்து போனாள். நடைப்பாதை ஓரங்களில் கண்ணும் கருத்துமாய் வளர்க்கப்பட்ட செடி கொடிகள். ஏகப்பட்ட தென்னை, வேம்பு, வாகை, நாவல் மரங்கள்; பச்சைப் பசேலென்று குளுமையும், அதன் இதமான காற்றும் சூழப் பிரம்மாண்டமான கட்டடங்கள். அதைக் கடக்கவும் தார் ரோடு வந்தது. இயந்திரங்கள் ஓடும் ஓசை சத்தமாய்க் கேட்கத் தொடங்கியது.

கருங்கற்களைக் கவனமாய் வெட்டி உறுதியாய்க் கட்டப் பட்ட ஆலைக் கட்டடங்கள் தெரிய ஆரம்பித்தன. இரைச்சலும் ஜாஸ்தியானது. வழிநெடுகிலும் பஞ்சுப் போராக்கள் அட்டியாய் அடுக்கிவைக்கப்பட்டிருந்தன. அந்த நீளமான வாசல்வழியாய் புளோ ரூம் தெரிந்தது. இயந்திரங்கள் சுழல்வதைப் பார்க்க முடிந்தது. பக்கத்தில் ஒரு குழாயடி. தண்ணீர் வேகமாய் வருகிறது. ஓராளு காலைக் கழுவுகிறார். சுற்றிலும் தொழிலாளர்கள் கூட்டம். ஆப் டவுசரும் பனியனுமாய் மூன்றாவது ஃஷிப்டு பார்த்த அசதியோடு கண்கள். ஃஷிப்டு முடியப் போகிற அவசரம், ஆனந்தம், மகிழ்ச்சி, சந்தோஷம். திடீரென்று நினைத்த ஊர்க்கதைகள், கேலி, கிண்டல், நக்கல், எக்காளம், எல்லாமே சேர்ந்து நேரத்தை விறுவிறுப்புப் படுத்தின.

அம்மா, மகனை அந்த டிப்பார்ட்டுமெண்ட் வழியாய்க் கூட்டிக்கொண்டு போனாள். ஆள் உயர ஜன்னல்களுக்கு வெளியே ஏகப்பட்ட மரங்கள் நின்றன. பெரிய நாவல் மரம் ஒண்ணு மிக அருகில் நின்றது. காற்றில் விழுகிற பழங்களை, வழியில் வந்தவர்கள் பெறக்கி, வாயில் போட்டுத் துப்பிய கொட்டைகள், நீலவண்ணமாய்க் கிடந்தன.

முத்துசாமிக்கு அதிசய உலகுக்கு வந்ததுபோல இருந்தது. ஒவ்வொன்னையும் உன்னிப்பாய்ப் பார்த்தான். லேப்களிலிருந்து சுற்றப்பட்ட பஞ்சு, போர்வைபோல இறங்கி மிஷினில் பின்பக்கத்தின் வழியாய் உள்ளே போனது. அது முன்பக்கத்தின் வழியாய் அலையலையாய்ப் படர்ந்து, குழல் குழலாய், தானாகச் சுழன்றுகொண்டிருக்கிற ப்ளாஸ்டிக் டப்பாவுக்குள் விழுந்தது. பார்க்கப் பார்க்க 'அப்பாடி' என்றிருந்தது.

ஸ்பின்னிங் டிப்பார்ட்டுமெண்டை நெருங்க நெருங்க இரைச்சல் 'சோ'வென்று கேட்டது. நடைபாதை இரு பக்கமும் ஸ்பின்னிங் பிரேம்கள். ஒவ்வொன்னும் ரெயில் வண்டியைப் போல நீளநீளமாய் இருந்தன. மோட்டார் வேகத்தில் எல்லாச் சக்கரமும் சுழன்றன. ஒவ்வொரு பிரேமிலும் உள்ள 400 'ஸ்பிண்டல்' (ஊசி)களும் படுவேகமாய் ஓடின. அதில் கலர் கலராய்ச் செருகப்பட்டிருந்த குழல்கள் அந்த 'ரிங்ட்ரெயன்'கள் மேலே ஏறி, கீழ் இறங்கிற்று. பிரேம்களில் மேல் தட்டில் சொருகியிருந்த 'பாவின்'களின் பஞ்சு கயிறாய் இறங்கிக்கொண்டிருந்தது. 400 பாவின் இழைகளும் 'டாப் பாம் காஸ்'களின் வழியாய்ச் சுழன்று, மெல்லிய பஞ்சை, நூலாய் நூற்றது. இடையிடையே இழைகள் அறுந்துகிடந்தன. வேஸ்ட் பஞ்சு, ஏர் பைப்களின் வழியாய் போண்டா டிங்குக்குப் போயிற்று.

தொழிலாளர்கள் அறுந்த இழைகளைக் கட்டிக் கொண்டிருந்தார்கள். ஒரு மிஷினில் 'டாப்' இறங்கிக் கொண்டிருந்தது. டாப்பர்மார்கள் கூடையைப் போட்டுக் கண்டுகளைக் கழற்றிக்கொண்டிருந்தார்கள். குழல்கள் போட்டு முடிந்ததும் மிஷின் ஓடியது. வெறும் குழல்களுக்குத் தார் விட்டதும், கூடையைத் தூக்கிக்கொண்டுவந்து பாதையில் கிடந்த பெரிய கூடையில் தட்டினார்கள். டாப் முடிந்ததும் 'கால்' (இயந்திரங்களின் அடிப்பாகம்) சுத்தம் செய்யத் தொடங்கினர். கண்ணுக்குத் தெரியாத தூசிகள் நிறைந்து காணப்பட்டது. தூசியோடு வெக்கையும் உடம்பில் படிந்தது.

அம்மா, தான் 'சைடு' பார்க்கும் 15ஆம் நம்பர் பிரேம்களுக்கு வந்தாள். இழைகள் ஒழுங்காய் ஓடிக்கொண்டிருந்தன. பாவின் தட்டில் பெரிய பெரிய பாவினால் அடுக்கப்பட்டிருந்தது.

அம்மா மிஷினில் சைடு பார்க்கும் ஆளைக் காணோம். அம்மா ஆப்—எண்டுக்கு வந்தாள். 440 வோல்ட் பவர் மோட்டார்களின் வெக்கையும் இரைச்சலும் அங்கு ஜாஸ்தியாய் இருந்தன. தள்ளித் தள்ளியிருந்த ஜன்னல்கள் அத்தனையும் சாத்தி இருந்தன. குளிர் அடித்தால் இழை நிற்காது; அல்லது பஞ்சாய்ச் சுத்தும். நல்ல வெயில் அடிக்கிறது தெரிந்ததும், அம்மா மிஷினுக்கு எதிர்த்த ஜன்னல் கண்ணாடிக் கதவுகளைத் திறந்துவைத்தாள்.

வேப்ப மரங்களின் காற்று குப்பென்று அடித்தது. அந்த விஸ்தாரமான இடத்தை அடைத்துக்கொண்டிருந்த மரங்களுக்குப் பின்னால், சற்றுத் தள்ளிக் குழாயடியும், ஆண்களுக்கும் பெண்களுக்குமாய் இருக்கிற கக்கூஸ்களும் வரிசையாய்த் தெரிந்தன. குழாயடியிலும் கக்கூஸ் திண்டிலும் தொழிலாளர்கள் பேசிக்கொண்டு நிற்பதைப் பார்க்க முடிந்தது.

அம்மா ஜன்னல் ஓரத்தில் தூக்குச் சட்டியையும் டிபன் கேரியலையும் வைத்தாள். திருக்குச் செம்பை மட்டும் மோட்டாரின் வெப்பம்படும்படி வைத்துக்கொண்டாள். ஜன்னல் கொக்கியில் குழலை எடுத்துச் சொருகி, “முத்துசாமி இதுல சட்டையையும் சாரத்தையும் கழத்தி மடிச்சுப் போடு” என்றாள்.

முத்துசாமி கைலியை நாலாய் மடித்துப் போட்டுவிட்டு, ஜன்னல் திண்டிலிருந்து இறங்கினான். அம்மா திருக்குச் செம்பை எடுத்தாள். மூடியில் காப்பியை ஊற்றிக் கொடுத்தாள். காப்பி சூடாய் இருந்தது. மோட்டார் மேல் பகுதியில் உள்ள பிரேம் போண்டா டிங்கில் இருந்து கதகதவென்று காற்று வந்தது. அடுத்தடுத்து உள்ள பிரேம்களின் டிங்குகளில் கீழ் அடிக்கும் காற்றில் தொழிலாளர்கள் ஈரத்துண்டைப் பிடித்துக்கொண்டு இருந்தனர். துண்டு படபடவென்று அடித்துக்கொண்டது.

“குடிச்சுட்டின்னா . . . பைப்ல நல்ல தண்ணி வரும். கழுவித் தண்ணி பிடிச்சுட்டு வந்து ஜன்னல்ல வையி.”

முத்துசாமி திருக்குச் செம்பைத் தூக்கிக்கொண்டு போனான். அம்மா சொன்ன நல்ல தண்ணிப் பைப்புக்குப் போய், கழுவித் தண்ணி பிடித்துக்கொண்டுவந்து, ஜன்னல் திண்டில் வைத்தான்.

மணி ஏழு ஊதியது.

பகல் ஷிப்டு ஆரம்பமானது.

சைடுக்கு 200 ஸ்பிண்டல்களைக் கொண்டது. ஒரு ஸ்பின்னிங் மிஷின். மிஷினுக்கு ஒரு ‘சைடர்’ வீதம் 40 சைடர்கள் வேலை பார்த்தார்கள். பகலில் சைடு பார்க்கிற தொழிலாளர்கள் அத்தனை பேரும் பெண்கள். டாப் கழத்த மட்டும் ஆம்பளையாட்கள். அதற்கு

ரெண்டு குழுவாய்ப் பிரித்து இருபது இருபது தொழிலாளர்கள் இருந்தார்கள். மேல்ப் பக்கம் ஒரு டாப் மேஸ்திரி. கீழ்ப் பக்கம் ஒரு டாப் மேஸ்திரி. நாற்பது மிஷின்களுக்கும் குழல்களை வைக்க ரெண்டு பேரு, மற்ற டிப்பார்ட்டுமெண்ட்களில் குழல்களைக் கொண்டுவந்து சேர்க்க, கண்டுக் கூடைகளைத் தூக்கிட்டுப் போக ரெண்டு பேரு. ரோவிங்கில் இருந்து பாபினை வண்டியில் வைத்துக்கொண்டுதள்ளிவர ஓராளு.இதுபோக ஆயிலர்,பிட்டர்கள், படித்த சூபர்வைசர். ஒரு லைன் மேஸ்திரி, செக்சன் மேனேஜர் என்று பெரும் தொழிலாளர்களை அடக்கிக்கொண்டிருந்தது இந்த 'பி' மில் ஸ்பின்னிங் டிப்பார்ட்டுமெண்ட்.

இதைப்போல 'ஏ' மில் இருக்கு. அதுக்கும் இதுக்கும் கிட்டத்தட்ட ஒரு பர்லாங்கு தூரம் இடைவெளி இருக்கும். அங்கையும் இதைப்போல தொழிலாளர் எண்ணிக்கைகள். ரெண்டும் ஸ்பின்னிங் டிப்பார்ட்டுமெண்ட்தான். வித்தியாசம் என்னன்னா, அங்கு ஓடுகிற 'கவுண்ட்ஸ்' (நூலின் தரம்) எல்லாம் பொடிக் கவுண்ட்ஸ். இங்க ஓடுகிற கவுண்ட்ஸெல்லாம் பருங் கவுண்ட்ஸ்.மெல்லிய நூல் இழைக்கும்,பருமனான நூல் இழைக்கும் ரொம்ப வித்தியாசம். அதைப் போல வேலைத் தரமும் வித்தியாசம். பொடி இழைகள் ஜாஸ்தி அறுந்து போகாது. மிஷின் ஓட்டமும் ரொம்பக் குறையும். ஸ்பிண்டலைப் பிடிக்கச் சுளுவாய் இருக்கும். பாபின் சீக்கிரமாய்க் கழிஞ்சு போவாது. வெக்கை குறைவு. தூசு குறைவு. டாப்பு குறைவு. ஆனாலும் சைடுகளைக் கூடுதலாய்ப் பார்க்கணும். கூட ஒரு மிஷின். நாலு சைடு, 800 ஸ்பிண்டல்கள். சம்பளமெல்லாம் அதே சம்பளம்தான்.

முத்துசாமி வேலை பழகினான். அம்மா சொல்லிக் கொடுத்தாள். ஓடுகிற ஸ்பிண்டலைப் பிடிக்கப் பயமாய் இருந்தது. எங்க விரலைப் பிடித்து இழுக்குமோ, சுடுமோ என்றெல்லாம் தயக்கம் இருந்தது. "இடது கை ஆட்காட்டி விரலை வச்சு ஓடுற ஊசியைக் கப்ன்னு புடி" என்று சொல்லிக் கொடுத்தாள். அம்மா ஸ்பிண்டலைப் பிடித்து இழைகளைக் கட்டிக் காண்பித்தாள். வழக்கம்போல சைடுகளின் அறுந்துபோன இழைகளை வேகமாய்க் கட்டி முடித்து,மகன் அருகில் நின்றாள். பெறவு எப்படிக் கட்டணும் என்று சொன்னாள். பயப்படாமே தைரியமாய் வேலைப் பார்க்கணும் என்று விளக்கினாள். "அந்தா ... அந்த ஊசியைப் புடி பாப்போம்" என்று முத்துசாமியைப் பிடிக்க வைத்தாள். முத்துசாமி சின்னப்பிள்ளை மாதிரி குனிந்து குனிந்து பிடித்தான். மூணாவது ஊசியை நிறுத்தினான். தடவித் தடவிக் கண்டிலிருந்து இழையை எடுத்தான். பயமும் நடுக்கமும் இழையை மேலே கொண்டுவருவதற்கே நேரமாகிற்று. அதற்குள் ஸ்பிண்டல் சூடேறி விரலைச் சுட்டது. சூடு தாங்கவில்லை. 'உஸ்' என்று விரலை

எடுத்துக்கொண்டான். நின்ற ஸ்பிண்டல் ஓடிற்று. "இப்பம் பாரு, நா எப்படி கட்டுகிறேன்னு" என்று அம்மா, அந்த ஸ்பிண்டலைப் பிடித்து இழையைக் கட்டி முடித்தாள். நூலாய் நூத்து ஓடியது.

முத்துசாமி பழகிக்கொண்டிருக்கும்போதே, அம்மா இன்னொரு சுற்று இழை கட்டிவிட்டு வந்தாள். அப்போது பலத்த விசில் சத்தம், இரைச்சலைக் கிழித்துக்கொண்டு வந்தது. அம்மாதான் முதலில் திரும்பிப் பார்த்தாள். கியர் எண்டில் ஆளவந்தான்பிள்ளை நின்றார். டாப் மேஸ்திரியைக் கண்டதும், என்ன என்பதைப் போல அம்மா முன்னுக்கு நடந்தாள். "ஒன்னயில்ல, ஒன் மகன" என்பதைப் போல மேஸ்திரி கைச் செய்கை காட்டினார். அம்மாக்குப் புரிந்தது.

"முத்துசாமி. ஓடு . . . ஓடு . . . மேஸ்திரி கூப்புட்டாருன்னா . . . மொதல்ல என்னன்னு போய்ப் பாக்கணும். அவுரு என்ன சொன்னாலும் தட்டாமே செய்யணும்."

"ம்."

"சீக்கிரம் போ."

முத்துசாமி போனான். அவனைக் கூப்பிட்டுக்கொண்டு போனார் மேஸ்திரி. பாதையில் கிடந்த சின்னச் சின்னக் கூடைகளைக் காட்டி, எடுத்துக்கிடச் சொன்னார். முத்துசாமி தூக்கிக்கொண்டான். களத்துக்குக் கூட்டிக்கொண்டு போனார். களத்தில் பல வண்ணங்களில் குழல்கள் குவிக்கப்பட்டிருந்தன. ரெண்டு பையமார்கள் அடுக்கிக்கொண்டிருந்தார்கள். மேஸ்திரி அவனைப் பார்த்து, "நீயும் உக்கார்ந்து அடுக்கு" என்று சொல்லிவிட்டுப் போய்விட்டார். முத்துசாமியும் அவர்களுடன் சேர்ந்து அடுக்கினான். 'ஆரியா' முடிந்து டாப்பர்மார்களும் வந்து உட்கார்ந்துகொண்டார்கள். ஆறுபேருமாய்க் குழல்களை அடுக்கினார்கள். ஒராளு இருநூறு குழல்களைக் கொண்ட பிரம்புக் கூடைகளைத் தூக்கிச் சென்று ஆரியா இறங்கப் போகிற மிஷினுக்கருகில் வைத்துவிட்டு வந்தான்.

மணி எட்டேகாலுக்கு ரைட்டர் புதிதாய்ச் சேர்ந்திருக்கிற பையமார்களைக் கூப்பிட விட்டிருந்தார். ஒருவன் வந்து மேஸ்திரிக்கிட்டச் சொன்னான். மேஸ்திரி எல்லோரையும் பெயர் கொடுத்துவிட்டு வரச் சொன்னார். பையமார்கள் ஒண்ணுபோலப் போனார்கள்.

நாலாப் பக்கமும் திறந்த வெளி என்றதும் காற்று கதகதவென்று வீசியது. மேசையை ஒட்டினாப்போல குழுமி நின்றார்கள். சீனிவாசன் ரைட்டருக்குக் கோபம் வந்தது. "எல்லாரும் மேசையை வுட்டுத் தள்ளி ஒழுங்கா நில்லுங்க" என்று சொல்லியபடியே

கண்ணாடிக் கண்கள் வழியாய்ப் பெரிய நோட்டை விரித்துப் பார்த்தார். சலசலப்புக் கேட்டவுடன் திரும்பவும், "நா சொல்லுறது காதுல வுழல. சத்தம் போடாமே நில்லுங்கப்பா" என்றார். மூக்குக் கண்ணாடியைக் கழற்றித் துடைத்துக்கொண்டார். நின்றவர்களின் பெயரைக் கேட்டு எழுதினார். "நாளைக்கி ஏழுமணிக்கெல்லாம் வந்ததும் மொதல்ல பெயரைக் கொடுக்கணும். எப்.எம். வருகிற நேரத்துல வந்து இப்டிச் சத்தம் போடக் கூடாது. தெரிஞ்சதா?" என்று கண்டிப்போடு பார்த்தார். பையமார்களும், "சரி" என்றபடி கலைந்து போனார்கள்.

முத்துசாமி திரும்பி வந்ததும், கொஞ்ச நேரம் இழை கட்டப் பழகினான். அம்மா இழைகளைக் கட்டியபடியே கட்ரோல், டாப்பாம், டாப்லட் என்று மிஷின் பாகங்களைச் சுத்தம் செய்தாள். கியர் எண்ட், ஆப் எண்ட்களைத் துடைத்து எடுத்தாள். எல்லா வேலைகளும் முடிந்த பெறவு மகன் அருகில் வந்தாள்.

"போய் காலக்கையக் கழுவிட்டு வந்து டிபன் கேரியல்ல இருக்கிற கஞ்சக் குடிச்சுட்டு வா."

"எங்கயிருந்து சாப்புட?"

"வெளியில தோட்டம் இருக்குல, அங்க ஆட்க உக்கார்ந்து சாப்புடும். நீயும் ஆளோட உக்கார்ந்து சாப்புட்டுட்டு வா."

"அவ்வளத்தியும் சாப்புடவா?"

"அவ்வளத்தியும் திங்கணும்ன்னாலும் தின்னு. கீழ் தட்ட சாப்பிட்டு, மேல் தட்ட வைக்கணும்ன்னாலும் வையி."

"கூட்டல்லாம் இருக்கா?"

"பழைய கொழம்ப சுண்ட வைச்சு வச்சுருக்கேன். காணாததுக்கு துவையலும் இருக்கு."

"நீங்க சாப்புடலையாம்மா?"

"மொதல நீ போய்ச் சாப்புட்டுட்டு வா."

முத்துசாமி ஓடிப்போய்க் கால், கைகளைக் கழுவிட்டு வந்தான். அம்மாவைப் பார்த்து, "சாப்புட்டுட்டு வாரேன்" என்று சொல்லிவிட்டு டிபன் கேரியலைத் தூக்கிக்கொண்டு வெளியில் வந்தான். ஸ்பின்னிங் டிப்பார்ட்டுமெண்ட்க்கும் ரோவிங் டிப்பார்ட்டுமெண்ட்க்கும் இடையில் உள்ள திறந்த வெளி அது. வரிசை வரிசையாய்ச் சின்னதும் பெருசுமாய் வேப்ப மரங்கள் நின்றன. இடையிடையே செம்பருத்திப் பூஞ்செடிகளும், இரண்டு பக்கச் சுவர்களையொட்டி அடர்த்தியாய்க் கல்வாழைகளும் வளர்ந்திருந்தன. மறைவில் உட்கார்ந்து தொழிலாளர்கள்

சாப்பிட்டுக்கொண்டிருந்தார்கள். கொப்புவிட்டுக் கொப்புக்குப் பறந்து தாவும் காகங்களைக் கவனமாய்ப் பார்த்துக்கொண்டார்கள். முத்துசாமி ஒரு பக்கமாய்ச் சம்மணம் போட்டு உட்கார்ந்து சாப்பிட்டான். மனசு நிதானமும் சந்தோஷமும் கொண்டிருந்தது. எதிரில் உள்ள மா மரத்தைப் பார்த்தான். கொத்துக் கொத்தாய் மாங்காய் தொங்கியது. அவனுக்கு நேர் மேலே உள்ள வேப்பங் கொப்பில் காக்காய் ஒண்ணு பறந்து வந்து உட்கார்ந்தது. கல்லை எடுத்து எறிந்துவிடுவதைப்போலப் பாவலா காட்டினான். காகம் பறந்துபோயிற்று. அடித்தட்டை மட்டும் சாப்பிட்டு முடித்தான். குழாயடியில் கழுவி எடுத்தான். தண்ணீர் பிடித்துக் குடித்தான்.

திரும்பிவரும்போது, ஆப்எண்டுக்குப் பின்னால் உட்கார்ந்து பொம்பளையாட்கள் சாப்பிட்டுக்கொண்டிருந்தார்கள். காலையில் அவனை அசிங்கமாய்க் கேலி செய்த நட்சத்தர அம்மாள் குனிந்து சாப்பிடும்போது, அவள் போட்டிருந்த நகைகளெல்லாம் ஆடிக் கொண்டன. பெரிய ஐந்தடுக்கு எவர்சில்வர் டிபன் கேரியரைத் தனித்தனியாய் எடுத்து வைத்திருந்தாள். யாருக்கும் தெரியக் கூடாதுன்னு அவித்த முட்டையைச் சோத்துக்குள் புதைத்துப் பிசைந்தாள்.

அம்மாவும் சாப்பிட உட்கார்ந்ததும், அடுத்த மிஷின் பார்க்கிற வெள்ளைச் சேலை கட்டிய லூர்தம்மாளும் தனது சோத்துச் சட்டியைத் தூக்கிக்கொண்டு வந்து அருகில் குத்தவைத்துச் சட்டியைத் திறந்தாள். கருவாட்டைப் பொரித்து வைத்திருந்தாள். ஒரு கருவாட்டைத் தூக்கி அம்மா கிண்ணத்தில் வைத்தாள். அம்மா தொவையலைக் கொடுத்தாள். சாப்பிட்டுவிட்டுத் திருக்குச் செம்புத் தண்ணியை ஊத்திக் கழுவினார்கள். காணாததுக்கு முத்துசாமி தண்ணி பிடித்துக்கொண்டு வந்து கொடுத்தான்.

மணி பதினொன்னரை சுமார்க்கு அம்மாதான், “நீ போய்க் காலு கையக் கழுவிட்டு வா” என்றாள்.

முத்துசாமிக்கு நேரம் போனதே தெரியவில்லை. உடம்பெங்கும் நூலாம்படைபோலப் பஞ்சுத் தூசி படர்ந்திருந்தது. டவுசரில் ஒட்டியிருந்த அறுந்த இழைத்துண்டுகளை ஒண்ணுபோல எடுத்துப் போட்டான். சொல்லிட்டு வெளியில் வந்தான்.

கக்கூஸ் பக்கம் தொழிலாளர்களின் கூட்டம். ஒவ்வொரு கக்கூஸிலும் கும்பல்கும்பலாய் நின்று பீடி புகைத்தனர். வாட்சுமேன் தலைமறைந்ததும், ஸ்டாப்பில் நின்ற பஸ்சில் இருந்து இறங்குவதைப் போல கக்கூஸில் இருந்து வெளியில் வந்தார்கள். காற்றோட்டமாய்த் திண்டில் நின்று பேசிக் கொண்டிருக்கும்போதுதான், மற்ற டிப்பார்ட்டுமெண்ட்களிலும்

புதிதாய்ச் சேர்ந்திருக்கிற பையமார்களைப் பார்க்க முடிந்தது. நீ என்ன செய்தெ, யாரைப் புடிச்சு வேலைக்கு வந்த, எந்தாளு, புடிச்சியா, எங்க என்றெல்லாம் பேச்சுவாக்கில் கேட்டுத் தெரிந்து கொண்டனர். அநேகமாய் எல்லோருமே முண்டாப் பனியன்தான் போட்டிருந்தார்கள். அவனை விட உடல்வாகு கூடியவர்களாய்க் காணப்பட்டார்கள். நல்ல வேளையாய் ராஜசேகரன் கிடைத்தான். அவன் முத்துசாமியை விட ஒல்லி. பார்க்கச் சின்னப் பையனாய்த்தான் தெரிந்தான். மீசை அரும்பவில்லை. சட்டைதான் போட்டிருந்தான். நேத்து சேர்ந்ததாய்ச் சொன்னான். ராபர்ட் பெரிய பையன். அரும்பு மீசை வைத்திருந்தான். சைக்கிளில் ஐஸ் விற்றதாய்ச் சொன்னான். நடராஜன், ராஜசேகரனுக்குப் பக்கத்து வீட்டுக்காரன். இருவரும் தோள்மீது கைப் போட்டுக்கொண்டு நின்றார்கள்.

மணி பனிரெண்டு ஊதியது.

தொழிலாளர்கள் தூக்குச் சட்டிகளைத் தூக்கிக்கொண்டு வெளியில் வந்தார்கள். ஓட்டமும் நடையுமாய்க் கேன்டீயனை நோக்கிப் போனார்கள். மரத்து நிழல்களில் குத்தவைத்துச் சாப்பிட உட்கார்ந்தார்கள். மிஷின்கள் நின்று போயிற்று. மில் அமைதியானது.

அம்மா முந்திப் பையைத் திறந்தாள். டோக்கன்களை எடுத்துக் கொடுத்தாள். “கூட்டுக்கு ஏதாவது விப்பாங்க. வாங்கிட்டு, கப்புச் சாதம் கொடுப்பாங்க. அதையும் வாங்கிட்டு வா” என்று அவனை அனுப்பிவைத்தாள். கேன்டீயன் எங்க இருக்கு என்று அவன் முழிப்பதைப் பார்த்ததும் “அந்தாப் போறாங்கள அவுங்கக்கூடப் போ” என்றாள்.

முத்துசாமி வேகமாய் ஓடினான். கேன்டீயன் போகும் வழியில் கூட ஒரு நாவல் மரம் நின்றது. காற்றடிக்கிறபோது, உதிர்ந்து விழுகிற பழங்களை எடுத்து, ஊதி வாயில் போட்டுக்கொண்டே போனார்கள். கால் வைத்த இடங்களிலெல்லாம் கொட்டைகள் சிதறிக் கிடந்தன. கேன்டீயனை ஒட்டி ஐந்தாறு எலுமிச்சை மரங்கள் அடர்த்தியாய் வளர்ந்து நின்றன. அதனைச் சுற்றிலும் முள்வேலி அடைத்திருந்தார்கள். கனிந்த பழங்கள் பந்துபந்தாய் விழுந்து கிடந்தன. வேலி ஓரங்கூடக் கிடந்தன. எடுக்கலாம், எடுத்து, உரித்துப் பானம் தயார்செய்து குடிக்கலாம். இந்த வெய்யிலுக்கும் வெக்கைக்கும் கொஞ்சம் கெச்சுதம் தரும். ஆனால் வாட்ச்மேன் பார்த்துவிட்டால், எல்லாமே போச்சு. நீ யாரு, எங்க வேலை செய்கிற, டிக்கட் நம்பர், பெயரு என்று சொல்லி அவனிடம் தப்பிக்கங்காட்டிலும் போதும் போதுமென்றாகிவிடும். மரியாதை கெட்டுப் போகும். சீட்டு வரும். சோக்காஸ் நோட்டீஸ்க்குப் பதில்

சொல்லியாகணும். இதற்குப் பயந்தே அந்தப் பக்கம் நிமிர்ந்துகூடப் பாராமல் போனார்கள், தொழிலாளர்கள்.

கேன்டீயன் கவுண்டரில் வியாபாரம் நடந்தது. கூட்டம் நின்றது. முத்துசாமி கியூவில் நின்றான். அம்மா கொடுத்த டோக்கன்களுக்கு ரெண்டு பொட்டணம் மொச்சைக் கூட்டும் ஒரு பொட்டணம் கப் சாதமும் கொடுத்தார்கள். வாங்கிக்கொண்டு வந்தான்.

அம்மா சாப்பாட்டுக்குண்டான ஏற்பாட்டோடு உட்கார்ந் திருந்தாள். காலையில் மாதிரியே நட்சத்திர அம்மாள் தனியாய் உட்கார்ந்து சாப்பிட்டுக்கொண்டிருந்தாள். லூர்த்தம்மாள், அம்மா பக்கத்தில் குத்தவைத்திருந்தாள். காலையில் சாப்பிட்டு வைத்த மிச்சப் பழையதை அம்மா குடித்தாள். பொட்டணங்களை அம்மா கையில் கொடுத்தான். "இங்குன உக்காரு" என்று அம்மா நகண்டு உட்கார்ந்தாள். முத்துசாமி உட்கார்ந்தான். டிபன் மேல் தட்டு பழையதையும், சுடச்சுட இருக்கிற கேன்டீயன் சாதத்தையும் சாப்பிடச் சொன்னாள். நல்ல பசி. பழையதைச் சாப்பிட்டுவிட்டுச் சுடுசோறு சாப்பிட்டான்.

சாப்பாட்டுக்கு மேல் அருகில் உள்ள டிப்பார்ட்டுமெண்டை நோக்கிப் போனான், முத்துசாமி. அந்தத் தொழிலாளர்கள் சாப்பிட்டவுடனே மிஷின்களை ஓட்டத் தொடங்கியிருந்தார்கள். அந்தச் சத்தம்தான் பெரிதாய்க் கேட்டது. அந்த ஜன்னல் விளிம்பில் உட்கார்ந்துகொண்டு பார்த்தான். எல்லாமே ஆச்சரியமாக இருந்தன. அதற்குள் ஸ்பின்னிங் டிப்பார்ட்டுமெண்டில் இருந்து இரைச்சல் கேட்கத் தொடங்கிற்று. எழுந்து போனான்.

பகல் வேகமாகக் கழியத் தொடங்கியது. மத்தியானத்துக்கும் மேல் ஒரு கண்ணாடி போட்ட சூப்பர்வைசர் புதிதாகச் சேர்ந்தவர்களைக் கூப்பிடவிட்டு விசாரித்தார். வாரிசுக்குச் சேர்ந்திருந்த இருபது பையமார்களையும் தனியாய் ரூம்புக்குக் கூட்டிக்கொண்டு போனார். முத்துசாமிக்குக் குழப்பம் உண்டானது. அம்மாகிட்ட வந்தான். "என்னம்மா இது. வாரிசுக்குச் சேர்ந்தவங்கள மட்டும் தனியா கூட்டிக்கிட்டுப் போறாங்க" என்று அம்மா முகத்தைப் பார்த்தான். அம்மா விளக்கம் சொன்னாள்.

"அவுங்க ரூபாய் கொடுத்து வாரீசுக்குச் சேர்ந்திருக்காங்க."

"அப்படியும் சேர்ப்பாங்களா ?"

"ஆமா."

"எவ்வளவு ரூபா ?"

"சேர மூவாயிரம் நாலாயிரம் கொடுக்கணும் !"

தொகையைக் கேட்டதும் 'பகீர்' என்றிருந்தது முத்துசாமிக்கு. அவ்வளவு ரூபாயக் கொடுத்து மில்லில் சேர்க்க வீட்டில் வசதி கிடையாது. அப்படி சேர்க்கனும்னாலும், இருக்கிற கடனுக்கு மேல், திரும்பவும் கடன் காவல் படணும். ஒவ்வொரு மாதமும் சாப்பாட்டுக்குப் படுகிற கஷ்டம் எல்லோருக்கும் தெரியும். ஸ்டோரில் வாங்கிப் போடுகிற அரிசி மாசம் முழுவதும் கிடக்கிறதே ஆச்சரியம். அப்படி கிடந்தாலும் கறி, புளி என்று இருபது நாட்களுக்கு மேல் ஓடாது. மாதம் நெருங்க நெருங்கக் கஞ்சி, தொவையல் சாப்பாடாகிறது. காணாத குறைக்குப் படிப்புச் செலவு இருக்கிறது. எப்போதாவது அப்பா கொடுக்கிற கொஞ்சப் பணம், அண்ணனை நம்ப முடியாது. அம்மா, ஓராளு சம்பாத்தியம் தான், வீட்டுச் செலவு போக, கடன் அடைக்கணும். வட்டி ஒழுங்காய்க் கட்டணும். இதப் பார்க்கவா, அதப் பார்க்கவான்னு ஒரே குழப்பம். இவ்வளவுக்கும் இடையில், இவ்வளவு பணத்தைக் கொடுத்து வாரிசுக்குச் சேர முடியாது. அப்படியே பணத்தைக் கொடுத்துச் சேர்ந்தப் பெறவு, ஒரு மாசம் சம்பளம் இல்லாமல் வேலை பழகணுமாம். பெறவு லேனர் டிக்கட் கொடுப்பாங்களாம். மூணு வருசம் கழிச்சுத்தான் முழுச் சம்பளத்தைப் பார்க்க முடியும். அதுவரைக்கும் வாங்குன கடத்தை யார் அடைக்க?

"நீ பயப்புடாதெல, டெம்புரவரியாத்தான் போடுவாங்க. நீ ஒழுங்காய் வேலையைப் பாரு. எப்பம் பெர்மெண்ட்டாகுதோ அப்பமாகட்டும் . . ."

அம்மா சொன்னது ஆறுதலாய் இருந்தது. மனசு லேசானது. குழப்பம் தனிந்தது. அன்னாடு கூலி வேலைசெய்து பிழைப்பதற்கு இது தாவலைதான். என்னைக்காவது ஒரு நாள் பெர்மெண்ட்டா ஆகாமலா போகும்? அப்பம் முழுச் சம்பளம் வாங்காமலா போவோம்? தெருக்காட்டு வேலையில் என்ன நம்பிக்கையிருக்கிறது? என்ன உத்திரவாதமிருக்கிறது? இப்பம் குறைந்த சம்பளமாய் இருக்கு. அதுனாலே உனக்குச் சோறு கிடையாதுன்னு அம்மா சொல்லப் போகிறாளா என்ன?

காலையில் மாதிரியே, ஒண்ணரை மணி சுமார்க்கு கேன்டீன் காப்பி வந்தது. வண்டியை நிறுத்தி, அந்தக் கட்டையாளு அளந்து அளந்து கொடுத்தான். இன்னொரு கேனிலும் காப்பி இருந்தது.

அம்மா திருக்குச் செம்பில் காப்பி வாங்கினாள். பாதை மிஷினில் இழைகட்டிப் பழகிக்கொண்டிருந்தான் முத்துசாமி. அம்மா போய்க் கூப்பிட்டாள். ஓடி வந்தான். அந்த மிஷினில் பார்க்கிற வட்டப் பொட்டு மாரியம்மா, "இது ஓம் மவனா . . . நா காப்பி வாங்கிக் கொடுத்தேன். வாண்டாம்னுட்டான்" என்று அம்மாவைப் பார்த்துச் சொன்னாள். அம்மா சிரித்துக்கொண்டாள்.

உள்ளுக்குள் பெருமையாகக் கூடயிருந்தது. முத்துசாமியைக் கூட்டிக்கொண்டு போனாள். திருக்குச் செம்புக் காப்பியை ஊத்திக் கொடுத்தாள். வாங்கிக் குடித்தான்.

மணி மூணுக்கெல்லாம் வீட்டுக்குப் போகத் தயாராகி விட்டாள் அம்மா. மூன்றையாக, கால் மணி நேரமிருக்கும்போது கக்கூசுக்குப் போய்விட்டு வந்தாள். இடுப்புப் பையை அவுத்து உதறினாள். முந்திச் சேலையைக் கொண்டு முகத்தைத் துடைத்துக்கொண்டாள். பையைக் கட்டித் தூக்குச் சட்டிக்குள் வைத்துக்கொண்டாள். எல்லாப் பாத்திரங்களும் சரியாய் இருக்கிறதான்னுப் பார்த்தாள். வேகமாக ஒரு சுற்று இழைகளைக் கட்டி முடித்தாள். முத்துசாமியைத் தேடினாள். ஒரு மிஷினில் இழைகட்டிப் பழகிக்கொண்டிருந்த அவனைக் கூப்பிட்டாள். முத்துசாமி ஓடி வந்தான்.

“சீக்கிரம் காலு கையைக் கழுவிட்டு வாலே . . . மணி மூன்றையாகப் போவுது” என்றாள்.

திரும்பவும் ஓடிப் போனான் முத்துசாமி. சட்டையைக் கழத்தி உதறினான். ஏகப்பட்ட பஞ்சுத் தூசிகள் பறந்தன. ஆட்களோடு நின்று உடம்பைக் கழுவிக்கொண்டு சட்டையைப் போட்டுக்கொண்டான். வழக்கம்போலப் பேச்சும் சிரிப்பும் காணப்படுகிற குழாயடிக் கூட்டத்தில், ஒராளுக்கிட்டயிருந்து சீப்பை வாங்கித் தலையை வாரிக்கொண்டான்; வந்து கைலியை அணிந்துகொண்டான்.

அம்மா வழக்கம்போலத் தூக்குச் சட்டியையும் திருக்குச் செம்பையும் தூக்கிக்கொண்டு கியர் எண்டுக்கு வந்தாள். முத்துசாமி கைலியை மடித்துக் கட்டிக்கொண்டு, டிபன் கேரியலை எடுத்துக்கொண்டு பின்னால் நடந்தான். வெக்கை கடுமையாய் இருந்தது. எங்கும் அனல் பறந்து வேர்த்து ஓடியது.

இரண்டாவது ஃஷிப்டு தொழிலாளர்கள் தூக்குச் சட்டி ஆட ஆட வந்தார்கள். அம்மா மிஷின் பார்க்கிற ஆளு. அம்மாவை எதிர்கொண்டார். கிட்டத்தட்ட அம்மா வயசுதான் அவருக்கும் இருக்கும். ரெண்டு காதுகளிலும் சிவப்புக்கல் பதித்த கடுக்கன், வெள்ளை மல்த் துணியில் பனியன் தைத்துப் போட்டிருந்தார். தொளதொளன்னு புளூ கலரில் டவுசர், பேக்க பேக்க முழித்தப்படியே சிரித்தார். அம்மாவிடம் பேசினார்.

“பிரேம் நல்லாப் போகுதாம்மா ?”

“நல்லாப் போகுது. கட்ரோலெல்லாம் கிளின் செய்து வைச்சுருக்கேன்.”

“இது ஒங்க மகனா?”

“அடேய் . . . நீ ஒங்க அம்மா மாதிரி வேலை பாக்கணும்” என்றார். முத்துசாமி சிரித்துக்கொண்டான். அம்மா, “போயிட்டு வாரோம்” என்றாள். அந்தாளும் தலையை ஆட்டிக்கொண்டு விடை கொடுத்தார்.

மிஷின்களின் இடைப் பாதை வழியாய் நடந்தார்கள். அந்தப் பக்கம் டிப்பார்ட்டுமெண்ட் வாசலுக்கு வரும்போது, அங்க உள்ள சுவரையொட்டிப் பொம்பளையாட்கள் தூக்குச் சட்டிகளும் கையுமாய் நின்றார்கள்.

சில நொடிப் பொழுதில் மூன்றரை மணிக்கான சைரன் ஒலித்தது. தொழிலாளர்கள் ஓட்டமும் நடையுமாய் டிப்பார்ட்டுமெண்ட்களை விட்டு வெளியே வந்தார்கள். அந்த அவசரத்தில்கூட மகிழ்ச்சியும் நிதானமும் நிறைந்திருந்தது. டைமாபீஸ் கேட்டை நோக்கிப் பொம்பளையாட்கள் போனார்கள். ஆம்பளையாட்கள் சைக்கிள் ஸ்டாண்டுக்குப் போய் சைக்கிளை எடுக்கணும். அப்படி எடுத்துட்டுப் பெரிய கேட் வழியாய் வந்துவிடுவார்கள். வாசலின் ரெண்டு கேட்டையும் வாட்ச்மேன்மார்கள் திறந்துவைத்திருப்பார்கள். வேலை முடிந்து வருகிற தொழிலாளர்களின் மடியைத் தடவி, திறந்து காட்டுகிற தூக்குச் சட்டிகளை உத்துப் பார்த்து அனுப்புவார்கள். டைமாபீஸ் கேட்டில் ஒரு பொம்பளை நிற்பாள். அவள் பொம்பளையாட்கள் தடியைத் தடவி, சட்டிகளைச் சோதிச்சு அனுப்புவாள்.

ரெடியாய் டவுன் பஸ் நின்றது. மில் விடுகிற நேரம் பார்த்து, வந்து நிற்கிற பஸ் அது. மில் விட்டதும் பொம்பளையாட்களைப் பூரா அடைத்துக்கொள்ளும். பஸ் வராத நாட்கள்தான் சங்கடம். தூரமாய் இருக்கிற காலேஜ் ஸ்டாப்வரை நடக்கவேண்டியதிருக்கும்.

2

மில்லில் கொஞ்ச நாளைக்கு முன்னதான் மூணாவது ஷிப்டு ஓடத் தொடங்கியிருந்தது. புதிதாய் வேலைக்குச் சேர்ந்தாட்கள், வேற மில்களில் வேலையை விட்டுட்டு வந்தவர்கள், அங்குன இங்குனன்னு பிடித்துப் போட்டு நைட் ஷிப்ட் ஓடியது. அன்னாடு கையில் சம்பளம்.

ஒரு பாடாதி மிஷின்தான் முத்துசாமிக்குக் கிடைத்தது. டியூப் லைட்கள் வெளிச்சமும், பகலை மாதிரி வெக்கையில்லாமல் இருப்பதும் மனசுக்குப் பிடித்த விசயங்களாகின. புதுசாய் வந்த பையமார்களைப் பாதி மிஷின்தான் பார்க்கச் சொன்னான் மேஸ்திரி. *200* ஊசிகளை 'சைடு' பார்த்தான் முத்துசாமி. இழைகளெல்லாம் அறுந்து அறுந்து ஓடின. மனசும் கைகளும் கால்களும் ரொம்பச் சுறுசுறுப்பாய் இயங்கியும், அறுந்து போன இழைகளைக் கட்டித் தேற்ற முடியவில்லை. காஸ்களில் பஞ்சுப் பஞ்சாய் உருண்டு போயிற்று. 'டாம்பாம்'களைத் தூக்கி வைத்தான். காஸ்சை எடுத்துப் பஞ்சைப் பிச்சு எடுத்தான். பெறவு, காஸ்சை மாட்டி, டாம்பாம்களை அடித்து ஓடவிட்டு, இழைகளை முடிக்காட்டிலும், அடுத்து அடுத்து இழைகள் அறுந்து போயின.

கியர் எண்டில் நின்று மேஸ்திரி அந்தோணி முத்து நாடார் முகம் சுழித்தார். மேஸ்திரியின் கோபத்தைப் பார்க்கும்போதே பயமாய் இருந்தது முத்துசாமிக்கு. உடம்பு வேர்த்தது. காலும் கையும் நடுங்கின. களைப்பில் இழைகளைக் கட்ட முடியவில்லை. கட்டுகிற இழைகளெல்லாம் அறுந்து அறுந்து ஒட்டாமல் போயின.

“என்னலே இழை கட்டிப் படிச்ச . . . எந்தலைய வாங்க வந்திருக்க?” என்று கத்திய மேஸ்திரி, மற்ற மிஷின் சைடர்களையும் டாப்பர்களையும் போட்டு, உருண்டுகிடந்த பஞ்சை எடுத்து, ஒழுங்காய் இழைகளைக் கட்டிக்கொடுத்துச் சமாளித்தார்.

இரவு போன போக்கு தெரியவில்லை. விடிந்தது. காலையில் அம்மாவின் முகத்தைப் பார்த்ததும்தான் போன உயிர் திரும்பிவந்ததுபோல இருந்தது. முத்துசாமி நடந்ததைச் சொன்னான். அம்மா தேற்றினாள். வேலையின் நெளிவு சுளிவு, மத்தவங்க மன இயல்பு, எப்படி நடந்துக்கிடணும், வேலை பார்க்கும்போது இதயம், மனசு, கை, கால்களெல்லாம் எப்படி செயல்பட வேண்டும் என்பதையெல்லாம் எடுத்துச் சொன்னாள். மொதல இப்படித்தான் இருக்கும். போகப் போக எல்லாம் சரியாப் போகும் என்று அறுந்துகிடந்த இழைகளையெல்லாம் கட்டிக் கொடுத்தாள். “நீ போய் மூஞ்ச மொகறையைக் கழுவிட்டு வா” என்று அனுப்பிவைத்தாள்.

முத்துசாமிக்குத் தொடர்ந்தாப்போல நைட் ஷிப்ட்தான் வேலை. டே ஷிப்ட் வேலையெல்லாம் பொம்பளையாட்களுக்குத் தான். ஆப்–நைட் பெர்மெண்ட் ஆம்பளையாட்கள். இந்த ரெண்டு ஃஷிப்ட்களுக்குப் போனால் வேலை கிடைக்காது. யாரும் லீவு எடுத்தாலும், அவுட் சைடர்கள் வந்துவிடுவார்கள். ராத்திரி போனால் எந்த ஓரியும் வேண்டாம். எப்படியும் வேலை கிடைக்கும். புதிதாய்ச் சேர்ந்த பையமார்களுக்கெல்லாம் ஒரே ஃபுல் நைட்தான்.

நடுச் சாமத்தில் வேலை தொடங்கும். மணி பனிரெண்டு டூ மணி ஏழுவரை. சாப்பாட்டு இடைவெளியெல்லாம் கிடையாது. சின்னத் தூக்குச்சட்டியில் அம்மா, சுடுசோறு பொங்கி, குழம்பு ஊத்திக் கொடுத்துவிடுவாள். அதைத் தூக்கிக் கொண்டு எட்டுமணிக்கெல்லாம் புறப்படணும். முனிசிபல்க்கு வந்தால், பஸ் கிடைக்கும். ராத்திரி கலகலப்பாய் இருக்கிற கடை பஜாரில் கூட்டமும் பஸ்சில் ஜாஸ்தி ஏறும். எட்டரை, எட்டெ முக்காலுக்கெல்லாம் மில் வாசல் முன் வந்து இறங்கிவிடலாம்.

மில் கேன்டீயனில் ரோட்டு வாசல் திறந்திருக்கும். முன்னதாகவே வந்தவர்கள், துண்டை உதறி, விரித்துப் படுத்திருப்பார்கள். சைக்கிள்களெல்லாம் ஒரு ஓரமாய் நிற்கும். ஹாங்கரில் சட்டைகள் விரித்துப் போட்ட மேனிக்குக் கிடக்கும். மறைவாய்த் தூக்குச் சட்டிகள் வெளியில் தெரியாமல் தொங்கும். ஜன்னல் திண்டில் சைக்கிள் இல்லாதவர்கள் தூக்குச் சட்டிகளை வைப்பார்கள். அதோடுதான் முத்துசாமியும் சட்டியை வைப்பான்.

பொழுது அடைய அடைய ஆட்கள் நடமாட்டம் குறைந்து போகிற ரோட்டில் ராத்திரியானவுடன் வெறிச்சோவென்றாகி விடும். எப்பமாவது லாரி, பஸ், வேன்கள் போகும்போது மட்டும் சத்தம் பலமாய்க் கேட்கும். மங்கலாய் எரிகிற தெரு விளக்கு வெளிச்சங்களையும், மில் காம்பவுண்ட் வெளிச்சங்களையும் இருக்கிற மரங்களெல்லாம் மறைத்துக்கொள்ளும். வெளிச்சம் பட்டும் படாமல் தெரிகிற இருட்டில் காற்று மட்டும் வரும்.

திறந்துகிடக்கிற கேன்டீன் அறை முழுவதும் ஒரே இருட்டாய் இருக்கும். டியூப் லைட்களை யாரும் போட மாட்டார்கள். இருக்கிற ஃபேன்கள் பூரா ஓடும். ஃபேன்களுக்கடியில் படுத்தால் கொசுக்கடியிருக்காது. பையப் போவான் முத்துசாமி. படுத்திருக்கிற ஆட்களை மிதித்துவிடாமல் பார்த்து, பயந்து, உடுத்திருக்கிற கைலியைக் கழத்தித் தரையைத் தட்டிச் சுத்தம் செய்வான், கைலியை விரிப்பான். டவுசரோடு படுப்பான்.

படுத்தவுடனே தூக்கம் வராது. ஒரு மாதிரி வாடை நாசியை வந்தடையும். சமையல் கட்டு ஜன்னல்கள் வழியாய்ப் பேச்சொலியும், பாத்திரங்களை உருட்டுகிற சத்தமும், சைக்கிளைத் தள்ளிக்கொண்டு வருகிறவர்களின் களபுளச் சத்தமும் மாறிமாறிக் கேட்கும். காணாத குறைக்கு யாரையும் பற்றிக் கவலைப்படாத தொழிலாளர்கள் கதை சொல்லுகிற பேச்சுச் சத்தம் வருகிற தூக்கத்தையும் கெடுக்கும். வேற வழியில்லாமல் உருண்டு புரண்டு படுக்கப் படுக்கக் கொஞ்சம் கொஞ்சமாய்த் தூக்கம் வந்து ஒட்டும்.

மணி பதினொன்னே முக்காலுக்கு, ஒரு வாட்ச்மேன் வந்து தகரக் கதவை 'டப டப டப' வென்று தட்டுவான். அலுப்பிலும் அசதியிலும் தொழிலாளர்கள் உருண்டு படுப்பார்கள்; கை கால்களை நீட்டி நெளிப்பார்கள். நல்ல தூக்கத்தில் இருந்தவர்களுக்குக் கண்களைத் திறக்க முடியாது. அதோட வாட்சுமேனும் இன்னொரு தட்டுத் தட்டிட்டுப் போய்விடுவான். பைப்படியில் தண்ணி விழுகிற சத்தம் சலசலசலன்னு கேட்கும். எழுந்துபோய் முகத்தைக் கழுவுவார்கள். சைக்கிளை எடுக்கிற சத்தம், துண்டை உதறுகிற சத்தம், பேச்சுச் சத்தம் இதையெல்லாம் கேட்கக் கேட்கச் சீக்கிரம் போகணும்னு அவசரம் வந்துவிடும்.

இனி ஒரு நிமிடம்கூடப் படுக்க முடியாது. எழுந்து கைலியை உதறிக் கட்டிக்கொள்வான் முத்துசாமி. கவுச்சை அடிக்கிற பள்ளத்தில் நின்று முகத்தைக் கழுவுவான். தூக்கக் கலக்கம் கொஞ்சம் கொஞ்சமாய் மறைந்து போகும்.

தூக்குச் சட்டிகளைத் தூக்கிக்கொண்டும், சைக்கிளைத் தள்ளிக்கொண்டும் தொழிலாளர்கள் மில் கேட்டை நோக்கி நடப்பார்கள். கடைசியாய் ஒரு 'தம்' இழுக்க நினைப்பவர்கள்

ரோட்டோரம் உட்கார்ந்துகொள்வார்கள். விரல்களின் இடையில் பீடிகளின் நெருப்பு சிவந்து கனியும்.

போனவுடனே அந்தோணிமுத்து நாடார் வேலையும் கொடுக்க மாட்டார். எல்லாத்துக்கும் சைடெல்லாம் போட்டு முடிச்சப் பெறவு, வழக்கம்போல ஏதாவது ஒரு பாடாதி மிஷின்தான் கிடைக்கும். அது ஒழுங்காய் ஓடாது. இழைகளெல்லாம் பட் பட்ன்னு தெறிக்கும். 'அடித்து' அல்லும். கெட்டி தேத்தங்காட்டிலும் போதும் போதுமென்றாகிவிடும். சைடு உருண்டா ஏசுவார் மேஸ்திரி.

வாரிசுக்குச் சேர்ந்தவர்களின் பாடு தாவலை, நல்ல மிஷின்களாகப் பார்த்து நின்றுகொள்வார்கள். பெர்மெண்ட் டிக்கட் வாங்கியவர்களையும் ஒண்ணும் சொல்ல முடியாது. அவுட் சைடர்ராளுக்களுக்கும் நல்ல மிஷின்கள் கிடைக்கும். டெம்பரவரிப் பையமார்கள் மேஸ்திரிக்கு அஞ்சும் பத்தும் கொடுத்து, வெளியில் வரும்போது காப்பியும் டிபனும் வாங்கிக் கொடுத்துக் கைக்குள் போட்டு வைத்திருந்தனர். அந்தோணிமுத்து நாடார் அவர்களுக்குக் கணக்காய் சைடுகளை ஒதுக்கிக் கொடுத்தார். இதை மாதிரி முத்துசாமிக்குச் செய்ய முடியாது.

அம்மா வந்ததும் ஆவலாதி சொன்னான். அம்மா இதைக் கேட்டுத் திகைக்கவில்லை. பரபரப்பும் அடையவில்லை. அந்தோணிமுத்து நாடாரை "இங்க வாருமையா!" என்று கூப்பிட்டாள். கட்டையான அந்தோணிமுத்து நாடார் ஹிட்லர் மீசை விசுக்விசுக்கென்று ஆடச் சிரித்தபடியே வந்தார். அம்மாவைக் கண்டதும் அவருக்குக் கொஞ்சம் பயம். அம்மா மாஸ்டர், சூபர்வைசர், சங்கத்து ஆட்கள் யாரைக் கண்டாலும் தைரியமாய் நின்று பேசும். மில்லுக்குள் வந்தால் வேறுவிதமாய் அம்மாவின் குணமும் செயல்பாடுகளும் மாறிப்போகும். கோபப்படுவது, காரணமில்லாது சோகத்தை வரவழைத்துக்கொள்வதெல்லாம் வீட்டோடுதான். இதையெல்லாம் மில்லில் பார்க்க முடியாது. நாடாரின் பயமெல்லாம், எங்க அம்மா எதையாவது ஒண்ணு இருக்க, ஒண்ணைச் சொல்லி, மேஸ்திரி வேலையில் இருந்து இறக்கிவிடுவாளோ என்றுதான் எதையும் வெளியில் காட்டிக் கொள்ளவில்லை. தலையை ஆட்டி ஆட்டிச் சிரித்தார். நமட்டுச் சிரிப்பு. பொக்குப் பற்கள் வெளியில் தெரிந்தன.

"என்னையா எம் மவனுக்குச் சரியா மிஷின் போட்டுக் கொடுக்க மாட்டக்கிறயாமே . . . அவன் தெனமும் வந்து ஆவலாதி சொல்லுறான் . . ."

"அவனுக்கு நல்லா கை திருந்தட்டும்ன்னுதான் அப்டி போடுறேன். அவன் ஏன் பயப்புடணும்? நா எதுக்கு இருக்கேன்?

உருண்டா ஆட்களப் போட்டுச் சமாளிக்க மாட்டேனா . . ." என்றார்.

அம்மாவுக்கு அதற்குமேல் அவரை எப்படிச் சத்தம் போடுவதென்று தெரியவில்லை. சாமர்த்தியமாகப் பேசிச் சிரித்துக்கொண்டு நிற்கும் நாடாரைப் பார்த்து, "பாத்து வேலை கொடும்மய்யா" என்று சொல்லிக் கொஞ்சம் கோபப்பட்ட மாதிரி முகத்தைச் சுளித்து, ஒழுங்காய் இருந்துக்கிரும் என்பதைப் போல, பேச்சை முடித்துக்கொண்டாள்.

காலையில் வேலை முடிந்ததும் நடந்துதான் வருவான் முத்துசாமி. வீட்டுக்கு வர அன்னா இன்னான்னு ஒரு மணி நேரத்துக்கு மேலாகும். வந்தவுடனே குளிப்பான். தண்ணி மேலப் படப்பட கண்ணு எரிச்சலும் அலுப்பும் அசதியும் குறைந்து போகும். ஈரத்தலையோடு எண்ணெய் தேய்த்து, அடர்த்தியாய் இருக்கிற முடியை முன்னே இழுத்து, கொண்டை மாதிரி சீவிக்கொள்வான். பழையது இருக்கும். சுண்டக்குழம்பு இருக்கும். சாப்பிட்டுவிட்டு வாசகசாலைக்குப் போயிட்டு வர மணி பத்தாகும். வந்து படுத்தால், எழுந்திரிக்கச் சாய்ந்திரமாகும். அதுக்குள்ள அம்மாவும் வேலை முடிந்து வீட்டுக்கு வரவும் சரியாக இருக்கும்.

முத்துசாமி எழுந்து முகத்தைக் கழுவிக்கொள்வான்; சாப்பிடுவான். துணிமாற்றிக்கொண்டு, நேராய் நோவா வீட்டுக்குத்தான் போவான். நோவா அப்பாவுக்குச் சுகமில்லை. ஆஸ்பத்திரியில் சேர்த்திருந்தார்கள். ஆஸ்பத்திரிமுட்டும் துணைக்குப் போய்விட்டு, வீட்டுக்கு வர மணி ஏழாகும். கொஞ்சம் சாப்பிட்டுவிட்டு வேலைக்குப் போகவும் நேரம் சரியாய் இருக்கும்.

லீவு நாட்கள் பூரா நோவா வீட்டில்தான் பொழுது போகும். பக்கத்தில் ராஜ்குமார் வீடு. அந்த ஒரு வீட்டுக்கு மட்டும் மச்சு உண்டு. குமாரைப் பார்க்க வருகிற ஆட்கபூரா தட்டடிக்குத்தான் ஏறுவார்கள். குமார், அவுங்க அப்பா அம்மாவுக்கு ஒத்தைக்கு ஒரு பிள்ளை . அவனுடைய அப்பா, ஒரு அமைதியான ஆளு. வாசல் அருகில் ஈஸிசேர் போட்டு உட்கார்ந்திருப்பார். யாரையும் கண்டு கொள்ள மாட்டார். எந்த வம்புதும்புக்கும் போக மாட்டார். அம்மா பொத்து பொத்தென்று இருப்பாள். ரேடியோவில் சினிமா பாட்டுன்னா போதும். மணிக்கணக்காய் உட்கார்ந்து கேட்பாள். மகனுக்கு ஒண்ணுன்னா அவளால் தாங்க முடியாது. அவ்வளவு உயிர்.

முத்துசாமியை ராஜ்குமார் வீட்டுக்கு நோவாதான் கூட்டிக் கொண்டு போனான். புல்புல்தாரா குமார் வீட்டில்தான் இருந்தது. அதை வாங்குவதற்காக ரொம்ப நேரமாய் நார்க்கட்டிலில்

உட்கார்ந்திருந்தார்கள். குமார் உள்வீட்டில் சாப்பிட்டுக் கொண்டிருந்தான். வரும்போது விரிந்த மார்பில் தேங்காய்ப் பூ துண்டு ஆடியது. கட்டம்போட்ட சங்கு மார்க் கைலியை அடி வயிற்றில் இறுக்கலாய்க் கட்டியிருந்தான். அவன் அவர்களைக் கண்டுகொள்ளவேயில்லை. ரேடியோவைத் திருகி ஸ்டேஷனை மாத்தினான். மேசையில் எதையோ தேடினான். திரும்பவும் உள்ளே போய்விட்டான். நோவாதான் எழுந்து போனான். குமாரைக் கூப்பிட்டுக்கொண்டு வந்தான்.

“மெண்ட்லின் வேணும்” என்றான்.

“இரு, எடுத்துட்டு வாரேன்.”

குமார் உள்ளே போய் புல்புல்தாராவைத் தூக்கிக்கொண்டு வந்தான். ரேடியோவை ஆப் செய்துவிட்டு, ஸ்டூலில் உட்கார்ந்து வாசிக்க ஆரம்பித்தான். முத்துசாமி பேசாமல் பார்த்துக் கொண்டிருந்தான்.

“ஒனக்கு வாசிக்க தெரியும்மா?”

“முத்துசாமி நல்லா வாசிப்பான்.”

“எங்க, கொஞ்சம் வாசித்துக் காட்டு.”

“எனக்கொன்னும் அப்டி ரொம்ப வாசிக்கத் தெரியாது.”

“பரவாயில்ல . . . தெரிகிறத வாசி.”

முத்துசாமி இசைக்கருவியை வாங்கிக்கொண்டான். மடியில் வைத்துக் கட்டினான். நொடிப்பொழுதில் இசை பிறந்தது. ‘புது வருடம் பிறந்ததெல்லாம்’ என்று பாடியது.

அந்தப் பாட்டை முழுசாய் வாசித்தான். அது முடிந்து இன்னொரு பாட்டைத் தொடங்கியபோது, ஓலைக் காம்பவுண்டில் இருக்கிற மரியம்மக்கா, சேலை முந்தியைச் சும்மாடாய்க் கட்டி, தலையில் ஒரு குடம், இடுப்பில் ஒரு தவலையும் என்று தண்ணீர் கொண்டு வந்தாள். எழுந்துபோய் இடுப்பில் உள்ள செம்புக் குடத்தை வாங்கிக்கொண்டாள் ராஜ்குமாரின் அம்மா. “ஏளா ஊட்டுக்குள்ள வராதெ. நா ஊத்திட்டு வந்து தவலையை வாங்கிக்கிடுறேன்” என்றாள். தண்ணியைத் தொட்டியில் ஊத்தும் சத்தம் கேட்டது. வெறும் குடத்துடன் வந்தாள். குடத்தைக் கொடுத்துவிட்டுத் தவலைப் பானைத் தண்ணீரை வாங்கிக்கொண்டு உள்ளே போனாள். தவலையைக் கொடுத்தாள். பானைக் குடத்தோடு திரும்பிப் போனாள் மரியம்மக்கா. அவளுடைய தலை மறைந்ததும், வீட்டுக்கார அம்மா, “அவள ஊட்டுக்குள்ள வுடக் கூடாது. கண்ட

சிறுக்கியயெல்லாம் ஊட்டுக்குள்ள வுட்டா, ஊடு உருப்படாது" என்று தனக்குத்தானே பேசிக்கொண்டே உள்ளே போனாள்.

முத்துசாமிக்குச் 'சுருக்'கென்றது. ரெண்டுபேரும் பறைச்சி. இதுல என்ன வித்தியாசம்? அவள இவ என்ன வீட்டுக்குள்ள விட மாட்டேன்னு சொல்லுறது? உடனே மாணிக்கவில்லாக் கும்பல் ஞாபகம் வந்தது, வாசிக்க ஓடவில்லை. கருவியைப் பக்கத்தில் வைத்துவிட்டு எழுந்தான். நோவா திரும்பி, "என்ன பாட்டு வாசிக்கலையா?" என்றான். "கொஞ்சம் பொறுக்கட்டும்" என்று சொல்லியபடியே ஜன்னல் அருகில் நின்று வெளியில் பார்த்தான் முத்துசாமி. "நல்லா வாசிக்க முத்துசாமி ... இன்னும் கொஞ்சம் வாசியேன்" என்றான் ராஜ்குமார். இப்பம் முடியாது என்று சொல்லலாம்போல இருந்தது. வாசிக்கக்கூடிய மனநிலை அவனுக்கில்லை. ஒரு மாதிரி முகத்தை வைத்துக்கொண்டு, "இப்பம் வீட்டுக்குப் போகணும். இன்னொரு நாளைக்கி வாசிக்கேன்" என்றான்.

"அப்பம் போயிட்டு வா."

புல்புல்தாராவை வாங்கிக்கொண்டான் முத்துசாமி. சொல்லிக்கொண்டு புறப்பட்டான். தெரு முக்கு திரும்பும்வரை கூட வந்தான் நோவா.

அன்னைக்கிப் போகும்போது நோவா, ராஜ்குமார் வீட்டுத் தட்டட்டியில் இருந்தான். அது இரவு நேரம் என்பதால் தட்டட்டியில் லைட் எரிந்தது. நோவா கை அசைத்தான். "மேலே வா" என்றான்.

முத்துசாமி படி ஏறி மேலே வந்தான். அங்க நிறையப் பையமார்கள் இருந்தார்கள். ரமேஷ், மிகவும் மட்டமான புத்தகங்களைக் கொண்டுவந்திருந்தான். அவுங்க மாமா யாரோ தலக்குமாட்டில் மறைத்துவைத்திருந்ததைத் திருட்டுத்தனமாய் எடுத்துவந்துவிட்டதாய்ப் பெருமைப்பட்டுக்கொண்டான். பையமார்கள் அதை வாங்கி மாறி மாறிப் பார்ப்பதும் படிப்பதும் ரசிப்பதுமாய் இருந்தார்கள். நக்கலுக்கும் சிரிப்புக்குமிடையில் முத்துசாமியும் அதை வாங்கிப் பார்த்தான்; படித்தான். குப்புன்னு வேர்த்தது. நாடு இவ்வளவு தூரத்துக்கு மோசமாக இருக்க, இதை எப்படி எழுதி, அச்சு அடித்து, புத்தகமாய் விற்பனைக்குக் கொண்டு வர முடிந்தது? மனிதகுலத்தை அருவருக்கவைக்கிற விசயமாய் இது பட்டது. வெளிப்படையாய்ப் புத்தகத்தைத் திறக்கிறபோது, ரமேஷ் படக்னு பிடுங்கி, நாலாய் மடித்துச் சட்டைப் பாக்கட்டுக்குள் மறைத்துக்கொண்டான்.

ரமேஷ் நல்ல ஓவியன். தான் வரைந்த படங்களைக் கொண்டுவந்து காட்டுவான். அபிப்பிராயங்களைக் கேட்டறிவான். சரவணனுக்கு ஒண்ணுமே தெரியாது. அவன் சிரிப்பதோடு சரி. நோவாவும் அப்படித்தான், எதுவும் சொல்ல மாட்டான். எப்போதாவது நக்கல் அடிப்பான். குமாருக்கு எந்த ஆர்வமும் கிடையாது. பைபிளின் வசனங்களைக் கேட்டால் மனப்பாடமாய்ச் சொல்வான். மற்றபடி ஆங்கிலம். உடை அலங்காரம்னா போதும், ஆர்வம் ஜாஸ்தி.

முத்துசாமிக்குக் கலைகளில் ஆர்வமும் ஆற்றலும் உண்டு. களிமண்ணும் கையுமாய் இருந்தால் அம்மாவுக்குப் பிடிக்காது; பார்த்தால் அவ்வளவுதான். பிடுங்கித் தூர எறிந்துவிடுவாள். அவளுக்குப் பயந்தே அந்த வேலைகளிலெல்லாம் இறங்காமல் இருந்தான். பார்த்த படங்களை, அப்படியே அச்சாய் வரையக் கூட அவனுக்குத் தெரியும். இசை என்றால் உயிர்.

ரமேஷ் ஓவியங்களைக் கொண்டுவந்து காட்டியபோது, இப்படியிருந்தா நல்லாயிருக்கும் என்று விமர்சனம் சொன்னான். அது ரமேசுக்குப் பிடிக்கவில்லை. "ஏலே நீ பெரிய யோக்கியமா? எம் படத்தக் கொற சொல்ல வந்துட்டே ..." என்று பட்டென்று கேட்டான். முத்துசாமிக்குத் தாங்க முடியவில்லை. நினைக்க நினைக்க மனசு வலித்தது. இதைப்போல ஆசீர்வாதம், ஆசீர்வாதம் என்கிற ஒரு பெரிய பையனும் அந்தக் கூட்டத்தோடு வந்து சேர்ந்தான். ஆளும் நல்ல பொதுக்குப் பொதுக்குன்னு இருப்பான். முத்துசாமியைக் கண்டாலே ஆசீர்வாதத்துக்குப் பிடிக்காது. காரணமில்லாத ஒரு வெறுப்பு. ஆளில்லாத நேரம் பார்த்துக் குறை சொல்வான். இது முத்துசாமி காதுகளுக்கு எட்டியது. பதறிப்போனான். இப்படி ஏன் வெறுக்கிறார்கள்? படிக்காமல் போனதும், கூலி வேலை செய்துகொண்டிருப்பதையும் குத்திக் குத்திக் காட்டுகிறார்களா. நினைக்க நினைக்கச் சங்கடமாய் இருந்தது. இதையெல்லாம் மறப்பதற்குப் பெரும்பாடாய் இருந்தது அவனுக்கு.

சாயங்காலமானால் எல்லோரும் ஒன்னாகத்தான் கடற்கரைக்குப் போவார்கள். ராஜ்குமார்தான் இருக்குறதிலே வளர்த்தி. அவன் எப்போதும் பணம் வைத்திருப்பான். கைத் துட்டைப் போட்டு நிலக்கடலை வாங்குவான். பின்னால் போகிற நோவாவைப் பார்க்கதான் முத்துசாமிக்குச் சங்கடமாய் இருக்கும். எஸ்.எஸ்.எல்.சி. முடித்துவிட்டு மேற்கொண்டு படிக்க முடியவில்லை. வீட்டின் நிலமை படு மோசம். அவுங்க அப்பாவுக்கு ரொம்பவும் உடம்புக்குச் சுகமில்லை. கிட்டேங்கி முதலாளியும் சம்பளத்தைக் கொடுக்கக் காணோம். நோவா சொல்லச் சொல்ல, முத்துசாமி கேட்டுக்கொண்டே வந்தான்.

காலாறக் கடற்கரை ஓரம் நடந்தார்கள். கூட்டம் கூட்டமாய் ஆட்கள் உட்கார்ந்திருந்தார்கள். கலர் கலராய்க் குழந்தைகள் ஓடித் திரிந்தார்கள். ஆடிக்கொண்டிருந்த ஊஞ்சல் அருகில் கும்பலாய்க் கூட்டம் நின்றது. நீலக் கடல் மினு மினுத்தது. சின்னச் சின்னதாய் அலைகள் கரையைத் தொட்டுத் தொட்டுப் போயின. ஜில்லென்று காற்று வீசியது. இதமான தழுவல் மனசுக்குச் சுகத்தைக் கொடுத்தது.

அப்போதுதான் கண்ணனைக் கண்டார்கள். கண்ணனும் ராஜ்குமாரும் கால்டுவெலில் ஒன்றாகப் படித்தவர்கள். மேற்கொண்டு படிக்க கண்ணன் மெட்ராஸ் போய்விட்டான். கண்ணனுக்கும் முத்துசாமிக்கும் ஒரே தெருவில்தான் வீடு. முத்துசாமிக்குக் கண்ணனுடைய அம்மாவைத் தெரியும். பாட்டியைத் தெரியும். அவுங்க அப்பாவையும் தெரியும். துரைராஜ் ஸார்க்கு வெளியூரில் வேலை. கண்ணன் பாட்டி நல்ல நிறம். குளு குளுன்னு இருப்பாள். வேற யாரையும் தெரியாது. எந்தவிதமான பழக்கமும் கிடையாது முத்துசாமிக்கு.

"மெட்ராஸில் இருந்து எப்பம் வந்த?"

"நேத்து."

"இனுமே எப்பம் போற?"

"போற மாதிரியில்ல."

"எதுக்கு?"

"இங்கதான் படிக்கப் போறேன்."

"அங்க படிச்சதெல்லாம்?"

"அம்போதான்."

"சரி வா அதுல உக்காருவோம்."

அந்தக் குருத்து மணல் திட்டை நோக்கி நடந்தார்கள். டியூப் லைட் வெளிச்சம் பளிச்னு அடித்தது. எல்லோருமே வட்டமாய் உட்கார்ந்துகொண்டார்கள். முத்துசாமி, கண்ணன் தன் அருகில் வைத்திருந்த பழைய விகடன் தொகுப்பை எடுத்துப் புரட்டலானான். கைக்கு அடக்கமாய், அழகாய் பைண்டிங் செய்யப்பட்ட சிறுகதைத் தொகுப்பு அது. பல எழுத்தாளர்கள் எழுதிய கதைகளுடன், பல ஓவியர்களின் விதம்விதமான படங்களும் துணுக்குகளும் செய்திகளும் நிறைந்து காணப்பட்டன. லைட் வெளிச்சத்தில் பையப் பைய அந்தக் கதையை வாசிக்க ஆரம்பித்தான். மணலில் தன்னிஷ்டத்துக்குப் படுத்து, கால்களை நீட்டி, படிப்பதற்கு ஆர்வமான விசயமாய் இருந்தது. ரெண்டு பக்கங்கள் போய், மூணாம் பக்கத்தில் அந்தக் கதை முடிந்து

போயிற்று. ஓர் ஏழைச் சிறுவனைப் பற்றிய கதையில், அவனுக்கும் தனக்கும் சம்பந்தம் இருப்பதுபோலக் கற்பனை ஓடியது முத்துசாமிக்கு.

பேசிக்கொண்டிருக்கும்போதே ஆசிர்வாதம், "வீட்டுக்குப் போகணும்" என்று அவசரப்பட்டான். அவனுடைய வீடு மட்டக் கடையைத் தாண்டி பூபால்ராயர் புரத்தில் இருந்தது. இந்தத் தொங்கலில் இருந்து அந்தத் தொங்கலுக்கு நடக்கணும். அவ்வளவு தெரு லைட்களும் கிடையாது. நாய் தொந்தரவு ஜாஸ்தி. அவன் எழுந்துகொண்டதும் மற்றவர்களும் எழுந்துகொண்டார்கள்.

"முத்துசாமி நீங்களும் போறிங்களா?" என்றான் கண்ணன்.

"இருக்கணுமா . . ."

"ம் நம்ம ரெண்டு பேரும் ஒண்ணாப் போவோம்."

"சரி."

மற்றவர்கள் புறப்பட்டார்கள். அவர்கள் பூங்காவை விட்டு மில்முக்குத் திரும்பி மறையும்வரை பார்த்துவிட்டு, திரும்பி உட்கார்ந்து புத்தகத்தை மூடிவிட்டு கண்ணனைப் பார்த்தான் முத்துசாமி. கண்ணன் மரியாதை கலந்து பேசுவது ஒரு விசயமாய்ப் பட்டது அவனுக்கு. தன்னைவிட வயதில் மூப்பான அவனிடம் பேச ஆர்வம்கொண்டான்.

"நீங்க நல்ல நாடகமெல்லாம் எழுதுவீங்களாமே..." என்றான்.

"யார் சொன்னா?"

"ராஜ்குமார்தான்."

"ம்" என்றபடி கண்ணன் தனக்கு, நாடகம், சினிமாக் கதை இதெல்லாம் எழுதத் தெரியும் என்று பேச ஆரம்பித்தான். தாம் எழுதிவைத்திருக்கும், நாடகம், திரைக்கதைகளைப் பற்றிச் சொன்னான். வசனங்களைச் சொல்லும்போது கேட்டுக் கொண்டிருக்கலாம்போல இருந்தது முத்துசாமிக்கு.

3

முத்துசாமி வழக்கமாய்த் துவைத்த கைலியைத்தான் உடுப்பான். தீபாவளியோடு அம்மா, மில் ஸ்டோரில் ஒரு எட்டுமுழ வேட்டியும் ஒரு டெரிக்காட்டன் சட்டையும் எடுத்துக் கொடுத்திருந்தாள். அதைத்தான் துவைத்து, நாலாய் மடித்துப் பின் ரூம் கொடியில் போட்டிருந்தான். பையமாரோட வெளியில் போகும்போது, 'சாரத்தைக் கட்டிக்கொண்டு போனால் அவ்வளவாய் நல்லாயிருக்காது' என்று வேட்டி கட்ட ஆரம்பித்திருந்தான்.

நாலு வீடுகள் தள்ளியிருக்கிற கண்ணனை, கீழேயிருந்து பார்த்துக் கையசைத்தால் உடனே கீழேயிறங்கி வந்துவிடுவான். கதவைத் தட்ட வேண்டியதிருக்காது. ரெண்டு கதவில் ஒண்ணு எப்பமும் திறந்திருக்கும். அதை நன்றாகத் திறந்து தலையை நீட்டினால், சின்ன தங்கச்சி பாவாடைச் சரசரப்போடு எதிர்ப்படுவாள். "அண்ணே இருக்கா . . ." என்று கேட்பான் முத்துசாமி.

"பெரியண்ணே . . . பெரியண்ணே . . ." என்று சொல்லிக்கொண்டே அந்தக் குழந்தை ஓடுவாள். அந்தப் பாட்டியம்மாதான் முன் அறையில் இருப்பாள். குரலைக் கேட்டுத் தலையை ஆட்டிக் கொண்டே, "இது யாரு" என்று கேட்பாள். முத்துசாமி சொல்வான். "ஒங்க சங்குவதியாச்சி எப்டியிலயிருக்கா?" என்றெல்லாம் விசாரிப்பாள். அதுக்கும் பதில் சொல்வான். எதிரில் உள்ள மேசையில் தினசரி, வாரப் பத்திரிகைகளும் கிடக்கும்.

சுவரில் மாட்டப்பட்ட மர ஷெல்ப் முழுவதும் ஆங்கிலப் புத்தகங்கள் அடுக்குன மேனிக்கு இருக்கும். தமிழ்ப் புத்தகங்கள் இருக்கிறதா என்று பார்ப்பான். ஒன்னு, ரெண்டு இருக்கும். எடுத்துப் படிப்பான்.

கண்ணன் பின்னால் இருந்து வருவான். கழுவுன முகத்தைத் துண்டால் துடைத்துக்கொள்வான். "மேல போங்க வாரேன்" என்பான். முத்துசாமி படிக்கட்டுகளில் ஏறி மச்சுக்குப் போவான். அங்க கிடக்கிற பழைய காலத்து மெத்தைக் கட்டிலில் அமர்ந்திருக்கவே சுகமாக இருக்கும். ஒரு ஓரமாய், தையல் மிஷின். அழுக்குப் பொட்டணம். பின்பக்க ஜன்னல் வழியாய்ப் பார்த்தால் பீங்காட்டு முடுக்கு தெரியும். பரமேஸ்வரன் பிள்ளை பெரிய வீட்டு மாடி தெரியும். லூக்கா கோவில் கோபுரம் தெரியும்.

மேலே ஒரு வாளி நிறைய ஈரத் துணிகளைக் கொண்டு கண்ணனுடைய அம்மா வந்தாள். வாளியைக் கீழே வைத்து, ஒவ்வொரு துணியாய் எடுத்துக் காயப்போட்டாள். திரும்பி முத்துசாமியைப் பார்த்துக் கேட்டாள்.

"ஒங்க அக்கா டீச்சர் டிரையினிங் முடிச்சு வந்துட்டாளா?"

"இன்னும் ரெண்டு நாளுல வருது."

"ஒந்தம்பிமார்ங்க நல்லா படிக்கானுவளா?"

"ம். நல்லா படிக்காங்க . . ."

"இங்கயிரு, கண்ணன் இப்பம் வந்திருவான்."

கண்ணன் அம்மா வாளியைத் தூக்கிக்கொண்டு கீழே இறங்கிப் போனாள். அவளுடைய தலை மறையவும், அந்த அறை தெரிந்தது. அங்கேயும் சிறியதோர் புத்தக அலுமாரி இருந்தது. மேசை, நாற்காலி, லைட் எல்லாம் இருந்தன. அந்த அறைதான் துரைசாமி ஸார் அறை. எப்போதும் புத்தகம் படித்துக் கொண்டிருப்பார். கண்கள் நகலாது. அனாவசியமாய்ப் பேச்சு வைத்துக்கொள்ள மாட்டார். இரண்டாவது மகன் புவனேஷ் கொஞ்சம் படபடத்தவன். ஆட்கள் முகம் தெரியாத மாதிரி நடந்து கொள்வான். சைக்கிளை விராண்டாவில் தூக்கிவைக்கும்போதே, சத்தம் மச்சுவரை கேட்கும். முத்துசாமி அவனோட பேசியதே கிடையாது, தங்கச்சிமார்கள் ரெண்டு பேரும் இருக்கிற இடம் தெரியாது.

முத்துசாமிக்கு எல்லோரையும் பிடித்துப் போயிருந்தது. அவர்களுடைய அன்பும் கண்ணியமும் அவனைத் திகைக்க

வைத்தன. இந்த நெளிவு, சுளிவு தன்னுடைய அப்பா, அம்மாவுக்குத் தெரியாது என்பது முத்துசாமியின் அபிப்பிராயம். அப்பா குணம் ஒரு மாதிரி. அம்மா குணம் ஒரு மாதிரி. வீடு தேடிப் புதுசா ஆட்க, பையமார்கன்னு யாரும் வந்துவிட முடியாது. அம்மாவும் அப்பாவும் வீட்டுக்குள் விட மாட்டார்கள். வாசல்ல நின்னே பேசி அனுப்பிவிடுவார்கள். வீட்டுக்குள் கூட்டிக்கொண்டு வந்து பேசினால் ஏச்சு விழும். ஆனாலும் முத்துசாமியைத் தேடிவரும் நோவாவுக்கு மட்டும் சகல மரியாதையும் உண்டு. அவன் எப்பமும் வரலாம், போகலாம், பேசலாம், சிரிக்கலாம், என்னமும் சொல்லலாம். அவனை மட்டும் அப்பா ஒன்னும் சொல்ல மாட்டார். அம்மா, அவுங்க அப்பா எப்படியிருக்கு என்றெல்லாம் கேட்டு அறிவாள். காப்பியும் கொண்டுவந்து கொடுப்பாள்.

"முத்துசாமி போவோமா . . ." என்றவுடன் அவனுடைய நினைவுகள் தடைப்பட்டன. திரும்பிப் பார்த்தான். நாலு படிகள் மேல் ஏறி வந்து கண்ணன் கூப்பிடுவது தெரிந்தது. லாண்டரியில் சலவைசெய்த சர்ட்டும் பேண்ட்டும் சுருள்சுருளாய் கிராப் தலையுமாய், மூக்குக் கண்ணாடி, சுத்தமாய் சேவ் செய்து, அரும்பு மீசையை ஒதுக்கிவிட்டு, பவுடர் போட்ட முகம். வாசலுக்கு இறங்கிவந்த கண்ணனிடம், "அண்ணே ...வரும்போது இந்த நோட்டு வாங்கிட்டு வா" என்று ஒரு துண்டுக் காகிதத்தையும் பணத்தையும் கொடுத்தாள் மூத்த தங்கச்சி. அதை நாலாய் மடித்துச் சட்டைப் பைக்குள் வைத்துக்கொண்டான். முத்துசாமி கீழே இறங்கிவந்து, கழத்திப் போட்ட ரப்பர் செருப்பை மாட்டிக்கொண்டான்.

மிகவும் பழமை வாய்ந்த மில் நூலகம் ஒன்று அருகில்தான் இருந்தது. வெள்ளைக்காரன் காலத்துக் கட்டடம் அது. அந்த ஹார்வி மில் கட்டடத்தின் சிறுபகுதியை மறித்து லைப்ரரியாக்கி இருந்தார்கள். பிரம்மாண்டமான அந்தக் காலத்து இரும்புப் படிகளில் ஏறும்போது, அந்தச் சத்தமே ஒருவகையான இசையைக் கொடுத்தது.

லைப்ரரியில் கூட்டம் அவ்வளவாக இல்லை. ஃபேன்கள் சும்மா சுற்றிக்கொண்டிருந்தன. பத்திரிகைகளையெல்லாம் ஒழுங்காய் அடுக்கி, பறந்துவிடாமல் கல்லைத் தூக்கி வைக்கப்பட்டிருந்தன. நூலகராக இருக்கிற கந்தசாமி, புத்தகம் எடுக்க வருகிறவர்களிடம், புத்தகப் பட்டியலைப் பார்த்துத் தேதி, பெயர், புத்தகம், புத்தக வரிசை எண் என்று எழுதிக் கையெழுத்து வாங்கிக்கொண்டு புத்தகங்களைக் கொடுத்தார். வார இதழ்களையெல்லாம் பத்திரமாய் மேசை டிராயாரில் பூட்டி வைத்திருந்தார். கேட்டவுடன் ஏற இறங்கப் பார்த்தார். நீ யாரு,

எவரு என்றெல்லாம் கேட்கிறபோது முத்துசாமிக்குப் போதும் போதுமென்றிருந்தது. அடுத்த நிமிஷத்தில் கண்ணன் எழுந்து வந்தான். கந்தசாமியோடு முன்பே பழக்கம் இருந்தவனைப் போல, "நமக்கு வேண்டிய பையன்தான்" என்றான். "முன்னப் பின்ன தெரியாதவங்களுக்குக் கொடுத்தா . . . உள்ள உள்ள படங்கள்ல அவுங்களுக்குத் தேவையானதைக் கிழிச்சுட்டுப் போயிடுறாங்க" என்று கந்தசாமி, கண்ணன் முகத்தைப் பார்த்தார். நியாயம் இருப்பதாய்ப் பட்டது. "நாங்க அப்டியாட்க கிடையாது ஸார் . . ." என்று கண்ணன் சொல்லவும், "நா ஒங்களச் சொல்லல. இப்படியாட்க இருக்காங்க. என்ன செய்கிறது" என்றபடியே கந்தசாமி டிராயரைத் திறந்து புத்தம் புதிய வார இதழ்களைத் தூக்கிக் கொடுத்தார். முத்துசாமி வாங்கிக்கொண்டான். ஒரு ஓரமாய்ப் போய் உட்கார்ந்து படிக்க ஆரம்பித்தான்.

சிறுகதை கிளுகிளுப்பாய் ஓடியது. ஓர் அலுவலகம். புதிதாக ஒரு இளம் பெண், டைப்பிஸ்டாக வருகிறாள். மேனேஜர் அவளிடம் கடிதங்களைக் கொடுத்து டைப்படித்து வரச்சொல்லுகிறார். அவள் வாங்கிக்கொண்டுபோய் டைப் அடிக்கிறாள். அடிக்க அடிக்க ஒவ்வொரு வாக்கியமும் விலகி விலகி விழுகிறது. திரும்பவும் அடிக்கும்போதும் அதே குறைபாடுகள். மேனேஜரிடம் போய் முறையிடுகிறாள். அவர் வந்து பார்க்கிறார். மெக்கானிக் வருகிறான். ஒரு குறையுமில்லை என்கிறான். அவளைத் திரும்பவும் அடிக்கச் சொல்லிப் பார்க்கிறார் மேனேஜர். தவறு கண்டு பிடிக்கப்படுகிறது. அவள் அமர்ந்திருக்கும் ஸ்டூலை உயர்த்த, ஆணை பிறப்பிக்கிறார். டைப் அடிக்கும்போது, அவளுடைய இளம் மார்பு இப்போது குத்தவில்லை . பின் நாட்களில் அவளே, அவருக்கு மணப்பெண்ணாகிப் போகிறாள்.

கதையைப் படித்து முடித்ததும் கனகத்தின் ஞாபகம்தான் வந்தது முத்துசாமிக்கு. கனகம் ரொம்பத் தூரத்தில் இல்லை. எதிர் வீட்டில்தான் இருந்தாள். அந்த நாலு வீடுகளையும் இப்போதுதான் கட்டியிருந்தார்கள். எல்லாமே ஒரு காயல் பட்டினம் சாய்புவுக்குச் சொந்தமானது. பழைய களிமண் வீட்டில் உள்ளவர்களையெல்லாம் காலிசெய்துவிட்டார்கள். பெரிதாய் ஐந்து ரூம்புகள். தனித்தனி பாத்ரூம், ப்ளஸ் அவுட், குழாய் அடி. உடனே ஆட்கள் வாடகைக்கு வந்துவிட்டார்கள்.

முதல் வீட்டில் ஒரு தோணித் தண்டல் குடும்பம். இரண்டாவது வீட்டில் ஒரு கால்டுவெல் வாத்தியார், மூன்றாவது வீட்டில் பெரிய அளவில் சமையல் காண்ட்ராக்ட் எடுக்கிற மாரிமுத்து நாடார் குடும்பம். நாலாவது வீட்டில் ஒரு அரசு அதிகாரியின் குடும்பம் இருந்தது.

அந்த கால்டுவெல் வாத்தியார்தான் பெருமாளுக்கு கிளாஸ் டீச்சர். அதுமூலமாய் அம்மாவுக்குச் சின்னச் சின்ன ஒத்தாசைகளைச் செய்துகொடுக்கிற பழக்கம் ஏற்பட்டது. அவர் பொஞ்சாதிக்குக் கொஞ்ச வயது. கைக்குழந்தையை வேறு வைத்திருந்தாள். கடைக்கி கிடைக்கி முத்துசாமி போய் வந்து கொடுப்பான்.

அப்படியிருக்கும்போதுதான் கனகத்தைப் பார்க்க முடிந்தது.

கனகம் கொமருப்பிள்ளை, பதினாறு பதினேழு வயசு இருக்கும். ஒல்லியான தேகக்கட்டு. அதற்கேற்ற வளர்த்தி, சதைப்பிடிப்பான உடம்பு. கறுப்பும் சிவப்பும் கலந்த மாநிறம். இளம் மார்பை மறைக்கும் தாவணி. முந்தி கொஞ்சம் பழையது தான் என்றாலும், அதில் ஒரு துளி அழுக்கைக்கூடக் காண முடியாது. எப்பமும் சிரித்த முகமாய்த்தான் இருப்பாள். காலைல ஏழுமணிக்கு வாத்தியார் பொண்டாட்டியோடு உட்கார்ந்து பத்துப் பாத்திரங்களையெல்லாம் தேய்ப்பாள். பைப்படியில் தண்ணிப் பிடித்து ஊத்துவாள். எதையாவது சாக்குவைத்துக்கொண்டு அப்பந்தான் போவான் முத்துசாமி. தெரிஞ்சும் தெரியாமையும் பார்ப்பான். பாவாடையோடு தாவணியையும் மேலாகத் தூக்கி இடுப்பில் சொருகிக்கொண்டு ஒதுங்கி நிற்பாள் கனகம்.

இந்தப் பத்தொம்பதாவது வயதில் அவனை ரொம்பவும்தான் பாதிக்க வைத்திருந்தாள் கனகம். எப்போதும் அவளுடைய முகம்தான் ஞாபகம் வந்தது. வருவதையும் போவதையும் கணக்கெடுத்து வைத்திருந்தான். சுகமான நினைவுகளோடு ரம்மியமாய்ப் பொழுது கழிந்தது. அவளோடு பேச படாத பாடு பட்டான்.

கனகம் அவனைப் பார்க்கவில்லை, பேசவில்லை, சிரிக்க வில்லை. அவள் வருவாள். தனது ஜோலி பார்த்துவிட்டுப் புறப்பட்டுப் போய்விடுவாள். இப்பம் கொஞ்ச நாட்களாய் அவளையும் காணோம். ஒரு கிழவி வீட்டு வேலைகளுக்கு வருகிறாள். இந்த மெல்லிய காதல் மறைந்து போவதற்குள் இன்னொரு பெண் பார்வைக்குக் கிடைத்தாள். மிகவும் அமைதியும் அடக்கமும் கொண்டது அவளுடைய முகம். அவள் சிரிக்கும்போது மெல்லிய சோகம் படர்வதைக் கண்டான். நுனிக்கால்கள்வரை இரட்டைப் பாவாடை உடுத்தி, மெல்லிய நூல் இழையில் கட்டம் கட்டமாய், பூப் பூவாய்ச் சிந்திக்கிடக்கிற தாவணி கட்டியிருந்தாள். அந்த மார்போடு இறுக்கமாய் அணைத்திருந்த புத்தகங்களுடன், தற்செயலாகத்தான் அவளைக் கண்டான்.

ஆடாமல் குலுங்காமல் நடந்து வருவாள். மணி எட்டரைக்கெல்லாம் மட்டக்கடைச் சந்திப்பைக் கடந்து செல்வாள். நெருக்கடி மிகுந்த கடைவீதியில் அவளை மட்டும் பார்ப்பதற்காக நைட் ஷிப்டு முடிந்து வந்து, உடனே குளித்து, உடை மாற்றிச் சாப்பிட்டுவிட்டுப் புறப்பட்டு விடுவான் முத்துசாமி. திருட்டுத்தனமாய்க் கண்கள் தேடும். பார்க்கப் பார்க்கச் சுகமான அனுபவமாய் இருக்கும். தெப்பக்குளம் முக்கு திருப்பத்துவரை அவளோடு போய், அவளுடைய தலைமறையும்வரை பார்த்துவிட்டுத் திரும்புவான்.

போதாக் காலம், அவளையும் ரொம்ப நாளாக் காணோம். அவளை மறக்கச் சிரமமாய் இருந்தது. நோவா வீட்டுக்கு வந்து புல்புல்தாராவில் சினிமா பாட்டுகளை வாசித்தான். கதைப் புத்தகங்களைப் படித்தான். இப்படி விசயங்கள் ஒண்ணும் அம்மாவுக்குத் தெரியாது.

4

ஞாயிற்றுக்கிழமைக்குத் தனி மவுஸ்தான். அதன் பரபரப்பும் சுறுசுறுப்பும் அலைச்சலும் களைப்பும் கடைசியில் மிச்சமிருக்கிற இனிமையும் சுகமும் வேறு எந்த நாளுக்கும் வராது. ஒரு திருவிழா, காட்சி என்று வந்தால்தான் எல்லோரையும் மொத்த மொத்தமாய் வீட்டில் பார்க்கலாம். லீவும் அன்னைக்கித்தான் இருக்கும். வீடே கலகலப்பாய் இருக்கும். ‘அம்மா’ என்கிற சந்தோஷத்தில் வீடு நிறைந்திருக்கும். அம்மா எப்பமும்போலச் சுறுசுறுப்பாய் இருப்பாள். காலைல சுடச்சுட காப்பி, சூடாய் தோசை. “போதுமா . . . காணாட்டிக் கேட்டு வாங்கிக்க . . .” என்பாள். விடியக்காலமே போய், மோரீஸ் பர்னாந்து இறைச்சிக் கடையில் கறி வாங்கி வந்திருப்பாள். உருளைக்கிழங்கைப் பெரிய பெரிய துண்டாகத்தான், அம்மா குழம்புக்கு வெட்டிப் போடும். யாழ்ப்பாணத்து முருங்கக்காய் சீவிப் போடாம கறிக்குழம்பு வைக்க மாட்டாள். கறி மசாலா வாடை கமகமன்னு அடிக்கும். அம்மா வைக்கிற குழம்பின் மணமே தனிதான். அந்தக் கைப் பக்குவம் வேற யாருக்கும் வராது. கறி, புளிக்கு நல்ல செலவு செய்வாள். கோமதி அக்காவுக்கு ஒரு வேலையும் இருக்காது.

அப்பாவுக்கு அன்னைக்குப் பூரா குமுதம் கிடைத்தால் போதும். குமுதத்தைக் கெஞ்சிக் கூத்தாடி அக்கா வாங்குவாள். ஜாவர் சீதாராமன் கதை என்றால் அக்காவுக்கு உயிர். அதை மட்டும் விரசலாய்ப் படித்துவிட்டுக் கொடுத்துவிடுவாள். தம்பிமார்கள் யாரையும் வீட்டில் பார்க்க முடியாது.

எஸ்.ஆர். கோட்டைக்குள் விளையாடப் போய்விடுவார்கள். தெருப் பையமார்கள் கூட்டமே அங்கதான் நிற்கும். ஒரே பந்து விளையாட்டுத்தான். மத்தியானம் சாப்பாட்டுக்கு வீட்டுக்கு வரும்போது கால், கையெல்லாம் ஒரே புழுதியாகத்தான் இருக்கும். வேர்த்து . . . கன்னங்கரேன்னு நிற்கிற பிள்ளைகளைப் பார்த்தால், அப்பாவுக்கு மூக்கு நுனியில் கோபம் வரும். அந்தால முட்டுல நிற்க வேண்டியதுதான். அப்பா எப்பம் எந்திரிக்கச் சொல்லுதோ அப்பந்தான் எந்திரிக்க முடியும். இதுக்காகச் சுட்டி பைய ஜன்னல் வழியாய் எட்டிப் பார்க்கிறது. “அப்பா என்ன செய்யுது . . .”ன்னு கேட்டு, “தூங்குது”ன்னு தெரிந்ததும், விருட்டென்னு வீட்டுக்குள் வந்துவிடலாம். அப்பா முழிச்சிருக்கு, அப்பா சாப்பிடுது, அப்பா குமுதம் படிக்குன்னு தெரிந்தால், முடுக்குப் பாதைக்கு வளவுக்கரை வழியாய் வந்து கை, கால், முகம் கழுவி, நல்ல பிள்ளையாய், எதுவும் தெரியாதவர்கள் மாதிரி வந்து சாப்பிட்டுவிட்டு அப்பா கண்ணெப் பார்த்து, திரும்பவும் விளையாடப்போய்விடுவார்கள்.

ஞாயிற்றுக்கிழமை காலையில் மில் கம்மென்றாகி விடும். இரைச்சல் ஓய்வு எடுத்துக்கொள்ளும். தினசரி காலையில் அம்மாவைச் சந்தித்த கண்களுக்கு அன்று மட்டும் நெருடல் தெரியும். அம்மாவைப் பார்க்காமல் என்னமோபோல இருக்கும் முத்துசாமிக்கு.

ஏழுமணிக்கு மில் விட்டால், அரைமணி நேரத்தில் வீடு வந்துவிடலாம். தெரு பளிச்சென்றிருக்கும். முனிசிபல் வண்டியில் குப்பையை அள்ளிப் போட்டுப் போய் இருப்பார்கள். பிலோமி ஆத்தா பலகாரக் கடையில் வியாபாரம் சுறுசுறுப்பாய் நடக்கும். மேற்காம அடிக்கிற வெய்யிலை மறைக்க, நார்க் கட்டிலை நிமிர்த்தி நிற்க வைத்திருப்பாள். ஆத்தா திரேகம் வேர்த்து ஓடும். சட்டை தொப்புத்தொப்பாய் நனைந்திருக்கும். தோசை சுட்டுக் கொண்டிருப்பாள். இட்லி அவித்துக்கொண்டிருப்பாள். ஆப்பத்துக்கு மாவு ஊத்தும் வேலை நடக்கும். ஏனங்களை வைத்துக்கொண்டு, ஆட்கள் குத்தவைத்துக்கொண்டிருப்பாள். சின்னப் பிள்ளைகள் கரைச்சல் தாங்க முடியாது. எனக்கு, உனக்குன்னு ஏனத்தைத் தூக்கிக்கொண்டு முந்தும், தெருப் பைப்பிலும் அப்பந்தான் தண்ணீரும் வரும். செமக் கூட்டம் நிற்கும். எவளாவது தெரிஞ்சோ தெரியாமலோ முந்திக்கிட்டுக் குடத்தை வைத்திருப்பாள். அதனாலே பிரச்சினை வந்திருக்கும். சண்டை நடக்கும். பேச்சு நாறும்.

ராத்திரி வேலைசெய்யும்போதே மனசு குதூகலம் கொண்டது. லீவை நினைத்து இனித்தது. இனி திங்கட்கிழமை ராத்திரிதான் வேலை. தெருவில் சைக்கிளில் வந்து இறக்கும்போதே நோவா

வீட்டுக்குப் போகணும் என்று நினைத்துக்கொண்டான் முத்துசாமி. அந்தச் சிரட்டை சுத்தப்படுத்தி வைத்த மேனிக்குக் கிடக்கிறது. அதை எடுத்துத் தமரு போடணும். மூங்கிலைச் செதுக்கி டைட்டாய்ச் செருகணும். அந்த வேலை முடிந்துவிட்டால், வயலினைச் செய்து முடித்த மாதிரிதான். எல்லோருக்கும் வாசித்துக் காட்டலாம். "என்ன பாட்டு வேணும். சொல்லு. நா வாசித்துக் காட்டுகிறேன்" எனலாம். இசையை யார்தான் வெறுப்பா?

கோமதி அக்கா விட்ட தொடர்கதையைப் படித்துக் கொண்டிருந்தாள். முத்துசாமி சட்டையைக் கழற்றிக் கொடியில் போட்டான். பின்னால் போய் பனியனை உதறினான். தூசிகள் பறந்து மறைந்தது. கண்ணு ரெண்டும் எரிச்சலாய் இருந்தன. அடுப்பு அணைந்து புகை மண்டி எழுந்தது. அக்கா வந்து குழலை வைத்து ஊதினாள். அம்மா கை வேலையாய் இருந்தாள். டவுசர் பையிலிருந்து பணத்தை எடுத்துக் கொடுத்தான்.

"இப்பந்தான் வந்தியா?"

"ஆமா."

"பிரேம் நல்லா ஓடிச்சா?"

"ம்."

"முத்துநாடார் என்னமும் சொன்னாரா?"

"இல்ல."

"ரூபாய அக்காக் கையில கொடு. பெறவு வாங்கிக்கிடுறேன்."

முத்துசாமி முன் ரூம்புக்கு வந்தான். சுவரோடு சாய்ந்து உட்கார்ந்திருந்த அக்காவிடம் "இத வச்சுக்கிட்னும்மா" என்று பணத்தைக் கொடுத்தான். அக்கா பணத்தை வாங்கிக் கொண்டாள்.

அப்பாவின் சத்தம் பின்னால் இருந்து கேட்கிறது. வேட்டியைக் காயப்போட மட்டப்பாவுக்குப் போனார். அண்ணன் மட்டப்பாவில் தூங்கிக்கொண்டிருந்தான். அப்பா வருவதைக் கண்டதும் சண்முகம், பாய் படுக்கைகளைச் சுருட்டிக்கொண்டு அவசரமாய்க் கீழே இறங்கி வந்தான்.

அப்பா வேட்டியைக் காயப்போட்டுவிட்டு, ஏசிக்கொண்டே ஏணிவழியாய் இறங்கினார். "ராத்திரி பூரா ஊர்க்காடு சுத்துறது. பகல் பூராக் கிடந்து உறங்குறது . . ." என்ற அப்பாவின் குரலைச் செவியில் வாங்கிக்கொண்டு, தூக்கக் கலக்கத்தில் வீட்டின் ஒரு மூலையில் வந்து கவுந்து படுத்துக்கொண்டான்.

ஸ்ரீதர கணேசன்

முத்துசாமி குளித்தான். உடை மாற்றினான். சாப்பிட்டான். தலை சீவினான். கண்ணாடியில் மீசை அடர்த்தியாய் வளர்ந்திருந்தது. அவ்வளவும் புஸ் புஸ்ன்னு இருக்கும். செம்பட்டை மயிர்கள். காணாத குறைக்குப் பூனைமுடிமாதிரி மிகவும் மெல்லிசான மயிர்கள் ஜாஸ்தி. ராஜசேகரன்கூட இப்பெல்லாம் சேவ் செய்து விட்டுதான் வேலைக்கு வாரான். ரெண்டு தடவை சேவ் செய்தால் கூடப் போதுமாம், முடியெல்லாம் கறுப்பாய் ஆகுமாம். ராஜசேகரனுக்கு அப்படித்தான் கறுப்பாகி, கோடு மாதிரி அரும்பு மீசை. மாடசாமிக்குக் கிடாரி மீசை. அவுங்க தேவமார்களாம். “நாங்கயெல்லாம் இப்டித்தான் மீசை வைச்சுருப்போம்” என்று அவன் சொல்லும்போது, முத்துசாமிக்குச் சிரிப்புதான் வந்தது. அண்ணனுக்கு மீசை, தாடியெல்லாம் வளர்ந்திருக்கும்போது யார்கிட்டேயும் சொல்லாம கொள்ளாம அவன் பாட்டுக்குப் போய் ஒரு நாலணா கொடுத்து சலூன்ல மீசையை ஒதுக்கிட்டு வந்துட்டான். அம்மாவுக்கு இது ரொம்பவும் வருத்தம். அன்னைக்கி ஒருநாள் முத்துசாமியைக் கூப்பிட்டுக் கண்டிப்பாகவே சொல்லிவிட்டாள். “ஏலே.. முடியை ஒங்க அண்ணன மாதிரி எங்கையும் எடுத்துறாதே. திருச்செந்தூரில் போய் எடுக்கணும்” என்று சொல்லி மாசம் ஒண்ணாச்சு. இன்னும் கூட்டிக்கிட்டுப் போகல அம்மா.

முத்துசாமி வெளியில் புறப்பட்டான்.

லூக்கா கோவிலில் காலை ஆராதனைக்கு மணி அடிக்கிற சத்தம் கேட்கிறது. மணி ஒம்பது. தெருச் சந்தடியைக் கடந்து வேகமாய் நடந்தான் முத்துசாமி. நோவா வீட்டுக்கு வந்தான். நோவா வீட்டில் இல்லை. பெரியம்மா எதிர்த்த வீட்டில் இருப்பதாகச் சொன்னாள்.

நோவா, ராஜ்குமார் வீட்டில் பாட்டுக் கேட்டுக் கொண்டிருந்தான். சிலோனில் தமிழ் சினிமாப் பாட்டு ஒலித்துக் கொண்டிருந்தது. முத்துசாமியைக் கண்டு எழுந்தான். ஜன்னல் வழியாய்ப் பார்த்துச் சிரித்தான். “இங்க வா” என்று கையசைத்துக் கூப்பிட்டான். முத்துசாமி போனான். ராஜ்குமார் உள் வீட்டுக்குள் இருந்து வந்தான். விரிந்த மார்பில் துண்டு ஆட, “என்ன முத்துசாமி அந்தச் சிரட்டையில வீணை செஞ்சாச்சா ?” என்று சிரித்தபடியே கேட்டான்.

முத்துசாமி கட்டிலில் உட்கார்ந்தான். அந்தச் சிரிப்புத்தான் என்னமோபோல இருந்தது. பாட்டு கேட்கிற எண்ணம் சட்டென்று குறைந்து போனது. வேற எதுவும் பேசத் தோன்றவில்லை. வீட்டுக்குள் இருந்து அவனுடைய அம்மாவின் குரல்தான் பலமாய்க் கேட்டது. கத்திக்கொண்டே வந்தான். “ஏம்மா ... இப்டிச்

சத்தம் போட்டுக்கொண்டு வாரே . . .” என்றான் குமார். வந்த பொம்பளையாளு வாய் மூடிக்கொண்டாள். மகனைக் கண்டால், எப்போதுமே அவளுக்குப் பயம்தான். ஒரே பையன். சின்னச் சின்ன வேலைகளைக்கூட மகனைச் செய்யவிட மாட்டாள். கண்ணே பொண்ணே என்று வளர்க்கிறாள். அவசரத்துக்கு மட்டக்கடைக்கு ஓடிப் போகணும்ன்னாலும் *மாச்சல் பாராமல் ஓடிப் போவாள். குமார்க்கு நல்லாச் சாப்பிடணும், உடம்பை வளர்க்கணும், பழகணும், அழகாய் உடை உடுத்திக்கிட்டு ஊர் சுற்றணும். அவ்வளவுதான்.

பழைய பாட்டு முடிந்து, புத்தம் புதிய சினிமாப் பாட்டுகள் ஒலித்தன. ‘பொங்கும் பூம்புனல்’ கூடவே சேர்ந்து முணுமுணுத்தான் முத்துசாமி. பாட்டு முடியந்தட்டியும் அமைதியாய் இருந்தான். தூக்கம் வேறு கண்களைச் சுழற்றியது. வந்த வேலையை முடிக்கணுமே என்று மனசு அழுத்தியது. நேரம் சுணங்காமல் செய்துமுடித்துவிட்டால் கவலை குறையும். பெறவு யாரும் என்னமும் செஞ்சிட்டுப் போறாங்க. அதைப் பற்றிக் கவலையில்லை. நோவாவைக் கூப்பிடத்தான் சங்கடமாக இருந்தது முத்துசாமிக்கு. இது அவன் வீடு. அவன் விசயம். இதில் போய்த் தலையிட்டு, எப்படி அதிகாரம் செய்ய ? அந்த அரைமணி நேரம் போனபெறவு விசயத்தைச் சொன்னான், முத்துசாமி. நோவா திரும்பி, “அப்பமே சொன்னா என்ன ... நா எடுத்துத் தந்திருப்பேனே. வா போவோம்” என்றான். சத்தங் காட்டாமல் முத்துசாமி அவன்கூட எழுந்து போனான்.

பெரியப்பா ரொம்பவும் மெலிந்து போயிருந்தார். படுத்த படுக்கை. எழுந்திரிக்க, நடமாட முடியவில்லை . ஒரு வாரமாய்க் காய்ச்சல் விட்டுவிட்டு அடிக்கிறது. சோர்வு, மயக்கம், நடுக்கம், ஆசாத்தியம் எல்லாமே சேர்ந்து முன்னே மாதிரிச் சாப்பாடு செல்லமாட்டுக்கு. ஒரு பைபிளை மட்டும் எப்பமும் தலைமாட்டில் வைத்திருந்தார். கொஞ்சம் உடலுக்குத் தாவலைன்னா உடனே எடுத்துப் பிடிக்கிறது. வழக்கமாக ஞாயிற்றுக்கிழமை காலையில் பெரியப்பாவை வீட்டில் பார்க்க முடியாது. கருக்கல் இருட்டுலே புறப்பட்டுப்போய்விடுவார். தோளில் பை, பைபிள், அஞ்சாறு பாட்டுப் புத்தகங்கள். வலது கையில் ஒரு மேக்கப் போன். அது அழகாய் பெயிண்ட் அடிக்கப்பட்டு, வசனங்கள் எழுதப்பட்டிருக்கும். நடையாய் நடப்பார். தெருத் தெருவாய்ச் சுற்றுவார். கிராமப்புறங்களைத் தேடிப் போவார். பிரசங்கம் செய்வார். வீடு திரும்ப எப்படியும் மத்தியானம் ஒருமணிக்கு மேலாகிவிடும். அப்பம் வரல்லன்னா, சாய்ங்காலம் நாலுமணிக்கு வந்து நிற்பார். சமயத்துல ராத்திரியைக் கடந்துவிடும். இருட்ட

* மாச்சல் – சோம்பல்

இருட்டப் பயம் படியும். போன ஆள இன்னும் காணாமே. பகல் பூரா அலைந்த ஆளுக்கு என்னாச்சோ ஏதாச்சோ என்று தேட ஆரம்பிப்பாள் பெரியம்மா.

இப்படித்தான் அலைச்சலும் களைப்புமாய் வீடு திரும்பிக் கொண்டிருந்தவரை, ஒருத்தன் கல்லாலே எறிந்துவிட்டான். நெத்திப் பொட்டில் நல்ல அடி. பொங்கிப் பொங்கிவரும் இரத்தத்தைப் பார்த்து, அங்குனக் கூட உள்ள சாதி ஜனங்கள் கூடிவிட்டார்கள். கல்ல விட்டு எறிந்தவன் ஓடிப்போய்விட்டான். வாப்பாரிய ஜனங்கள், அவருக்குப் பார்க்க வேண்டிய முதல் உதவிகளைப் பார்த்து, ஒரு ரிக்சாவைப் பிடித்து அனுப்பிவைத்தார்கள். மண்டைக் கட்டோடு பெரியப்பா வந்து இறங்கினார். தெருவே கூடியது. ஆட்கள் பதமாய்க் கைகளைப் பிடித்து இறங்க உதவினார்கள். பெரியப்பா தளராமல் இறங்கினார். நடந்ததைச் சொன்னார். "இந்த மனுஷனுக்கு எதுக்கு வேண்டாத வேலை?" என்று கண்டும் காணாமலும் தெரு ஆட்கள் முணுமுணுத்தார்கள். பெரியப்பா எதையும் செவியில் வாங்கிக்கொள்ளவில்லை. 'கர்த்தருக்கு ஸ்தோத்திரம்' என்றார். பைய நடந்து வீட்டுக்கு வந்தார்.

பெரியப்பா தூங்குற நேரம் சொர்க்கம். முழித்திருக்கிற நேரம் போனால், சொந்தமாய் எதையும் செய்ய முடியாது. என்ன, எங்கப்போற, எதுக்கு, எப்படி என்றெல்லாம் பெரியம்மாவைக் கேட்க ஆரம்பித்துவிடுவார். வாரப் பத்திரிகைகளையெல்லாம் பெரியம்மா மறைச்சு மறைச்சுதான் படிப்பாள். அரசியல், சினிமாக் கதை எதுவும் பெரியப்பாவுக்குப் பிடிக்காது. பிடிப்பதெல்லாம் பைபிள் ஒன்னுதான். பைபிளைக் குறைத்துச் சொன்னால், பொல்லாத கோபம் வரும் பெரியப்பாவுக்கு. அன்னைக்குப் பூரா வைதுகொண்டேயிருப்பார்.

அப்பா தூக்கத்துக்கு இடையூறு வராமல், மெதுவாக ஷெல்பைத் திறந்தான் நோவா. புல்புல்தாராவை எடுத்துக் கொடுத்தான். முத்துசாமி வாங்கிக்கொண்டு தட்டட்டிக்குப் போனான். அவன் வைத்துவிட்டுப்போன பொருள்கள் அப்படியே இருந்தன. ஊத்தாம்* பெட்டி உலர்ந்துபோய் இருந்தது. இதை வாங்கப் பட்டபாடு பெரும்பாடு. ராமநாடார் விளையில் இருக்கிற பால்ராஜ் வீட்டுக்கு நாலு தடவை அலைந்தான் முத்துசாமி. பால்ராஜ் கால்டுவெல் ஹைஸ்கூலில் படிக்கும்போது பழக்கம். அவன் அப்பா மட்டக்கடையில் இறைச்சிக் கடை வைத்திருந்தார். அங்கதான் போய்க் காத்திருந்து வாங்கிக்கொண்டு வந்தான். சோப்பு போட்டு அலசி, அதை எடுக்கங்காட்டிலும் போதும்போதுமென்றாகிவிட்டது. அப்படியிருந்தும் நாத்தம்

---

* ஊத்தாம் பெட்டி – ஆட்டின் சிறுநீர்ப்பை

போகவில்லை. ஒரு தாளை எடுத்துச் சுற்றி, மேலே கொண்டு வைத்துவிட்டுப் போனான்.

இப்பம் காய்ந்துபோய் இருந்தது. கொஞ்சம் தண்ணி வேணும். தெளிச்சா, பதம் கொடுக்கும். சொல்லுகிறபடி கேட்கும். இழுக்கிற இடத்துக்கு இழுக்கலாம். வளைக்கிற இடத்துக்கு வளைக்கலாம். சிரட்டையில் வைத்து இறுக்கிக் கட்ட லேசாய் இருக்கும். ஏற்கெனவே சிரட்டையும் இருக்கு. மூங்கில் இருக்கு. இப்பம் தேவை ஒரு போணித் தண்ணீர்தான். திரும்பவும் கீழே போகணும். நோவா இருக்கணும். அவன் எதிர்த்த வீட்டுக்குப் போய்விட்டான்னா, திரும்பப் போய்க் கூப்பிடணும். பெரியம்மா 'வெடுக்'ன்னு எதுவும் சொல்லிவிடக் கூடாது. பெரியம்மாவுக்குக் கொஞ்சம் ராங்கியும் உண்டு. சிரித்துப்பேசின மாதிரிதான் இருக்கும், மூஞ்சைச் சுழித்துக்கொண்டு எதையாவது ஒன்னச் சொல்லிவிடுவாள். அடுத்தாளு வருத்தப்படுமேன்னுல்லாம் நினைக்க மாட்டாள். இதையெல்லாம் நினைக்கிறபோது சடவாய் இருந்தது முத்துசாமிக்கு. கை வேலைகளை முடிச்சுட்டுப் போய் நிம்மதியாய்த் தூங்கலாம். ஒரு கண்ணுக்குத் தூங்கியெழுந்தாலும் போதும். மிச்சத் தூக்கத்தை ராத்திரி பார்த்துக்கொள்ளலாம். நாளைக்குப் பகல் முழுசும் லீவு. கவலை கிடையாது. நைட் ஃஷிப்டுக்குப் போனாப் போதும்.

முத்துசாமி பைய இறங்கி வந்தான். பெரியப்பா ஒரு பக்கம் சாய்ந்து படுத்திருந்தார். வேற ஒருத்தருமில்லை. விராண்டாவில் முத்துசாமியின் தலை தெரிந்ததும், நோவா எழுந்து வந்தான்.

"என்ன . . .?"

"ஒண்ணுமில்ல . . . கொஞ்சம் தண்ணி வேணும்."

"தொட்டியில கெடக்கு மோந்துக்க . . ."

"மோக்கறதுக்கு ஏனம்?"

"அங்குன செம்பு ஒண்ணுமில்லையா?"

"இல்ல."

"சரி வா."

முத்துசாமியை நோவா கூட்டிக்கொண்டு போனான். அங்கணத்தில் இருந்த சிமெண்ட் தொட்டியில் பாதியளவில் நீர் கிடந்தது. வாளியை எடுத்து மோந்தான் நோவா. பெரியம்மா இல்லாமல் போனதும் ஒருவகைக்கு நல்லது. கொஞ்சம் தண்ணியைச் சிந்தினாலே அவளுக்குக் கோபம் வரும். "தண்ணீர் பிடிக்கப் படுகிறபாடு என்ன? இந்தப் பயலுவ . . . இப்டித்

தண்ணியக் கொட்டிச் சீரழிக்கான்களே ...” என்று கனைப்பாள். அவளைச் சொல்லிக் குற்றம் கிடையாது. தண்ணிக்குக் கஷ்டம்தான். தெரு பைப்ல காத்துக் கிடந்தாலும் ரெண்டு குடம் தண்ணி கிடைப்பது கஷ்டம், அதுவும் சண்டை போட்டாதான் கிடைக்கும். இல்லைன்னா மட்டக்கடை அரசமரத்துக் கிணத்தடிக்கு நடக்கணும். தண்ணியைச் சுமக்கங்காட்டிலும் போதும்போதுமென்றாகிவிடும்.

பெரியம்மா வரங்காட்டிலும், வாளித் தண்ணியை வாங்கிக் கொண்டு தட்டட்டிக்கு வந்துவிட்டான் முத்துசாமி. படித்திண்டில் சிந்திய தண்ணியை, ஒரு சாக்கை எடுத்துக் காலால் துடைத்து எடுத்துப் போட்டான். மேலே வந்து உட்கார்ந்தான். ஊத்தாம் பெட்டியை எடுத்து நிமிர்த்தினான். தண்ணீர் தொளித்தான். பதம்கொடுத்தபின் வெயிலில் காய வைத்தான். சிரட்டையை எடுத்துத் திரும்பவும் பிளேடை வைத்துச் சுரசுரன்னு சுரண்டவும் கொஞ்சம் நஞ்சம்னு ஒட்டியிருந்த நாரும் தும்பும் விழுந்து போனது. தரையில் வைத்துத் தேய்தேய்ன்னு தேய்த்துப் பளபளப்பாக்கினான். பெட்டிக்குள் வைத்துக் கோந்தை எடுத்தான். சிரட்டை வெளிப் பகுதியில் பசையைப் போட்டுத் தடவினான். அப்படியே அந்த மெல்லிய தோலை இழுத்துப் பிடித்து ஒட்டினான். சணலைக் கொண்டு பலமாகக் கட்டினான். தொங்கிய தோலையெல்லாம் அறுத்து எறிந்தான். ஆடாமல் அசையாமல் ஒரு மூலையில் வைத்தான். மூங்கிலைச் சிரட்டையில் சொருகணும். அதுக்கு முன்னே மூங்கிலை ஓட்டைப் போட்டு எடுக்கணும். இது அடுப்பின் வெக்கையில் இரும்பைக் காய்ச்சி ஓட்டை போடுகிற வேலை. இங்க வைத்து முடியாது. வீட்டில் வைத்தும் முடியாது. யாரும் பார்த்தால் அவ்வளவுதான். நோண்டி நோண்டிக் கேள்வி கேட்பார்கள். பதில் சொல்லி முத்தாது. அம்மா பார்த்தால் ஏசும். இதுக்கெல்லாம் ஆச்சி வீடுதான் லாயக்கு. யாரும் வர முடியாது. பார்க்க முடியாது, போனோம் வந்தோம்னு வேலையை முடிச்சுட்டு வந்துவிடலாம்.

நேரம் போனதே தெரியவில்லை. சுண்ணாம்பு பூசிய மாதிரி வெயில் காய்ந்தது. வெக்கை அடித்தது. வேர்த்தது. கண்கள் கலங்கிப் போயின. மணி என்ன இருக்கும்? காற்றோடு பாட்டுச் சத்தம் கேட்டது. விவசாய நேயர் விருப்பம். பி. சுசிலாவும் டி.எம். சௌந்தரராஜனும் பாடிக்கொண்டிருந்தார்கள். இனிமையான குரல், இசை இதமாக இருந்தது. அதைக் கேட்டுக்கொண்டிருக்கும்போதே பயமும் வந்தது முத்துசாமிக்கு. ஆளைக் காணுமேன்னு யாரும் தேடி வந்துவிடக் கூடாது. நியூஸ் வீட்டுக்குப் போகும். இந்தச் சின்ன வேலைக்குக்கூட அம்மாவின் ஏச்சோடு ஏச்சாக, அக்காளும் தம்பிமார்களும் கிண்டலும் நக்கலும் செய்வார்கள்.

சாமான்களைப் பத்திரப்படுத்தி வைத்தான். நம்பிக்கையோடு செய்துகொண்டிருக்கிற இசைக் கருவியை எடுத்துப் பார்த்தான். மெல்ல நிமிர்த்தியும் சரித்தும் பார்த்தான். எல்லாமே சரியாக அமைந்திருப்பதை உணர முடிந்தது. இன்னும் கொஞ்ச வேலை பாக்கி. அதையும் முடித்துவிட்டால் போதும். சொந்தமாகச் செய்த இசைக் கருவியில், தன் இஷ்டம்போலப் பாட்டு வாசிக்கலாம். கைக்கு அடக்கமாக, எங்கேயும் ஒரு பையில் போட்டுக்கொண்டு போகலாம். யாருக்கும் தெரியாது. "இது என்னலே"ன்னு யாரும் கேட்க மாட்டாங்க. இந்தக் குறை வேலையும் இன்னைக்குப் பூரா உக்காந்தா செய்துமுடித்துவிடலாம். தூக்கம் வராமல் இருக்கணும். உடம்பின் அலுப்பும் அசதியும் ஆர்வமாய்ச் செய்கிற வேலைகளின் அவசரத்தில் தெரியவில்லை. வீட்டின் நினைவுதான் இம்சை செய்தது. இதுக்கு மேலே இங்க இருக்கக் கூடாது. எழுந்து கையைக் கழுவிக்கொண்டான் முத்துசாமி. கீழே இறங்கி வரும் போது, நோவாவைக் காணோம். பெரியப்பா கண் அசந்திருந்தார். பெரியம்மா, எதிர்த்த வீட்டுப் பொம்பளையாளோடு பேசிக் கொண்டிருந்தாள்.

"நோவா எங்க பெரியம்மா?"

"அவன் . . . அக்கா ஊட்டுக்குப் போயிருக்கான் . . ."

"எப்பம் வருவான்?"

"சாயந்திரம்."

"அய்யய்யோ . . ."

"என்ன. . ?"

"இதல்லாம் தூக்கி ஷெல்புல வைக்கணும் . . ."

"சாவி அவங்கிட்டத்தானே இருக்கு."

"மேலே என் சாமான்க இருக்கு. நோவா வந்தா சொல்லுவீங்களா?"

"அங்க வைக்காத. சின்னப் புள்ளைக போனா உடைச்சுப் போடும்."

"என்ன செய்ய?"

"கையோட கொண்டுபோயிட்டு அவன் வரும்போது கொண்டு வா."

"ம்."

தட்டட்டிக்குப் போய், பழைய தந்திபேப்பரை எடுத்து, அந்த அரைகுறை இசைக்கருவியைச் சுத்திவைத்துக்கொண்டு வந்தான். பெரியப்பா காலைக் கழுவிட்டுக் கட்டிலில் வந்து உட்கார்ந்தார்.

"முத்துசாமி சாப்புட்டுப் போறியா?"

"வேண்டாம் பெரியம்மா . . ."

"இன்னைக்கி ஞாயிற்றுக்கிழமை. உங்க அம்மே ஊட்டுலதானே இருப்பா?"

"ம்."

"எல்லாத்தையும் தூக்கிக்கிட்டையா?"

"ம்."

"சரி போ. நோவா வந்தா சொல்லுறேன்."

"போயிட்டு வரட்டா பெரியம்மா."

"போயிட்டு வாப்பா . . ."

இதை வைத்துக்கொண்டு எங்கப் போகிறது என்ற குழப்பத்தோடு வெளியில் வந்தான் முத்துசாமி.

5

நேராக ஆச்சி வீட்டுக்குத்தான் வந்தான் முத்துசாமி.

ஆச்சி இருக்கிற ஓலைக் காம்பவுண்ட், பொசுக்குகிற வெயிலில்கூடக் கலகலப்பாய் இருந்தது. யார் வீட்டிலோ கருவாடு சுடுகிற வாடை நாசியைத் தொட்டது. நடைப் பாதையில் நின்று வடை விற்கிற கிழவி குளித்துக்கொண்டிருந்தாள். சாக்கடை நிறைந்து கால்வைக்கிற இடங்களிலெல்லாம் நீர்கட்டிக் கிடந்தது. சதக்புதக்கென்று கிடக்கிற சகதியைப் பார்த்துப்பார்த்து நடந்து போனான் முத்துசாமி. வேப்பமரத்தடியில் ஒரு பொம்பளைக் கூட்டம் இருந்தது. விரிந்துகிடந்த தலைகளில் பேன் பார்த்துக்கொண்டும், சிரித்துச் சிரித்துக் கதைகளைப் பேசிப் புதிதாய் ரிலீசாகியிருக்கும் அந்த சினிமாவைப் பற்றிய பேச்சும் நீண்டுகொண்டே போனது. குத்துக்கால் வைத்திருந்த மரியம்க்கா, கால்களை நீட்டி உட்கார்ந்துகொண்டாள். நெற்றிப் பொட்டில் வடியும் வேர்வையை அழுத்தித் துடைத்துக்கொண்டாள் பட்டாணிச்சி.

"எக்கா . . . எந்தக் கொட்டகையில் போட்டிருக்கான்?"

"நடுக்கொட்டகையில ஓடுது . . ."

"போனா டிக்கட் கெடைக்குமா . . .?"

"மொத ஆளாப் போகணும். அப்பந்தான் கெடைக்கும் . . ."

"நீ எப்பம் பாத்த?"

"நேத்து செகண்ட் ஷோ . . ."

"ஏங்கா, எங்கிட்ட ஒரு வார்த்த சொல்லக் கூடாது? நானும் வந்திருப்பேன்ல்ல . . ."

"பத்துமணிக்குத் தொட்டிச்சி சாம்பாத்தி வந்து சத்தங் கொடுத்தா போனேன்."

"மரியம்மா நீ எப்பம் போற?"

"ஃபஸ்ட் ஷோ போனாலும் போவேன்."

"எக்கா . . . நீ போகும்போது என்ன கொஞ்சம் சத்தங் காட்டு . . ."

கண்களைத் திறந்துபார்க்க முடியாத அளவுக்கு வெயில் அடித்தது. அனல் வந்து முகத்தில் மோதியது. அதற்காக யாரும் கவலைப்பட்டதாகவும் வருந்தியதாகவும் தெரியவில்லை. பையமார்கள் ஓடித் திரிந்து விளையாண்டுகொண்டு இருந்தார்கள். ஒரு பையன் ஓடிவந்து முத்துசாமி பின்னால் வந்து ஒளிந்தான். அவன் பதுங்கியதைப் பார்த்ததும், இன்னொரு பையன் அம்மணமாய் ஓடிவந்தான். முத்துசாமியின் கையைப் பிடித்து ஒரு இழுப்பு இழுத்துவிட்டு வேகமாய் ஓடிப் போனான். முத்துசாமி பயந்து போனான். தன்னை நிதானப்படுத்திக்கொண்டு நடந்தான்.

சங்குவதி ஆச்சி வீடு கொண்டி போடப்பட்டிருந்தது. ஆச்சி மட்டக்கடை தூரம்தான் போயிருக்க வேண்டும். இல்லையென்றால் *நாதாங்கி போட்டுவிட்டுப் போகமாட்டாள். வெறுமென சாத்தித்தான் இருக்கும் கதவு. அலைவாய்க் கரைக்குப் போனால், அலுமினியப் பூட்டு தொங்கும். சாவி ஆச்சியின் கழுத்துக் கயிற்றில் தொங்கும். அந்தக் கயிற்று இறுக்கத்தில் குன்றுமணிப் பாசி மாலை. ஆச்சி வந்த பெறவுதான் வீட்டுக் கதவைத் திறக்க முடியும். எங்கையாவது ஆச்சி நிற்கும்போதும், ஆட்ககிட்டப் பேசிக்கொண்டிருக்கும்போதும், அவசரத்துக்குச் சாவின்னு கேட்டால், அப்படியே மாலையைக் கழற்றித் தருவாள்.

கதவைத் திறந்துகொண்டு உள்ளே வந்தபோது, அடுப்பில் அணைத்தும் அணைக்காமலும் விட்ட சின்னச் சின்ன கங்குகள் சிவப்பாய் மின்னின. சிறிய குழம்புச் சட்டியில் கறியாக்கி வைத்திருந்தாள். இன்னைக்கி ஆச்சிக்குக் கொண்டாட்டமான நாள். வீட்டிலிருந்து ஆச்சிக்குச் சோறு கறி வரும். அம்மா வைத்துக் கொடுத்த ஆட்டுக் கறியையும், தானே வைத்துக்கொண்ட மாட்டுக்

* நாதாங்கி – தாழ்ப்பாள்

கறியையும் ரெண்டு, மூணு நாட்களுக்குச் சுண்டச் சுண்ட வைத்துச் சாப்பிடுவாள் சங்குவதி ஆச்சி.

நாலு பக்கமும் தென்னந்தட்டிகளை வைத்து அடைத்துக் கூரை மேய்ந்த வீடு குளுமையாய் இருந்தது. களிமண் தரையில் சாணி மொழுகி, தளத்தில் அப்படியே படுக்கலாம்போல இருந்தது.

பெட்டியைத் திறந்து, ஒரு ஓரமாய்க் கையில்கொண்டுவந்த சாமான்களையெல்லாம் பத்திரமாய் வைத்துவிட்டுத் திரும்பி வாசல்படிக்கு வரும்போது,

"இது யாருல?" என்று கேட்டுக்கொண்டே வந்தாள் ஆச்சி.

"ஆச்சி."

"யாரு முத்துசாமியா. ஏலே ஒங்க அம்மே தேடிக்கிட்டிருந்தா . . ."

"எப்பம்?"

"இப்பம் கொஞ்ச நேரத்துக்கு முன்னதான்."

"நா ஊட்டுக்குப் போறேன். பெட்டிக்குள்ள ஒரு சாமான் வச்சுயிருக்கேன். யாரும் எடுத்திடாமே . . . பத்திரம் . . ."

"சரி . . . அம்மே தேடினா . . . சீக்கிரம் போ."

"ம்."

முத்துசாமி வீட்டுக்கு வந்தபோது, அம்மா அடுப்பு வேலைகளையெல்லாம் முடித்துவிட்டு, முன் ரூம்பில் கால்களை நீட்டி உட்கார்ந்து வெற்றிலை போட்டுக்கொண்டிருந்தாள். பக்கத்தில் குமுதம் கிடந்தது. இனி செத்த நேரம் படுப்பாள். வெளிக்கதவு திறந்து கிடக்கும். தெருக்காற்று கதகதன்னு வரும். குமுதத்தைப் பார்க்கப் பார்க்கக் கண்கள் அசரும். அம்மா ஒரு கண்ணுக்குத் தூங்கி எந்திரிப்பாள்.

அப்பா சாப்பிட்டுக்கொண்டிருந்தார். பெருமாள் அடுப்புப் பக்கம் சுற்றிக்கொண்டிருந்தான். அடுப்பு வெக்கையில் தட்டாம் பயிறு அவிந்துகொண்டிருந்தது. ரெண்டு பக்கமும் பார்த்துக் கொண்டான்.யாரும் கவனிக்கவில்லை என்றவுடன் உஷாரானான். அவசரமாய் ஒரு கிண்ணத்தை எடுத்தான். அவிந்தும் அவியாமலும் இறக்கிப் பயிரைக் கொறிவைத்தான். சூடு தாங்க முடியவில்லை. உஸ் உஸ் என்று விரசலாய்க் கிண்ணத்தை வைத்துவிட்டுக் கையை உதறினான். ஆறுமுகம் பார்த்துக்கொண்டான். பெருமாள் பயமும் குழப்பமுமாய்த் திகைத்தான். ஏலே அம்மாக்கிட்டச் சொல்லாதலே என்பதைப்போலப் பார்த்தான்.

"ஏலே பயிறைக் களவாண்டாத் திங்க?"

"இல்ல . . . அவிஞ்சிருக்கான்னு பாத்தேன் . . ."

"ஏம்மா . . . இங்கப் பாருங்க. அடுப்புல உள்ள பயிற்றை அள்ளிக் கிண்ணத்துல்ல வச்சுருக்கான்."

"இல்லம்மா . . . சும்மாச் சொல்லுறா . . ."

"ஏலே . . . அதத் தெறக்காதே . . . அதுபாட்டுக்கு அவியட்டும்."

அம்மா சத்தங் கொடுத்ததும், "சரியம்மா" என்றான். வெற்றி கிடைத்த மகிழ்ச்சியில் கிண்ணத்தைத் தூக்கிக்கொண்டு போனான். அக்காவைக் காணோம். கோமதி அக்காவுக்கு இப்பம் எல்லாம் ஜெயந்தி அக்காதான் சேக்காளி. அந்த அக்காளுக்கு ரெண்டு வருஷத்துக்கு முன்னதான் கலியாணம் முடிந்து, மிராண்டா வீட்டுக்கு மருமகளாய் வந்தாள். வந்த புதுசில் ஜெயந்தி அக்காவை யாருக்கும் தெரியாது. வெளியில் வர மாட்டாள். ஆட்களைக் கண்டால் பேசமாட்டாள். இப்படியிருக்கப் போய், முதலில் கோமதி அக்காவுக்கும் அவளைப் பிடிக்காமல்தான் இருந்தது. கெப்பர் பிடிச்ச மனுஷி என்பாள். அதைப்போலத்தான் ஜெயந்தி அக்காவின் நடை, உடை, பாவனைகள் எல்லாமே இருந்தன. அக்காவுக்கு வயசுமிருக்கும். நல்ல சிவப்பு. வளர்த்திக்கேற்ற உடம்பு. கலியாணம் முடிந்த கையோடு அடுத்தடுத்து ரெண்டு பொட்டப்பிள்ளைகளைப் பெற்றுக்கொண்டாள். அவளைப் பார்த்தால் யாரும் பிள்ளைபெற்ற பொம்பளை என்று சொல்ல முடியாது. கட்டும் சிட்டுமாய் இருந்தாள். ரெட்டை ஜோடிக் கூந்தல். கலர் கலராய்ப் புடவை. மினுக்கு, குலுக்கு.

போன தடவை மிராண்டா அண்ணன் கப்பலில் இறங்கி வீட்டுக்கு வந்தபோதுதான் அக்காவுக்கும் அவளுக்கும் பழக்கமே ஏற்பட்டது. அழகான குழந்தைகள் ரெண்டையும் அப்படியே வாரியணைத்துக்கொண்டாள், கோமதி அக்காள். கைக் குழந்தை குந்திக் குந்தி நடை பழகியது. யார் கூப்பிட்டாலும் சிரித்துச் சிரித்துக் கைகளைத் தூக்கிப் போட்டது. குழந்தைகள் அழாமல், சிணுங்காமல் இருந்தன.

ஜெயந்தி அக்காவுக்கு வீட்டு வேலைகள் ஜாஸ்தியாக இருக்கும்போதெல்லாம் குழந்தைகளை கோமதி அக்காவிடம்தான் விட்டுவிட்டுப் போவாள். அக்காவும் குழந்தைகளைப் பொண்ணே பூவேன்னு பார்த்துக்கொள்வாள். சுடச்சுடச் சோறு பொங்கி, பிசைந்து பிசைந்து ஊட்டுவாள். கையில் காசிருந்தால் பால் வாங்கிக் காய்ச்சிக் கொடுப்பாள். குழந்தைகளும் அக்காவை அப்பிக்கொள்ளும். ஒரு நேரம் அக்காவைப் பிரிந்திருக்காது.

தாயை நினைக்காது. பிள்ளைகளை வைத்து கோமதி அக்காவுக்கும் நல்ல நேரம் போகும். ஒருமாதிரி இருந்தால் ஜெயந்தி அக்கா வீட்டுக்குப் போய்விடுவாள்.

முத்துசாமி முகத்தைக் கழுவிக்கொண்டு வந்தான். நல்ல பசி. மேசையில் சோறு மூடிவைக்கப்பட்டிருந்தது. எடுத்துச் சாப்பிட்டான். சாப்பிட்டுவிட்டுப் படுத்தான். உடனே தூக்கம் வந்தது. எழுந்திரிக்கும்போது மணி ஐந்து இருக்கும். வீட்டில் அப்பா மட்டும்தான் இருந்தார். வேற யாரையும் காணோம். மேலைக் கழுவினான். துணி மாற்றினான்.

“அக்காவை எங்கப்பா?”

“அம்மாக்கூட போயிருக்கா.”

“நேத்துப் போன இடத்துக்குத்தான்.”

அம்மா, அக்காவுடைய வேலை விஷயமாய் அலைகிறாள். போன வாரம் முத்துசாமியும் கூடப் போய் இருந்தான். வேலை போட்டுத்தர அய்யாயிரம் ரூபாய் கேட்டார்கள். இதைக் கேட்டதும் மலைப்பாயிருந்தது அம்மாவுக்கு. அசந்து போனாள். முதல்ல மூவாயிரம் கொடுங்க, மிச்சத்த மெதுவா வாங்கிக்கிடுகிறோம் என்றதும், பார்க்கலாம்னு வந்துவிட்டாள். அக்காவிடம் விசயத்தைச் சொன்னாள். பெறவு எம்.எல்.ஏ.வைப் பார்க்க அப்பாவையும் கூப்பிட்டாள். அப்பா வர முடியாது என்று சொன்னதும், இப்பம் அக்காவைக் கூப்பிட்டுக்கொண்டு போயிருக்கிறாள் அம்மா.

ஊர் எம்.எல்.ஏ. ஒரு காலத்துல ஸ்பின்னிங் மில் டைமாபீஸ் கிளர்க்காய் வேலை பார்த்தார். அம்மாவுக்கு நல்லாத் தெரியும். அம்மா சின்ன வயசிலிருந்தே திராவிட இயக்கத்தில் ஈடுபாடு உடையவள். நடந்து முடிந்த தேர்தலில் இந்த ஆளுக்காக அம்மா உழைத்திருக்கிறாள். அந்த நம்பிக்கையில்தான் இப்பம் அக்காவைக் கூட்டிக்கொண்டு போயிருந்தாள். எம்.எல்.ஏ. மனம்வைத்தால் வேலை கிடைக்கும். ஒரு முனிசிபல் ஸ்கூலில் வேலைவாங்கித் தரலாம்.

யாரோ கதவைத் தட்டியதுபோல இருந்தது. முத்துசாமி போய்ப் பார்த்தான். புதுநிறத்தில் புஸ்புஸ்சென்று ஒரு பையன் நின்றுகொண்டிருந்தான். பார்த்தவுடனே அடையாளம் தெரிந்தது. தெரு கிழக்குத் தொங்கலில் இருக்கிற பெரிய வீட்டுக்காரப் பையன். அந்த வீட்டு முத்த வாசலில் தளம் போட்டு மொழுமொழுன்னு சிமெண்ட் பூசியிருப்பார்கள். வாசலில் எப்பமும் ஒரு ரிக்சா நிற்கும்.

“அண்ணாச்சி இந்த மேச ஒங்க ஊட்டுலக் கெடக்கட்டும். நாங்க வேற ஊடு பாத்துப் போகச்சல தூக்கிட்டுப் போறோம் ...”

“ஒங்க ஊடு அங்கல்லா இருந்துச்சு?”

“இப்பம் காலிபண்ணி வந்துட்டோம்.”

“இப்பம் எங்க வந்திருக்கிங்க?”

“பக்கத்து வீட்டுக்குத்தான்.”

“மேச ஒங்களுக்கு வேண்டாமா . . .?”

“ஊட்டுல இடத்த அடைக்கி . . .”

“எங்க அப்பாகிட்டக் கேட்டுட்டு வாரேன்.”

“ம்.”

அதற்குள் பையனுடைய அம்மாவும் வந்துவிட்டாள். கட்ட பொம்பளையான அவள் நல்ல நிறமாக இருந்தாள். ஆனாலும் முகத்தில் அமைதியின் லட்சணங்கள் குறைவாக இருந்தன. சிரிக்கும்போதுகூட, ஒருவகையான சோம்பேறித்தனம் வரிந்து கட்டிக்கொண்டது. நிற்கச் சொல்லிட்டு முத்துசாமி உள்ளே போனான். அப்பா வந்தார். என்னன்னு கேட்டார். அந்தப் பொம்பளையாளு சொன்னாள்.

“ஆமாங்க அங்கயிடம் காணல. இது ஒங்க ஊட்டுலக் கெடக்கட்டும். பெறவு எடுத்துக்கிடுறோம் . . .”

“இங்கையும் இடம் காணாதே . . .”

“முன் ரூம் சும்மாத்தானே இருக்கு. போட்டுக்கங்க. புள்ளைகளுக்கு எழுதப் படிக்க உதவும்ல . . .” அப்பா யோசித்தார். அது சரியாகத்தான் பட்டது.

“அப்பம் தூக்கிப் போடுங்க” என்றார்.

முத்துசாமி கதவு ரெண்டையும் திறந்தான். தாயும் மகனும் தூக்கிப்போட்டார்கள். முத்துசாமியும் ஒரு கை பிடித்தான். அவர்கள் நன்றி சொல்லி விடைபெற்றார்கள். அவர்கள் போன பெறவு அப்பா கதவுகளை அடைத்தார். நல்ல சாதி மரத்தினால் செய்த மேசை அது. கொஞ்சம் பழையதுதான் என்றாலும், அந்த அறைக்கு அழகைக் கொடுத்தது. முத்துசாமி தொட்டுத் தொட்டுப் பார்த்தான். அதன் வளவளப்பு பிடித்துப் போயிற்று.

ஆறுமுகம் வந்தான். ஆச்சரியத்துடன் மேசையைப் பார்த்தான். “இப்படியொரு மேசை முன்னாலே முன் ரூம்புலக் கெடந்தா

எவ்வளவு நல்லா இருக்கும்” என்றான். பெருமாள் வந்து, யார் மேசை, எப்படி வந்தது என்றெல்லாம் விசாரித்தான்.

ஏழரை மணி சுமார்க்கு அம்மாவும் அக்காவும் வந்தார்கள். முதலில் மேசையைத்தான் அக்கா பார்த்தாள். திடுதிப்ன்னு ஒரு மேசை வந்திருப்பது அக்காவுக்கு ஆச்சரியமாய் இருந்தது. ஆர்வத்தோடு அப்பாவைப் பார்த்தாள்.

“இது யாருதுப்பா?”

“அடுத்த வீட்டுல புதுசா குடிவந்திருக்கிறவங்கக் கொண்டு வந்திருக்காங்க.”

“அவுங்களுக்கு வேண்டாமா?”

“போட இடம் காணலையாம்.”

அம்மா சேலையை மாற்றிவிட்டு வந்தாள். அடுத்த வீட்டில் புதிதாய்க் குடிவந்திருப்பவர்களைப் பற்றிச் சொன்னாள்.

“அடுத்த ஊட்டுல யார் வந்திருக்கா தெரியுமா . . .?”

“யாரு?”

“அதுதான் இந்த ஊட்ட வாங்கியிருக்காளே . . . ரெட்டை ஜோட்டிக்காரி . . . அவ அக்கா!”

“மூத்தவளா, இளையவளா?”

“ரெண்டாவது உள்ளவா. காபிஸ்டர் பொண்டாட்டி . . .”

“பெரிய பணக்காரியில்ல. இந்த ஊட்டுக்கு எப்டி வந்தா . . . ஊடு காணுமா?”

“அதெல்லாம் அந்தக் காலம். இப்பம் எல்லாம் போச்சு.”

“என்னாச்சி?”

“புள்ளைங்க ஒண்ணும் சூறுயில்ல. ஒரு தோணி கடல்ல கவுந்து போச்சு, குடியிருந்த ஊட்டையும் வித்தாச்சு . . .”

“கூட்டிட்டுப் போன காரியம் என்னாச்சு?”

“ஒன்னாம் தேதிக்கு மேலே ஒரு டீச்சர் லீவு எடுக்காளாம். ரெண்டு மாசத்து வேல. கோமதிக்குப் போட்டுத்தாரே எங்கிறா வள்ளியம்மா. எங்க அக்கா பூங்கோதையும் அங்கதானே வேல பாக்கா. மகளக் கவனிச்சுக்கிட மாட்டாளா. பூங்கோதையும் வள்ளியம்மை ஊட்டுலதான் தங்கிச் சாப்புடுறா. அவகூட கோமதியும் இருக்கட்டும் . . .”

"அப்பம் அனுப்பி வையி."

முத்துசாமியும் ஆரோக்கியமும் பைப்படி முக்கைத் திரும்பி, ஓலைக் காம்பவுண்டுக்கு வந்தார்கள். சாய்ங்காலம் கலகலப்பில் மூழ்கியிருந்தது காம்பவுண்ட். திண்ணையில் உட்கார்ந்து பேசிக் கொண்டும், விட்டுப்போன சினிமாக் கதைகளைத் தொடர்ந்து, செத்தை மறைவில் சீட்டுக் கச்சேரி நடந்துகொண்டிருந்தது. "ஏலே நீ தான் வைக்கணும்", "நா எதுக்கு வைக்கணும் . . .", "அப்பம் நீ போடு" என்றெல்லாம் பேச்சொலிகள் அமுங்கிக் கேட்டவண்ணமாய் இருந்தன. அவர்கள் பீடிகள் குடித்துவிட்டு விடுகிற புகை, சுருள் சுருளாய் மேலே எழுந்து பறந்தது.

நெப்போலி மச்சான் திண்ணையில் சம்மணம்போட்டு உட்கார்ந்து பேப்பர் படித்துக்கொண்டிருந்தார். சத்தம் நாலாப் பக்கமும் கேட்டது. "மக்கள் திலகம் மதுரை வந்தார். மாநகரில் ரசிகர்களின் கூட்டம் அலை மோதியது." படிக்கப் படிக்கச் சுற்றி உட்கார்ந்திருந்த பொம்பளையாட்கள் உச்சி குளுந்து போனது; மூச்சு விடவில்லை. மச்சான் கவனமாய்ப் படிப்பதை முகத்தில் ஈயாடுவதுகூடத் தெரியாமல் கேட்டார்கள். சங்குவதி ஆச்சியும் கூட உட்கார்ந்திருந்தாள். அருகில் ஒரு கிழிந்த போர்வையைப் போர்த்திக்கொண்டு, கொக்குமாதிரி முகத்தைத்தூக்கிப் பார்த்தாள் கன்னியாச்சி.

"என்னலே . . . ஓங்காச்சி இப்டி உக்கார்ந்திருக்கு, உடம்புகிடம்புக்குச் சரியில்லையா?"

"காய்ச்சல்."

"பெறவு ஏன் இங்க வந்து உக்கார்ந்திருக்கு?"

"சொன்னாக் கேட்க மாட்டா. நீ கூட சினிமாவைப் பத்திப் பேசுன . . . ஓங்கிட்ட வந்து உக்கார்ந்துகொள்வா . . . சரி எங்க ஊடு வந்துற்று. நா போறேன் . . ."

"ம்."

மரியபாக்கியம் கிழவி யாரையோ ஏசிக்கொண்டிருந்தாள்.

"எந்த கொள்ளக்கடிச்சான் புள்ள எடுத்துக்கிட்டுப் போச்சி. இந்தக் கழிச்ச சாக்கக் கொண்டு என்னச் செய்யப் போறாளுவே. கடையில துட்டு கொடுத்து வாங்கினா தெரியும். ஓசிச் சோத்துல வவுத்த வளர்த்து ஊரை மேய்கிற கண்டாரவோளிகளுக்கு என்ன தெரியும் . . .?"

மரியம்மக்கா இடுப்பில் பெரிய மண் குடத்துத் தண்ணீரைச் சுமந்துகொண்டு வந்தாள். மரிய பாக்கியம் ஏசுகிற பேச்சு,

முள்ளாய் நெஞ்சில் குத்தியது. பாரம் தாங்காமல், சிறிது உடம்பைச் சுளித்து, நன்றாகக் காலை ஊன்றி நின்றுகொண்டாள். "இந்த எடுப்பட்டவா . . . ஏன் இப்டிக் கெடந்து கனைக்கிறா!" என்று முணுமுணுத்துக்கொண்டாள்.

"ஏளா . . .' ஏன் இப்டிக் கெடந்து சத்தம் போடுறே?"

"சூர மேலே போட்ட சாக்கக் காணோம்?"

"நல்லாத் தேடினியா?"

"தேடியாச்சு."

"காலம்பெற ஒங்க அக்காக்காரிதான் ஒம் ஊட்டு மேலே இருந்து என்னத்தையோ . . . எடுத்துக்கிட்டுப் போனா . . ."

"அவதான் எடுத்திருப்பாங்கியா?"

"பெறவு யார் எடுத்திருப்பா . . . போய் அவக்கிட்ட கேளு . . ." என்று சொல்லிக்கொண்டே நடக்கத் தொடங்கினாள் மரியம்மக்கா.

ஆச்சி வீட்டுக்கு எதிர்த்து தம்மக்காரிபாட்டி வீடு. அடுத்து அசையாமணி அண்ணன் வீடு. ஆச்சி வீடு சாத்திக் கிடந்தது. முத்துசாமி கதவைத் தள்ளிக்கொண்டு உள்ளே போனான். திண்ணையில் படுத்திருந்த நாய், அவனுடைய காலைச் சுற்றிச் சுற்றி வந்தது. மோந்து மோந்து பார்த்து வாலை ஆட்டியது. அண்ணாந்து பார்த்து எவ்விக் குதித்தது. முகத்தை நக்க முயன்றது. முத்துசாமி பயந்துபோனான். "சீ" என்றான். அது தன்னைக் கட்டுப்படுத்திக் கொண்டது. குனிந்து தலையை உயர்த்தியது. முத்துசாமி கீழே குனிந்து தடவிக்கொடுத்தான். ஊளை நாற்றம் குமட்டியது. இருந்தாலும் அதன்மேல் பாசம் உண்டாகிற்று அவனுக்கு.

ஆச்சி பெட்டியைத் திறந்தான். வெளுத்த துணிமணிகளுக்கு மேல் அவன் வைத்துவிட்டுப்போன பொருட்கள் அப்படியே இருந்தன. பழையபடியும் அந்த இசைக்கருவியின் வேலையைத் தொடங்க மனசுயில்லை. முந்தாநாளு படித்துவிட்டு வைத்த புத்தகத்தை எடுத்தான். தரையில், ரெண்டு முனையும் கிழிந்து தொங்கிய கோரம் பாயை விரித்தான். ஒரு சுண்டெலி பயந்தடித்து ஓடி மறைந்தது. படுத்துக்கொண்டே படித்தான். வெளிச்சம் கொஞ்சம் கொஞ்சமாய்க் கரைந்து போனது.

ஆச்சி வந்தாள்.

"ஏலே . . . ஒனக்குக் கண்ணு தெரியுதா?"

"தெரியாமையா படிச்சுக்கிட்டிருக்கேன்."

“சரி எந்திரி.”

“என்ன செய்யப் போற?”

“லாம்பு பொருத்தனும்.”

“மணி என்னயிருக்கும்?”

“ஆறாகப் போகுது.”

“ஆறாகிட்டா ...”

“ம்.”

முத்துசாமி எழுந்து பாயைச் சுருட்டினான். புத்தகத்தைப் பெட்டியில் வைத்தான். ஆச்சிக்கிட்ட சொல்லிட்டு வெளியில் வந்தான். காம்பவுண்ட் கம்ன்னு இருந்தது. ஒவ்வொரு குடிசையிலும் முசுக் முசுக்கென்று விளக்கொளி தெரிந்தது. தெரு விளக்குகள் எரியத் தொடங்கியிருந்தன. திண்ணையில் உட்கார்ந்து சுலோசனா அக்கா இன்னும் ஈக்கி கிழித்துக் கொண்டிருந்தாள். கை லாம்பு வெளிச்சத்தில் பட்டைக் கத்தி பளபளத்தது.

கெட்டிக்கிடந்த சவதிக்காட்டைத் தாண்டிக் குதித்தான். வழியில் மறித்துக்கொண்டாள் மதுரை பாத்திமா அக்கா. “முத்துசாமி ... ஒங்கிட்ட அண்ணே, புத்தகமிருந்தாக் கேட்டுச்சு ...” என்றாள்.

“எங்கிட்ட எங்கயிருக்கு?”

“ஏலே பொய் சொல்லாத. நீ படிக்கச்சலதான் அண்ணே பாத்திருக்க ...?”

“அது எம் பொஸ்தகமில்லையக்கா.”

“வேற யார் புத்தகம்?”

“யார்கிட்டையாவது வாங்கிட்டு வந்து படிப்பேன்.”

“அதத்தான் கொஞ்சம் கொடு ...”

“அதெப்படிக் கொடுக்க முடியும். தொலைஞ்சுட்டுன்னா யார் கொடுப்பா?”

“நா என்ன சின்னப் புள்ளையா, தொலைச்சுப் போட?”

“இல்லக்கா ... கிழிஞ்சு கிழிஞ்சு போயிடக் கூடாதுல்ல ...”

“அதெல்லாம் போகாது. நா ஒழுங்கா வச்சு, பத்தரமாத் தாரேன் ...”

மதுரை பாத்திமா அக்கா இறங்கிய குரலில் மிகவும் பவ்வியமாய்க் கேட்டதும் அவனைச் சங்கடப்படுத்தியது. பாத்திமா அக்கா பாவம்தான். அண்ணாச்சி முதலில் ஹார்வி மில்லில்தான் வேலை பார்த்தார். மில்லில் வேலை பார்க்கும்போது, இவ்வளவு கஷ்டம் கிடையாது. அத்தனை பிள்ளைகளுக்கும் சோறு கிடைத்தது. கூறுகெட்ட அண்ணாச்சி, சொல்லாமல் கொள்ளாமல் வேலையை எழுதிக் கொடுத்துட்டு வந்துவிட்டார். அக்கா ஏங்கி ஏங்கி அழுதாள். குஞ்சானும் நஞ்சானுமாய் இருந்த ஆறு பிள்ளைகளையும் அணைத்துக்கொண்டு, குறைந்த வாடகைக்கு இந்த ஓலைக் காம்பவுண்டுக்குக் குடி வந்தார்கள். அண்ணாச்சி வெள்ளையடிக்கவும் கருவாடு கட்டவும் போனார். நல்ல வயத்துக்குக் கிடைக்காமே பிள்ளைகள் சவலை பாய்ந்து போயின. அக்காவும் மெலிந்துபோயிருந்தாள். அவளிடமிருந்து எப்படி தப்புவதென்று தெரியவில்லை முத்துசாமிக்கு.

என்னமோ மனசு கிடந்து குழம்பியது முத்துசாமிக்கு. புத்தகங்களைக் கொடுத்து வாங்குவது ஒண்ணும் தப்புயில்ல. ஆனால் கொடுத்த மாதிரி திருப்பிக் கொடுக்கணும். ஒழுங்காய் ஒரு மாச வேலையைச் செய்ய முடியாத அண்ணாச்சி எப்படி இந்தச் சாதாரண புத்தகத்தைச் சொன்ன மாதிரி திரும்பிக் கொடுப்பார் . . . அக்கா சொன்னாப் போதுமா? பிள்ளைகள் ஒண்ணுக்கு ஒண்ணு கிழிச்சுப் போட்டுவிடக் கூடாது. நம்ம புத்தகமும் கிடையாது.

முத்துசாமி சங்கடமாய்த்தான் அக்காவைப் பார்த்தான். எதிர்த்த செத்தை மறைப்பில் மரிய பாக்கியம் மருமகா குளித்துக் கொண்டிருந்தாள். சலசலன்னு தண்ணி விழுகிற சத்தம் கேட்டது. வெளித் திண்ணையில், சாக்கு அமுங்கிக் கிடக்கிற மீன் கூடைக் கருவாட்டை விற்றுவிட்டுப் பொழுதடையத்தான் வந்திருக்க வேண்டும். கருவாட்டு வாடை நாசியைத் தொட்டது.

“சரியக்கா . . . நாளைக்கித் தாரேன் . . .”

“ஏலே மறந்துறாதே.”

“மறக்க மாட்டேன் . . .”

முத்துசாமி தெருவில் இறங்கி நடக்கத் தொடங்கினான்.

புதிதாய்க் குடிவந்திருக்கும் காபிஸ்டர் வீட்டிலிருந்து எப்பமும் தொணதொணன்னு சத்தம் கேட்டுக்கொண்டே இருந்தது. காபிஸ்டர்க்கு நடக்க முடியாது. உட்கார்ந்தால் எந்திரிக்க முடியாது. உடம்பு உப்பிப் போயிற்று. உடம்பைத் தாங்குற சக்தி கால்களுக்கு இல்லை. ஆனாலும் பின்னால் போய் வர, கைத்தடியைப் பயன்படுத்தி ஒருமாதிரிப் போய் வந்து விடுவார். அந்தச் சின்ன வீட்டில், ஒரு அறை அவருக்கு. கட்டில்,

மெத்தை, டேபிள் ஃபேன், வெற்றிலை பாக்கு, இடி உரல், உலக்கை, துப்புப் போணி எல்லாமே அங்க இருந்தன. அவர் அலுவலகம் கடற்கரைச் சாலையில் இருக்கு. தோணி ஏஜெண்ட், மற்றபடி தார்ப்பாய்க் கடை. கோட் பாக்கட்டில் எப்பமும் பணமிருக்கும். அவருக்காகத்தான் அந்த ரிக்சா. அதை ஓட்ட ஒரு தொழிலாளி. அந்தாளுக்குச் சம்பளம்.

காபிஸ்டர் ஒராளு உழைப்பில்தான் குடும்பம். பிள்ளைகளை அதட்ட முடியாது. எழுந்து வந்து கண்டிக்கவும் முடியாது. உட்கார்ந்த இடத்தில் இருந்துதான் திட்டித் தீர்ப்பார். அசிங்க அசிங்கமாய் ஏசுவார். வாயில் இருந்து இன்னதுன்னு வராது. யாரும் அதைச் செவிக் கொடுத்துக் கேட்க மாட்டார்கள். 'சனியன் கிடக்கு' என்கிற பாவனையில் அவரவர் ஜோலிகளைப் பார்த்துப் போய்க்கொண்டிருந்தார்கள்.

ஆனாலும் காபிஸ்டர் நல்ல மனுஷன். இனிமையாய்ப் பேசுவார். கோமதி அக்காவின் முகத்தை அவர் பார்த்தது கிடையாது. வளவுக்கரையில் செத்தை மறைப்பில் இருந்து வருகிற அக்காவின் குரலைக் கேட்டு, "நீ என்னம்மா படிச்சுயிருக்க?" என்று விபரங்களை அறிந்துகொண்டார். எப்பமும் அவருக்குச் சின்னச் சின்ன உதவிகளுக்கு ஆட்கள் தேவைப்படும். வீட்டில் யாருமில்லாத நேரத்தில், சத்தம் கொடுப்பார். "ஒன் தம்பி யாருமிருந்தா கொஞ்சம் வரச்சொல்லும்மா" என்பார். அன்னைக்கி பெருமாள் போக மாட்டனுட்டான். "சே, அந்த ஊட்டுக்கு யார் போவா. ஒரே நாத்தம்" என்றான். "ஏலே . . . இன்னைக்கி ஒரு நாளும் போலே . . . பாவம் பெரியவர் கூப்புடுறார். போவாட்டா என்ன நெனைப்பார்" என்று அக்கா எவ்வளவோ எடுத்துச் சொல்லியும், அவன் பிடிவாதமாய் இருந்துகொண்டான். அப்பந்தான் வெளியில் இருந்து முத்துசாமி வந்தான். அவனைப் போகச் சொன்னாள். முத்துசாமி யோசித்தான் "சரி போறேன்" என்று போனான்.

வீட்டில் கசமுசன்னு ஏகப்பட்ட சாமான்கள். அந்த மூணு சிறிய அறைகளையும் கட்டில்கள், பீரோக்கள், நாற்காலிகள், மேசைகள், மேசையோடு சேர்ந்த ரேடியோ, அழகான பொருட்கள், விதம்விதமான இதர பொருட்கள் என்று அடைத்துக் கொண்டிருந்தன. போக வரக்கூட வழியில்லை. ஒத்தையடிப் பாதை மாதிரி நடை பாதை. தூக்கக் கொள்ள வசதியில்லாமல் குப்பைக் கூளங்கள் மண்டிக் கிடந்தன. கால்மாடு, கை மாட்டில் கிடக்கிற அழுக்குத் துணியெல்லாமே சேர்ந்து ஒருவகையான நெடி வீசிற்று. ஆனால் காபிஸ்டர் அறை மட்டும் சாட சப்பட்டன்னு இல்லை. தூத்துப் பெருக்கிச் சுத்தமாய் இருந்தது. சுவரோடு ஒட்டி ஸ்டீல் கட்டில், நல்ல மெத்தை, சலவைசெய்த போர்வை. ஸ்டூல் மேல் ஃபேன், தலைக்குமாட்டில் *தினமணி*, ஒரு கத்தோலிக்க மாத இதழ்.

காபிஸ்டர் கட்டிலில் உட்கார்ந்திருந்தார். முத்துசாமி போனான். சிரித்தபடியே அவனுடைய படிப்பு விசயமாக விசாரித்தார்.

“படிச்சேன் படிப்பு ஏறல. அப்படியே வுட்டாச்சு.”

“முயற்சி செய்ய வேண்டியதுதானே . . .”

“அதெல்லாம் ஒண்ணும் எடுபடல . . .”

“இப்ப என்ன செய்கிற?”

“எங்கம்மா கூட மெல்லுக்குப் போறேன் . . .”

“எவ்வளவு சம்பளம்?”

“ஒரு நாளைக்கி ரெண்டு ரூபா . . .”

“பெர்மெனண்ட் எப்பமாகுமா?”

“தெரியாது.”

வாசலில் சத்தம் கேட்டது. கோவிலுக்குப் போன லூர்தக்கா வந்தாள். அவள் வரும்போதே குப்னு செண்ட் வாடை அடித்தது. குடுகுடுன்னு இசபெல்லா ஓடிவந்து தாத்தாவின் மடியில் உட்கார்ந்துகொண்டது. அக்கா மறைவில் போய்ச் சேலையை மாற்றினாள்.

“ரோசிய எங்க . . .?”

“அவ வெளியில நிக்கா தாத்தா . . .”

“இங்க கூப்பிடு.”

இசபெல்லா ஓடிப் போனாள். ரோசியைக் கூட்டிக்கொண்டு வந்தாள். தாத்தாவைப் பார்த்துவிட்டுத் திரும்பவும் ஓடிப் போனாள் ரோசி. “ஏப்புள்ள ஏப்புள்ள . . . ஓடாதெ . . . நில்லு . . .” என்று சத்தங் கொடுத்தாள். லூர்து, சேலை மாற்றிக்கொண்டு பின் சடையை அவுத்துவிட்டுக்கொண்டாள். ஹேர்பின்னைப் பற்களில் இடுக்கிக்கொண்டு, அண்ணாந்து பார்த்து அவுந்தக் கூந்தலை அள்ளிமுடிந்துகொண்டாள். முத்துசாமியைப் பார்த்துச் சிரித்தாள்.

“ஒனக்கு எப்பமும் நைட் ஷிப்டுதானா?”

“ஆமா.”

“தாத்தா . . . தாத்தா ரிக்சா வந்துற்று” என்று இசபெல் ஓடிவந்தாள்.

“முத்துசாமியை அதுக்குத்தான் கூப்புட்டேன். அதுக்குள்ள ரிக்சா வந்துட்டா” என்று சொல்லிக்கொண்டே சூசையா

பர்ணான்டோ எழுந்தார். சிரமத்தோடு சரிந்து சரிந்து நடந்து போய் முகத்தைக் கழுவிக்கொண்டார். பளிச்சென்றிருந்த எட்டு முழ வேட்டியைக் கட்டி, ஆங்கரில் தொங்கிய கறுப்புக் கோட்டை எடுத்து அணிந்துகொண்டார். கோட் பாக்கெட்டில் மணிபர்ஸ் இருக்கிறதா என்று கவனமாய்ப் பார்த்தார். *தினமணி*யை நாலாய் மடித்து இன்னொரு பாக்கட்டில் வைத்துக்கொண்டார். அதற்குள் அக்காவும் வெற்றிலை, பாக்கை இடித்துக்கொண்டு வந்து கொடுத்தாள். வாங்கி வாயில் போட்டுக்கொண்டார். “தாத்தா தாத்தா காசு” என்று கேட்டாள் ரோசி. உடனே இசபெல்லாவும் ஓடிவந்துவிட்டாள். இருவருக்கும் துட்டை எடுத்துக் கொடுத்து விட்டுக் கெந்திக் கெந்தி நடந்தார் பர்ணான்டோ.

வாசலில் கயிறு தொங்கியது. அதன் முடிச்சியைப் பலமாய்ப் பிடித்துக்கொண்டு படிக்கட்டில் பதமாய்க் கால்களை வைத்து இறங்கினார்.

“ஊட்டப் பாத்துக்க. ஒங்கம்மெ ஓணாத்தெருவுக்குப் போயிருக்கா. வர நேரமாகும். தாமஸ் வந்தா, நேர பாலத்தடிக்கு வரச்செல்லு . . .”

“சரியப்பா” என்று அப்பாவை வழியனுப்பிவைத்தாள் லூர்தக்கா. காபிஸ்டர் ரிக்சாவில் ஏறிக்கொண்டதும், ரிக்சா கிளம்பியது.

6

லூர்தக்காள் கொஞ்சம் கட்டைப் பெண்மணியென்றாலும் அதற்கேற்ற உடல்வாகும் நிறமும் கொண்டவளாய், எப்பமும் சிரித்த முகத்தோடு இருந்தாள். லேசில யார்கிட்டையும் பேச மாட்டாள். தன் குடும்ப வாழ்க்கையை மனம் திறந்து சொல்ல மாட்டாள். எப்பமாது தனியாய் இருக்கும்போது அவளுடைய புருஷனைப் பத்திக் கேட்டால் அப்பா, அம்மா, அண்ணந்தம்பி, பிள்ளைகுட்டி, புருஷன் என்று கதைகதையாய்ச் சொல்லுவாள். சொல்லச் சொல்ல லூர்தக்காவுக்கு அழுகை பொத்துக்கொண்டு வரும். அந்த வேதனையான முகத்தைப் பார்க்கப் பார்க்க ஒரு மாதிரி இருக்கும் முத்துசாமிக்கு. "ஏன் கேட்டோம்" என்று மனசுக்குக் கஷ்டமாய் இருக்கும்.

"முத்துசாமி, அவுரு வேலையை வுட்டுட்டாரு."

"எங்க வேல பாத்தாங்க?"

"கூட்டுறவு பேங்குல."

"அதுதான் நல்லவேலையே; பெறவு எதுக்கு வுடணும்?"

"அடுத்தவங்க பொருளைக் களவு எடுத்துக்கிட்டிருந்தா எவ்வளவு நாளைக்கிதான் பார்த்துக்கிட்டிருப்பாங்க?"

"அப்டி என்னத்த எடுத்தாரு?"

"பணத்தக் கையாடல் பண்ணிட்டாரு . . ."

"அய்யய்யோ . . . நீங்க பாத்துக்கிட்டா இருந்தீங்க?"

"நா என்ன செய்ய முடியும்? வாயத் தெறந்தாலே போதும் . . . இந்தா பாரு . . ."

லூர்தக்கா சேலையை நீக்கித் தோள்பட்டையைக் காட்டினாள். வார் வாராய்க் காயங்கள். அந்த இடங்களிலெல்லாம் ரத்தம் கன்னிப்போய் இருந்தன. அந்த வடுக்களைப் பார்க்கப் பார்க்க முகம் சுருங்கியது முத்துசாமிக்கு. "இப்டியும் இருப்பானா . . ." என்று முணுமுணுத்துக்கொண்டான். அக்காள் அழுதாள். மூக்கைச் சீந்தினாள். வடிகிற கண்ணீரைச் சேலை முந்தியை வைத்துத் துடைத்துக்கொண்டாள்.

"இப்ப ஒங்க புருஷன் என்னக்கா செய்கிறாரு?"

"கடலுக்குப் போறாரு . . ."

"கடலுக்கா . . !"

"ம் . . . மீன் புடிக்க . . ."

"ஒங்களுக்கு எதுவும் தரமாட்டாரா?"

"எனக்கு அவுரு காசு பணம் எதுவும் தர வேண்டாம். எங்கப்பா இருக்குற முற்றும் எனக்கும் எம் பிள்ளைகளுக்கும் சோறு போடும். அந்த மனுஷன் நல்லபடியாயிருந்தாப் போதும். அதத்தான் கடவுள்கிட்ட கேட்டுக்கிட்டிருக்கேன்."

"அவுரு இங்க வர மாட்டாரா?"

"வர மாட்டாரு . . . அன்னைக்கி, தாமஸ் கையை நீட்டி அடிச்சுட்டான் . . ."

"ஒங்களை அவுரு கூட்டிக்கிட்டுப் போக மாட்டக்காரா?"

"கூப்புடத்தான் செய்கிறாரு. நாதான் மொதல ஒரு ஊடு பாருங்க, வாரேன்னு சொன்னேன். மனுசன் இன்னுந்தான் வூடு பாத்துக்கிட்டிருக்காரு . . ."

அப்பம் பார்த்து இசபெல்லா ஓடி வந்தாள். சந்தோஷத்தில் குதிகுதித்துச் சொன்னாள்.

"எம்மா . . . எம்மா . . . அப்பா அங்குன நிக்கி . . ." என்றாள்.

அக்கா சடவோடு மேலாக்கைச் சரிசெய்துகொண்டு எழுந்தாள். ஏக்கத்தோடு மூச்சுவிடுகிற அக்காவைப் பார்க்கும்போது முத்துசாமிக்குச் சங்கடமாய் இருந்தது. அந்த ஆளைப் பார்க்க வாசல் பக்கம் போனான். அவசரமாய் வந்து அவனைத் தடுத்தாள்.

“நீ போவாத. உன்னையும் என்னையும் ஒண்ணுபோலப் பாத்தா, அந்த மனுசன் நா ஒன்ன வச்சுக்கிட்டிருக்கேன் என்பான்.”

முத்துசாமிக்குச் சுருக்கென்றிருந்தது. பெறவு எதையும் பார்க்கவும் பேசவும் ஆசைப்படாதவாறு, “ஏக்கா நா பின்னாலக் கூடி எங்க ஊட்டுக்குப் போறேன்” என்று புறப்பட்டான்.

“சரி போ . . . நா பாத்துட்டு வரேன் . . .”

அக்கா சொல்லிட்டுப் போனாள். முத்துசாமி வளவுகரை முடுக்குவழியாய் வீட்டுக்கு வந்தான். வேகமாய்ப் போய் வாசல் வழியாய் எட்டிப் பார்த்தான். சின்னக்கடை சந்தியில், எஸ்.ஆர். கோட்டைச் சுவரைப் பிடித்தபடி லூர்தக்கா புருஷன் நின்று கொண்டிருந்தான். நல்ல கருங்கல் மாதிரி உடம்பு. முரண்டு பிடித்து, ஊதாரியாய் அலைவதால் ஏற்படுகிற தான்தோன்றிக் கர்வமும் முகத்தில் குடியிருந்தது. கையில் உள்ள பொட்டணங்களை, “அப்பா” என்று ஓடி வருகிற பிள்ளைகள் கையில் கொடுத்தான். பொண்டாட்டி வருவது தெரிந்ததும், நடந்து அற்புதமணி பாட்டிக் கடைக்கு வந்தான். கடைத் திண்டில் உட்கார்ந்துகொண்டான். அக்கா புருஷங்கிட்டப் போய் என்னமோ சொன்னாள். கோபமாய் முகத்தைத் தூக்கிக்கொண்டாள். அவன் உம்னு இருந்தான். கொஞ்ச நேரத்தில் பிள்ளைகளைக் கையில் பிடித்துக்கொண்டு திரும்பிவிட்டாள் அக்கா. அவன் எழுந்து நடந்தான். தலை எஸ்.ஆர். முடுக்கில் மறைந்து போனது.

“என்னக்கா . . . இசபெல்லா . . . அப்பா என்ன சொல்லிச்சு ?”

“நீ பாத்தியா ?”

“ம்.”

“எங்கையோ ஊடு பாத்துருக்காராம்.”

“போகப் போறிங்களா ?”

“மொதல்ல அட்வான்ஸ் கொடுங்கன்னேன்.”

“என்ன கொடுத்தாரு ?”

லூர்தக்கா கையை விரித்துச் சிரித்தாள். உள்ளங்கையில் ஒரு ரூபாய் நாணயமும் கொஞ்சம் சில்லறைக் காசுகளும் இருந்தன.

“இது காணும்மா ?”

“அதுதான் என் தலை எழுத்து . . .”

அக்காள் வீட்டுக்குள் போய்விட்டாள். அக்காவுக்கென்று அப்படியொன்றும் பிரதான வேலைகள் இல்லை. அப்பாவுக்கு

வெத்தலை பாக்கு இடித்துக் கொடுக்கணும். குளிக்க வெந்நீ போட்டு வைக்கணும். மற்றபடி சின்னச் சின்ன வேலைகள் இருக்கும்; அவ்வளவுதான். வீட்டு வேலைகளைச் செய்ய செக்கடிக் காம்பவுண்டில் இருந்து ஒரு பொம்பளையாளு வரும். தண்ணீர் பிடித்து வைப்பது, துணிமணிகளைத் துவைப்பது, முத்தவாசலைத் தூத்துத் தெளிப்பது, மசாலா அரைத்துக் கொடுப்பது எல்லாம் அவள் செய்துகொடுத்துவிட்டுப் போய்விடுவாள். அக்காவுடைய அம்மா வந்து அடுப்பைப் பற்றவைப்பாள். அக்காவுக்கு ரெண்டு பிள்ளைகளையும் ஸ்கூலுக்கு அனுப்பி, டியூசன் சொல்லிக்கொடுத்துக் கவனித்துக்கொள்வதிலே நேரம் சரியாய் இருக்கும். சும்மா இருக்கிற நேரம் எதையாவது ஒண்ண நினைத்துத் தலையைத் தளர்ச்சியாய்த் தொங்கவிட்டுக்கொண்டு சத்தம் வராமல் அழுவாள். ஊர் மெச்சுக்கிடக் கட்டிய கலியாணத்தையும் புருஷனையும் ரெண்டு பொட்டப்பிள்ளைகளையும் எப்படி காலம் தள்ளப் போறோமோ என்று பயந்து உருகுவாள்.

லூர்தக்கா வீட்டில் எல்லோரையும் முத்துசாமிக்குத் தெரியும். எல்லாத்துக்கும் நேரே இளையவன் மோரீஸ் பர்னாந்து. சின்னப் பையன்னுதான் பெயரு. ஆனால் பக்கா ரவுடி. வம்புச் சண்டைகளை எங்கயாவது இழுத்துக்கிட்டு வந்துவிடுவான். பாக்கட் பாக்காட்டாய் சிகரெட் ஊதுவான். மற்ற சாதி ஜனங்களை மதிக்க மாட்டான். தலைகால் தெரியாது. பெரிய கெப்பர். இந்த வயசுல இவ்வளவு திமிர் இருக்கக் கூடாது.

அவனுக்கு நேரே மூத்தவன் செபஸ்தியான் பர்னாந்து. ஆளு சொங்கி, நோஞ்சான். ஆனாலும் எப்பமும் புது சர்ட், பேண்ட்டோடுதான் இருப்பான். பீத்து, பவுசு எல்லாம் அவனுக்கு நிறையவே உண்டு. ஒன்பதில் மூணு தடவை பெயிலு. யாரும் “செபஸ்தி நீ என்ன படிக்க”ன்னு கேட்டால், வாய் கூசாமல் பொய் சொல்வான். “இந்த வருஷம் தான் காலேஜில் சேர்ந்திருக்கேன்” என்று.“நாங்க முன்னாலே அப்படி இருந்தோம்,இப்படி இருந்தோம்” என்று பழைய காலத்தைப் பட்டியல் போட்டுச் சொல்வான்.

அந்த வீட்டில் ஒரு நல்ல மனுஷன்னா அது தாமஸ் பர்னாந்து தான். ஒரு நியாயம், நேர்மை, மரியாதை, அடுத்தவங்க முகம் தெரிந்து நடக்கிறது. இதெல்லாம் உண்டென்றால் அது தாமஸ் பர்னாந்து கிட்டதான் பார்க்கலாம். அக்காவுக்கு நேரா கீழ உள்ள தம்பி. ஆம்பளைக்கெல்லாம் மூத்தவன். சிலுப்பட்டத்தனம், ஆங்காரம், எடுத்தெறிஞ்சு பேசுறது இதெல்லாம் தாமஸ் பர்னாந்துக்கிட்ட கிடையாது. ஒரு சாதாரணமான கைலி சட்டையோடுதான் தாமஸைப் பார்க்கலாம். எங்கையாவது வெளியில் போனா, வந்தா பேண்ட் போடுவான். பிகாம்., படிப்பில் ரெண்டு வருஷம்

கோட்டையை விட்டாச்சு. திரும்பவும் இப்பம் பணம் கட்டிப் படிக்கிறான். தார்ப்பாய்க் கடையில் பகுதி நேர வேலை, எப்பமும் கையில காசுயிருக்கும். அஞ்சு, பத்துன்னு அக்கா கேட்டால் கொடுத்து உதவுவான்.

காபிஸ்டர் மற்றப் பிள்ளைகளிடம் பேசுவதைப் போல, தாமஸ் பர்னாந்துகிட்ட பேச மாட்டார். அவருக்கு யார் யார் எப்படின்னு தெரியும். மூத்த பையங்கிட்ட பேசும்போது அப்படியே வாய் தவறிக் கெட்ட வார்த்தைகள் வந்தாலும் சிரமத்தோடு அடக்கிக் கொள்வார். அவனுக்கு அவன் அக்காவைப் பற்றிதான் கவலை. "நல்ல எடத்துல மாப்பிளை பாக்கேன் பாக்கேன்னு சொல்லி, இப்படிக் கொண்டு தாத்துட்டாங்களே"ன்னு அம்மாவையும் அப்பாவையும் ஏசுவான். காபிஸ்டர்க்கு 'சர்ர்'ரென்னு கோபம் ஏறும். வருகிற ஆத்திரத்தையெல்லாம் மிகச் சிரமத்தோடு அடக்கிக் கொள்வார். அசிங்க அசிங்கமாய்ப் பேசுவதை நிறுத்தித் தான் பிள்ளைகளை வளர்க்கப்பட்ட பாடு, கஷ்டம், நஷ்டம், துன்பம், படிப்பு, செலவு என்றெல்லாம் ஒரு மூச்சு பேசிப் பெறவு மகளைப் பார்த்து, "எம்மா . . . ஒனக்கு நா என்ன கொறை வச்சேன். உண்ணக் கொடுக்கலையா . . . திங்கக் கொடுக்கலையா . . ." என்று பேச்சை நிறுத்திக்கொள்வார். தாமசும் பேச்சை விட மாட்டான். "நா அதையா சொன்னேன். அக்காளுக்கு மாப்பிளை பாத்திங்களே . . . ஒரு நல்ல மாப்பிளை பாக்கக்கூடாது? திருட்டுப்பய, பொட்டப் பெறக்கி, குடிகார ராஸ்கலாக் கெடைச்சான்" என்று கனைக்கிற போது, "அவளுக்கு விதிச்ச விதி எப்டியோ அப்டியே இருக்கட்டும். யாரும் அவளத் தூக்கிச் சுமக்க வேண்டாம் . . ." என்று காபிஸ்டர் எல்லார் வாயையும் அடக்கிவிடுவார்.

தாமஸ் பர்னாந்து தாயோடு பேசி ரொம்ப நாளாகிற்று. பிள்ளைகள் எல்லாம் கெட்டுக் குட்டிச் சுவரானதுக்கு அவள்தான் காரணம் என்பான். உடனே அம்மாக்காரி ரகளையைத் தொடங்கி விடுவாள். அவள் பேசத் தெரியாமல் பேசுகிற பேச்சு, நாலு வீடுகளுக்குக் கேட்கும். அம்மைய அடிக்கக் கையை உயர்த்துவான். தாமஸ் நிலமை எக்கச்சக்கமாய் ஆகும்போது, லூர்தக்காதான் இடையில் புகுந்து, ஒரு நிலைக்குக் கொண்டு வருவாள்.

கோமதி அக்கா, 'செக்காரக் குடிக்குப் போகிறேன்' என்றதும், ஜெயந்தி அக்காவுக்கு ரொம்பவும் வருத்தம். ரெண்டு நாளைக்கு முன்னால்தான், பம்பாய்க்குப் போய்ப் பத்தாயிரம் ரூபாய் ஜவுளியோடு ஊர் திரும்பியிருந்தாள். வீட்டுல வைத்துத்தான் வியாபாரம். போன கிறிஸ்மஸ்க்குக் கொண்டுவந்த ஜவுளி முழுவதும் கடன் போனது. அந்தப் பணத்தை ஆறு மாதத் தவணையில் பிரித்தாள். பணம் புரண்டது. அடுத்த வியாபாரத்துக்குப் போயிட்டு

வந்துவிட்டாள். நேற்றுப் போய்ச் சேலையை எடுக்கும்போதுதான் என்ன, எங்க, எப்படி என்றெல்லாம் விசாரித்தாள். இப்படி டீச்சர் வேலைக்குப் போறேன் என்றதும் ஜெயந்தி அக்காவுக்கு முகம் ஒரு மாதிரிப் போனது; சமாளித்துக்கொண்டு சிரித்தாள். "போயிட்டு வா. வேணும்ன்னா இன்னும் ரெண்டு சேல எடுத்துக்கிட்டு மெதுவாய்க் கொடு" என்றாள். மனசு பூராவும் வியாபாரத்தில் இருக்கிறபோது, குழந்தைகளைக் கவனிக்க ஓராளு வேணுமே என்றிருந்தது. இவ இருக்கிற தைரியத்துலே ஜவுளி எடுத்துக்கிட்டு வந்தேன் என்று மனசில் புலம்பிக்கொண்டாள்.

காணாத குறைக்கு இன்னும் நிறையத் திட்டங்களை வைத்திருந்தாள். அவள் கொழுந்தனுக்கு ஒரு வேலை பார்க்கிற பிள்ளையாய்ப் பார்த்துக் கலியாணத்தை முடிக்கணும். புருஷன் சம்பாத்தியம், நம்ம உழைக்கிற துட்டும், கொழுந்தன் கொடுக்கிற பணம், அவன் பொண்டாட்டியும் உழைச்சுக் கொடுக்கிறதையும் சேர்த்துப் பணக்காரியாகி விடலாம்னு கனவு கண்டாள். பிள்ளைகளை ஏன் பெற்றுக்கொண்டோம்னு வருத்தப்பட்டாள். இந்த நேரத்தில் கோமதி அக்கா சிநேகிதமும் கிடைச்சது சந்தோஷமாய் இருந்தது.

அலைக்ஸ் மிராண்டா கப்பலில் இருந்து வீட்டுக்கு வந்தால் மிகவும் கலகலப்பாய் இருப்பார். அவருக்குத் தெரிந்தாட்களைக் கண்டால் நிற்கவைத்து, உட்காரவைத்துப் பேசுவார். தெரு, ஊரு, நாடு, கட்சி என்று விசாரிப்பார். தெருச் சாக்கடையில் இருந்து இந்திரா காந்திவரை பேச்சு நீளும். யாரும் எதுவும் சொன்னாலும் சட்ன்னு கோபப்படவும் மாட்டார்.

மிராண்டோ அப்பாவும் அம்மாவும் செத்து ரொம்ப நாளாச்சு. தம்பி, தங்கச்சிமார் சின்னப் பிள்ளையாய் இருக்கும்போது செத்துப் போனார்கள். பழைய பண்ணை வீடு, வீட்டு மேலே கடன், அந்தக் கடன்களை அடைச்சு, கூடப் பிறந்தவர்களை வளர்த்து, படிக்க வைத்து, பொம்பளைப் பிள்ளைகளை நல்ல இடங்களாய்ப் பார்த்துக் கட்டிக் கொடுத்து, முப்பத்தைந்து வயசுக்கு மேல்தான் அலைக்ஸ் மிராண்டோ கலியாணம் செய்துகொண்டார்.

கோமதி அக்காள் ஊருக்குப் போகும்போது மறக்காமல் ஜெயந்தி அக்கா வந்தாள். அம்மா அன்னைக்கி வேலைக்குப் போகல, பூங்கோதை பெரியம்மா வந்தது, "நீ என்னத்துக்கு லீவு எடுத்த? நாதானே கூட்டிக்கிட்டுப் போறேன்" என்றாள். அம்மா, "மனசு கேட்கல்ல, லீவு எடுத்தேன்" என்றாள்.

ஒரு நாளைக்கு முந்தியே கொண்டுபோக வேண்டிய சாமான்களையெல்லாம் தயார்செய்து வைத்தாகிற்று.

தின்பண்டங்களையெல்லாம் தனித்தனி டப்பாக்களில் போட்டு அடைத்துவைத்திருந்தாள் அம்மா. அக்காவுக்குப் பொரிகடலை உருண்டைன்னா ரொம்பப் பிரியம். ஒரு கிலோ கடலையை வாங்கி, பட்டுப்போல முனுக்கிச் சக்கரை விரவி உருண்டை பிடித்து வைத்திருந்தாள். புறப்படும்போது, "பாவாடை காணாது" என்றாள் அக்காள். "ஏலே . . .ஏலே . . . ஓடு ஓடு அக்கா தருகிற அளவுக்கு நல்ல பாவாடை ரெண்டு எடுத்துக்கிட்டு வா" என்று அம்மா முந்திப் பையைத் திறந்து பணத்தை எடுத்துக் கொடுத்தாள். முத்துசாமி ஒரு சைக்கிளை எடுத்துக்கொண்டு விரைந்தான்.

பூங்கோதை பெரியம்மா ஒரு பெட்டியைத் தூக்கிக் கொண்டாள். அவள் நல்ல கறுப்பு. அடிக்கிற வெயிலில் மேலும் கறுப்பாய்த் தெரிந்தாள். இருந்தாலும் பெரியம்மா அமைதியான குணம் உடையவள். பேசினாலும் குரல் வெளியில் வராது. ஏதாவது அவசரம் என்றால்தான் வீட்டுக்கு வருவாள். முதலில் அப்பாக்கிட்ட போய், "எப்படியிருக்கீங்க மச்சான்" என்று விசாரிப்பாள். பெறவுதான் மற்ற வேலைகள். பாவம் அவள் ஒத்தைக்கு ஒரு மனுஷி. புருஷன் விட்டுட்டுப் போய் வருசக் கணக்காகுது. கண்ணே பொன்னேன்னு ஒரு மகன். கோபால் அண்ணனை, பெரியாச்சியும் தாத்தாவும் ஒரு நேரம் விட்டுட்டுப் பிரிய மாட்டார்கள். கோபால் படிப்பில் கெட்டிக்காரன். கால்டுவெல் பள்ளியில் படிக்கும்போது அவன்தான் முதல் பையன். பள்ளிப் படிப்பு முடிந்ததும் கல்லூரியில் கொண்டுபோய்ச் சேர்த்தார்கள். யாருடைய பொல்லாத நேரமோ அண்ணன், அம்மங்கோவில் முடுக்கில் இருக்கிற பொட்டச் சாம்பாத்தி வீட்டுக்குப் போய்வர ஆரம்பித்தான்.

சாம்பாத்திக்கு வரிசை வரிசையாய் ஆறு பொம்பளைகளும் நாலு ஆம்பளைகளும். புருஷன் ரொம்பக் காலம் ஒரு வெள்ளைக்காரன் கம்பெனியில் வாட்சுமேனாய் இருந்தார். திடீரென்று நோயில் விழுந்து செத்துப் போனார். சாம்பாத்தி ஹார்வி மில்ல வேலை பார்த்ததினால், பிள்ளைகளை ஒரு மாதிரி வளர்க்க முடிந்தது. இருந்த பணத்தில் மூணு பிள்ளைகளைக் கட்டிக் கொடுத்தாள். கோபால் அண்ணன் அங்க போன நேரத்தில்தான் அந்த அக்காளுக்கும் அண்ணனுக்கும் பழக்கமாச்சு. அக்கா நல்ல நிறம்; நல்ல அழகு. அண்ணன் மயங்கியதில் ஆச்சரியம் ஒண்ணுமில்லை. தெருவுல ஏட மாடமாய்ப் பேச்சு எழுந்தது. ஆட்கள் "நல்ல மாப்புள்ளன்னு பொட்டச் சாம்பாத்தி கவுத்திக்கிட்டா. அவ மக்கமாரு சேர்ந்து அக்காவ 'கூட்டிக் கொடுத்துட்டாளுவ' என்று கண்டும் காணாமலும் பேசிக்கொண்டார்கள். அக்காளும் கலியாணம் கட்டுவதற்கு முன்னமே 'உண்டாகி'விட்டாள்.

அவளுக்கு மூணு மாதம் என்றாலும் ஆச்சியும் தாத்தாவும் பதறிப் போனார்கள். வாயிலையும் வயித்திலையும் அடித்துக் கொண்டார்கள். மாரிப்பிள்ளையின் கனவெல்லாம் ஏமாற்றம் கண்டது. பேரன் நல்லா படிப்பான், நல்ல வேலைக்குப் போவான், ஒரு நல்ல இடத்தில் கலியாணத்தை முடிச்சுக் கண்காண வாழ்வான் என்ற எண்ணமெல்லாம் மலையேறிப் போயிற்று. அக்கா பிள்ளையைப் பெற்றுக்கொண்டாள். விசயம் பெருசாகிப் போச்சு. ஊர் பேசி, வீட்டு மட்டுக்கும் கலியாணத்தை நடத்தினார்கள் அண்ணன் படித்தது போதுமென்று உள்ளூர் சேர்மனைப் பார்த்து, கையைக் காலைப் பிடித்து, பணத்தைக் கிணத்தைக் கொடுத்து, பேரனுக்கு வேலையை வாங்கிக் கொடுத்தார் மாரித் தாத்தா.

அந்தக் கவலையில்தான் குன்னிப் போனாள் பெரியம்மா. முன்னே மாதிரி உற்சாகமில்லை. இது, நடக்கும்போது அவளுடைய முகத்தில் தெரிந்தது. அம்மா ரெண்டில் ஒரு பெட்டியைத் தூக்கி வைத்திருந்தாள். கோமதி அக்கா சின்னப்பையை மட்டும் வைத்திருந்தாள்.

முத்துசாமி பாவாடைகளை வாங்கிக்கொடுத்துவிட்டு பஸ்ஸ்டாண்டுவரை கூடப் போனான். எல்லோரையும் வழியனுப்பிவைத்துவிட்டு, திரும்ப டவுன் பஸ்சைப் பிடித்து மட்டக்கடையில் வந்து இறங்கினான். கிணற்றடித்தெரு கலகலப்பாய் இருந்தது. தசராக் கொண்டாட்டம் இப்போதும் களைகட்டிக்கொண்டிருந்தது. அரச மூட்டுல இவ்வளவு நாளும் தூங்கிக்கொண்டிருந்த கட்டைச் சப்பரத்துக்கு, இப்பம் புது மவுசு வந்துற்று. தெருக்காட்டுப் பன்றிகளெல்லாம் அங்குனதான் வந்து தங்கும். பக்கத்துலதான் முனிசிபல் குப்பைத் தொட்டியும் இருந்தது. சின்னப் பிள்ளைகள் எல்லாம் அங்குன வந்துதான் *பேண்டு போடும். கண்டயிடத்தில் வெளிக்கு இருக்கும். இன்னைக்கி அந்த இடங்களெல்லாம் சுத்தமாகிற்று. தங்கச்சப்பரம் இழுக்கப் போகிறார்களாம். ஹார்வி மில்லுக்குச் சொந்தமான பழைய இரும்பு வண்டி, ராலியாபீசுக்குள்ள நின்றுகொண்டிருந்தது. அதைக்கேட்டு இழுத்துக்கொண்டு வந்திருந்தார்கள். சப்பரத்தைத் தூக்கிவைத்துக் கட்டுகிற வேலைகள் நடந்துகொண்டிருந்தன. தோணிக்குப் போகிற ஆட்களின் கூட்டம் நின்றது. வடக்கயிற்றை இழுத்துப்பிடித்துக் கட்டினார்கள். அது 'சக்'ன்னு உட்கார்ந்துகொண்டது. கையோட பனை உயரத்துக்குப் பந்தல் போடும் வேலைகளும் நடந்தன.

சாண்டோர்தான் முன்னே நின்னு வேலை வாங்கிக் கொண்டிருந்தார். அப்பாவை மாதிரி சித்திர வேலைகளைச் செய்யக் கூடியவர். சுரூப வேலைகள் செய்ய அவுருக்கு முடியாது.

---

* பேண்டு – மலம் கழித்தல்

உருவத்தைக் கொண்டு வருவது விஷப் பரீட்சை. அதற்குப் பொறுமை வேண்டும். ஒரே சிந்தனை வேண்டும். ஆர்வம் வேண்டும்.

வருஷா வருஷம் கொடைக்கும் தசராவுக்கும் வரிந்துகட்டிக் கொண்டு முன்னுக்கு நிற்பார் சாண்டோர். *ராப்தா பண்ணக் கூடியவர். அவரை மாதிரி யாரும் சாமி கொண்டாடியிடம் தங்கடம்** கேட்டுப் பெற முடியாது. கருப்புச் சொக்காயும் சிவப்புக் குல்லாவும் போட்டு, கையில் தடியோடு ஆவேசமாய் ஆடி வரும் சாமியை, 'அத்தப்பார்'னு நிறுத்துவார். ஜனங்கள் பயந்து விலகுவார்கள். "என்னப்பா . . . ஒனக்கு எல்லாம் நல்லபடியாய் ஒரு கொறையும் வைக்காமே செய்து முடிச்சுருக்கோம் . . . இன்னும் ஊருல ஒற்றுமையில்ல. ஊர் செழிக்கல . . . இதுக்கு ஒரு வழி சொல்லு"ன்னு சாமியை அதட்டுவார்.

சாமி முன்னும் பின்னும் ஆடும், தலையைத் தலையை அசைக்கும். உஸ் உஸ் என்று உருமும். "என்ன சொல்லு" என்று கோபமாய்க் கேட்பார் சாண்டோர் . . .

சாமி பயந்து போகும், "உண்டு . . . உண்டு" என்று குரல் எழுப்பும்.

"உண்டுன்னா எப்டி ?"

"உண்டப்பா . . . உண்டு . . ."

"அதத்தான் சொல்லு . . ."

"இந்த ஆடி கழியட்டும் . . ."

"ஆடி கழிஞ்ச பெற . . ."

"இன்னக்கிச் சாமத்துல சொல்லுறேன்" என்று சாமி மேலையும் கீழையும் விபூதியை அள்ளி வீசும். சில கணம் அமைதியில் கழியும். சும்மா நின்றுகொண்டிருக்கும் மேளக்காரர்களைப் பார்த்து, "ம் . . . போடு" என்று உத்தரவு விடும். பீப்பியும் ஊதும், கொட்டும் முழங்க ஆரம்பிக்கும். கிழிந்த சட்டையும் வேட்டியும் கட்டியிருக்கும் பகடையாட்கள், கொஞ்சம் 'தண்ணியும்' 'கறியும்' உள்ளே போன சுகத்தில் வட்டமாய்ச் சுற்றிச் சுற்றி ஆடிக்கொண்டே வாசிப்பார்கள்.

அம்மங்கோவில் வாசலில் தர்மகர்த்தா நின்று கொண்டிருந்தார். முருகையாவைப் பார்த்ததும் சாண்டோர் அங்க போனார். சுற்றி நின்ற வாலிபப் பையமார்கள் ஒதுங்கி நின்றுகொண்டார்கள். சங்கத்து வாசலில் உட்கார்ந்து பீடி

---

* ராப்தா – சண்டித்தனம்

** தங்கடம் – அருள் வாக்கு கேட்டல்

குடித்துக்கொண்டிருந்த பையமார்கள், பீடியை அணைத்தார்கள். ஒடனே ஒரு பயம் ஏற்பட்டது. அமைதி உண்டாகியது. முருகையா கோவிலுக்குள் போனதும், சாண்டோர் கைலியை அண்ட்ராயர்க்கு மேல் தூக்கிக் கட்டிக்கொண்டார். ஜேப்பில் இருந்து பீடியை எடுத்தார். வாசலில் இருந்தவனிடம் தீ கேட்டார். கலக்கத்தோடு அவன் பயந்தான். நடுக்கத்தோடு மரியாதையாய்த் தீப்பெட்டியைக் கொடுத்தான். வாங்கிப் பற்றவைத்துக்கொண்டார்.

முத்துசாமி அம்மங்கோவிலைக் கடக்கும்போது, சாண்டோர் கூப்பிட்டார். திரும்பிப் பார்த்தான். திக்கென்றிருந்தது. பயந்துகொண்டே போனான்.

“ஒங்க அப்பாக்கிட்ட மாதா சொரூபம் செய்யக் கொடுத்தேன். செஞ்சிட்டாரா?”

“செஞ்சிட்டு இருக்காரு.”

“எது மட்டும் செஞ்சியிருக்காரு?”

“முடிஞ்ச மாதிரிதான் மார்புப் பாகம் ப்னிசிங் செய்யணும், அதுதான் பாக்கி . . .”

“. . . ஒங்க அம்ம மார்வே தூக்கி வச்சு . . . தர வேண்டியதானேலே . . .”

இந்தக் கனமான குரலைக் கேட்டு மலைத்துப் போனான் முத்துசாமி. அதைப் பார்த்துக் கூட்டம் ‘கொல்’ லென்று சிரித்தது. சாண்டோர் நெஞ்சை மலர்த்திக்கொண்டு சிரித்தார். ‘தண்ணி’ வாடை ‘குப்’ பென்று அடித்தது. ‘அம்மாவைப் பற்றிச் சொன்னதும் தாங்க முடியவில்லை. அடுத்த நிமிஷம் முகம் வாடிப் போனது. அவமானமாய் இருந்தது. மனம் உடைந்து, பலம் கரைந்து போனது; வேர்த்தது. சூட்டோடு சூடாய்ப் பதில் சொல்லாமல் நிற்க முடியவில்லை முத்துசாமிக்கு.

“ஒங்க அக்கா, தங்கச்சிமார்க மார்புயிருந்தா எங்கிட்டக் கொண்டாங்க. நா வச்சுக் காட்டுகிறேன் . . .” என்றான்.

அவ்வளவுதான். சாண்டோர் அரண்டு போனார். கண்கள் ரெண்டும் பழமாய்ச் சிவந்தன. கலக்கம், பதற்றம், நடுக்கம், அவமானம் எல்லாம் வந்து அவரைத் திணற வைத்தன. நேத்து பெறந்தப் பய இப்படிச் சொல்லிட்டான். அதுவும் இவ்வளவு பெரிய கூட்டத்த வைச்சுக்கிட்டு. அசைக்க முடியாத கையை அசைத்தனைச் சும்மா விடலாமா? நம்ம பெருமையும் கம்பீரமும் என்னாவது?

“என்னலே . . . சொன்ன தேவுடியா மவனே?”

முத்துசாமி சுதாரித்துக்கொண்டான். அடிக்க வரும்போது தலையைக் குனிந்தான். பட்டிருந்தால் முகம் வீங்கியிருக்கும். வலி தாங்காமல் உடம்பு துவண்டு போயிருக்கும். கோபம் அப்பா மேல் திரும்பியது. கண்ணியம் பொறுப்பு, நன்றியில்லாத மனிதனிடம் என்ன சகவாசம் வாழுது ? இப்படியாளுகளுக்குச் சுரூபம் செய்து கொடுக்கலாமா ? ஆயிரம் ஆயிரமாய்த் தந்தாலும் இவனுகளுக்குச் சுரூபம் செய்து கொடுக்கலாமா ? இவனுக்கிட்டப் பேசலாமா ? இப்பம் யாரைக் கேட்டான். அம்மாக்குல்லா இந்தக் கெட்ட பேச்சு, நினைக்க நினைக்கத் தாங்க முடியவில்லை. அவமானம்தான் பொத்துக்கொண்டு திரும்பவும் முன்னுக்கு வந்தது. திணற வைத்தது.

விரசலாய் நடக்க ஆரம்பித்துவிட்டான் முத்துசாமி. நடக்க நடக்க “நா கேட்டது சரிதான்” என்று மனத்தைத் தேற்றிக் கொண்டான்.

தசராவுக்கு முன்னாலே நடக்கிற திருவிழா வெள்ளோட்டம் போல ஆனது சண்டை. இருக்கிற கோபத்தை வைத்துக்கொண்டு தெருவை ஒரு கலக்குக் கலக்கினார் சாண்டோர். அங்குன உள்ள முடிச்சுமாரி, மொல்லமாரிகளையெல்லாம் கூட்டிக்கிட்டுப் போய்த் ‘தண்ணி’ வாங்கிக் கொடுத்தார். கமாலியா ஹோட்டல் சாப்பாடு. ஓசியில் ஒரு பிடி பிடித்துக்கொண்டனர். சாண்டோர் அறுத்துக் கிழித்தார்.

என்னமோ யாதோ என்று ஜனங்கள் கூட்டம் கூட்டமாய் வந்து கூடினார்கள். விசயம் தெரிந்ததும் ஒரு கொண்டாட்டம் நிலவியது. அங்கு நாற்றம் வீசுகிற கெட்ட வார்த்தைகளை ரசித்தார்கள். “சின்னப் பையன் இப்டி கேட்டது தப்புத்தானப்பா . . .” என்று சாண்டோர்க்கு சப்போட்டுக்குப் போனார்கள். “ஆமா அண்ணாச்சி நீங்க சொல்லுறது வாஸ்தவம்தான். அவுரு யாரு. அவுரு வயது என்ன. என்னமோ ஒரு கேலிக்குச் சொன்னாருன்னா . . . அதுக்காகச்சிட்டி இப்டியா கேக்குறது” என்று எண்ணெய் ஊற்றினார்கள். “அம்மையைச் சொன்னா யாருக்கும் கோபம் வரத்தானே செய்யும்?” என்று ஒரு கேள்வி எழுந்ததும், “கொழுந்தியா முறையில் ஒரு கேலிக்குச் சொல்லியிருப்பாரு. அதுக்கு இப்டியா பையன் கேட்டுக்கணும்” என்று விமரிசனத்தை இன்னொரு ஆளு பயத்தோடு ஆமோதித்தார். “நீ சொல்லுறது வாஸ்தவம்தான். இருந்தாலும் பாத்துப் பேசு, நமக்கெதுக்கு வம்பு. எவளாவது பார்வதி சாம்பாத்திக்கிட்டப்போய்க் கோள் மூட்டுவா” என்று நாலாப் பக்கமும் பார்த்தார்.

“சரியண்ணாச்சி. அந்தப் பய சொல்லிட்டான்லா . . . அதுக்கு ஒரு முடிவு எடுத்திடுவோம்.”

“என்ன முடிவு எடுப்பீங்கவேய்?”

“நீங்க பயப்புடாதீங்க; நம்ம ஒரு கை பார்ப்போம் . . .”

தர்மகர்த்தா முருகையா இப்படிச் சொன்னதும் சாண்டோர் குரல் இறங்கியது. அவுந்த கைலியை இன்னும் இறுக்கலாய்க் கட்டிக்கொண்டார். ஆட்கள் அப்படியே நகர்ந்தார்கள். அங்க அங்க நின்று பேசிக்கொண்டார்கள். மட்டக்கடைச் சந்தியிலே இன்னும் கூட்டம் நின்றது. சாண்டோர் கையில் ஒருத்தன் பீடியைக் கொடுத்தான். வாங்கிப் பற்றவைத்துக்கொண்டார்.

அப்போதுதான் சண்முகம் வேலை முடிந்து வந்து கொண்டிருந்தான். கருவாட்டுக் கிட்டேங்கில் இன்னைக்கிச் சரியான வேலை. முந்தா நேத்து ‘அட்டி’ போட்டுவைத்திருந்த கருவாட்டைக் கொழும்புக்கு ஏற்றுமதிசெய்ய அனுமதி கிடைத்தது. பத்தாயிரம் கட்டு. ஏற்கெனவே ஓலைப்பாய்களும் கயிற்றுப் பந்துகளும் தயாராகத்தான் சலுப்பக்குடி மாரிமுத்து செட்டி சாக்கு மூட்டைகளை வண்டியில் கொண்டுவந்து இறக்கினான்.

கிட்டேங்கிக்கு வந்தவுடனே சம்பைத் தரகனான செல்லப்பன், வைப்பாட்டி வீட்டுக்குப் போய்விட்டான். போகும்போது தள்ளாடி ஜாணைக் கூப்பிட்டு, “நா எங்கப் போய் இருக்கேன்னு யாருக்கிட்டையும் சொல்லாத. மொதலாளி வந்தா, தெரியாம ஒரு பையனை அனுப்பிவை” என்று சொல்லிவிட்டுப் போனான். செல்லப்பன் இப்பம் சேர்த்துவைத்திருக்கிற பொம்பளை ஒரு மீன் பரவச்சி. கொஞ்ச நாளைக்கு முன்னே கருவாடு அள்ளிப் போட வந்தா. அவளுக்குக் கலியாணமாகி ரெண்டு பிள்ளைகளோட புருஷன் வேண்டாம்னு சொல்லிட்டானாம். ஆளும் கட்டும் சிட்டுமாய் இருந்தாள். சிவத்தப் பொம்பளை. வயசு முப்பதுக்கு மேல் இருக்காது. அவளையும் அவள் சேலைக் கட்டையும் பார்த்துச் சொக்கிப் போனான். அவளுக்குத் தெரிந்தும் தெரியாமல், அஞ்சும் பத்துமாய்க் கொடுத்து, வீட்டுக் கஷ்டங்களைக் குறைத்தான். இப்பம் கருவாட்டுத் தரகனுக்கு மூணாவது ‘உண்டாகி’ இருந்தாள். இந்தக் கொள்ளையில், ஏற்கெனவே செல்லப்பனுக்குப் பொண்டாட்டி, பிள்ளை இருக்கு. சொந்த வீடு, ஒரு காம்பவுண்ட் வாடகை வருது. எந்தாலே யார் போனாலும் கட்டின பொண்டாட்டி, சோற்றுக்கோ பணத்துக்கோ கஷ்டப்பட வேண்டியதில்லை என்றாலும் “சொல்லிப் பாத்தும் கேட்காத புருஷன், எந்தாலையும் தொலைஞ்சு போறான்”ன்னு அவளும் விட்டுட்டாள்.

செல்லப்பன் வைப்பாட்டி வீட்டுக்குப் போன பெறவுதான் தள்ளாடி ஜானுக்கும் சண்முகத்துக்கும் தகராறு ஏற்பட்டது. பற்றுவழி கொடுக்க மாட்டேன்னான். கணக்குப்பிள்ளை தள்ளாடி,

“அப்பம் வேற கிட்டேங்கிக்குப் போறேன்” என்றான். சண்முகம், பெறவு ஏசிக்கிட்டே பணத்தைக் கொடுத்தான் தள்ளாடி ஜான்.

இந்தச் சண்டையில் மத்தியானம் சரியாய்க்கூடச் சாப்பிடவில்லை சண்முகம். எல்லோரும் குப்பங்கடையில் வயிறுமுட்டச் சாப்பிடும்போது அவன், ரெண்டு முட்டைக்கோசும் வெறும் காப்பியும் வாங்கிக் குடித்துக்கொண்டான். ஏழுமணி சுமார்க்கு வேலை முடிந்து வரும்போது, கடுமையான பசி. கணக்குப் பார்த்து தள்ளாடி ஜான் பணத்தைக் கொடுத்தான். கூட்டத்தோடு நடக்கும்போது தனியாய்ப் பிரிந்து போக முடியவில்லை. ஆளோடு நின்னு ஒருகாப்பியைக்குடித்துவிட்டு நடந்தான்.தெப்பக்குளத்தைத் தாண்டி, மட்டக்கடையை நெருங்கும் முன்னே, அந்தச் சேதி சண்முகம் காதுகளுக்கு எட்டியது. கண்டவர்கள் சொன்னார்கள். “ஒங்க அம்மையையும் தங்கச்சியையும் சாண்டோர் மோசமா அறுத்துக் கிழிக்கான்” என்று சொல்லவும் சண்முகத்துக்குத் தாங்க முடியவில்லை. ஒரேயடியாய்த் தளர்ந்துபோன உடம்பில் வெறி ஏற்பட்டது. வேகமாய் ஓடி வந்தான். ரத்னா பேக்கிரி முன்னால் எரிக்கப்போட்டிருந்த விறகைத் தூக்கிக்கொண்டான். “ஏலே . . . ஏலே” என்று ஆட்கள் பின்னால் ஓடி ஓடி வந்தார்கள். பிடித்த கைகளையெல்லாம் தட்டிக்கொண்டு ஓடினான் சண்முகம்.

மேகங்கள் கருப்பாய்ச் சூழ்ந்து கிடந்தன. கொத்துக் கொத்தாய் நட்சத்திரங்கள். நிலவைக் காணோம். இரவு நேரத்தில் தெரு பழைய படியும் சுறுசுறு அடைந்தது. தெருவுல எப்பம் சண்டை வரும்னு எதிர்பார்த்த ஜனங்கள் கூடினார்கள்.

“எவன்ல்ல . . . எந்தங்கச்சியைப் பேசியது. தைரியமிருந்தா வாலே . . .”

சாண்டோருக்குச் ‘சுருக்’கென்றது ! அப்பத்தான் கொஞ்சம் அமைதி அடைந்திருந்தார் அவர். போதை குறைந்துபோய் இருந்தது. இந்தச் சவாலைக் கேட்டதும் படபடத்து எழுந்துகொண்டார். வந்த வேகத்தில் அவரை எதிர்கொண்டான் சண்முகம். சப்பர வேலைகளைக் கவனித்துக்கொண்டிருந்த தர்மகர்த்தா ஓடி வந்தார். ஆட்கள் சூழ்ந்துகொண்டார்கள். “இவன் எதுக்கு முந்திக்கிட்டு வரான். இழுத்துக்கிட்டுப் போங்கப்பா” என்று கோபத்தோடு சொன்னான் முருகையா. தர்மகர்த்தா சொன்னதும் ஒராளு சண்முகம் வைத்திருந்த விறகுக் கட்டையைப் பிடுங்கினான். சாண்டோரும் வரிந்துகட்டிக் கொண்டார். அவரையும் அப்பால் தள்ளிக்கொண்டு போனார்கள்.

சண்டை நீள நீள யார்க்கு வழக்குப் பிடிப்பதென்று குழப்பம் கூட ஏற்பட்டது. சாண்டோர்பற்றி நல்ல அபிப்பிராயங்கள் இல்லையென்று தெரிந்திருந்தாலும், யாரும் அதை வெளியில்

காட்டிக்கொள்ளவில்லை. கோவில் சம்பந்தப்பட்டவர்க்குச் சாண்டோர் கோபித்துக்கொண்டு போய்விட்டால், சப்பரம் இழுக்கிற கதை என்னாகிறது என்ற கவலையும் தோன்றியது. தெருவே குழம்பியது.

அப்படி பார்த்தால் தெரு அம்மன் கோவில் சின்னதுதான். காலம் காலமாய் நாலே நாலு தூண்கள் தாங்கிக்கொண்டிருக்கிற பழைய ஓட்டுச் சாய்ப்பு. அதற்குக் கொடை, தசரா, திருவிழான்னு நடத்துகிற தர்மகர்த்தா முருகையாவுக்கு எப்பமும் தெருவில் மதிப்பும் மரியாதையும் உண்டு. காணாத குறைக்கு இந்த வருஷம் அவருடைய முழு முயற்சி இல்லாவிட்டால் சப்பரம் இழுக்க முடியாது. சப்பரத்தை வடிவமைக்க சாண்டோர் கைவண்ணம் வேண்டும். அதற்கு இடையூறு வரும்போது முருகையாவால் பொறுக்க முடியவில்லை. “நாலு அடி அடிச்சு கழுதப்பயல ஊட்டுல கொண்டு உடுங்கப்பா” என்று சீண்டிவிட்டுவிட்டார். அவ்வளவுதான். தெரு சூழ்ந்துகொண்டது. ஒரு கைதிபோல சிக்கிக்கொண்டான் சண்முகம். அந்தப் பிடிகளில் இருந்து திமிர முடியவில்லை அவனால், தர்ம அடிகள் விழுந்தன. வார்த்தைகள் தடுமாறிப் போயின.

7

முத்துசாமி சாப்பிடவில்லை. தூக்குச்சட்டியை எடுத்துக்கொண்டு புறப்பட்டான். சைக்கிளை அழுத்த முடியாத சோர்வு, கவலை, வருத்தம், சங்கடம். எதுக்கு இந்த மனுசங்கிட்டப் போய் சண்டை போட்டோம்? தெரியாதுன்னு ஒரே வார்த்தையில் சொல்லிட்டு வந்திருக்கலாம். இந்தச் சண்டை, சச்சரவு, குழப்பமெல்லாம் வந்திருக்காது. உடம்பும் மனசும் சோர்ந்து போயிற்று. ராத்திரி நின்னு வேலை செய்ய முடியுமா? பேசாமே ஒரு நாள் வேலை போகுதுன்னு படுக்கலாம். படுத்தா தூக்கம் வரும். படுத்தால் அம்மாவின் ஏச்சையும் பேச்சையும் தாங்க முடியாது.

மணி ஒன்பதரை சுமார்க்கு மில்லுக்கு வந்து இறங்கினான் முத்துசாமி. வழக்கம்போல கேன்டியனில் படுத்தான். மனசைக் குடைகிற விசயங்கள் நிறைய இருந்தன. உருண்டு உருண்டு படுக்கும்போது உடம்பு வலித்தது. பகலில் சரியான தூக்கம் கிடையாது. அக்காவை ஊருக்கு அனுப்ப அலைந்த அலுப்பு; இருந்த நேரமும் சண்டையில் கரைந்து போனது. எட்டுமணிவரை ரகளை. தெரு திரண்டு வாசல்வரை வந்துற்று. என்ன நடந்ததுன்னு சொல்லங்காட்டிலும் போதும் போதுமென்றாகிற்று முத்துசாமிக்கு. அம்மா, "ஒனக்கு எதுக்கில வேண்டாத வேலை. ஒன் ஜோலியைப் பாத்துட்டுப் போக வேண்டியதுதானே" என்று அதட்டினாள். உடனே அப்பாவுக்குக் கோபம் வந்தது. கத்திப் பேசினார். "நீ என்ன சாண்டோர்க்கு சப்போர்ட் பண்றியா? அவன் ஒன்ன என்ன கேள்வி கேட்டிருக்கான்..."

என்றவுடன் அம்மாவும் விடவில்லை. "எல்லாம் ஒங்களால வந்தது. தரங்கெட்டவனுக்கெல்லாம் சொரூபம் செய்து கொடுத்தா இப்டித்தான் . . . சரி சரி நீ வேலைக்குப் பொறப்படு" என்றாள் அம்மா. இதுதான் சமயம்னு முத்துசாமியும் புறப்பட்டு வந்துவிட்டான். ஒவ்வொன்னையும் நினைக்க நினைக்க மனசு துடித்தது.

பதினொன்னே முக்காலுக்கு வாட்சிமேன் கதவைத் தட்டி எழுப்பினான். ஒரு கண்ணுக்குத் தூங்கி எந்திரிக்காமல் போனது வருத்தமாய் இருந்தது. பைப்படிக்குப் போய் முத்துசாமி முகத்தைக் கழுவினான். சட்டையைப் போட்டுக்கொண்டான். ஆளோடு ஆளாய் சைக்கிளைத் தள்ளிக்கொண்டு மில்லுக்குள் வந்தான்.

ராத்திரி முழுதும் தூக்கம் தூக்கமாய் வந்தது முத்துசாமிக்கு. வேலை ஓடவில்லை. உடம்பு தளர்ந்து போனது. காலும் கையும் வலித்தன. இழைகள் ரொம்ப அறுந்தன. 'ஒண்ணுக்குக் கூடப் போகாமல் வேலை பார்க்க வேண்டியதாய் ஆகிற்று. ஒரு தடவை மேஸ்திரி ஆள் போட்டான். இன்னொரு தடவை ஆள் போடும் போது மேஸ்திரி ஏசினான். ஓடி ஓடிப் போய் முகத்தைக் கழுவிட்டு வந்தான். நேரம் போன போக்குத் தெரியவில்லை. காலையில் அம்மா வந்து என்ன சொல்லுமோ என்று பயமாய் இருந்தது.

ஆனால் ஆறரைக்கெல்லாம் வந்த அம்மா, அதைப்பற்றி வாய் திறக்கவில்லை. அறுந்து கிடந்த இழைகளைக் கட்டிக் கொடுத்தாள். "போய் மூஞ்சி மொகரையைக் கழுவிட்டு வா" என்றாள். வந்தவுடன் காப்பியை ஊற்றிக் கொடுத்தாள். குடித்தான். மிச்சமிருந்த காப்பியை அவளும் குடித்தாள். திருக்குச் செம்பைக் கழுவிக்கொண்டு வந்து கொடுத்தான். "ஊட்டுக்குப் போனதும் எங்கையும் போவாத. பேசாமே துன்னுட்டு, தூங்கு" என்று கண்டிப்போடு சொன்னாள். தலையை ஆட்டிக்கொண்டான் முத்துசாமி.

அதுக்குப் பெறவு வீட்டுக்கும் தெருவுக்கும் உள்ள தொடர்பு அறுந்து போயிற்று. பிறந்து, வளர்ந்து, விளையாடிய சிநேகிதங்கள் எல்லாம் நொடிப் பொழுதில் இல்லாமல் போனது. கொஞ்ச நாட்கள் கஷ்டமாய் இருக்கும். போகப் போகச் சரியாய்ப் போகுமென்றாலும், வருத்தங்களும் பாதிப்புகளும் மனசுக்குக் கஷ்டத்தைத்தான் கொடுத்தன. இதையெல்லாம் ஒதுக்கி வைத்துவிட்டுதான் அம்மா வேலைக்குப் போனாள். தம்பிமார்கள் படிப்பைத் தேடிப் போனார்கள். அண்ணன் அவன்பாட்டுக்கு வேலைக்குப் போனான். தெரு ஜனங்கள் அவரவர் ஜோலிகளைப் பார்த்தார்கள். எப்பமும் பழகுகிற மாதிரிதான் பேசினார்கள்;

சிரித்தார்கள். எந்த மாற்றமுமில்லை. எப்பமும் நடக்கிற மாதிரி எல்லாம் நடந்தது.

சாண்டோர் எப்பமும் மாதிரிதான் தண்ணி போட்டுக்கிட்டு அலைந்தான். போகிற, வருகிற பொம்பளைகளை நக்கலும் கிண்டலும் அடித்துக்கொண்டு, ஆம்பளகளை நெஞ்சை மலத்திக்கொண்டு, அதட்டிக்கொண்டு, அப்படியே சப்பர வேலைகளும் நடந்தன. உடனே அப்பாவும் ஒரு ஆளைக் கூப்பிட்டு, அந்த அரைகுறைச் சொரூபத்தைத் தூக்கிக் கொடுத்துவிட்டார். அப்பாவுக்குப் பிரச்சினைகள் இல்லை. கிணற்றடித் தெருப் பக்கம் போறது வர்றது கிடையாது. எப்பமாது ஒரு கலியாணம், சடங்கு, காட்சி, துஷ்டின்னாத்தான் 'போகணுமே'ன்னு போய்த் தலையைக் காட்டுவார். இல்லன்னா தெருப் பக்கமே போக மாட்டார். அம்மா அப்படிக் கிடையாது. அம்மாவுடைய பழக்கவழக்கங்கள் எல்லாமே தெரு சாதி ஜனங்கள் மத்தியில்தான். கொஞ்சிக் குலாவிப் பேசினாதான் அம்மாவுக்குப் பொழுதுபோகும்.

முத்துசாமி நிலைமை சிக்கலானது. தெருப் பக்கம் போகாட்டா அவனுக்குத் தூக்கம் வராது. நோவா வீடு, ஆச்சி வீட்டுக்கெல்லாம் போகாம அவனால் இருக்க முடியாது. மனசுக்குப் பிடித்த வேலைகளை அங்க போய்த்தான் செய்ய முடியும். படிக்க, எழுத, பாட எதையாவது தூக்கி நோண்டிக்கொண்டிருக்க அங்கதான் தோதுவான இடம். வீட்டிலிருந்து இதெல்லாம் செய்ய முடியாது.

அன்னைக்கிச் சாய்ந்திரம் அஞ்சாறு விருந்தாளிகள் வந்திருந்தார்கள். போல்டன்புரத்து சைக்கிள் கடை மாமாதான், தெரிந்தவர். மாமாதான் அந்தாள்களைக் கூட்டிக்கொண்டு வந்தார். வாசலில் நின்ற பெருமாளிடம், "ஊட்டுல யாருயிருக்கா" என்றதும், "எல்லோரும் இருக்காங்க"ன்னு உள்ளே ஓடினான்.

வாசலில் கூட்டமாய் ஆட்கள் நிற்பது தெரிந்ததும் அம்மாதான் வெளியில் வந்தாள். மாமாவை அடையாளம் தெரிந்துகொண்டு "வாங்கண்ணே !" என்று வரவேற்றாள். திரும்பிப் பார்த்து, "கதவத் தெறந்தான்ன . . . இங்க ஓடி வந்துட்ட . . ." என்று கடிந்துகொண்டாள். "வாங்க . . . வாங்க . . ." என்று அப்பாவும் வந்தார். பெருமாள் பரணில் இருந்த பாயைத் தூக்கி விரித்தான். எல்லாரும் உட்கார, அம்மா முந்திப் பையைத் திறந்து கலர் வாங்கி வர காசைக் கொடுத்து அனுப்பினாள். பெருமாள் ஓடிப்போனான்.

அப்பா தோளில் துண்டைப் போர்த்திக்கொண்டு படித் திண்டில் வந்து உட்கார்ந்தார். நலம் விசாரித்தார். கடை, வியாபாரம், மூத்த பையன் படிக்கிறானா என்றெல்லாம் விசாரித்தார். வந்தவர்கள் பைய வந்த விசயத்தைச் சொன்னார்கள்.

கலியாணப் பேச்சு என்றதும் மனசு குளிர்ந்தது. இவ்வளவு நாளும் கோமதியின் கலியாணத்தைப் பற்றி யாரும் நினைக்கவில்லை . படித்து முடித்ததும் ஒரு வேலை பார்த்தால், ஏந்தலாய் இருக்குமே என்றுதான் அம்மா நினைத்தாள். இந்த டெம்பரவரி வேலைகூட, இன்னும் அஞ்சாறு நாட்களில் முடிந்து போகும். அதுக்கு வேலை தேடணும். கிடைச்சாத்தான் உண்டு. இல்லன்னா இல்லை. வீட்டில் இருக்க வேண்டியதுதான்.

மகனுக்குக் கலியாணம் பேச வந்திருக்கிற தகப்பனார், தன் நிர்வாகத்தில் ஒரு ஆரம்பப் பள்ளி இருப்பதாகவும் சொன்னார். "என் காலத்துக்குப் பெறவு ஒரு டீச்சர் மருமக வேணும். எனக்கு ரெண்டே பையந்தான். மூத்தவன் பாளையங்கோட்டையில் போலீசா இருக்கான். இன்னொரு பையன் படிக்கான். பத்து பவுன் நகையும் அய்யாயிரம் ரொக்கமும் கொடுத்தாப் போதும். மேற்கொண்டு செய்கிறதுன்னா அது ஒங்க பிரியம். பொண்ணுக்கு நாங்க மூணு பவுனுலே தாலிக்கொடி போட்டுறோம்" என்றார்.

"நீங்க சொல்றது நல்லாதான் இருக்கு. இப்பம் கையில் பணமில்லையே. ஊட்டு மேலே கொஞ்சம் கடனிருக்கு, அத அடைக்கணும்" என்றார் அப்பா.

"என்ன பேசுறீங்க நீங்க? இருங்க இப்பம் வந்துற்றம்" என்று அம்மா திரைமறைவில் நின்று அப்பாவை அழைத்தாள். அப்பாவும் எழுந்து உள்ளே போனார். அம்மா அப்பாவைப் பார்த்து, "நம்ம கஷ்டத்தை ஏன் அங்க சொல்லிக்கிட்டிருக்கீங்க ... எல்லாத்தையும் யோசித்துச் சொல்லுறோம்னு சொல்லி வைங்க" என்றாள். அப்பாவுக்கும் அது 'சரி'ன்னு பட்டது. திரும்பிப் போனார். அதற்குள் பெருமாள் கலர் வாங்கிக்கொண்டு வந்துவிட்டான். "எதுக்கு அத்தான் இதல்லாம்" என்று மாமா சொல்லவும், "கலர் தானே ... சும்மா குடிங்க" என்று வீட்டுக்குள் போனார். சுத்தமான கண்ணாடிக் கிளாஸ்களைக் கொண்டுவந்து கலர்களை உடைத்து ஊற்றினார். எல்லாரும் வாங்கிக் குடித்தார்கள். திரும்பவும் மெதுவாய்க் கலியாணப் பேச்சு எழுந்தது. "முடிவு எப்டி" என்று அவர்கள் கேட்டார்கள்.

"எங்களுக்குச் சம்மதந்தான் . . . ரூபாய் புரட்டனும்முல்ல . . . அதுதான் . . ."

"கலியாணம் கூடிட்டின்னா ரூபா தன்னப் போல புரளும்."

"நீங்க சொல்லுறது வாஸ்தவம்தான்; இருந்தாலும் . . ."

"என்ன இருந்தாலும்?"

"பத்துப் பவுனும் அய்யாயிரம்ன்னா ரொம்பயில்ல . . ."

“ஓங்க புள்ளைக்கித்தானே போடுறிங்க.”

“கொஞ்சம் கொறைக்க முடியுமான்னு பாருங்க . . .”

“சரி பொண்ண எங்க?”

“செக்காரக்குடிக்கு வேலைக்குப் போய் இருக்கா . . .”

“எப்பம் வருவா?”

“இந்த மாசத்தோட வேலை முடியுது. பெறவு ஊட்டுலதான் இருப்பா . . .”

“அப்பம் நாங்க பெறப்படறம். நீங்க சொல்லி விடுங்க . . .”

“சரி . . . நாங்க கண்டிஷனா சொல்லிவிடுறோம்.”

வந்தவர்கள் எல்லாரும் புறப்பட்டார்கள். அப்பாவும் அம்மாவும் சிரித்த முகத்துடன் வாசலில் இறங்கி வழியனுப்பி வைத்தார்கள்.

அம்மா வீட்டுக்குள் வந்ததும் மகளின் கலியாணத்தைப் பற்றிப் பேசினாள். எல்லாத்தையும் அப்பா, ‘ம் . . . ம் . . .’ ன்னு கேட்டுக் கொண்டேயிருந்தார். “நா எப்படியாவது எம்புள்ளைக்கு நல்லபடியா கலியாணத்தை எடுப்பேன்” என்று சவால்விட்டுச் சொல்வதைப்போல அம்மா சொன்னதும் அப்பா குழம்பிப் போனார். “இது எப்டி முந்தியில காசு பணமாயிருக்கு, புடிச்சப் புடியில கலியாணத்த எடுக்க? எதுக்கும் ஒரு தொகை வேணும். நக, நட்டு, பந்தல், பந்தி, அது இதுன்னு பணம் இழுத்துக்கிட்டுப் போகும். இதுக்கெல்லாம் கையில் வச்சுருக்கியா?”

“எனக்கொரு யோசன படுது . . .”

“சொல்லு.”

“ஆறுமுகநேரியில எங்கைய்யா ஊடு கெடக்குல்ல . . . அத வித்தா என்ன?”

“வித்தாக் காணுந்தான், ஒன் சித்திக்காரி கொடுப்பாளா?”

“நம்ம என்ன எல்லாத்தியுமா விக்கப்போறோம்? ரோட்டடி ஊட்ட வித்துட்டா வெள்ளச்சிக்குச் சர்க்காரு கொடுத்த நெலத்துலே ரெண்டு குச்சிலை மடக்கி அவள, அதுல்ல உக்கார வைப்போம். அந்த ரெண்டு மரக்கா விதப்பாடும் அவளுக்கு, பொங்கித் துங்கட்டும். காணாட்டா நம்ம கொடுப்போம்.”

“சரி கேட்டுப் பாரு.”

“ஆறுமுகநேரிக்கு நீங்க வரலையா?”

“நா எதுக்கு? நீயே கேட்டு முடிச்சுட்டுவா.”

ஒரு ஞாயிற்றுக் கிழமை அம்மா ஆறுமுகநேரிக்குப் போனாள். விசயத்தைச் சொன்னதும் ஆறுமுகநேரி ஆச்சும் சம்மதித்தாள். பட்டா நிலத்தில் ரெண்டு ஓலைக் குடிசைகளைக் கட்டி, சிமெண்ட் தளம் போட்டுக் கொடுத்தாள். சாதி ஜனங்களுடன் போய் உட்கார்ந்துகொண்டது, ஆச்சிக்கு ரொம்ப மகிழ்ச்சி. ஆனாலும் காதுகளில் கிடந்த பாம்படங்களைக் கழற்றிக் கொடுக்க மறுத்துவிட்டாள். “நா செத்த அன்னைக்கி கழத்திக்க”ன்னு ஆச்சி சொன்னதும் அம்மா சோர்ந்து போனாள். மறு வார்த்தை பேச முடியவில்லை. அம்மாவுக்கு ரோட்டடி வீட்டை விற்பது கவலையாய் இருந்தது. விற்றால் இதை மாதிரி ஒரு வீட்டை வாங்க முடியாது. இருக்கிற இடத்தில் ரெண்டு வீட்டைக் கட்டிக் கொடுக்கலாம். ரோட்டோரம் ரெண்டு கடையைக் கட்டிக் கொடுக்கலாம். வாடகை வரும். அதை வாங்கி வெள்ளைச்சி சாம்பாத்தி கைச்செலவுக்கு வைத்துக்கொள்வாள். இருக்கிற காலத்தில் எந்தக் கவலையும் இல்லாமல் இருப்பாள். அதை விற்கலைன்னாலும் பிள்ளையைக் கரை ஏற்ற முடியாது.தூத்துக்குடி வரும்போது தெரிந்தாட்கள் கிட்ட சொல்லிவைத்துவிட்டு வந்தாள். கேள்விப்பட்டு ரெண்டு நாடாக்கமாரு வீடு தேடி வந்து விட்டார்கள். பேரம் பேசி அவர்களைப் போகச் சொல்லி, நாலு ஆட்களிடம் விசாரித்து வீடு விற்கப்பட்டது. பணத்தைக் கையில் வாங்கும்போது எனக்கும் கொஞ்சம் பணம் கொடுத்துட்டுப் போ என்று பிடிவாதம் பிடித்தாள் ஆச்சி. அம்மா விக்கிப் போனாள். எதையும் வெளியில் காட்டவில்லை. “ஏளா இந்தப் பணத்த எங்க வச்சிக்கிடுவ?” என்று கேட்டாள்.

“வீரமுத்து நாடார் கையில கொடு, கொஞ்சம் கொஞ்சமாய் வாங்கிக்கிடுறேன்.”

“அவுரு கையில கொடுக்குறது எங்கையில் இருக்கட்டுமே. ஒனக்குத் தேவப்படும்போது நா தாரேன்.”

“வேண்டாம். நீ தூத்துக்குடியில் இருப்பே, உடனே எனக்கு எப்படிக் கெடைக்கும்?”

“நாதான் அடிக்கடி இங்க வாரேனே. இல்லன்னா யாரையாவது வுட்டு ஒரு கடிதாசி எழுதிப் போடு. உடனே ஓடி வாரேன்.”

“அதெல்லாம் வாண்டாம்.”

“சரி எவ்வளவு பணம் கொடுக்கணும்?”

“பாதியைக் கொடுத்துட்டுப் போ.”

“பாதியா ?”

“ம்.”

அப்பாவும் கூடத்தான் இருந்தார். வாய் திறந்து பேசவில்லை. “ஓம் மனசுபோலச் செய்” என்று வீடு திரும்பிவிட்டார். நிதானமாய் எவ்வளவோ எடுத்துச் சொல்லியும் ஆச்சி கேட்டபாடுயில்லை. “ஏளா . . . அன்னிய மனுசன் கையில இருக்கிற பணம் ஓம் மவா கையில இருக்கட்டும். நாளப் பின்னே வச்சுட்டுத் தரமாட்டேன்னா . . . என்ன செய்ய ?” என்று நயந்து கிளிப்பிள்ளைக்குச் சொல்லுகிற மாதிரி அம்மா எடுத்துச் சொன்னாள். ‘விசுக்’கென்று ஆச்சிக்குக் கோபம்தான் வந்தது. “அவரு எப்டியாளு. அவுருயில்லன்னா இந்தச் சொத்தக் கொடுத்து வாங்க முடியுமா ? அவுரு எவ்வளவு பெரிய லட்சாதிபதி. இந்த அற்பக் காசை வச்சுக்கிட்டா இல்லங்கப் போறார். நீ பணத்த அவுரு கையில கொடுத்துட்டுப் போ” என்றாள். கடைசியில் வீரமுத்து நாடார் கிட்ட பாதிப் பணத்தைக் கொடுக்க ஒத்துக்கொண்டாள் அம்மா. அம்மாவையும் கூட்டிக் கொண்டு போய்தான் நாடார் கையில், “வச்சிக்கிடுங்க சாமி. இது எம் ஊட்ட வித்த பணம். அஞ்சு பத்து தேவப்படும்போது அப்பம் அப்பம் வாங்கிடுறேன்” என்று சொல்லி நாடாரைக் கையெடுத்துக் கும்பிட்டாள் ஆச்சி. நாடாரும் ஆடு ஊஞ்சலில் வெற்றிலை பாக்கு போட்ட உதடுகள் சிவக்கச் சிவக்கச் சிரித்தார். மரியாதையோடு நடந்துகொண்டார். நிதானமாகப் பேசினார். ஒரு காப்பியைக் கொடுத்துப் பணத்தை வாங்கிக்கொண்டார். அம்மா கிடைத்த பணம் லாபம்னு வீடு வந்துசேர்ந்தாள். அப்பாவுக்கு ரொம்பவும் கோபம்.

“இனுமே நீ ஆறுமுகநேரிக்குப் போவாத . . .”

“அய்யோ பாவம் . . .”

“என்ன அய்யோ பாவம். அந்தக் கிழவிக்கு ஓம்மேல நம்பிக்கையில்ல. பெறவு என்ன பாவம் வாழுது ?”

“அவுங்க அவுங்க செய்கிறது அவுங்க அவுங்களுக்கு.”

“இந்தப் பணமிருந்தா எவ்வளவு ஏந்தலாயிருக்கும் ? கடன் அடையும். நக நட்டு வாங்க பணத்துக்குக் குறைஞ்சா இதச் சேர்த்துக்கிடலாம்.”

“சரி போனதப் பேசி . . . என்ன செய்ய ?”

அம்மா சமாதானம் பேசி அப்பாவின் பேச்சைக் குறைத்தாள். இருக்கிற பணத்தை வைத்துக்கொண்டு அக்காவைக் காசுக்கடைக்குக் கூட்டிக்கொண்டு போனாள். தங்கம் இருக்கிற விலையைக் கேட்டதும் பயமாய் இருந்தது. குறைந்தது பத்துப்

பவுனாவது வேணும். அன்னா இன்னான்னு முந்திப் பையில் உள்ள பணம் ஆறு பவுனுக்குத் தேறி வந்தது. அக்காவுக்குப் பிடித்த மாதிரி நகைகளை வாங்கிக்கொண்டு வீட்டுக்கு வந்தாள் அம்மா.

ஒரு மாதம் கழித்து ஆறுமுகநேரி ஆச்சிக்கிட்டயிருந்து காகிதம் வந்தது. நாடார் வாங்குன பணத்தைத் தர மாட்டுக்கார்ன்னு எழுதியிருந்தாள். அம்மா ஓடிப் போனாள். ரெண்டு மூணு நாட்கள் லீவுபோட்டு இருந்தும் வீரமுத்து நாடாரைப் பார்க்க முடியவில்லை. காலையில் போனால் சாயந்திரம், சாயந்திரம் போனால் காலையில் என்று வீட்டுப் பையமார்கள் வரச் சொன்னார்கள். ஒரு நாள் பூரா வீட்டு முன்ன மெனக்கட்டு காத்துக் கிடந்து நாடாரைக் காண முடிந்தது. சிரித்துக்கொண்டே “என்ன இவ்வளவு தூரம்” என்று கேட்டார். “அய்யா அந்தப் பணம் . . .” என்று அம்மா கேட்டாள். பயந்து பயந்து பேசினாள்.

“அந்தப் பணமா . . . நா தர மாட்டேனா . . .”

“இல்லங்க இப்பம் வேணும்.”

“வாங்க உள்ள வந்து உக்காருங்க.”

“இல்லங்க . . .”

“அப்பம் இந்தப் பணத்த வச்சுக்கங்க” என்று சட்டைப் பையில் உள்ள மணிபர்ஸ்சை எடுத்து நூறு ரூபாயை எடுத்துக் கொடுத்தார்.

“மத்த பணம்?”

“நீ ஊருக்குப் போம்மா. ஒங்க அம்மா கேட்கும்போது . . . நா கொடுக்கேன் . . .”

“இல்லங்க . . . அந்தப் பணத்தைக் கொடுத்தா நல்லாயிருக்கும்.”

“எம்மேல நம்பிக்கையில்லையா ஒனக்கு? ஒங்க அம்மைக்கி நானு பணத்தக் கொடுக்கப் போறேன். இதுக்கா லீவு போட்டுக்கிட்டு வந்த?”

அம்மா பேச முடியாமல், வாய் அடைத்து நின்றாள். “முதலாளிமார்க்கிட்ட பணம் போனால் இந்தப் பொழைப்புத் தான்” என்று முணுமுணுத்துக்கொண்டாள். கையில் இருந்த பணத்தை ஆச்சிகிட்டக் கொடுத்துவிட்டு ஊர் வந்துசேர்ந்தாள்.

முத்துசாமிக்கு மில் விசயமாகக் கொஞ்சம் பணம் தேவைப்பட்டது. பெர்மெனண்ட்டாகப் போகிறது. இது நல்ல சந்தர்ப்பம். இதை விட்டால் ஒண்ணும் செய்ய முடியாது. நாளைக்கி என்ன நடக்கும்னு யாருக்கும் தெரியாது. ஆளைக் கீளைப் பிடித்து ‘பெர்மெனண்ட்’ பட்டியலில் பெயர் வரணும்.

இன்னும் கொஞ்சம் பணம் செலவானாலும் பரவாயில்லை. கொடுத்து பெர்மெனண்டாகிற வழியைப் பார்க்கணும். இப்போம் இருக்கிற டெம்பிரவரி தொழிலாளிகளும் கொஞ்சம்தான். சன்னஞ்சன்னமாய்க் குறைந்துவிட்டார்கள். எண்ணிப் பார்த்தால் நூறாளுக்கு இருக்கும். என்னைக்காவது ஒரு நாள் வழி பிறக்காமலா போகும் என்று எண்ணிக்கிட்டே நாட்களைப் போக்கியாச்சு. இனிமேலும் இப்படி போச்சுன்னா தாங்க முடியாது. எங்கையாவது ஓட வேண்டியதுதான்.

அம்மா கையில் இருந்த பணம் நகை, நட்டு, கடன், காவல் என்று செலவாகிப் போனது. டிக்கட் விசயம் என்றதும் அம்மா பணத்துக்கு அலைந்தாள். பெர்மெனண்டாகிறதுக்கு அம்மா பிடித்திருக்கிற ஆள் எப்படியும் இருநூறு வேணும்னு அடித்துச் சொல்லிவிட்டார். நெனச்சா இது ஒண்ணும் பெரிய பணமில்லை. இப்பம் ஆயிரம், ரெண்டாயிரம்னு பணத்தைக் கொடுக்க ஆட்கள் ரெடியாய் இருக்கிறார்கள். முட்டுன கைக்கு அம்மா, அக்கா செயினைக் கழற்றி அடகுவைத்தாள்.

ஆறுமுகம் "எனக்கு ஒரு நூறு ரூபாய் வேணும்" என்று வந்தான். "ஒனக்கு எதுக்குப் பணம்"ன்னு அம்மா எரிச்சல்பட்டாள். "ஒரு பரீட்சை எழுதப் போகணும். அதுக்குப் பணம் கட்டணும்" என்று கணக்குச் சொன்னான். அவன் சொல்வதும் வாஸ்வதமாகத்தான் பட்டது. இருந்தாலும் அதுக்காச்சிட்டிப் பணம் செலவாகுமா என்று நினைக்கக் கஷ்டமாய் இருந்தது அம்மாவுக்கு. "அக்காதான் மொத்தமாய் 100 ரூபாய் வாங்கி வச்சுக்கன்னா" என்று சொன்னதும் அம்மாவால் மறுக்க முடியவில்லை. கடனோடு கடனாக அவனுக்கும் நூறு ரூபாயைத் தூக்கிக் கொடுத்தாள். சண்முகத்தை நினைத்துத்தான் கவலைப்பட்டாள். தலையாய்த் தலைமகன். அவனைத் தவிக்க விட்டுவிட முடியாது. முத்துசாமி பிழைத்துக் கொள்வான். ஆறுமுகம் படித்தான். எப்படியும் ஒரு வேலை கிடைக்கும். கடைசாரி மவன் பெருமாள். கரைசேர்ந்துவிட மாட்டானா என்ன?

எட்டு

அவர்கள் மொத்தமாய்க் குழுமி நிற்பதைப் பார்த்த டைமாபீஸ் வாட்சிமேன், "எல்லாரும் மரியாதையா ஒழுங்கா நில்லுங்க . . . இல்லன்னா கேட்டுக்கு வெளியில போய்தான் நிக்கணும்" என்று அதட்டியபடியே கண்டிஷன் போட்டுவிட்டுப் போனான். அப்படி செய்தாலும் ஒண்ணும் செய்ய முடியாது. பயம் உண்டானது. பேச்சொலியைக் குறைத்துக்கொண்டு அனுசரணையாய் நிற்கப் பார்த்தார்கள். கொஞ்ச நேரம் கம்னு நின்றார்கள். புதுசாய் வந்தாட்களைக் கண்டபோது, பேசாமல் இருக்க முடியவில்லை. வீட்டின் நிலவரம், வேலைகளின் போக்கு, அனுபவம், எந்தச் சங்கத்து வழியாய் பெர்மெனண்ட்டாக்க முயற்சி செய்யப்பட்டது, எவ்வளவு ரூபாய் கொடுத்து என்றெல்லாம் பேச்சொலி எழுந்து, அந்த அலுவலக ஊழியர்களுக்குச் சங்கடத்தை ஏற்படுத்தியது. அவர்கள் வாட்சுமேனை முறைக்கங்காட்டிலும், அந்த வாட்சிமேன் திரும்பவும் வந்து, "சத்தம் போடாதீங்கப்பா" என்று அதட்டிவிட்டுப் போனான். மில் ஓடுகிற இரைச்சல் அமுங்கிக் கேட்டது. கட்டடங்களையும் மரம் செடிகளையும் புதிதாய்ப் பார்ப்பதுபோல இருந்தன. திரும்பவும் அந்த வாட்சிமேன் வந்தான். கையில் வைத்திருந்த காகிதத்தைப் பார்த்து, "சின்னத்துரை யார்" என்று கூப்பிட்டான்.

வரிசையில் நின்ற சின்னத்துரை, "நா தான்" என்று முன்னால் ஓடி வந்தான். அந்தச் சிலுக்குச் சட்டையின் மஞ்சள் வட்டங்கள் பார்ப்பதற்கு

அழகாய் இருந்தன. "வா" என்று சின்னத்துரையை வாட்சிமேன் அழைத்துக்கொண்டு போனான். அவன் திரும்பிவர ஐந்து நிமிட நேரமானது.

ஒவ்வொருவராய்ப் போய்வர நேரம் சுணங்கியது. வாய்விட்டு எதுவும் பேச முடியவில்லை. நேத்து சாயங்காலமாய்த்தான் இந்த பெர்மெனண்ட் டிக்கட் போட்டவர்களின் பெயர் பட்டியல் ஒட்டினார்கள். மூணுமணி சுமார்க்கு டைமாபீஸ்க்கு வரச் சொல்லியிருந்தார்கள். கேட்டுக்கு வெளியில் நின்று, சிரித்துப் பேசி, பீடி – சிகரெட் புகைத்துக்கொண்டு, தினத்தந்தியைப் பார்த்து காப்பி குடித்துக்கொண்டிருந்தவர்களைத்தான் வாட்சிமேன் உள்ளே கூப்பிட்டான்.

முத்துசாமிபெயர் வந்தது. தனக்குத்தானே சிரித்து, தலையாட்டி, மடித்துக் கட்டியிருந்த வேட்டியை இறக்கிவிட்டுக்கொண்டு நடந்தான். உள்ளுக்குள் சந்தோஷமாய் இருந்தது. அந்த விஸ்தாரமான அலுவலகங்களின் நடைப்பாதை வழியாய்ச் சரக் சரக்கென்று பூட்ஸ் கால்கள் ஒலியெழுப்ப முன்னால் வாட்சிமேன் நடந்து போனான். பொட் பொட் என்று டைப் அடிக்கிற சத்தம் கேட்டுக்கொண்டேயிருந்தது. வேகமாய் ஒருவர் பைல்களைச் சுமந்துகொண்டு போனார். பாதையின் இரு பக்கமும் பச்சைப் பசேரென்று பூந்தோட்டங்கள். இலைகள்கூட பூக்கள் மாதிரி இருந்தன. சுருள்சுருளாய் நீண்ட நீண்ட இலைகள். வண்ணப் புள்ளிகளை அள்ளிக்கொட்டிக்கொண்ட பளபளப்பு. ஆஹா.. . எவ்வளவு அழகு? இது என்ன செடி, அது என்ன செடி என்று பார்த்தபடியே நடந்தான் முத்துசாமி.

அந்த ஹாலில் வாட்சிமேன் காட்டிய அறைக் கதவு சாத்திக் கிடந்தது. "அந்தா உக்கார்ந்திருக்காங்கலே அவுங்ககிட்டப் போய் நில்லு" என்று சொல்லிவிட்டு வாட்சிமேன் போய்விட்டான். பதற்றப்படுகிற மனசைக் கட்டுப்படுத்திக்கொண்டான். நிதானமாக நடந்து போனான். எதிரில் பேனோடு சேர்ந்த மேசை முன்னால் ஒரு இளம்பெண் உட்கார்ந்திருந்தாள். "வணக்கம்மா" என்றான். எதையோ எழுதிக்கொண்டிருந்தவள் தலைதூக்கிப் பார்த்தாள். மெல்லிய கன்னங்கள் இளம் சிவப்பாய் இருந்தது. தலை, முகம், கால், கை என்று அவனை ஒரு முறை நோட்டம் விடுவதைப் போல பார்த்தாள். பெயரைக் கேட்டுத் தெரிந்துகொண்டாள். "பின்னாலே வாங்க" என்று அவள் எழுந்து முன்னால் போனாள். கண்ணாடிக் கதவுகளைத் தள்ளினாள். ஏ.சி. குளுமை முகத்தில் அடித்தது. விஸ்தாரமான அழகிய மேசையில் மூன்று பைல்களும் சில புத்தகங்களும் சின்னச் சின்னதாய்ப் பூக்களும் இருந்தன. மல்லிகைப் பூ மணம் வீசியது. டியூப் லைட் வெளிச்சம்

நிறைந்திருந்தது. சில்லென்று இருக்கிற அறையில் நிற்பதற்குக் கூட வேர்த்தது முத்துசாமிக்கு.

பாக்டரி மேனேஜர் சுழல் நாற்காலியில் உட்கார்ந்திருந்தார். நல்ல வளர்த்தி. படர்ந்த முகம். மிதமான மீசை. அவர் பார்த்த பார்வையே ஒரு மாதிரி இருந்தது, முத்துசாமிக்கு. இதற்கு முன்னால் டிப்பார்ட்டுமெண்டிலும், மில் காம்பவுண்டிலும் இந்த மேனேஜரை அப்பம் அப்பம் பார்த்திருந்தாலும், இப்பம் அவருடைய அறையில் அவரை நேரில் சந்திக்கும்போது புதிய அனுபவமும், ஒரு பொறுப்பு வாய்ந்த அதிகாரி முன்னால் நிற்கிற பயம் கலந்த மரியாதையும் ஏற்பட்டது.

“உன் பெயர் என்ன?”

“முத்துசாமி.”

“எத்தன வருஷமா வேலை பாக்க?”

“மூணு வருசம்.”

“எந்த டிப்பார்ட்டுமெண்ட்?”

“ஸ்பின்னிங்.”

“நல்லா இழை கட்டத் தெரியுமா?”

“தெரியும்.”

“எத்தனை இழை கட்டுவே?”

“நிமிசத்துக்குப் பதினைந்து இழை கட்டுவேன்”

“இந்தச் சீட்டைக் கொடுத்து டைம் ஆபீஸ் கிளர்க்கிட்ட டிக்கட் வாங்கிக்க.”

“வணக்கங்க.”

“ம்.”

“நா வேலைக்குப் போகச்சல கண்ணூர் நாடாரிருந்தாரு . . . எப்பேர்ப்பட்ட மனுசன் அவுரு. செக்கச் செவந்த பழம் மாதிரியிருப்பாரு. மினுக் மினுக்னு குடும்பி ஆடும். நெத்தியிலே வட்ட குங்குமப் பொட்டு. வேட்டியைத் தார்ப்பாச்சுத்தான் கட்டுவாரு. கழுத்துல அடுக்குக் குலையாத துண்டைப் போட்டுக்கிட்டு வந்தாருன்னா . . . கையெடுத்துக் கும்புடத் தோன்றும். ஒரு நேரம் வெத்தலைப் பாக்குயில்லாமே இருக்க மாட்டாரு. யாரும் ஒன்னு கேட்கப் போனா, ‘இரு இரு’ன்னு கைச் செய்கை காட்டி உக்கார வைப்பாரு. எழுந்துபோய், வாயிலே உள்ள எச்சைத் துப்பிட்டு வந்து ‘என்ன’ன்னு கேட்பாரு.

“அவுரு இருக்கச்சல்ல மெல்லு இப்படியாயிருந்துச்சு . . . ஓராளு வேலையை வுட்டுட்டுப் போகச் சம்மதிப்பாரா? ‘என்ன விசயம்’ன்னு கேட்டு, அதுக்குப் பரிகாரம் செய்வாரு. வேலையை மட்டும் வுடக் கூடாது என்பார். அந்த மூடு சாய்ந்துச்சு . . . எல்லாமே போச்சு. அவுரு மக்கமாரு தலையெடுத்ததாலே மில்லே தலைகீழாய் மாறிப்போச்சு . . .

“இப்பம் பேரமார்க வளர்ந்தாச்சு. எல்லாரும் நாடு கண்ட பாப்பான். மெல்லுக்குள்ள காலரைத் தூக்கிவிட்டுக்கிட்டு அலஞ்சவங்க கதையெல்லாம் முடிஞ்சு போச்சு. எரும மாட்டுக் காசி . . . எரும மாட்டுக் காசின்னு ஒருத்தன் மில்லே வேலை பாத்தான். பெரிய சண்டியன். அவன வெட்டுனப் பெறவு எல்லாம் போச்சு. முன்ன மாதிரி சுதாரிப்புக் கிடையாது. ஒரு விசில் சத்தங் கொடுத்தாப் போதும், பூரா மிஷினும் நிக்கும். இப்பம் அப்டித் தைரியமான ஆளு யாருயிருக்கா. கம்யூனிஸ்ட்காரங்க எல்லாம் சன்னஞ் சன்னமாய்க் கொறைஞ்சு போயாச்சு. இப்பம் எடுபட்ட புள்ளையெல்லாம் தலைதூக்கியிருக்கு. நா அறிய கேன்டியன்ல சட்டி சுரண்டி, காப்பி ஆத்திக்கிட்டிருந்தவனெல்லாம் இன்னைக்கிப் பெரிய மனுசனாகிட்டான். ஏதாவதுன்னா . . . அவனுக்கிட்டத்தான் போக வேண்டியதிருக்கு. கட்சித் துண்டைத் தோளுலே போட்டுக்கிட்டு . . . தேவுடியாவுள்ளைக மெல்லுக்குள்ள தொரை மாதிரி அலையுது. ஒரு கிளாஸ் சாராயம் . . . ஒரு பிளேட் பிரியாணி கொடுத்தா . . . யாரை வேணும்னாலும் இந்தத் தேவுடியாபுள்ளைக காட்டிக் கொடுக்கும். அந்தக் கட்சிக்காக உழைச்சவங்கயெல்லாம் இன்னைக்கி இடம் தெரியாமே போயிட்டாங்க.”

அம்மா தனக்குத்தானே பேசிக்கொண்டிருந்தாள். வெற்றிலை போடுவதிலும் சுவைப்பதிலும் துப்புவதிலும் அந்தப் பேச்சு தடைப்பட்டது. ஆனாலும் மனசுக்குள் உருத்திக் கொண்டிருப்பவைகளை வாய்விட்டு முணுமுணுப்பதில், பாரம் குறைந்து லேசானதுபோல இருந்தது. மற்றவர்கள் இதைப் பைத்தியக்காரத்தனம் என்று நினைத்தாலும் இப்படி தலையாட்டி, குனிந்து, சிரித்து, கோபமாய், சந்தோஷமாகப் பேசிக் கொள்வதில் அம்மாவுக்கு மனநிறைவே தந்தது. முணுமுணுத்துக் கொண்டிருப்பதில் நேரம் போனது தெரியவில்லை. கோமதி வந்து முன் ரூம் லைட்டைப் போட்டாள். அதன் பால் ஒளியில் வீடு நிறைந்தது. வீட்டு வேலைகளையெல்லாம் முடித்துவிட்டு, ‘சூ’ன்னு குத்தவைக்கும்போதுதான் அம்மாவுக்கு மில் நினைப்பே வரும்.

முத்துசாமி பூனைபோல வந்து அம்மா அருகில் உட்கார்ந்து கொண்டான். அம்மாவை நிமிர்ந்து பார்த்தான். அம்மா

சொல்லுகிற மில் விசயமும் அதன் வரலாறும் அவனுக்குச் சுவையான செய்திகளாய் மாறிப் போயின.

"மானா சானா ராமசாமி . . . எம்.எல்.ஏ.யான பெறவு மில்ல வேல பாக்காராம்மா?"

"இனுமையும் மெல்லுல வேலைப் பாக்கணும்ன்னு அவனுக்குத் தலையெழுத்தா?"

"அந்தச் சீட்டுக் கம்பெனி என்னாச்சு?"

"ஊரை அரிச்சு . . . வாயில போட்டுக்கிட்டான். போன பணம் திரும்பி வருமா. கழுதப்பய விளங்குவானா?"

"இப்பம் அந்தச் சங்கத்துக்கு யார் தலைவரு?"

"அத நெனச்சாதான் ஈரக்கொல நடுங்குது. இனுமே மெல்லு என்னாகுமோன்னு பயமாயிருக்கு . . . நீ ஒம் வேலையப் பாரு. எவனும் ஒரு மைத்தையும் அசைக்க முடியாது, சரி . . . அக்காவுக்கும் மட்டக் கடையில நாலணாவுக்குப் பக்கடா வாங்கிட்டு வா"

அம்மா முந்திப் பையைத் திறந்தாள். முத்துசாமி துட்டை வாங்கிக்கொண்டு நடந்தான். அம்மா திரும்பவும் உட்கார்ந்து வீட்டையோ, வீட்டின் கடனையோ, மகா கலியாணத்தையோ, மில்லைப் பற்றியோ புலம்ப ஆரம்பிக்கும்போது, கோமதி, "யம்மா . . . யம்மா . . . வீட்டுக்குள்ள வந்து உட்காருங்க" என்று கூப்பிட்டாள். அம்மா எழுந்து போனாள்.

முத்துசாமி கண்களை மூடியபடி மூங்கில் பிடிலை வாசித்துக் கொண்டிருந்தான். ஒழுங்கில்லாது சிதறிக்கிடந்த தலை மயிர்கள், ஒரு பக்கமாய் ஒதுங்கிக் கிடந்தது. இடது காதோரமாக இசைக் கருவியை அணைத்துப் பிடித்திருந்தான். மெல்லிய தேகம். அவனுக்கு நீண்ட முகம் என்பதால், அந்த ஒட்டிய கன்னங்கள் அவ்வளவாய் வெளியில் தெரியவில்லை. தொளதொளவென்று சட்டை போட்டிருந்தான். கைலியை இறக்கிவிட்டிருந்தான். கையில் வாட்சு. அப்பாக்கிட்ட கெஞ்சிக் கூத்தாடி இந்த வாட்சை வாங்குவதற்குள் போதும் போதுமென்றாகிவிட்டது. எப்படியோ கொடுத்துவிட்டார். அப்பா புதுசா ஒரு வாட்சு வாங்கியிருந்தார். விரல்கள் நடனமாடின. அவனைப் போலத்தான் இருந்தது. அந்த இசைக்கருவியும் பளபளன்னு மூங்கில் நீண்டு, சிரட்டையில் காய்ந்த தோல் ஒட்டியபடி . . . கறுப்பாய், கன்னங்கரேல்ன்னு. முத்துசாமி மெய்ம்மறந்து வாசித்தான். பாட்டு முடிகிறது. கண்ணைத் திறந்து பார்க்கிறான். நோவா சிரித்தபடியே நின்றுகொண்டிருந்தான்.

"அப்பமே வந்துட்டியா?"

“ம்.”

“நா கவனிக்கல.”

“அதுக்கென்ன ? அடுத்த பாட்ட வாசி.”

“என்ன பாட்டு வாசிக்க ?”

“ராஜாவின் பார்வை . . . அது எனக்குப் பிடிச்சது, அத வாசி . . .”

தலையைச் சிறிதே சரித்துச் சிரித்துக்கொள்ளுகிறான் முத்துசாமி. பிடிலைக் காதருகில் வைத்துக்கொள்ளுகிறான். சுரங்கள் அமைந்துவிட்டதா என்று பார்த்துக் கவனித்து, வாசிக்க வாசிக்க, கண்களின் இமைகள் மூடிக்கொண்டன. “ராஜாவின் பார்வை . . . ராணியின் பக்கம்” என்ற பழைய சினிமா பாட்டு அது. பாட்டின் இனிமையைக் கேட்டு அடுத்த வீட்டு அண்ணன் வந்து உட்கார்ந்துகொள்ளுகிறார். பெரியம்மாவும் வந்து படித்திண்டில் உட்கார்ந்தாள்.

பாட்டு முடிந்ததும் முத்துசாமி நிமிர்ந்தான். பெரியம்மா கூட வந்து உட்கார்ந்திருப்பதைப் பார்க்கச் சந்தோஷமாய் இருந்தது.

“இந்தப் பாட்டுக்கு ரசிகர் கூட்டமிருக்க . . .”

“நல்லாப் பாடுன முத்துசாமி, இந்த பாட்டைக் குன்னக்குடிய வாசிக்கக் கூப்பிட்டா குறைந்தது ஐயாயிரம் ரூபாய் கொடுக்கணும். ஒனக்கு வேற என்னன்ன பாட்டெல்லாம் வாசிக்க வரும் ?”

“ஏதோ எனக்கு முடிஞ்சத வாசிப்பேன்.”

“இன்னும் கொஞ்ச நேரம் வாசியேன். நாங்க கேட்கோம் . . .”

“முத்துசாமி அன்னைக்கெல்லாம் ஏசுவே பாட்டு வாசித்தியே . . . அத வாசி . . .”

“ம்.”

அன்னம் பெரியம்மாவுக்குக் கிறுஸ்தவக் கீதம்னாப் போதும். அன்னைக்கிப் பூரா வேணும்னாலும் உட்கார்ந்து கேட்பாள். இப்பமும் உன்னிப்பாய் இருந்து கவனித்தாள். மனதார வாழ்த்தினாள். முத்துசாமிக்குப் பெருமையாக இருந்தது. களைப்பு தெரியவில்லை. கேட்பதற்கு ஆட்கள் இருந்தாலும் சுறுசுறுப்போடு வாசித்தான்.

“போதுமா ?”

“போதும், ஷிப்டு பாத்துட்டு வந்து தூங்குனியா ?”

“இல்ல.”

“அப்டியா . . . அப்பம் போய்த் தூங்குப்பா . . .”

“இன்னைக்கி லீவுதான். மெதுவாய் போய்த் தூங்கலாம். அதனாலதான் வந்தேன்.”

“பாய் எடுத்தாரேன் . . . இதுல படுக்கியா?”

“ஊட்டுல அம்மா தேடிக்கிட்டிருக்கும்.”

முத்துசாமி கீழே இறங்கிவந்து முகத்தைக் கழுவினான். நோவா வயலினைப் பத்திரமாய் பீரோவில் தூக்கிவைத்துப் பூட்டினான்.

மத்தியான வெயில் உரக்க அடித்தது. மணி பன்னிரென்டிருக்கும். கொழும்பு வானொலியில் விவசாய நேயர் விருப்பத்தில் பெயர் வாசித்துக்கொண்டிருந்தார்கள். தெருவோரம் ரேடியோ சத்தம் கேட்டது.

வீட்டுக்கு வரும்போது எதிர்த்த வீட்டு அலைக்ஸ் மிராண்டோ அண்ணன் பார்த்துக்கொண்டார். அந்தப் புஷ்டியான நாய்க் குட்டி துள்ளிக் குதித்தது. குறுக்கும் நெடுக்குமாய் அலைந்தது. மிராண்டா, சிநேகிதமாய்ச் சிரித்தார். அருகில் போனான். நாய் குலைத்ததும், மிராண்டா அந்த நாயை விரட்டினார். அது வாலைச் சுருட்டிக்கொண்டு வீட்டுக்குள் ஓடியது. முத்துசாமிக்குத் தூக்கம் கண்களைக் கட்டிக்கொண்டு வந்தது. “வீட்டுக்குள்ள வா” என்று கூப்பிடும்போது தட்டிக் கழிக்க முடியவில்லை. சிரித்துக் கொண்டே போனான். “நாய் கடிக்குமா?” என்றான். “அதக் கட்டிப் போட்டாச்சு. நீ தைரியமா வா” என்று மிராண்டா சொல்லவும், முன் விராண்டா கட்டிலில் வந்து உட்கார்ந்தான். மிராண்டா நாற்காலியை இழுத்துப்போட்டு உட்கார்ந்துகொண்டார்.

“கப்பல்ல இருந்து எப்பம் வந்தீங்க?”

“நேத்து.”

“முன்னே மாதிரி எண்ணக் கப்பலா?”

“ம்.”

“எவ்வளவு நாளு லீவு?”

“ரெண்டு மாசம்.”

அலைக்ஸ் மிராண்டாவின் குரல், வளர்த்தி, உடம்பு, நிறம் எல்லாமே முத்துசாமிக்கு ஆச்சரியத்தைக் கொடுத்தன. மீசையில்லாத வட்ட முகத்தின் நிறமும் சாயலும் சினிமா நடிகரை நினைவுபடுத்தின. அவரைப் பார்த்துக் கிட்டத்தட்ட ஒன்றரை வருஷத்துக்கும் மேலே இருக்கும்.

மிராண்டாவுக்கும் அவனுக்கும் நெருக்கமான சினேகிதம் ஏற்பட்டதே ஒரு கிறிஸ்துமஸ் ராத்திரிதான். அப்பம் முத்துசாமிக்கு ஒம்பது வயசு இருக்கும். நல்லா நினைவு இருக்கு. ஜனவரி கொண்டாட மிராண்டா வந்திருந்தார். கிறிஸ்துமஸ் ஏற்பாடுகள் பிரம்மாண்டமாய் நடந்துகொண்டிருந்தன. குழந்தை ஏசுவுக்குக் குடில் செட் போடும் வேலைகளை, அவரும் அவுரு தம்பி ரெக்ஸ் மிராண்டாவும் பார்த்துக்கொண்டிருந்தார்கள். அலைக்ஸ் மிராண்டா ராத்திரி தொங்கவிட 'கிரால்' செய்துகொண்டிருந்தார். அவுருகூட முத்துசாமியும் உட்கார்ந்து, மூங்கிலை எடுத்துக் கிழிச்சுக் கொடுத்துக்கொண்டிருந்தான். கண்ணாடிப் பேப்பர்களையும் பூந்தாள்களையும் அழகு அழகாய் வெட்டிக் கொடுத்தான். பெரிய கிராலை செய்துமுடித்ததும், மிச்சம் மீதியிருந்த தாளையும் மூங்கிலையும் கொண்டு சின்னக் கிராலைச் செய்து முடித்தார். அது முத்துசாமிக்குப் பிடித்துப் போயிற்று. அந்த 'ஸ்டாரை'த் தனக்குத் தரும்படி கேட்டான். அலைக்ஸ் மிராண்டா ஏற இறங்கப் பார்த்தார்; யோசித்தார். என்ன சொல்லப் போகிறார்ன்னு குழப்பமாய்ப் பார்த்தான் முத்துசாமி. அசடுவழிய சிரித்துக் கொண்டார் மிராண்டா. வார்த்தைகள் விழுங்கி விழுங்கி வந்தன. "பெருசு வெளியிலே தொங்க விட, சின்னது ஊட்டுல தொங்க விட . . ." என்றார்.

அலைக்ஸ் மிராண்டா வைத்திருக்கிற சாமான்களைப் பிறத்தியாருக்குக் கொடுக்க மாட்டார்ன்னு பின்னால்தான் தெரிந்தது முத்துசாமிக்கு. அவருடைய பேச்சும் நடவடிக்கையும் அப்படித்தான் இருந்தன. கப்பலில் இருந்து இறங்கினால், வீட்டில் பெரிய கூட்டமே இருக்கும். ஆட்கள் வருவதும் போவதுமாய் இருப்பார்கள். தெரிஞ்சும் தெரியாம கொண்டுவருகிற வெளிநாட்டுச் சாமான்களை விற்றுக் காசாக்கிவிடுவார் மிராண்டா. கொஞ்சம் அவுருகிட்ட பேசினாப் போதும். "எங்கிட்ட அதுயிருக்கு இதுயிருக்கு" என்பார். வீட்டுல கூட்டிக்கிட்டுப் போய் ஒவ்வொன்னா காட்டுவார். "அப்டியா . . . அப்டியா . . ." ன்னு முத்துசாமியும் செவிகொடுத்துக் கேட்பான். தலையை ஆட்டிக் கொள்வான். எதிர்த்துப் பேச மாட்டான். அவர் சிரித்தால், அவனும் சிரிப்பான்.

அதை மாதிரித்தான் இன்னைக்கும் மாட்டிக்கிட்டமோ என்றிருந்தது முத்துசாமிக்கு. தலைக்கு மேல் வேலை கிடக்கிறது. போய்த் தூங்கணும், எந்திரிக்கணும், குளிக்கணும். நோவா வீட்டுக்கும் போகணும். ஆச்சி வீட்டுக்குப் போகணும். சாயந்திரமாய்ப் போய் இன்னும் கொஞ்ச நேரம் பாட்டு வாசிக்கணும் என்றெல்லாம் மனசு துடிக்கிறது. எப்படி வெட்டிக் கொண்டு போவதென்றுதான் தெரியவில்லை முத்துசாமிக்கு.

பேச்சு திசை திரும்பி அரசியலுக்குப் போனது. அது அவனுக்கு வள்ளுசாய்ப் பிடிக்கவில்லை. பேச்சைத் திருப்பினான்.

"ரெக்ஸ் அண்ணனுக்குக் கலியாணமா?"

"யார் சொன்னா?"

"கேள்விப்பட்டேன்."

"ம் . . . அடுத்த மாசம் ஏழாம் தேதி."

"நாளு கிட்ட நெருங்கிட்டு."

"பொண்ணு வெளியூரா?"

"இல்ல நம்ம தெருவுதான்."

"எங்க?"

"சந்திராயப்பர் கோவில்கிட்ட ஊடு . . ."

மிராண்டா அண்ணன் *லெக்கைச் சொன்னதும் முத்துசாமி "அங்க ஒரு டீச்சர் பொண்ணுயிருக்கே அவுங்களா?" என்றான்.

"அந்தப் பொண்ணேதான் . . ."

"நம்ம குடும்பத்துக்கும் அவுங்க குடும்பத்துக்கும் ஒத்து வருமா?"

"புள்ள வேல பாக்குல்ல . . . இது போதும்."

முத்துசாமிக்கு அந்தக் குடும்பத்தை நன்றாகத் தெரியும். பர்னாந்து அவுங்க. அப்பா செத்துப் போனார். ஒரு விசைப்படகு இருக்கு. அதை வைத்துத்தான் தம்பிமார்களுக்கெல்லாம் தொழில். தாய்க்காரி கொஞ்சம் ராங்கி பிடித்த மனுஷி. மிராண்டா குடும்பத்துக்கும் பர்னாந்து குடும்பத்துக்கும் ஒத்துப்போகுமா என்பதுதான் சந்தேகம். அதைப்பற்றி அதற்கும்மேல் முத்துசாமி கேட்கவில்லை. அவருடைய இரண்டாவது மகள் மெதுவாய்க் கதவைத் திறந்து எட்டிப் பார்த்தாள். "டாடி . . . ஒங்கள மம்மி கூப்பிடுது" என்றாள். மிராண்டா சிரித்துக்கொண்டே வீட்டுக்குள் போகவும், "நானும் போயிட்டு வாரேன் . . ." என்று நகண்டான் முத்துசாமி.

---

* லெக்கு – திசை

9

"கொஞ்சம்கூடப் புத்தி கெடையாது. ஊருல இருந்து பெறப்படும்போதே சொன்னேன், பாத்து எடுத்து வச்சுக்காங்கன்னு. ஒன்னுக்கு நூறு தடவ சொன்னாலும் அதக் காதுல வாங்குறது கெடையாது. இப்பம் போங்க மதுரைக்கி" என்று அதட்டும் பெண்ணின் கீச்சுக் குரல்தான் முதலில் கேட்டது.

முத்துசாமி தயங்கினான். போவதா, வேண்டாமா என்று நின்றான். சொந்தக்காரங்க வந்திருக்கிற நேரம். ஆயிரம் ஜோலிகள் இருக்கும். நம்மளும் அங்க போனா... இப்படித் தெரிந்தால் வந்திருக்கவே வேண்டாம். வாசல்வழியாய் எட்டிப் பார்த்தான் முத்துசாமி. நோவாவின் தலை தெரிந்தது. "நோவா" என்று குரல் கொடுத்தான். நோவா திரும்பிப் பார்த்து வெளியில் வந்தான்.

"என்ன அங்குன நின்னுட்ட? உள்ள வா"

முத்துசாமி உள்ள வந்து பெஞ்சில் உட்கார்ந்தான். அந்த அத்தை கவனிக்கவில்லை. புதுசா ஒரு பையன் வந்து உக்கார்ந்திருக்கானே, அது யாரு, எவுரு, என்ன விசயம் என்றுகூட நினைக்காமல், திரும்பிக் கூட பாராமல் தன் வேலையில் மும்முரமாய் இருந்தாள் அந்த அத்தை. தெரிந்தும் தெரியாமல் இருப்பதுதான் முத்துசாமிக்கு ஒரு மாதிரியாக இருந்தது. அத்தையையே பார்த்துக்கொண்டிருந்தான்.

ஒத்தக் கதவுக்கு அந்தப் புறமாய், ஒரு சிறிய மேசை உண்டு. அதன்மேல் டிரங் பெட்டியை வைத்திருந்தாள். திறந்த பெட்டியில், என்னத்தையோ தேடிக்கொண்டிருந்தாள். மாமா நிறம் அத்தைக்கு இல்லை. சாதாரணமாக மா நிறம். சித்து உடம்பு.

"நல்லாத் தூங்கினியா?"

"தூங்குனே."

"மேலப்போய் இருக்கியா?"

"சரி."

முத்துசாமி நோவாவிடம் சாவியை வாங்கிக்கொண்டான். எதிரில் வந்த மாமா அவனைப் பார்த்து "நீ யாருலே?"ன்னு அதட்டினார்.

முத்துசாமி பயந்து போனான். "நோவா ப்ரெண்ட்" என்றான்.

"ஹோ ... அப்டியா ..." என்ற மாமாவின் சத்தம் பலமாய்க் கேட்டது. சிரித்துச் சிரித்துத் தலையாட்டினார். அவரைப் பார்க்க முத்துசாமிக்கும் சிரிப்பு வந்தது.

"ஓம் ப்ரெண்ட் என்ன செய்றான்?"

"வேலைக்குப் போறான்."

"படிக்கலையா?"

"இல்ல."

"என்ன வேல?"

"மெல்லுல."

"ஆர்.வி. மில்லுலையா?"

"இல்ல."

"பெறவு?"

"ஸ்பின்னிங் மில்."

"அவுங்க ஊடு எங்கயிருக்கு".

"நம்ம தெருவுலதான்."

"நீ யாரு மவன்?"

முத்துசாமி அப்பா பெயரைச் சொன்னான். மாமாவுக்குப் பிடிபடவில்லை. அம்மாவின் பெயரையும் சொல்லிப் பார்த்தான்.

அதிலும் அவர் குழம்பினார். கடைசியில் "சங்குவதியாச்சிப் பேரன்" என்றான்.

மாமா அதே சிரிப்புச் சிரித்தார். "நீ சங்குவதிக் கிழவி பேரனா?" என்றார். முத்துசாமிக்கு எரிச்சலாய் வந்தது.

"சர்வ இரட்சகனே ... சர்வமும் காத்தவனே ... எங்கள் கர்த்தரே ... கர்த்தரே ... கர்த்தரே ..." என்று பாடத் தொடங்கிவிட்டார். குரல் பாறையில் மோதி எதிரொலிப்பதுபோலக் கேட்டது. பாடிக்கொண்டே யாக்கோபு மாமா குசினி அருகில் போனார். தொட்டியில் கிடந்த தண்ணீரை ரெண்டு கைகளினால் கோரிக் கோரி உடம்பெங்கும் ஊற்றிக்கொண்டார். வரும்போது தரையெல்லாம் தண்ணீர் சொட்டுச் சொட்டுன்னு விழுந்தது. தொளதொளன்னு இருந்த பேண்ட்டெல்லாம் நனைந்து தொப்பு தொப்பானது. மாமா நெட்டை நெட்டேரென்று இருந்தார். 'வங்கு'த் தழும்புகளால் நிறைந்த உடம்பு. ஒருவகைத் தங்க நிறத்தில் மினுமினுத்தது. அந்தக் கிறிஸ்தவக் கீதத்தை திரும்பவும் சுத்தமாகப் பாடிக்கொண்டே கைகள் இரண்டையும் உயர்த்தித் துண்டால் துடைத்துக்கொண்டார். காடு மாதிரி கம்கூட்டு மயிர் அசிங்கமாய்த் தெரிந்தது. சவரம் சரியாய்ச் செய்யாமல், ஆங்காங்கே வெள்ளை முடிகள் நீண்டு நீண்டு தெரிந்தன. மீசையில்லாத முகத்தைத் தூக்கிக் கொண்டு திரும்பவும் ஒரு சிரிப்புச் சிரித்தார். பெறவு சோகமானார். பாடினார். பாடல் வீடு முழுவதும் கேட்கக் கேட்கக் கைகளை வீசி வீசி நடந்தார். சமையல் அறைப் பக்கம் போனார்.

முத்துசாமிக்குச் சங்கடமாயிருந்தது. 'இதுதான் சாக்கு' என்று அவசரமாய்ப் படிகளில் ஏறித் தட்டடிக்குப் போனான். கீழேயிருந்து மாமா பாடுகிற சத்தம் மேலமுட்டும் கேட்டது. திரும்பவும் அவர் வந்துவிடக் கூடாதே என்று பயந்தான். நன்றாகக் கதவைச் சாத்திக்கொண்டான். உட்கார்ந்து வெளியிலேயே பார்த்துக்கொண்டிருந்தான். இருள் சூழ்ந்துகொண்டிருந்தது. குளிர்ந்த காற்று வீசியது. வரும்போதிருந்த ஆர்வம் இப்போது குறைந்து போனது. பேசாமல் வீட்டில் இருந்திருக்கலாம். ஆச்சி வீட்டுக்குப் போய் இருக்கலாம். இல்லன்னா கடற்கரைக்காவது போய் உட்கார்ந்திருக்கலாம். இந்த மாதிரி போரடித்திருக்காது. இடையூறு இருக்காது. எழுந்து நடந்தான். ஒரு பழைய சினிமாப் பாட்டு கேட்டது. சோகம் தழும்பத் தழும்ப வரும் ராகம் அவனுக்குப் பிடித்திருந்தது. கேட்பதில் நேரம் போனது.

மரப்பெட்டியின் மேல் உள்ள புத்தகங்களைப் புரட்டினான். அவ்வளவும் நோவாவின் பாட சம்பந்தமான புத்தகங்கள். ஒவ்வொன்றாக எடுத்துப் பார்த்தான். ஊடே பழைய ஆனந்த

விகடன் ஒண்ணும் கிடந்தது. விரித்துப் பார்த்தான். அந்தப் படம் கவர்ந்தது. ஒரு தெரு. குடிசை வீடு. மெர்க்குரி வெளிச்சம் நுழைய முடியாத வாசல். முத்த வெளியில் சின்னதும் பெருசுமாய் ஐந்தாறுபேர் படுத்துத் தூங்கிக்கொண்டிருந்தார்கள். கதையைப் படித்தான். இரவு நேரங்களில் சாதாரணமான மண்ணெண்ணெய் விளக்கொளியில் பழகிப்போன அவர்களுக்குப் புதிதாய்ப் போடப்பட்ட தெருமெர்க்குரி விளக்கு எவ்வகையில் பயன்படுகிறது என்பது அனுதாபத்துடன் சித்தரிக்கப்பட்டிருந்தது கதையில். படித்து முடிந்த பின்னும் சம்பவங்களும் பாத்திரங்களும் கண் முன்னே நின்றன. புத்தகத்தை மூடிவைத்துவிட்டுப் பெட்டியைத் திறந்தான். பிடிலை எடுத்தான். ராகம் வாசிக்கத் தொடங்கினான். புதிதாய்க் கேட்ட சினிமாப் பாடல் ஒன்றைத் தொட்டுத் தொட்டு இழுத்தான்.

மணி ஆறரை சுமார்க்கு நோவா காப்பி டம்ளர்களுடன் வந்தான். "இந்தா . . . இந்தக் காப்பியைக் குடிச்சுக்க" என்றான். முத்துசாமி மறுப்புச் சொல்லவில்லை. வாங்கிக் குடித்தான். வீட்டில் போடுகிற காப்பிக்கும் இதற்கும் வித்தியாசம் இருந்தது. அம்மா போடுகிற காப்பியின் சுவையே வேறு விதமாய் இருக்கும். அம்மா காப்பிக் கொட்டையைக் கடையில் வாங்குவாள். அதோடு மல்லியும் சேர்த்து வறுப்பாள். பெறவு உரலில் போட்டு இடிஇடின்னு இடித்துப் பொடி செய்வாள். இது ஒரு மாசத்துக்குக் காணும். அந்தக் காப்பியின் மணமே தனிதான்.

அன்னத்தாய் பெரியம்மா போட்ட காப்பியில் பால்வாடை கொச்சையாய் அடித்தது. இந்தப் பாலுக்கு காப்பி காணாது. ஆனாலும் காப்பி சூடாய் இருந்தது. குடிக்கும்போது உடம்பு வேர்த்தது. வேட்டி நுனியைத் தூக்கி முகத்தைத் துடைத்துக் கொண்டான்.

"மாமா எதுக்கு வந்திருக்கு?"

"அத்தையுடைய வேலை விசயமாக வந்திருக்காங்க."

"இவ்வளவு நாளும் வேல பாக்கலையா?"

"பாத்தாங்க . . . பெறவு வுட்டுட்டாங்க."

"அத்தைக்கு வயசு என்னயிருக்கும்?"

"நாப்பத்தைந்துக்கு மேலே இருக்கும்."

"இன்னும் கொஞ்ச நாளுதானே வேலை பாக்க முடியும்."

"ஆமா."

“எந்த ஸ்கூல்ல வேலப் பாக்கப் போறாங்க?”

“ஆட்டுப் பேட்டையிலே உள்ள எலிமெண்டரி ஸ்கூல்ல.”

“எப்டி வேல கெடச்சுது?”

“எங்கப்பா வேலை பாத்த முதலாளிதான் ஸ்கூல் மேனேஜர். அப்பா இருக்கும்போது ஒழுங்கா வேலை பாத்ததுக்குச் சம்பளம் கொடுக்க மாட்டான் மனுசன். கேட்டா அஞ்சும் பத்துமாய்க் கொடுத்துக் கழிப்பான். அப்பாவும் எதுவும் கேட்காது. ஒரு பைசா முன்னே பின்னே கொறை வைக்காமே கணக்குப் பாத்துக் கொடுக்கும். அப்பா செத்துப் போனது தெரிஞ்சதும் ஓடி வந்தாரு. ரொம்பக் கவலைப் பட்டாரு. என்ன நெனச்சாரோ தெரியல, ‘ஒங்கக் குடும்பத்துல யாராவது ஓராளு டீச்சராயிருந்தா சொல்லுங்க. நம்ம ஸ்கூல்ல வேல போட்டுக் கொடுக்கிறேன், என்னார். நாங்க மெப்பு*க்குத்தான் சும்மாச் சொல்லுரார்ன்னு நெனச்சோம். ஆனா அஞ்சாறு நாளைக்கு முன்னாலே கடிதமே வந்திட்டு . . . இதெப்பத்தி மாமாவுக்கு அம்மா எழுதிச்சு. வந்திருக்காங்க . . .”**

“இந்த வேலய வேற யாருக்காது கொடுத்தா பணம் கெடைக்கு முல்ல. ஒங்க ஊடு படுற கஷ்டத்துக்கு எவ்வளவு ஏந்தலாயிருக்கும் . . .”

“வாஸ்தவம் தான். இது எங்க மாமா வீடு. ரொம்ப வருசமா இதுலே நாங்க இருக்கோம். இதுவரைக்கும் மாமா, எங்ககிட்ட வாடகைன்னு வாங்கல. அம்மாவும் இந்த வேலையை அத்தை பாத்துட்டுப் போகட்டும்னு சொல்லிற்று . . .”

“எப்பம் வேலைக்குச் சேரப் போறாங்க?”

“தெரியல.”

“நீ திருநெல்வேலிக்குப் போனியே . . . அது என்னாச்சு?”

“பப்ளிக் சர்வீஸ் கமிஷன்தானே. ஒந்தம்பியும் வந்திருந்தான் . . .”

“அப்டியா?”

“கூட்டம் நெறையா. பாக்கும்போதே பயமா இருந்துச்சு. எப்டி ரிசல்ட் வரும்ன்னு தெரியல . . .”

“நீ நல்லா எழுதியிருக்கல்லா . . .”

“ம்.”

---

* மெப்பு – வீண்பெருமை

"பெறவு ஏன் பயப்புடுற . . .?"

"நோவா . . . நோவா . . ." என்று கீழேயிருந்து அம்மாவின் குரல் கேட்டது. "இரு வரேன் . . ." என்று சொல்லி, நோவா இறங்கிப் போனான்.

❍ ❍ ❍

சண்முகம் ஜன்னல் ஓரமாய் உட்கார்ந்து, பழைய டிரான்சிஸ்டர் ரேடியோவை நோண்டிக்கொண்டிருந்தான். ப்ளக்கைத் தூக்கிச் சொருகியதும், கரண்ட் வந்தது. டிரான்சிஸ்டர் கரபுர என்றது. நட்டுகளைத் தூக்கிப் பத்திரமாக வைத்துக் கொண்டான். ஒரு கம்பியைக் கொடுத்துச் சின்னச் சின்ன வயர்களைத் தூக்கிவிட்டான். கோமதி பக்கத்தில் நின்று, "இது ஒனக்கு வேண்டாத வேல. இந்த ஓட்டை உடைசலை வச்சு ஒன்னும் செய்ய முடியாது. பேசாம கையில கொண்டு கொடுத்திடு" என்றாள்.

"எனக்கு எல்லாம் தெரியும். நீ ஒன் ஜோலியைப் பாத்துக்கிட்டுப் போ . . ."

"நா சொல்லிட்டேன். பெறவு மாட்டிக்கிட்டு முழிக்காத . . ."

பெருமாள் எதையோ எடுத்தான். "ஏலே வையி . . . எதையும் எடுக்காத" என்றான் ஆறுமுகம். பார்த்தும் பார்க்காதது போலப் போய்விட்டான். சண்முகத்தை அவனுக்கு வள்ளுசாய்ப் பிடிக்காது. சட்டென்னு கோபப்படுவான். சண்டை வரும். பேச மாட்டான்.

அப்பா மெதுவாய் வந்து எட்டிப் பார்த்தார். அவருக்கும் ரொம்ப நாளு ஒரு ஆசை. நம்மளும் ஒரு ரேடியோ வாங்கணும் வாங்கணும்னுதான் நெனைக்காரு, முடியல. வீட்டில் இதுவரைக்கும் ஒரு சில டிரான்சிஸ்டர்கூடக் கிடையாது. சண்முகம் பெரியாளு, நினைச்சா எப்படியும் வாங்கிவிடுவான். காசைக் கரியாக்குவான். இதுதான் அவம் மேலே எல்லாத்துக்கும் வருத்தம்.

"இத யார்க்கிட்டலே வாங்குன ?"

அப்பா கேட்டதும், வாங்குன ஆளின் பெயரைச் சொன்னான் சண்முகம். அப்பாவுக்கு முகம் சிவந்தது. எதையோ முணுமுணுத்துக்கொண்டார். பேசாமல் போய் உள் வீட்டில் உட்கார்ந்துகொண்டார். அப்பாவின் முகவாட்டத்தைப் பார்த்ததும் அக்காவுக்கு ஒரு மாதிரியானது. அவளும் பின்னால் போனாள்.

“என்னப்பா ஒரு மாதிரியா இருக்கிங்க?”

“பேசாம அதக் கொண்டுபோய்க் கொடுத்துட்டு வரச் சொல்லு.”

கோமதி பேசவில்லை. அண்ணனிடம் வந்து விசயத்தைச் சொன்னாள். சண்முகத்துக்குக் கோபம் வந்தது. “அப்பாவா துட்டுக் கொடுக்கப் போவுது, நா இல்ல கொடுக்கப் போறேன்?” என்றான்.

கோமதி குழம்பிப் போனாள். அண்ணனைச் சமாதானப் படுத்தினாள்.

“நம்ம மேல ஊட்டுக்காரங்கக்கூட சண்டை தெரியுமுல?”

“தெரியும்.”

“பெறவு அவுங்க ஊட்டுல இருந்து இத வாங்கிட்டு வந்து வச்சுருக்க . . .”

“நா ஒண்ணும் சும்மா வாங்கல.”

“காசு கொடுத்தாலும் இந்த வோட்லாட்டு எதுக்கு. இப்பந்தான் கடையில இன்ஸால்மெண்ட்க்கு ரேடியோ கொடுக்காங்கல்ல, வேணும்னா ஒன்ன வாங்கு. இது எதுக்கு?”

சண்முகம் சத்தங் காட்டாமல் எழுந்தான். ப்ளக்கை உருவினான். பழையமாதிரியே டிரான்சிஸ்டரைப் பூட்டி வைத்தான். சட்டையைப் போட்டுக்கொண்டே, “முத்துசாமி வந்தா, இத தூக்கிக் கொண்டுபோய்க் கொடுக்கச் சொல்லு” என்று சொல்லிவிட்டு வெளியில் போய்விட்டான்.

முத்துசாமிக்கு டிரான்ஸ்சிஸ்டரைப் பார்த்ததும் ஆர்வம் பொங்கியது. அவனும் ப்ளக்கைச் சொருகித் திருப்பினான். வேறு விதமான சத்தங்கள் எழுந்தன. திரும்பவும் திருகித் திருகிப் பார்த்தான்.

“என்ன . . . இது பாடாதா?”

“பாடாது. இத எடுக்காத. நம்மயிது இல்ல” என்றாள் அக்கா. கொடியில் கிடந்த மஞ்சள் பையை எடுத்தாள். புரட்டி உதறினாள். டிரான்சிஸ்டரை வாங்கிப் பைக்குள் வைத்து, முத்துசாமியிடம் கொடுத்தாள்.

“இதக் கொண்டு போயி, எட்வினைப் பாத்துக் கொடுத்துட்டு வந்திரு . . . இது அவன் இது!”

“அவங்கிட்டயிருந்து யார் வாங்குனா?”

“அண்ணே!”

“பாடாதா?”

“ஒரு இழவும் பாடாது.”

“பெறவு, அண்ணனே கொடுக்கச் சொல்ல வேண்டியதுதானே . . .”

“அண்ணே போயிட்டான். நல்ல பையனில்ல . . . மாச்சலைப் பாக்காம, ஒரு எட்டுல போய்க் கொடுத்திட்டு வந்திடப்பா.”

“நா எட்வினை எங்கப் போய்த் தேட? அவன் திமிரு புடிச்சவன். ஒரு பதில் கேட்டாலும் சொல்ல மாட்டான்.”

“அவுங்க ஊட்டுல போய்ப்பாரு. இல்லன்னா மட்டக்கடையில நின்னா, பாத்துக்கூட்டிக்கிட்டுவா . . . கொடுத்திடுவோம்.”

எட்வினைத் தேடி முத்துசாமி போனான். பைப்படியைக் கடந்து அடுத்த கீழத் தெருவில்தான் அவன் வீடு. மட்டப்பாவில் ஏறி நின்னு பார்த்தால் அவுங்க தட்டடி தெரியும். இரண்டு வீட்டுக்கும் அந்தப் பொதுச் சுவர்தான் தடுப்பு. அப்பாவுக்குக் கோபம் இதனால்தான். வீட்டுக்குப் பின்னால் உள்ள நிலத்தில், ஒன்றையடி முடுக்குப் பாதை போட்டு, அடுத்த வீட்டை வாங்கியிருக்கும் ரெட்டை ஜோட்டிக்காரி ரொம்ப நாட்களாய்க் கேட்டுக்கொண்டிருக்கிறாள். தர முடியாது என்றதும் போலீசைக் கூட்டி வந்து அதட்டினாள். எட்வின், தகப்பனார்தான் தெருத் தலைவர். மத்தியஸ்தம் செய்ய வந்தவர். “இந்த இடத்தை எனக்குத் தந்திடு” என்றார். அவுரு கேட்க ஆரம்பிச்சதும், இந்த உறவு அறுந்து போயிற்று. அம்மாதான் தெருவில் ஞானம்பிள்ளையைக் கண்டால் நின்னு பேசுவாள்.

முத்துசாமிக்கு இந்தத் தயக்கம் இருக்கத்தான் செய்தது. இதை நினைத்துக்கொண்டுதான் நடந்தான். தெரு வழக்கம்போலக் கலகலப்பாய் இருந்தது. லூர்க்கா கோவில் முக்கைத் திரும்பி எட்வின் வீட்டுக்குப் போனான்.

வீட்டு வாசலில் ஒருவருமில்லை. பைய எட்டிப் பார்த்தான். அந்தச் சிறிய ஹாலில் கண்ட சாமான்களும் இரைந்துகிடந்தன. ஒரு சேலை அவுத்துப்போட்ட மேனிக்கும், ஒரு பாவாடை ஒரு மூலையிலும், அழுக்கும் சுருக்குமாய்க் கிடந்த துணிமணிகளும், கீழ்ப்புரம் தட்டடிக்குப் போகிற மரப்படிகளில் விளையாட்டுச் சாமான்களும் . . .

சிறிது நேரம் போனது. கூப்பிட்ட குரலுக்குப் பதிலில்லை. வாசப்படியில் நின்றுகொண்டிருந்தான் முத்துசாமி. யாரோ வருகிற அரவம் கேட்டது. தாவணி போட்ட ஒரு பெண் பிள்ளை வந்தாள்.

"என்ன வேணும்" என்பதைப் போலப் பார்த்தாள்.

"ஒங்க அண்ணே இருக்கானா?"

"எந்த அண்ணன்?"

"எட்வின்."

"இல்ல."

"எங்க போயிருக்கான்னு தெரியுமா?"

"தெரியாது."

அந்தப் பிள்ளை விருட்டென்னு வீட்டுக்குள் போய்விட்டாள். முத்துசாமிக்கு ஒரு மாதிரியாகிற்று. திரும்பி நடந்தான். மட்டக்கடை கிணற்றடியில் ஒரு கூட்டமே உட்கார்ந்திருந்தது. அரச மூட்டில் பெரியாட்கள் வம்பளந்துகொண்டிருந்தார்கள். அரசியல் பேச்சு. எதிரில் பட்டாணிப்பிள்ளை டெயிலர் கடை.

அங்குனக் கூடி எட்வினைக் காணோம். பிள்ளையார் கோவில் சந்தி, பஸ் ஸ்டாப், கடை வீதி, வண்ணாக்குடி முக்கு என்று பார்த்து வரும்போது, பீட்டர் சைக்கிள் கடை முன்னால் வைத்துத்தான் எட்வினைப் பார்க்க முடிந்தது. அடுத்து உள்ள மிட்டாய்க்கடை கல்லாவில் உட்கார்ந்திருந்த சீனி செட்டியாரோடு என்னமோ பேசிக்கொண்டு நின்றான் எட்வின். கிணற்றடியை ஒட்டி உள்ள சுண்ணாம்புக்கடைப் பலகையில் உட்கார்ந்திருந்த தெருப் பையமார்களுடன் சண்முகமும் உட்கார்ந்திருப்பதைப் பார்த்தான், முத்துசாமி. அண்ணனை ஒட்டினாப்போல ராஜ் அண்ணனும் உட்கார்ந்திருந்தான். சண்முகம் மடிப்புக் கலையாத பேண்ட் சர்ட் போட்டிருந்தான். ராஜ் வெள்ளை வெளேர் என்று மினுமினுக்கிற பாலீஸ்டர் வேட்டியை நுனிக்கால்வரை இறக்கிக் கட்டியிருந்தான். விரல்களில் சிகரெட் கனிந்தது. இந்த விசயத்தில் சண்முகம் பெட்டர். பீடி, சிகரெட் குடிக்க மாட்டான். ரெண்டுபேரும் ஒன்னாதான் தோளில் கைபோட்டுக்கொண்டு கருவாடு கட்ட, வெள்ளையடிக்க, தெரு வேலைகளுக்குப் போகிறவர்கள். முத்துசாமியைப் பார்த்து சண்முகம் எழுந்து வந்தான்.

"என்னலே?"

"அப்பா ஒன்னக் கூப்பிடுது."

"எதுக்கு?"

"டிரான்சிஸ்டரைத் தூக்கிக் கொடுக்கணுமாம்."

"ஏலே . . . நீ கொஞ்சம் தூக்கிக் கொடுத்துடுலே."

"நானா வாங்குனே?"

"இல்ல."

"பெறவு என்ன கொடுக்கச் சொல்லுற? அண்ணா . . . சீனி செட்டியார் கடை முன்னே எட்வின் நிக்கான் . . . அவனக் கூப்பிட்டு கையிலத் தூக்கிக் கொடு."

"சரி . . . போ . . ."

முத்துசாமி வீட்டுக்கு வந்தான். அக்கா கேட்டதும் விசயத்தைச் சொன்னான். சண்முகமும் எட்வினைக் கையோடு அழைத்துக் கொண்டு வந்தான். எட்வினை வெளியில் நிற்கச் சொல்லி, டிரான்சிஸ்டரைத் தூக்கிக் கொடுத்தான். மறுபடியும் மட்டக் கடையைப் பார்க்கப் போனான் சண்முகம்.

பத்து

வாசலில் பேச்சொலி கேட்டது. செபஸ்தி பர்னாந்து நெருங்கி வந்தான். எட்வினைப் பார்த்துச் சிரித்தான்.

"தூரமா?"

"டிரான்சிஸ்டரைக் கொடுத்திருந்தேன். வாங்க வந்தேன்."

"யாருது?"

"என்னதுதான்."

"அப்டியா . . . கொடு பாப்போம் . . ."

"ஒனக்கு வேணும்மா?"

"இல்ல . . . சும்மா பாக்கத்தான்."

"பாடுமா?"

"ரிப்பேர் பாத்தா பாடும்."

"என்ன வெல?"

"வச்சுக்க. பாடும்போது காசு கொடுத்தாப் போதும் . . ."

"அது தட்டியும் . . ."

"ரிப்பேர் பாத்து வச்சுக்க."

செபஸ்தி, எட்வினை வீட்டுக்குள் கூட்டிக் கொண்டு போனான். ஸ்டூலை நகட்டிப் போட்டு

ஸ்ரீதர கணேசன்

உட்காரச் சொன்னான். எட்வினுக்குச் சந்தோஷமாய் இருந்தது. பாடாத டிரான்சிஸ்டர்க்கு ஓராள் கிடைத்துவிட்டது. வசமாய்த் தலையில் வைத்துக் கட்டியாகிற்று. எட்வின் சுற்றும் முற்றும் பார்த்தான். அருகில் வந்த குழந்தையைத் தூக்கி மடியில் வைத்துக்கொண்டான். கையைத் துடைத்தான். கன்னத்தைத் தட்டினான்.

"என்ன படிக்க?"

"எல்.கே.ஜி."

"நல்லாப் படிக்கணும்."

"ம்."

ரோஸி ஏதோ ஒரு விளையாட்டுப் பொருளைக் கொண்டு வரவும், அதைப் பார்த்து இசெபல் இறங்கினாள். செபஸ்தி டிரான்சிஸ்டரைக் கொனக்கு கொனக்குன்னு கொனக்கிக் கொண்டிருந்தான். அது கரபுறா என்று கனைத்துக்கொண்டிருந்தது. குழந்தைகளுக்கிடையில் சண்டை வர ஆரம்பித்தது. லூர்தக்கா ஓடிவந்தாள். ஆத்திரம் பொங்கியது. புதிதாய் ஓராள் உட்கார்ந்திருப்பதைப் பார்த்ததும் அடக்கிக்கொண்டாள்.

"ஏம் பிசாசுகளா இப்டிச் சண்டைப் போடுறிங்க?"

"கொழந்தைங்கன்னா சண்டைதான் போடும். நம்மதான் பொறுத்துப் போகணும்."

ரொம்ப நாட்கள் பழகிய மாதிரி எட்வின் இப்படி சொன்னதும், அக்காவும் அமைதியாய்ச் சிரித்தாள். எட்வின் போய்க் குழந்தைகளைச் சமாதானப்படுத்தினான். அக்கா, செபஸ்தி அருகில் போய் நின்று பார்த்தாள்.

"இது ஒங்க இதா?"

"ம் . . . ஒங்களுக்கு வேணும்மா . . ."

"எங்ககிட்ட பெரிய ரேடியோயிருக்கு."

"வேணும்னா இதையும் வச்சுக்காங்க."

"வேண்டாம்."

"ரிப்பேர் பாத்தா நல்லாப் பாடும்."

"எவ்வளவு?"

"அக்காவுக்குன்னா சும்மாவே கொடுப்பேன்."

"அப்பம் திருப்பிக் கேட்கக் கூடாது."

“சேகொடுத்ததைத் திருப்பிக் கேட்பேனா? ஒங்களுக்குன்னா... நானே ரிப்பேர் பண்ணிக் கொடுப்பேன்.”

“இல்ல . . . இல்ல . . . நாங்க ரிப்பேர் பாத்துக்கிடுறோம்.”

எட்வின் புறப்பட்டுப்போகும்போது, மறக்காமல் அக்கா அருகில் வந்து, “ஒங்களுக்கு என்ன வேணும்னாலும் எங்கிட்டத் தயங்காமே கேளுங்க. நா வாங்கித் தாரேன்” என்றான்.

“கொடுபுள்ள . . .”

“கொடுக்க மாட்டேன்”

“ஒனக்கு மட்டுமா தாத்தா துட்டுக் கொடுத்துச்சி?”

“போ . . . எனக்குத்தான் கொடுத்துச்சு.”

லூர்தக்கா கூச்சலைக் கேட்டு ஓடிவந்தாள். விசயத்தைத் தெரிந்துகொண்டதும், ரோஸி கையில் இருந்த ஒரு ரூபாய் நாணயத்தை வாங்கிக்கொண்டாள். ஷெல்பிலிருந்து ஆளுக்குப் பத்து பைசாவை எடுத்துக்கொடுத்தாள். குழந்தைகள் சந்தோஷமாய் வாங்கிக்கொண்டு, அற்புதமணி பாட்டி கடையை நோக்கி ஓடினார்கள். ஜன்னல் ஓரம் எட்வின் நிற்பதை அப்பந்தான் கண்டாள் அக்காள்.

“அப்பமே வந்து நிக்கீங்களா?”

“இல்ல.”

“உள்ள வாங்க.”

“செபஸ்தியான் எங்க?”

“அந்த டிரான்சிஸ்டரைத் தூக்கிட்டுப் போனான். இன்னும் ஆளக்காங்கலே . . .”

எட்வின் படியேறி வந்தான். அக்காள் நாற்காலியைத் தூக்கிப் போட்டாள். உட்கார்ந்தான். அக்கா வீட்டுக்குள் போனாள். மோரீஸ் பர்னாந்து ஸ்டைலாக உடை அணிந்து வந்தான். “எங்க வந்த எட்வின்?” என்றான். “சும்மா ஒங்க அண்ணனப் பாக்க வந்தேன்” என்றதும், பதில் சொல்லாமல், எங்கேயோ புறப்பட்டுப் போனான். மிட்டாய் வாங்கிக்கொண்டு வந்த குழந்தைகள் அங்கக் கிடந்த ஒரு பழைய பொம்மையை எடுத்து விளையாட ஆரம்பித்தனர்.

எட்வின் எழுந்தான். மெதுவாய் அடுத்த அறையை எட்டிப் பார்த்தான். அங்க ஆள் அரவமில்லையென்றவுடன் அங்கு போனான். லூர்தக்கா குசினியில் உட்கார்ந்து துணி

துவைத்துக்கொண்டிருந்தாள். நிழலாடுவது தெரிந்ததும், நிமிர்ந்து பார்த்தாள். அவசரமாய் முட்டுக்கு மேலே இருந்த சேலையையும் பாவாடையையும் இழுத்துவிட்டுக்கொண்டாள். மேலாக்கைச் சரிசெய்துகொண்டு எட்வினை நிமிர்ந்து பார்த்தாள். எட்வின் சிரித்தான். "சின்ன வீடுன்னாலும் சுத்தமா வச்சுயிருக்கிங்க" என்றான்.

தன்னைப் பாராட்டியதும் எல்லாமே மறந்து போயிட்டு அக்காளுக்கு. "இது என்ன ஊடு, நாங்க முன்னாலே இருந்த ஊட்டப் பாத்தா தெரியும்" என்று பெருமைப்பட்டுக்கொண்டாள்.

கடந்து போன வாழ்க்கையைப் பற்றிக் கேட்டான். அவளும் சொன்னாள். அவனும் தைரியம் சொன்னான். அவனுடைய பாக்கட்டில் பணமிருந்தது. புறப்பட்டுப் போகும்போது, ஒரு பத்து ரூபாயை எடுத்து அக்கா கையில் திணித்தான். அக்கா வெக்கப்பட்டாள். வாங்க மறுத்தாள். "நா வேற ஆளா" என்று சமாளித்தான். அக்கா குனிந்தாள். நிமிர்ந்து சிரித்தாள். வாங்கிக் கொண்டாள்.

சாய்ந்திரமானால் நாற்காலி, ஸ்டூல், பெஞ்சு, ஓட்டை, உடைசல் எல்லாத்தியும் வெளி முத்தத்துக்குத் தூக்கிக்கொண்டு வந்து போடுவார்கள். போகிறவர்களும் வருகிறவர்களும் அதில் உட்கார்ந்து கதையளந்துவிட்டுப் போவார்கள். ஒம்பது, பத்து மணி முட்டும் காபிஸ்டர் வீட்டு முற்றம் கலகலப்பாய் இருக்கும். இப்பம் அந்த லொக்கலாட்டி* டிரான்சிஸ்டர் வேறு இருக்கு. இப்பம் திருநெல்வேலி எடுக்கும். மற்ற ஸ்டேஷன்களெல்லாம் பாடாது. பாட்டு முடிந்து, உரம் எப்படி போடணும், தண்ணி எப்படி பாய்ச்சணும் . . .

குழந்தைகளுக்கு ஹோம்வொர்க் சொல்லிக்கொண்டிருந்த லூர்தக்காவுக்கு எரிச்சல் எரிச்சலாய் வந்தது; கத்தினாள். "இது ஏன் இப்டிக் கெடந்து கத்துது? ஆப் பண்ணிப் போட்டா என்ன . . ." என்றாள். உடனே மோரீஸ்வுக்குக் கோபம் வந்தது.

"ஒனக்கு இடைஞ்சலாயிருந்தா ஊட்டுக்குள்ள போய் சொல்லிக் கொடு."

"ஆமா . . . தொரை வெளியில இருந்து ரேடியோக் கேப்பாரு. நா வீட்டுக்குள்ள போகணும்."

"நீ ஏன் இங்க வந்திருக்க? தெண்டச்சோறு. ஒம் புள்ளைகளக் கூட்டிக்கிட்டு ஒம் புருஷன் ஊட்டுக்குப் போக வேண்டியது தானே . . ."

---

* லொக்கலாட்டி – ரிப்பேராகிப் போனது.

“போலே . . . ஒன் சோத்த தின்னுக்கிட்டு நா ஒண்ணுமிருக்கல. இது என் அப்பன் ஊடு, நானும் எம் புள்ளைகளும் இருப்போம். நீ என்னலக் கேட்குறது ?”

மோரீஸ் பர்னாந்துக்குக் கோபம் உச்சந்தலைக்கு ஏறியது. நாக்கைத் துருத்திக்கொண்டு எழுந்தான். “எங்கலே போற. உக்காரு” என்று கையைப் பிடித்து இழுத்தான் செபஸ்தி. மோரீஸ் ஆத்திரத்தைக் குறைத்துக்கொண்டு நாற்காலியில் சாய்ந்தான். உரையாடல் முடிந்து பாட்டு எழுந்தது.

“எந்தப் படத்துல உள்ளது” அக்காதான் கேட்டாள். செபஸ்தி படத்தின் பெயரைச் சொன்னான்.

“பாட்டு நல்லாயிருக்குல்ல . . .”

“ம்.”

அடுத்த வீட்டு அந்தோணியப்பா பர்னாந்து சுருட்டைக் குடித்தபடியே வந்து நின்றார். “பெரியவரே இப்டி உக்காரும்” என்றான் செபஸ்தி. மோரீஸ் ஸ்டூலை இழுத்துப் போட்டான். பர்னாந்து உட்கார்ந்தார். பாட்டு முடிந்து இந்தியில் செய்தி துவங்கியது. டிரான்சிஸ்டரைப் போட்டுத் திருகினான் செபஸ்தி. எங்கோ பாட்டு எழுந்தது. தமிழ்ப் பாட்டு. பொண்ணே பூவேன்னு பதமாய் முள்ளை நகட்டினான். அப்படியே நிறுத்திவைத்தான்.

எட்டுமணி சுமார்க்கு மறக்காமல் குழந்தைகளுக்கு சாக்லேட்டும் அக்காவுக்கு போர்ன்விட்டா பாட்டலையும் வாங்கிக்கொண்டு வந்தான் எட்வின். அந்தப் பொட்டணம் கையில் இருந்தது. மோரீஸ், அவனுக்கு நாற்காலியை இழுத்துப் போட்டு உட்காரச் சொன்னான். அவன் பெஞ்சில்போய் உட்கார்ந்துகொண்டான். எட்வினுக்கு அக்காவைக் கண்டதும் மகிழ்ச்சி பொங்கியது. காலடியில் ஓடிவந்த குழந்தைகளைத் தூக்கி மடியில் வைத்துக்கொண்டான். சாக்லேட்டைக் கொடுத்தான். முத்தம் கொடுத்தான். செல்லமாய்க் கன்னங்களைத் தட்டிக் கொடுத்துக் குழந்தைகளை இறக்கிவிட்டான். சினிமா முடிந்து அரசியல் பேச்சி எழுந்தது. விலைவாசி உயர்வைப் பற்றிப் பேசிக் கொண்டார்கள். தன்னை ஒருவரும் கவனிக்கவில்லை என்று தெரிந்ததும் எட்வினுக்குத் தைரியம் வந்தது. எழுந்து வீட்டுக்குள் போனான். அக்காள் அவன் கையைக் கவனித்தாள். “என்ன பொட்டணம் பெருசாயிருக்கு ?”

“ஒங்களுக்குத்தான்.”

“எனக்கா !”

“ம்.”

“உள்ள என்னயிருக்கு?”

“போர்ன்விட்டா.”

லூர்தக்கா சிரித்துக்கொண்டாள். எதையும் வெளியில் காட்டிக்கொள்ளவில்லை. அவன் கொடுத்தபோது சத்தங் காட்டாமல் வாங்கிக்கொண்டாள். அவன் கையைத் தொட்டு மிகுந்த மோகத்துடன் பார்த்தான்.

“நீங்க சாதாரணமாவே ரொம்ப அழகு. யாரும் ஒங்களை ரெண்டு புள்ள பெத்தவான்னு சொல்ல முடியாது. அப்படியிருக்கீங்க.”

அவன் மெதுவாய்க் கிசுகிசுத்தான். அக்காள் கையை இழுத்துக் கொண்டாள். வெக்கப்பட்டாள். குனிந்து சிரித்தாள்.

11

கோமதி கலியாணத்தை எப்படியும் நடத்திக் காட்ட வேண்டும் என்று அம்மா உறுதிகொண்டாள். அவளுடைய நினைப்பெல்லாம் மகளைப் பற்றித்தான். ஒரு பொம்பளப்பிள்ளை. அவளைக் கரையேற்றி விட்டால் கவலை தீரும். ஆம்பளப் பிள்ளைகளைப் பற்றிக் கவலை வேண்டாம். அவனுக ராஜா. எங்கையும் பிழைத்துக்கொள்வானுக. மவ டீச்சர் வேலைக்குப் போய் உழைச்சு நமக்குத் தர வேண்டாம். அவளுக்கு நல்லபடியாகக் கலியாணம் முடிஞ்சு, புருஷன் பொஞ்சாதியுமாய் ரெண்டு பிள்ளைகளைப் பெற்று, நல்ல சுகமாய், தீர்க்காயுசாய் இருந்தாலே போதும். இதுக்குப் பணம்தான் வேணும். அஞ்சா பத்தா? அப்பா. ஆயிரம் ஆயிரமால வேண்டியதிருக்கு. எங்க போக?

ஆறுமுகநேரிக்குப் போய் அலைந்து பார்த்தாயிற்று. பணம் கைக்கு வந்த பாடு இல்லை. அப்பாக்கிட்ட அம்மா மெதுவா, "ஒங்களால கொஞ்சம் பணம் பெறட்ட முடியுமா?"ன்னு கேட்டுப் பார்த்தாள். அப்பாவுக்கு 'விசுக்'கென்று கோபம் வந்துற்று. "நா என்ன பணத்த மடியிலையாக் கட்டி வச்சுக்கிட்டு இருக்கேன்" என்றார். "என்னாலே ஒரு பைசாக்கூடப் புரட்ட முடியாது" என்று கைவிரித்துவிட்டார்.

வேலையை விட்டால் பிராவிடன்ட் பண்ட், கிராஜுட்டி மற்ற சேமிப்புப் பணங்கள் வரும். மகள் கலியாணத்தை எடுத்துவிட்டு, மற்றக் கடன்களை

அடைத்துவிடலாம். வேலையை எழுதிக் கொடுத்துவிடலாம் என்று நினைக்க முதலில் பயமாய் இருந்தது. மாத வருமானம் வராது. என்னதான் முயன்றாலும் குடும்பத்தை ஓட்டுறது கொஞ்சம் கஷ்டம்தான். இவன் தருவான், அவன் தருவான் என்பதையெல்லாம் நம்ப முடியாது. நாளுக்கு நாள் விலைவாசி ஏறிக்கிட்டுத்தான் போகும். மலைப்பையெல்லாம் பார்த்தால் முடியாது. சமாளிக்கத்தான் செய்யணும். இந்த மாப்பிள்ளை வேண்டாம், கையில் காசு பணம் இல்லன்னு விட்டால், பிள்ளைக்கு ஒரு வேலை தேடணும். சும்மா வேலை கிடைக்காது. அய்யாயிரத்தைக் கொடு, பத்தாயிரத்தைக் கொடு என்பானுக. இப்பம் நல்ல சம்மந்தம். பையனும் நல்ல பையன். ஜோசியக்காரனும், "பிள்ளையை அந்தப் பையனுக்குத் தாராளமாய்க் கலியாணம் செய்துகொடுக்கலாம். போறயிடத்துலே, அவள் நல்லபடியாய் இருப்பாள்" என்றான். என்ன செய்ய?

அம்மா வெற்றிலை எச்சைத் துப்பிக்கொண்டாள். சாதாரணமாக எழுந்து வீட்டுக்குள் வந்தாள். திருநெல்வேலிக்குப் போய்ப் பரீட்சை எழுதிவிட்டுவந்த ஆறுமுகத்திடம், "எப்படி பரீட்சை எழுதினே? நல்லா எழுதினியா? எல்லா ஆன்சரையும் புள்ளப் பன்னியா?" என்று கோமதி விசாரித்துக்கொண்டிருந்தாள். தம்பியும் போனது, வந்தது, எழுதினது என்று சொல்லிக் கொண்டிருந்தான். தம்பியின் பதில் கோமதிக்குத் திருப்திகரமாக இருந்தது. தம்பி எப்படியும் தேர்ச்சி பெற்றுவிடுவான் என்ற அபிப்பிராயத்தை உறுதிப்படுத்திக்கொண்டாள். அவன் முகம் கழுவப் போய்விட்டான். கோமதி கையில் வைத்திருந்த கதைப் புத்தகத்தைத் திரும்பவும் படிக்கலானாள்.

அப்பா வேட்டிக்கு நீலம் முக்கிக் காயப் போட்டார். அவருடைய கை வேலை முடியட்டும்ன்னு அம்மா காத்திருந்தாள். ஒரு ஈக்குச்சை எடுத்துப் பற்கள் இடையில் குத்திக்கொண்டாள். திரும்பவும் எழுந்துபோய் எச்சைத் துப்பிட்டு வந்தாள். கதவு அண்டையில் கால் நீட்டி உட்கார்ந்திருந்தாள். அப்பா வந்தார்.

"நா ஒரு முடிவுக்கு வந்திருக்கேன் தெரியுமா?"

"என்ன முடிவு சொன்னாத்தானே தெரியும்?"

"வேலையை வுடலாம்னு நெனக்கேன்."

"வேலைய வுடப் போறியா?"

"ம்."

“வேலையை விட்டுட்டு, ஊட்டுல ஒன்னால சும்மா குத்த வச்சுக்கிட்டிருக்க முடியாது? ஒங் கையும் காலும் சும்மாருக்காது. நல்ல யோசித்துக்க. பெறவு முழிக்காத.”

“வேலையை விடாம என்ன செய்ய முடியும்? புள்ள கலியாணத்த எடுக்கணும். கடந்தண்ணியிருக்கு. அடைக்கணும். வேலவேலன்னு பாத்தா ஒண்ணும் நடக்காது.”

“எதுக்கும் கொஞ்சம் யோசிச்சுக்க.”

“அதெல்லாம் நல்ல யோசிச்சாச்சு.”

“ஒனக்குப் பிரியம்ன்னா எழுதிக் கொடு.”

“என்னைக்கு எழுதிக் கொடுக்கப் போற?”

“பெறவு இருக்கும் ஒரு நாளப் பாக்கையா? நாளைக்கே எழுதிக் கொடுக்க வேண்டியதுதான். கோமதி ஒங்கண்ணே இங்கதானே இருக்கான்?”

“ஆமா அண்ணே இங்கதான் இருக்கு.”

“அவன் வந்தா . . . அம்மாகூட நீ நாளைக்கி மெல் முட்டும் வரனும்மான்னுச் சொல்லு . . .”

“சரிம்மா . . .”

“ஒனக்கென்ன புத்தி மங்கியாப் போச்சு? அந்தத் தறுதலப் பயலுக்குப் போய் வேலையை எழுதிக் கொடுக்கனும்னு சொல்லுறியே? அவனுக்குப் போய் வேலையை எழுதிக் கொடுத்தா, நாளைக்கி மயிரப் பாரு சொக்கான்னு அவம்பாட்டுல வேலையை வுட்டுட்டுப் போய்விடுவான். நீ லம்பா லம்பான்னு அடிச்சுக்கிட வேண்டியதுதான். பேசாம வேற ஆளப்பாத்து, உம் வாரீச எழுதிக் கொடுத்துட்டு, வருகிற பணத்த பேங்கில போடு.”

“அவன இப்டி வுட்டுட்டா ஒரு நாய் மதிக்குமா?”

“அவனப் பத்தி நீ ஏன் கவலப்படுற?”

“அதுக்காகத் தலப்புள்ளய தெருவுல வுட்டுவுட முடியுமா?”

“நா சொல்லுறத சொல்லிட்டேன். பெறவு உன் இஷ்டம்.”

அம்மா வெளியில் காத்திருந்தாள். நெற்றியில் வடிகிற வியர்வையைச் சேலை முந்தியைக் கொண்டு துடைத்துக் கொண்டாள். சண்முகம் எதிர்த்த கடை பெஞ்சில் உட்கார்ந்து பேப்பர் பார்த்துக்கொண்டிருந்தான். தூரத்தில் மில் ஓடுகிற சத்தம் மட்டும் அழுங்கிக் கேட்டது. சாலையில் பஸ்சும்

லாரியும் போய் வந்தன. அம்மாவுக்குச் சிறிது பயமும் தயக்கமும் இருந்தது. பேசாம ஒரு சங்கத்துக்காரனைப் பார்த்து விசயத்தைச் சொல்லிவிடலாம்போல இருந்தது. அவன்களிடம் சொல்லிவிட்டால் பிரச்சனையில்லை. கதை முடிந்துவிடும். சுலபமாக எழுதிக் கொடுத்துவிடலாம். அதுக்கு இதுக்குன்னு கொஞ்சம் பணம் கேட்பார்கள். கழுதை போனாப் போகுதுன்னு கொடுத்துவிடலாம். வேலையே போகுது. இதெல்லாம் என்ன பிரமாதம் என்று இருந்துவிடலாம்.

வேறு ஆளைப் பார்த்து வாரீசுக்குச் சேர்க்கப் போறோம் என்றால் சரிதான். கிராமப்புறங்களில் அலைந்து திரிந்து வாரிசுக்கு ஆள்பிடித்து வருவார்கள். வருகிறவர்கள் மடிநிறையப் பணம் இருக்கும். பணம் கை மாறவும் வேலைக்குச் சேர்த்து விட்டுவிடலாம். அதுக்குக் கொஞ்சம் தரகு கொடுக்கணும். சொந்தப் பிள்ளையை வேலைக்குச் சேர்க்கத் தரகு எதுக்கு? சங்கத்துக்காரனுக தயவு எதுக்கு? எல்லாத்தையும் நினைத்துதான் ஒம்பது மணி சுமார்க்கு, மில் டைம் ஆபீஸ் வாசலில் இன்ன விசயமாக பாக்டரி மேனேஜரைப் பார்க்க வேண்டும் என்று அனுமதிச் சீட்டு எழுதிக் கொடுத்தாள். வாட்சிமேன் வாங்கிப் பார்த்துவிட்டு, “சரி ஓரமா நில்லுங்க” என்றான். எப்.எம்.ரூம்புக்குப் போகிற ஒரு ஆபீஸ் பையனைப் பார்த்துக் கொடுத்தனுப்பினான்.

ஒரு மணி நேரமாகிற்று. இன்னும் பதிலைக் காணும். வெயில் சாய மூணு மணி சுமார்க்கு வந்தால் பிரச்சனை இருக்காது. நேராப் போய் எப்.எம்.மைப் பார்க்கலாம். அப்பம் மில் முன்னால் கூட்டம் ஜேஜேன்னு இருக்கும். மில் விட்டு வந்தவர்கள். சின்னச் சின்னத் தப்பு, தவறுக்காக எப்.எம்.மைப் பார்க்கப் போகிறவர்கள். ஆப்செண்டைத் திருத்தப் போகிறவர்கள். பெரிய குற்றங்களுக்குச் சங்கத்துக்காரனுக தயவை நாடி வருகிறவர்கள். பார்க்கிற இடங்களிலெல்லாம் தெரிந்த ஆட்கள், தெரிந்த முகங்கள். நாலு வேண்டியவன், வேண்டாதவன் ‘என்னக்கா . . . இங்குன்ன நிக்கிங்க’ன்னாப் போச்சு. விசயத்தை மூடி மளுப்ப முடியாது. பொய் சொல்ல முடியாது. கண்ணும் கண்ணும் வைத்தாப் போலத்தான் காரியத்தை முடித்துக்கொள்ள வேண்டும் என்று அம்மா நினைத்தாள். இதனால்தான் காலைநேரத்தைத் தேர்ந்து எடுத்தாள். எட்டு மணிக்கு வீட்டிலிருந்து புறப்பட்டாள்.

பத்தரை மணி நெருங்க வாட்சிமேன், “எப்.எம். வரச் சொல்லியிருக்காரம்மா. போங்க” என்று அனுமதி கொடுத்தான். உடனே அம்மா, “ஏய் சம்முவம்” என்று மகனைக் கூப்பிட்டாள். “இல்லம்மா, மொதல்ல நீங்க போங்க. பேசி முடிந்த பெறகு, ஒங்க பையனைக் கூப்பிட ஆள் விடுவாங்க. அதுக்குப் பெறவு அவன்

போகலாம். அது தட்டியும் அவன் இங்கே இருக்கட்டும்" என்றான் வாட்சிமேன். அம்மாவும் "சரி" என்பதைப்போலத் தலையாட்டிக் கொண்டாள். அருகில் வந்த மகனைப் பார்த்து, "ஏலே நீ எங்கையும் போயிறாத. இங்கேயே நில்லு, கூப்பிட விடுவாங்க. அப்பம் வா" என்றாள். சண்முகம் "ம்" என்றான்.

டைம் ஆபீஸ் கப்பிச் சாலை வழியாக அம்மா நடந்தாள். அந்தப் பிரம்மாண்டமான கட்டடங்களை நிமிர்ந்து பார்த்தாள். அதன் உள்ளறையில்தான் மேனேஜர் ரூம். கொஞ்சம் விரசலாய் நடந்து அந்த ஹாலை அடைந்தாள். உடனே எப்.எம்.மைப் பார்க்கணும் என்ற அவசரம் மட்டுமே நெஞ்சில் புகைந்து கிடந்தது. ஹாலுக்குள் நுழையும்போது, ஒரு வாட்சிமேன் ஓடி வந்து அம்மாவைத் தடுத்தான்.

"எங்கம்மா போற?" என்று அதட்டினான்.

"எப்.எம்.மைப் பாக்கணும்."

"இப்பம் பார்க்க முடியாது."

"எதுக்கு?"

"ஜி.எம்., வருகிற நேரம்."

"எப்.எம். தான் பார்க்க வான்னு அனுமதி கொடுத்திருக்காரு."

"அதெல்லாம் முடியாது. போங்க போங்க. மெல் வுட்டு மூணு மணிக்கு மேலே வாங்க."

"அய்யா . . . கொஞ்சம் விடுங்க. ஒரு முக்கியமான பிரச்சனையைப் பத்தி பேசணும். என்னன்னு கேட்டுட்டுச் சீக்கிரம் வந்துறேன்."

"என்னம்மா ஒன்னால பெரிய தொல்லையாப் போச்சு . . ."

"வேலையையே விட்டுப் போகப் போறேன். இனிமே எதுக்கு ஒங்கள வந்து தொல்ல கொடுக்கப் போறேன் . . . கொஞ்சம் விடுங்க."

"சரி . . . சரி . . . சீக்கிரம் பாத்துட்டு வாங்க."

அம்மா மலைப்போடுதான் நடந்தாள். நெஞ்சு திக்கென்றிருந்தது. அந்த நீண்ட ஹாலில், டெலிபோனோடு கூடிய மேசை. உள் சுவரையொட்டி ஒரு நாற்காலியில் அந்த இளம்பெண் ஒரு புத்தகத்தோடு உட்கார்ந்திருந்தாள். இளஞ் சிவப்பு உதட்டின் வழவழப்போடு கவர்ச்சிகரமாக இருந்தாள். அந்தப் பெண்ணைக் கடந்துதான் மேனேஜர் ரூம். அவளைக் கடக்கும்போது, "எங்க போறிங்கம்மா?" என்றாள். அம்மாவை

அருவருப்போடு பார்த்தாள். அவள் தடுத்த அதிர்ச்சியைச் சமாளித்துக்கொண்டு நிமிர்ந்து பார்த்தாள் அம்மா.

"மேனேஜரைப் பாக்கணும்மா!"

"இப்பம் முடியாது."

"கட்டாயமா பாக்கணும்மா?"

"டைம் முடிஞ்சுப் போச்சு. மூணுமணிக்கு மேலே வாங்க."

"இப்பம் அவசரமா பாக்கணும்."

"முடியவே முடியாது."

"கொஞ்சம் விடும்மா."

"ஒங்கள உள்ளவுட்டா எங்கிட்டலக் கேட்பாங்க. நான்லே பதில் சொல்லன்னும்."

"நீ ஒண்ணும் சொல்ல வேண்டாம்மா. நா இப்பம் வேலையை எழுதிக் கொடுக்கப் போறேன். அது விசயமா எப்.எம்.மைப் பார்த்துப் பேசணும். பேசிட்டு உடனே வந்துருவேன்."

தனது நிலைமையை நிதானத்தோடு விளக்கினாள் அம்மா. எக்காரணத்தைக் கொண்டும் உள்ளே விட முடியாது என்று மறுத்தாள் அந்தப் பெண். அம்மாவுக்குக் கோபமும் எரிச்சலும் மாறிமாறி வந்தது.

"நீ என்னை விடுவியா? விடமாட்டியா?" என்றாள் அம்மா.

"முடியாதும்மா. நீங்க இங்க நின்னு பிரயோஜனமில்லை. வம்பா என்னுடைய டைம் வேஸ்ட் செய்யாதீங்க."

அம்மாவின் அவசரம், அந்த இளம்பெண்ணுக்குப் பிடிக்கவில்லை . முகம் ஒரு மாதிரிப் போனது. "இது என்ன . . . பெரிய இழவாப் போச்சு" என்று எரிச்சல்பட்டவளாய், தூரத்தில் நின்ற வாட்சிமேனக் கைகாட்டி உதவிக்கு அழைத்தாள்.

அந்த அவகாசமே அம்மாவுக்குப் போதுமானதாய் இருந்தது. அதற்குள் கண்ணாடிக் கதவைத் திறந்துகொண்டு உள்ளே சென்று விட்டாள் அம்மா. ஏ.சி.யின் குளுமை முகத்தில் அடித்தது. ஆனாலும் அம்மாவுக்கு வியர்த்தது. உடம்பு பதற்றமாய் இருந்தது. அந்த விஸ்தாரமான அறையில் தனிமையில் இருந்த பாக்டரி மேனேஜர், திடுதிப்புன்னு வருகிற அம்மாவைக் கண்டு பயந்து போனார். அதற்குள் அந்தப் பெண்ணும் வாட்சிமேனும் பதறப் பதற ஓடிவந்து நின்றார்கள். அம்மா, "வணக்கமைய்யா" என்று

கையெடுத்துக் கும்பிட்டதும், எப்.எம்.முகம் மாறிப் போனது. வரவேற்றார். அந்தக் கடுகடுப்பான முகத்தில் சிரிப்பைப் பார்க்க ஆச்சரியமாய் இருந்தது.

"என்னம்மா . . . வேலையை விட்டுப் போறிங்களா?" என்றார்.

"ஆமைய்யா."

"இன்னும் கொஞ்ச நாளு வேலையைப் பாக்கலாம்ல."

"இல்லையா . . . மவளுக்குக் கலியாணம் எடுக்கணும். கொஞ்சம் கடன்க இருக்கு . . ."

"சரி" என்று எதிரில் கிடந்த சேரைக் காட்டி, "இதுலே உக்காருங்கம்மா" என்றார் எஃப்.எம்.

மில்லே தலைகீழாக மாறிப்போச்சா என்ன? எதிரில் போனாலே கூப்பிட்டு அதட்டுகிற பாக்டரி மேனேஜர், தனக்கு முன்னால் சேரில் உட்காரச் சொல்லுகிறார் என்றதும் அம்மாவுக்குத் தயக்கமாய் இருந்தது.

"வேண்டாம்மைய்யா. நிக்கேன்" என்றாள்.

"பரவாயில்லம்மா, சும்ம உக்காருங்க."

அம்மாவுக்கு ஒண்ணும் ஓடவில்லை. "பயப்புடாதிங்கம்மா . . . உக்காருங்க"ன்னு எப்.எம். திரும்பச் சொன்னதும், அம்மா அந்த சேரின் விளும்பில் பட்டும் படாமலும் உட்கார்ந்தாள். அந்த வாட்சிமேன் நைசாய் நழுவி வெளியில் போய்விட்டான். அந்தப் பெண் மட்டும் அசையாமல் நின்றாள். எஃப்.எம். ஃபோனை எடுத்துப் பேசினார்.

காப்பி வந்தது.

"பார்வதியம்மா காப்பியை எடுத்துக் குடிங்க . . ." என்றார். அதிகாரியின் அன்புச் சொல்லைத் தட்ட முடியவில்லை. இவ்வளவு இனிய மனுஷனா சில நேரங்களில் நாய் மாதிரி ஆகிறார்? அம்மா மெதுவாக காப்பியை எடுத்தாள். கதகதப்போடு காப்பியைப் பருகினாள். அடேயப்பா என்னா ருசி. கேன்டீன் காப்பியிலும் ரெண்டு வகை உண்டு என்பது இப்போதுதான் அம்மாவுக்கே தெரிந்தது.

தயங்கித் தயங்கிக் காப்பியைக் குடித்துக்கொண்டிருந்த அம்மாவைப் பார்த்து எஃப்.எம். கேட்டார்.

"யாரைம்மா வாரிசுக்குச் சேர்க்கப் போறிங்க?"

"எம் மூத்த பையனைத்தான்ய்யா . . ."

“கூட கூப்பிட்டு வந்திருக்கிங்களா?”

“ஆமா, வெளியில்ல நிக்கான்.”

பாக்டரி மேனேஜர் குனிந்து எதையோ எழுதினார். அந்தக் காகிதத்தை அந்தப் பெண்ணின் கையில் கொடுத்து, “இந்தம்மாவை செக்சன் மேனேஜர்க்கிட்ட கூட்டிக்கிட்டுப் போங்க. இன்னைக்கே எல்லாத்தியும் முடிச்சு இவுங்க பையனைப் பார்த்து வேலைக்கு எடுக்கச் சொல்லுங்க” என்றார். அந்தப் பெண் காகிதத்தை வாங்கிக்கொண்டாள். “வாங்கம்மா” என்று கூப்பிட்டாள். அம்மா எழுந்தாள்.

ஏ.சி. அறையை விட்டு வெளியில் வரும்போது, உஷ்ணக் காற்று முகத்தில் அடிப்பதை உணர முடிந்தது. இது புதுசா என்ன? இவ்வளவு காலமும் அனலும் பஞ்சுத் தூசியும் பறக்கிற இயந்திரங்களூடன்தானே முட்டி மோதி அம்மா வேலை பார்த்துக் கொண்டிருந்தாள். இனியும் தீக்கங்குகள்கூட மேல் விழுந்தாலும் சமாளித்துக்கொள்ளும் தைரியம் அம்மாவுக்கு இருந்தது.